தமிழ் வேளாண் கலைச்சொற்களின் வட்டார வேறுபாட்டு அகராதி

தமிழ் வேளாண் கலைச்சொற்களின் வட்டார வேறுபாட்டு அகராதி

நீ. ராஜசேகரன் நாயர் (பி. 1948)

அண்ணாமலைப் பல்கலைக்கழகத்தில் மொழியியலில் எம்.ஏ. பட்டமும் ச. அகஸ்தியலிங்கம் மேற்பார்வையில் முனைவர் பட்டமும் பெற்றவர். அண்ணாமலைப் பல்கலைக்கழக மொழியியல் உயராய்வு மையத்தில் 30 ஆண்டுகள் பேராசிரியராகவும், அதே நிறுவனத்தில் இரண்டு ஆண்டுகள் இயக்குநராகவும் பணியாற்றியுள்ளார். பிரான்ஸ், ஜெர்மனி, நெதர்லாந்து போன்ற நாடுகளில் உள்ள உயர்கல்வி நிறுவனங்களில் ஆய்வு அனுபவம் பெற்றவர். இந்திய மொழிகளின் நடுவண் நிறுவனம் (மைசூரு), ராஷ்ட்ரகவி கோவிந்தபை சம்சோதனா கேந்திரா (உடுப்பி) ஆகிய நிறுவனங்கள் நடத்திய அகராதியியல் கோடைக்காலப் பயிற்சிப் பள்ளியில் சிறப்புப் பயிற்சி பெற்றவர்.

மின்னஞ்சல் : *rajasekharan245@yahoo.co.in*

கைபேசி எண் : 94430 95447

ச. ராஜா (1963–2015)

கோயம்புத்தூர் பாரதியார் பல்கலைக்கழகத்தில் எம்.ஏ., பி.எச்.டி., முடித்து, அண்ணாமலைப் பல்கலைக்கழக மொழியியல் உயராய்வு மையத்தில் பேராசிரியராகவும் துறை இயக்குநராகவும் பணியாற்றினார். ஜெர்மனி, பிரான்சு, அமெரிக்கா போன்ற நாடுகளில் உள்ள உயர்கல்வி நிறுவனங்களில் ஆய்வு அனுபவம் பெற்றவர். அகராதியியலில் பட்டய மேற்படிப்புப் பெற்றவர்.

சா. சுந்தரபாலு (பி. 1975)

கோயம்புத்தூர் பாரதியார் பல்கலைக்கழக மொழியியல் துறையில் 12 ஆண்டுகாலமாக உதவிப்பேராசிரியராகப் பணியாற்றிவருகிறார். இவர் அண்ணாமலைப் பல்கலைக்கழக மொழியியல் உயராய்வு மையத்தில் எம்.ஏ. மொழியியலும், எம்.ஏ. தமிழும்; பொருண்மையியலில் முனைவர் பட்டமும்; திருவாவடுதுறை ஆதீனத்தில் சைவசித்தாந்த ரெத்தினம் பட்டமும் பெற்றவர். இந்திய அரசின் ஐ.சி.சி.ஆர். சார்பில் போலந்து நாட்டில் வருகைதரு பேராசிரியராக ஓராண்டுப் பணி அனுபவம் பெற்றவர். 12 ஆண்டுகளாக மொழியியல் முதுகலை மாணவர்களுக்கு அகராதியியல் பாடம் நடத்திவருகிறார். ‘அல்பாசி’ என்ற புனைபெயரில் நூல்கள் எழுதிவருகிறார்.

மின்னஞ்சல் : *sundarabalu@buc.edu.in*

கைபேசி எண் : 97157 69995

நீ. ராஜசேகரன் நாயர்

ச. ராஜா

சா. சுந்தரபாலு

தமிழ் வேளாண் கலைச்சொற்களின் வட்டார வேறுபாட்டு அகராதி

காலச்சுவடு பதிப்பகம்

● அன்பார்ந்த வாசகருக்கு,

வணக்கம்.

காலச்சுவடு நூலை வாங்கியமைக்கு நன்றி.

நூலின் உள்ளடக்கம், உருவாக்கம், அட்டைப்படம் இன்ன பிற அம்சங்கள் பற்றிய உங்கள் கருத்துகளையும் ஆலோசனைகளையும் காலச்சுவடு வரவேற்கிறது. தகவல், எழுத்து, வாக்கியப் பிழைகள் தென்பட்டால் கட்டாயம் தெரிவித்து உதவுங்கள். நூல் தயாரிப்பில் கடும் குறைபாடு இருப்பின் மாற்றுப் பிரதி உங்களுக்குக் கிடைக்கக் காலச்சுவடு ஏற்பாடு செய்யும்.

மின்னஞ்சல்: **publisher@kalachuvadu.com**

காலச்சுவடு நாகர்கோவில் தலைமையகத்துக்கும் கடிதம் அனுப்பலாம்.

தங்கள்
எஸ்.ஆர். சுந்தரம் (கண்ணன்)
பதிப்பாளர் — நிர்வாக இயக்குநர்

தமிழ் வேளாண் கலைச்சொற்களின் வட்டார வேறுபாட்டு அகராதி ◆ அகராதி ◆ ஆசிரியர்கள்: நீ. ராஜசேகரன் நாயர், ச. ராஜா, சா. சுந்தரபாலு ◆ © நீ. ராஜசேகரன் நாயர் ◆ முதல் பதிப்பு: ஜூலை 2022 ◆ வெளியீடு: காலச்சுவடு, 669, கே.பி. சாலை, நாகர்கோவில் 629001

காலச்சுவடு பதிப்பக வெளியீடு: 1080

tamiz veeLaaN kalaiccoRkaLin vaTTaara veeRupaaTTu akaraati ◆ Dictionary ◆ Authors: N. Rajasekharan Nair, S. Raja, S. Sundarabalu ◆ © N. Rajasekharan Nair ◆ Language: Tamil ◆ First Edition: July 2022 ◆ Size: Demy 1 x 8 ◆ Paper: 18.6 kg maplitho ◆ Pages: 328

Published by Kalachuvadu, 669 K.P. Road, Nagercoil 629001, India
Phone: 91-4652-278525 ◆ e-mail: publications@kalachuvadu.com ◆ Printed at Clicto Print, Jaleel Towers, 42 KB Dasan Road, Teynampet Chennai 600018

ISBN: 978-93-5523-064-5

பொருளடக்கம்

நன்றி	9
அறிமுகவுரை	11
ஒலிபெயர்ப்பு அட்டவணை	15
சுருக்கக் குறியீடு, வட்டாரப் பிரிவு, இலக்கணக் குறிப்பு	16
மாவட்டப் பெயர்களின் சுருக்கக் குறியீடுகள்	17
அகராதி பற்றிய விளக்கம்	19
அகராதி	27

நன்றி

'வட்டார வழக்கு வேறுபாட்டில் வேளாண்தொழில் கலைச்சொற்கள் ஓர் ஆய்வு' என்ற தலைப்பில் யூஜிசியின் நிதி நல்கையில் நடத்தப்பட்ட ஆய்வின் பயனாக இந்த அகராதி உருவாக்கப்பட்டுள்ளது. அகராதியியல், மொழியியல் ஆகிய கோட்பாடுகளைக் கொண்டு தமிழ் வேளாண் தொழில் வட்டார வழக்குச் சொற்களைத் தொகுத்து தமிழ் மொழிக்கு வழங்கும் இந்த அகராதி ஒரு முன்னோடி முயற்சியாகும்.

இந்த ஆய்வைத் தமிழக அளவில் விரிந்த ஆய்வாக நடத்துவதற்குத் தாராளமாக நிதியுதவி யளித்த பல்கலைக்கழக நிதிநல்கை குழுவிற்கு (யூஜிசி)க்கு நன்றி தெரிவித்துக்கொள்கிறோம். அண்ணாமலைப் பல்கலைக்கழக மொழியியல் உயராய்வு மையத்திற்கும் இந்த ஆய்வுப் பணியை மேற்கொள்ள அனுமதியும் வேண்டிய வசதிகளை யும் வழங்கிய அண்ணாமலைப் பல்கலைக்கழக உயரலுவலர்களுக்கும், குறிப்பாக அந்நாள் துணைவேந்தர் பேரா. எம். இராமநாதன், பதிவாளராக இருந்த பேரா. எம். ரத்தின சபாபதி ஆகியோருக்கும் மனமார்ந்த நன்றியைத் தெரிவித்துக்கொள்கிறோம்.

இந்த அகராதியைத் தயார் செய்யும்போது பல வகையான ஆலோசனைகளைக் கூறிப் பல திருத்தங்களைப் பரிந்துரைத்து அறிமுகவுரை வழங்கிய சென்னை மொழி அறக் கட்டளையின்

செயலாளர் முனைவர் பா.ரா. சுப்பிரமணியன் அவர்களுக்கு மனமார்ந்த நன்றியைத் தெரிவித்துக் கொள்கிறோம்.

இந்த அகராதிப் பணியை மேம்படுத்துவதற்காகப் பல் வேறு கால கட்டங்களில் பல விரிவான விவாதங்களை முன்வைத்து அகராதி சிறப்புற அமைய உறு துணையாக இருந்த பேரா. ச. அகஸ்தியலிங்கம், பேரா. செ.வை. சண்முகம், பேரா. க. பாலசுப்பிரமணியன், பேரா. கோ. சீனிவாச வர்மா, பேரா. வ. ஜெயதேவன் ஆகியோருக்கு நன்றி.

இந்த ஆய்வுத் திட்டப் பணியில் முதன்மை ஆய்வாளராக பேரா. நீ. ராஜசேகரன் நாயர், இணை ஆய்வாளராக பேரா. ச. ராஜா, திட்டக் களப்பணி ஆய்வாளராக சா. சுந்தரபாலு ஆகியோரின் முயற்சியில் ஆய்வுத் திட்டப் பணியும் அகராதியும் நிறைவுசெய்யப்பட்டன.

இந்த அகராதிப் பணி 2002ஆம் ஆண்டில் தொடங்கப்பட்டது. அதன் முதல் படி வரைவை சிதம்பரம், அண்ணாமலை நகர், ஆனந்த் கணினியகத்தைச் சார்ந்த திரு. த. ஆனந்தகுமார் தட்டச்சு செய்தார். சில ஆண்டுகளுக்குப் பிறகு சென்னை திருமதி மை. ஃபெய்ரிலாஸ் இரண்டாம் படி வரைவைத் தட்டச்சு செய்தார். 2020இல் மீண்டும் தற்போதைய வடிவில் அண்ணாமலை நகர் த. ஆனந்தகுமார் அகராதி அடிப்படைக் கட்டமைப்பைத் தட்டச்சு செய்து முடித்தார். இவர்கள் இருவரின் பங்களிப்பிற்கு நன்றி தெரிவித்துக்கொள்கிறோம். அகராதியை முழுமையாகத் திருத்தம் செய்து உதவிய பேரா. சி. மகேசுவரன் அவர்களுக்கும் நன்றி. இவ்வகராதியைச் சரியான நேரத்தில் வெளியிடும் நாகர்கோயில் காலச்சுவடு பதிப்பகத்தாருக்கு எங்களது மனமார்ந்த நன்றியைத் தெரிவித்துக்கொள்கிறோம்.

நீ. ராஜசேகரன் நாயர்

ச. ராஜா

சா. சுந்தரபாலு

அறிமுகவுரை

ஒரு மொழிக்கு உருவாக்கப்படும் அகராதிகள் அறிந்த சொற்களையும் அறியாத சொற்களையும் மறைந்துவரும் சொற்களையும் மக்களின் கவனத்திற்குக் கொண்டுவரும் அரிய பணியைச் செய்கின்றன. இவற்றால் விளையும் பயன்கள் பல. ஒரு பயனாகக் கூறக் கூடியது, மொழி எந்தத் துறையில் வளமான சொற்களைக் கொண்டுள்ளது, எந்தத் துறையில் வளம் குறைந்ததாக உள்ளது என்பதை வெளிப்படுத்துவதாக இருக்கும். தமிழ்மொழி நீண்ட வரலாறு உடைய மொழி; தமிழ் மொழிக்குப் பல வகையான அகராதிகள் உருவாக்கப்படும்போது சொல் வளத்தை அறிந்து செயல்பட முடியும். இதற்குப் பொது அகராதிகளுடன் தொழில் சார்ந்த அகராதிகளும் தேவை.

நெல் பயிரிடுதல் என்பது மிகத் தொன்மையான தொழில். நம் பண்டைய இலக்கியத்தொகுப்பான சங்க இலக்கியம் பயிர்த் தொழில் செய்வோரின் கூர்மையான அரிவாளையும், ("நெல் அரி தொழுவர் கூர்வாள்"), நெற் பயிர்கள் காற்றில் அசையும் ஓசையுடன் அறுவடை செய்வோர் எழுப்பும் ஒலியையும் ("நெல்லின் ஓதை அரிநர் கம்பலை"), நெல் நிறைந்த இல்லங்களையும் ("நெல் மலிந்த மனை") நமக்குக் காட்டி நமக்கு ஒரு வகை ஏக்கத்தை ஏற்படுத்துகின்றன.

இன்று இந்தப் பாரம்பரியம் மிகுந்த வேளாண்தொழிலைச் செய்வோரிடையே அந்தத்

தொழில் பற்றியும், அந்தத் தொழிலுக்கு அவர்கள் பயன்படுத்தும் கருவிகள் குறித்தும், பருவ நிலைகள் குறித்தும் வழங்கிவருகிற சொற்களையும் தொடர்களையும் தொகுத்துப் பார்த்தால், இந்தத் தொன்மையான தொழிலை இன்றைய வேளாண் மக்கள் எவ்வாறு வெளிப்படுத்துகிறார்கள் என்பதை உணர்வுபூர்வமாக அறிய முடியும்.

இந்தத் தொகுப்புப் பணியை அண்ணாமலைப் பல்கலைக்கழக மொழியியல் துறையின் பேராசிரியர் முனைவர் நீ. ராஜசேகரன் நாயர், பல்கலைக்கழக மானியக் குழுவின் நிதி நல்கை பெற்று 2002ஆம் ஆண்டில் தொடங்கித் தவிர்க்க முடியாத காலதாமதத்தைப் பொறுத்துக்கொண்டு, ஓய்வுபெற்ற பின் 2022இல் நிறைவேற்றியுள்ளார்.

இந்தப் பணியில் இவர்க்கு உற்ற துணையாக இருந்தவர் அதே மொழியில் துறையைச் சார்ந்த பேராசிரியர் முனைவர் சா. ராஜா; அவர் இன்று நம்முடன் இல்லை என்பது வருத்தமளிக்கிறது.

இந்த அகராதி எந்த முறையில், எவ்வாறு உருவாக்கப்பட்டுள்ளது என்பதை மிகச் சுருக்கமாகக் குறிப்பிடுகிறேன்.

1. தமிழ்நாட்டின் 31 மாவட்டங்களில், தேர்ந்தெடுத்த ஊர்களில் வேளாண் தொழிலில் ஈடுபட்டவர்களைச் சந்தித்து அவர்கள் கூறியவற்றை ஒலிநாடாவில் பதிவுசெய்தனர். பின்னர் அவை எழுத்துவடிவம் பெற்று ஒரு வேளாண்துறை மொழித் தொகுப்பு உருவாக்கப்பட்டுள்ளது.

2. வேளாண் பெருமக்கள் தங்கள் தொழில், கருவிகள் குறித்த சொற்களை எவ்வாறு உச்சரித்தார்களோ அவ்வாறே சொற்கள் பெரும்பாலும் அகராதியில் தரப்பட்டுள்ளன. ‘கமல ஏத்தம்’ என்றே தரப்பட்டிருக்கும்; இது எழுத்து நடையில் ‘கமலை ஏற்றம்’ என மாற்றப்பட்டிருக்காது.

3. பயிரிடுவதற்குப் பயன்படுத்தும் ஏர், மணவெட்டி போன்ற கருவிகள் ஒவ்வொரு மாவட்டத்திலும் வேறுவேறு சொற்களாலோ, வெவ்வேறு வகையாக உச்சரிக்கப்பட்டாலோ அவை தொகுத்துத் தரப்பட்டிருக்கும். மணவெட்டி என்பதன் கீழ் அதன் வேறுபட்ட உச்சரிப்பு வடிவங்களைக் காண முடியும்: ‘மம்டி’, ‘மம்பட்டி’, ‘மம்புட்டி’, ‘மம்முட்டி’ முதலிய உச்சரிப்பு வேறுபாடுகளும், ‘சனுக்க’, ‘சனுக்கி’ என வேறு பெயரால் தருமபுரி மாவட்டத்தில் வழங்குவதும் தரப்பட்டிருக்கக் காணலாம்.

4. மண்வெட்டி போன்ற கருவிகளும், நெல் சேமிக்கும் குதிர் போன்றவையும் ஒவ்வொரு மாவட்டத்திலும் வடிவம் மாறுபட்டுள்ளதை வரைபடங்களுடன் காட்டப்பட்டுள்ளன.

இவை இந்த 'தமிழ் வேளாண் கலைச்சொற்களின் வட்டார வேறுபாட்டு அகராதி'யின் சிறப்பான கூறுகள்.

328 பக்கங்களில் ஆயிரக்கணக்கான கலைச்சொற்களை உள்ளடக்கியுள்ள இந்த அகராதி தமிழ்மொழியின் ஒலிநிலையில் இன்று ஏற்பட்டிருக்கும் ஒலிகள் ஒன்றிணையும் நிலையைக் கருத்தில் கொண்டு, அதனைத் தெளிவுபடுத்துவதற்கான ஓர் எளிய நடைமுறையைக் கைக்கொண்டிருந்தால், அது அகராதியின் பயன்பாட்டைப் பன்மடங்கு உயர்த்தியிருக்கும் என்பது என் கருத்து. இக்காலத் தமிழில் ரகர றகர வேறுபாடும், லகர ழகர ளகர வேறுபாடும், னகர ணகர வேறுபாடும் குறைந்து ஒன்றிணையும் நிலையைக் காண்கிறோம். வேளாண் மக்கள் அந்தந்த மாவட்டத்தில் எவ்வாறு உச்சரித்தார்களோ அந்த உச்சரிப்பை மாற்றாமல் தந்துள்ள இந்த அகராதியில் மேலே கூறிய ஒலிப்பு மாற்றங்கள் நிரம்பக் காணக்கூடியவையாக உள்ளன. அகராதியில் தரப்பட்டிருக்கும் முறை தவறு எனக் கூறவில்லை. அவற்றை தரமான எழுத்துத் தமிழோடு இணைத்துக் காட்டியிருக்கலாம் என்பதே என் கருத்து. இந்த இணைப்பை மிக எளிதாகச் செய்திருக்கலாம்.

தொழில் சார்ந்த கலைச்சொற்களைத் தொகுக்கும் பணியில் எதிர்காலத்தில் ஈடுபடுபவர்கள் இவற்றைக் கருத்தில் கொள்ள வேண்டும் என்பது என் வேண்டுகோள்.

ஒரு துறைக்கு உரிய சொற்களைக் களத்தில் இறங்கிச் சேகரித்து அவற்றை அகராதி வடிவத்திற்குக் கொண்டுவருவது கடினமான பணிதான். 'தமிழ் வேளாண் கலைச்சொற்களின் வட்டார வேறுபாட்டு அகராதி' ஒரு முன்னோடியான அகராதி. பத்தாண்டுகளுக்கு மேல் ஆகிவிட்டாலும் இந்த அகராதியை வெளிக்கொண்டுவந்துவிடுவதில் ராஜசேகரன் நாயர் காட்டிய முனைப்பையும் சோர்வடைந்துவிடாத உழைப்பையும் அகராதியிலாளர்கள் அனைவரும் பாராட்டுவார்கள். என் பாராட்டையும் தெரிவிப்பதில் மகிழ்ச்சி அடைகிறேன்.

சென்னை
11.11.2021

பா.ரா. சுப்பிரமணியன்
மொழி அறக்கட்டளை
திருவான்மியூர்

ஒலிபெயர்ப்பு அட்டவணை

அ	–	a	க்	–	k	ஷ்	–	ṣ
ஆ	–	ā	ங்	–	ṅ	ஸ்	–	s
இ	–	i	ச்	–	c	ஜ்	–	j
ஈ	–	ī	ஞ்	–	ñ			
உ	–	u	ட்	–	ṭ			
ஊ	–	ū	ண்	–	ṇ			
எ	–	e	த்	–	t			
ஏ	–	ē	ந்	–	n			
ஐ	–	ai	ப்	–	p			
ஒ	–	o	ம்	–	m			
ஓ	–	ō	ய்	–	y			
ஔ	–	au	ர்	–	r			
ஃ	–	ḥ	ல்	–	l			
			வ்	–	v			
			ழ்	–	ḻ			
			ள்	–	ḷ			
			ற்	–	ṟ			
			ன்	–	ṉ			

சுருக்கக் குறியீடு

மூ.	–	மூலிகை
பழ.	–	வட்டாரப் பழமொழி
எ.கா.	–	எடுத்துக் காட்டு
/	–	அல்லது
இ.சொ.	–	இழி சொல்

வட்டாரப் பிரிவு

ஸ்ரீவை.	–	ஸ்ரீவைகுண்டம் (தூ.)
திருப்ப.	–	திருப்பனந்தாள்
ஜமீன்.	–	ஜமீன்கோடாங்கிப்பட்டி
விளாத்தி.	–	விளாத்திக்குளம்
நெடு.	–	நெடுங்குளம் (ம.)
ஆலங்.	–	ஆலங்குடி
பத்த.	–	பத்தமடை (திருநெல்.)

இலக்கணக் குறிப்பு

பெ.	–	பெயர்
வி.	–	வினைச் சொல்
தொ.பெ.	–	தொழிற் பெயர்
எதிர்.	–	எதிர்ச் சொல்
வி.அ.	–	வினை அடை
வி.எ.	–	வினை எச்சம்
இடை.	–	இடைச் சொல்

மாவட்டப் பெயர்களின் சுருக்கக் குறியீடுகள்

1.	கன்னியாகுமரி	(க.)
2.	திருநெல்வேலி	(திருநெல்.)
3.	தூத்துக்குடி	(தூ.)
4.	விருதுநகர்	(விரு.)
5.	இராமநாதபுரம்	(ராம.)
6.	தேனி	(தே.)
7.	மதுரை	(ம.)
8.	சிவகங்கை	(சிவ.)
9.	திண்டுக்கல்	(தி.)
10.	புதுக்கோட்டை	(புது.)
11.	கோயம்புத்தூர்	(கோ.)
12.	கரூர்	(கரு.)
13.	திருச்சிராப்பள்ளி	(திருச்.)
14.	தஞ்சாவூர்	(தஞ்.)
15.	திருவாரூர்	(திருவா.)
16.	நீலகிரி	(நீ.)
17.	ஈரோடு	(ஈ.)
18.	நாமக்கல்	(நா.)
19.	பெரம்பலூர்	(பெ.)
20.	அரியலூர்	(அ.)
21.	நாகப்பட்டினம்	(நாக.)
22.	கடலூர்	(கட.)
23.	சேலம்	(சே.)
24.	விழுப்புரம்	(வி.)
25.	தருமபுரி	(தரு.)
26.	திருவண்ணாமலை	(திருவண்.)
27.	காஞ்சிபுரம்	(கா.)
28.	வேலூர்	(வே.)
29.	திருவள்ளூர்	(திருவ.)
30.	கிருஷ்ணகிரி	(கிரு.)
31.	திருப்பூர்	(திருப்.)

அகராதி பற்றிய விளக்கம்

'தமிழ் வேளாண் தொழில் கலைச்சொற்கள் – வட்டார வேறுபாட்டு அகராதி' என்ற ஆய்வுத் திட்டம் கடந்த 2002ஆம் ஆண்டு தொடங்கி 2022ஆம் ஆண்டு வரை பல்வேறு திருத்தங்களையும் மாற்றங்களையும் பெற்றுச் சிறந்த அகராதி யியலாளரின் மேற்பார்வையில் அகராதியியல் கோட்பாட்டின்படி வெளிவரும் முதல் தொழில் கலைச்சொல் அகராதி. அகராதியின் கட்டமைப்பு, தலைச்சொல் தேர்வு, பொருள் விளக்கத்தின் தன்மை போன்ற விதிமுறைகளும் அகராதி உருவாக்கத்தின் பின்புலச் செய்திகளும் இங்கு தொகுத்து விளக்கப்படுகின்றன.

அகராதியின் தேவை

மொழியின் வளர்ச்சி என்பது ஒரு சமுதாயத்தின் வளர்ச்சி. சமுதாயத்தின் வளர்ச்சி என்பது புதிய கண்டுபிடிப்புகளில் அமைகின்றது. ஒரு சமுதாயத்தின் புதிய கண்டுபிடிப்புகளால்தான் அச்சமுதாயத்தின் வளர்ச்சியை நிர்ணயம் செய்ய முடியும். அக் கண்டுபிடிப்புகளில் பெரும்பான்மையாக இருப்பது தொழில் சார்ந்த களங்களாகும். தொழில் துறையில் ஒரு புதிய கருவியைக் கண்டுபிடிப்பதன் மூலம் எத்தனையோ தனிமனித / சமுதாயச் சிக்கல்களுக்குத் தீர்வு கிடைக்கிறது. மக்கள் தொகை / மக்களின் தேவைகள் வளர வளரக் கண்டுபிடிப்புகளின் தேவை அதிகமாகிறது. அதே சமயம் புதிய கண்டுபிடிப்புகளால் நெடுங்காலமாக நம் முன்னோர்கள் பயன்படுத்திவந்த அறிவுக்

களஞ்சியத்தின் கருவிகள் பயனற்றுப் போகின்றன. அவற்றின் பயன்பாடு பயனற்றுப்போவதால் அவற்றைக் குறிக்கும் சொற்களும் வழக்கிழந்து போகின்றன. இவ்வகையான சொல் மாற்றம் ஒவ்வொரு தொழிலிலும் ஏற்படுகின்றது. குறிப்பாக, வேளாண் தொழிலில் அறுவடை இயந்திரம் வந்ததால் 150 கலைச்சொற்கள் வழக்கிழந்துவிட்டன என்பதை இந்த ஆய்வுப் பணிக்கான தரவு சேகரித்த பின் நிரூபிக்கப்பட்டது. மனிதர்கள் வேலை செய்யும் களம் மாற்றமடையும்போது அக்களத்தில் உரையாடும் மொழியும் வழக்கொழிந்துபோகும். இந்த மொழி இழப்பைக் கருத்தில் கொண்டு வேளாண் தொழிலில் பயன்பட்டுவந்த, பயன்பட்டுக்கொண்டிருக்கின்ற தொழிற் கலைச்சொற்களைப் பதிவு செய்வதும், அவற்றுக்கு இணையான வேறுபாடு கொண்ட சொற்களைக் கண்டுபிடித்துப் பொது மொழியில் சேர்ப்பதும், அவற்றுக்குச் சரியான அறிவியல் அணுகுமுறையோடு கூடிய விளக்கம் தந்து தமிழ்ச் சமூகத்திற்குக் கொடுப்பது என்பதும் முதன்மை நோக்கங்களாகக் கொண்டு இவ்வகராதி தொகுக்கப்பட்டுள்ளது.

அகராதி உருவாக்கத்தில் பல வகைகளும் பிரிவுகளும் உள்ளன. அதில் தொழிற்சார்ந்த கலைச்சொற்களைத் தொழில்நுட்பம் சார்ந்த மொழிக் கட்டமைப்பைக் கொண்டு விளக்குவது ஒரு வகை. இவ்வகராதியும் தொழிற் கலைச் சொற்கள், குறிப்பாக வழக்கிழந்த அல்லது அருகிய வழக்காக உள்ள கலைச்சொற்களைத் தொகுத்து, மொழி ஆர்வலர்களுக்கும் மொழி ஆராய்ச்சியாளர்களுக்கும் பயன் அளிக்கும் வகையில் உருவாக்கப்பட்டுள்ளது.

பொருள் விளக்கம்

தமிழ் மொழிக்குப் பல வகையான வட்டார வழக்கு அகராதிகளும் சொற் தொகுப்புகளும் வெளிவந்துள்ளன. ஆனால், இவ்வகராதியில் அறிவியல் அணுகுமுறையோடு, மொழியியல், அகராதியியல் விதிமுறையைக் கொண்டு சொல் தேர்வும் பொருள் விளக்கமும் கொடுக்கப்பட்டுள்ளன. அனைத்துச் சொற்களின் உச்சரிப்பும் பேச்சு மொழியில் இருப்பதால் அந்தந்தப் பகுதி / வட்டாரப் பகுதி மக்கள் எவ்வாறு உச்சரித்தார்களோ அவ்வாறே தமிழ் எழுத்து வடிவத்தைக் கொடுத்து விளக்க முற்பட்டிருக்கிறோம். ஒலியின் வேறுபாடு உள்ள, ஒலிப்புள்ள ஒலிகளை வேறுபடுத்தவில்லை. குறிப்பாக, தமிழ் ஒலியமைப்புக்குப் பொருந்தாமல் ஒலிகள் வருமிடங்களில் அவை அச்செழுத்தில் வேறுபடுத்திக் காட்டப்பட்டுள்ளன.

பொருள் விளக்கம் பெரும்பாலும் தரப்படுத்தப்பட்ட எழுத்துத் தமிழில் தரப்பட்டுள்ளது. பொருள் விளக்கத்தில் 'ஒரு சொல் பல பொருள்', பல சொல் ஒரு பொருள் *(Synonymy)*, ஒரு சொல் தொடர்புடைய பல பொருள் *(Polysemy)* போன்றவையும் பொருண்மையியல் அணுகுமுறையோடு தலைச் சொல்லாகத் தேர்வு செய்யப்பட்டுள்ளது. 'ஒரே ஒலி வடிவம் உள்ள பல சொல்' (தொடர்பு அற்ற பொருளை) அடையாளம் காட்டத் தலைச்சொல்லின் வலப் புறத்தின் இறுதியில் விளக்க எண் இடப்பட்டுள்ளது.

எ.கா.:

தும்பு[1] (tumpu.பெ. 1) நுகத்தடியில் மாட்டை இணைப்பதற்காகப் பயன்படும் (ஒரு பக்கம் கொண்டையுள்ள) தடித்த சிறு கயிறு (**சிவ.**)

தும்பு[2] (tumpu.பெ. 1) புதைத்த விதைக் கரும்பிலிருந்து வரும் சிறு முளைப்பு (**கட.**)

ஒரு சொல் தொடர்புடைய பல பொருளை அடையாளம் காட்டத் தலைச் சொல்லிற்கு அடுத்து வரும் விளக்கப் பகுதியில் வரிசை எண் இடப்பட்டுள்ளது.

எ.கா.:

பதக்காச்ச (patakkācca வி–1) நாற்று நட்ட வயலை நட்ட பதினைந்து, இருபது நாட்களுக்குள் மூன்று நாள் நீரின்றிக் காய வைத்தல், 2. விதை விட்டு நாற்றங்காலிலிருந்து நீரை வடிகட்டிய பின் விதைத்த விதையைச் சூரிய ஒளியில் ஓரிரு நாட்கள் காய வைத்தல் (**நா.**), (**தஞ்.**), **மொளக்காச்சல்** (**திருநெல்.**)

சொல் உணர்வுகளைப் பிரிக்கின்றபோது முழுமையாக உள்ள 'ஒரு சொல் தொடர்பு அற்ற பல பொருளும்', 'பல பொருள், ஒரு சொல்' அமைப்பும் பார்க்க அரிதாக உள்ளன. சொற்களின் அமைப்பில் தனிச் சொற்களாகவும் பெரும்பான்மை கூட்டுச் சொற்களாகவும் (சேறுஉழு) உள்ளன. சில கடன் சொற்களும் (எ.கா. ஆயில் இன்ஜின், டர்னப்ஸ்) அகராதி அமைப்பில் கொடுக்கப் பட்டுள்ளன.

கலைச்சொல்

ஒவ்வொரு துறையிலும் வழங்கும் கோட்பாட்டுக்கான சொல் (பொதுவான பொருளில் வழங்காத) துறைச் சிறப்புச் சொல். *Technical Term; Word used in special fields.* ('க்ரியா', 2001) கலைச்சொல் என்பது ஒரு குறிப்பிட்ட துறையில் குறிப்பிட்ட

பொருளைத் தருவதாக ஒரு குழுவால் பேசப்படும் சொல். இவ்வாறு பயன்படும் சொல்லைக் கலைச் சொல் என்று அகராதியியலாளர் கருதுகின்றனர்.

எ.கா.:

வேளாண் தொழிலில், ஏர் கலப்பை உழும்போது கலப்பை சாய்ந்துவிடாமல் இருக்கக் கைபிடித்திருக்கும் பகுதியை 'மோழி' என்று பயன்படுத்துவர். ஆனால் மற்ற இடங்களில் கைபிடித் திருக்கும் பகுதியைக் 'கைப் பிடி' என்றே கூறுவர். மேழி / மோழி என்று மற்ற இடங்களில் கைபிடித்திருக்கும் பகுதியைக் குறிப்பிடுவது கிடையாது. எனவே, மோழி என்பது ஒரு கலைச்சொல்லாகக் கருதப்படுகிறது. இதே போன்று ஒவ்வொரு தொழில்சார்ந்த இடத்திலும் பல கலைச்சொற்கள் இருப்பதைக் காண முடிகின்றது. பொதுவாகப் பொது மொழியைப் பேசும்போது இவ்வகையான கலைச்சொற்களைத் தவிர்த்தும் இத்துறை சம்பந்தப்பட்ட சூழல் வரும்போது இச்சொற்களைப் பயன்படுத்தியும் வருகின்றனர்.

'பத்து' என்ற எண்ணிக்கையில் உள்ள ஒரு தொகுப்பைப் பொதுமொழியில் 'பத்து' என்றும், வேளாண் தொழில் சார்ந்த சூழலில் 'நாற்று முடிச்சு' எண்ணிக்கையில் பத்தாக இருந்தால் 'பொனையல்' என்றும், செங்கல் சூளையில் சுட்டப்படாத கற்கள் பத்து எண்ணிக்கையில் இருந்தால் 'கட்டாயம்' என்றும் கூறுவது கலைச் சொல்லாக்கத்தின் பாற்படும்.

கலைச்சொல் தேர்வு

தமிழ்மொழி பொதுப் பேச்சுவழக்காக இருந்து, தொழில் வளர்ச்சி பெருகப் பெருக அதன் நீட்சி தொடர்ந்துகொண்டே இருந்திருக்கிறது. எத்தனை தொழில் தோன்றுகின்றனவோ அத்தனைக்கும் தகுந்தாற்போன்று மொழியின் பயன்பாடு விரிவடைகிறது. இவ்வாறு விரிவடைகிறபோது அதன் கலைச் சொற்களும் விரிவடைந்து மொழிக்குக் கூடுதலான வேர்ச் சொற்களையும் புதிய சொல் கட்டமைப்பையும் தருகிறது. சொல் பயன்பாட்டைப் பொருத்தளவில் இலக்கிய வழக்கிலும் பேச்சு வழக்கிலும் விவசாயம் சார்ந்த கலைச்சொற்களின் பயன்பாடு மிகுதியாக உள்ளது. இலக்கிய வழக்கை அதிகம் பேசாத, பேச்சு வழக்கை மட்டுமே பயன்படுத்தக்கூடிய பெரும்பான்மையான மக்கள் இருக்கும் களம் வேளாண் தொழில் சார்ந்தது என்பதால், தமிழ் மொழியின் ஆணிவேர் தொழில் சார்ந்த கலைச் சொற்களில்தான் உள்ளது என்பதைப் பார்க்க முடிகிறது. ஒரு மொழியின் முழுமையான சொற்களஞ்சியம், தொழில் சார்ந்த கலைச்சொற்களைக் கொண்டுதான் கட்டமைக்கப்படுகிறது.

வேளாண் கலைச்சொற்கள், வேளாண் கருவிகள், அதன் பாகங்கள், பயன்படுத்தும் விதம் போன்ற தரவுகளைக்கொண்டு இவ்வகராதி அமைக்கப்பட்டுள்ளது. தமிழ்நாட்டை எல்லையாகக் கொண்டு, பெரும்பான்மைத் தொழிலாக உள்ள விவசாயத்தை முன்னிறுத்தித் தரவுகள் திரட்டப்பட்டுள்ளன. விவசாயம் நடைபெறும் களத்திற்கே நேரடியாகச் சென்று ஒலிநாடாவில் பதிவு செய்யப்பட்ட தரவுகள் எழுத்து வடிவமாக்கப்பட்டன.

வட்டார வழக்குச் சொற்கள்

வட்டார மொழி என்பது பொது மொழியிலிருந்து ஒலிப்பு முறையாலும், சொற்களாலும், இலக்கண அமைப்பாலும் சற்றே வேறுபாடு உடையதும் நாட்டில் குறிப்பிட்ட நிலப் பகுதியைச் சார்ந்தவர்களால் மட்டுமே பேசப்படுவதுமான ஒரு மொழி வகை (*'க்ரியா', 2001*).

ஒரு குறிப்பிட்ட கலைச்சொல் ஒரு மொழி வழங்கும் நிலப் பரப்பில் வட்டாரத் தன்மைக்கு ஏற்றவாறு (அதாவது இயற்கை அமைப்பு, நீர்நிலை, மலை, இரு குழுக்களுக்கிடையிலான இடைவெளி) ஒலிப்பு முறையில் மாற்றமோ, சொல்லில் மாற்றமோ நிகழ்ந்து பொதுமொழிப் பொருளைத் தொடர்புபடுத்தி வழங்கப்படுவது,

எ.கா.:

	பொருள்
நாத்த – விலாம்பு (திருச்.) நாத்த – விசுறு (தஞ்.) நாத்த – வெலம்பு (ம.)	நாற்று முடியை நடவு நடும் வயலில் பரவலாக விழுமாறு வீசிப்போடுதல்
நாத்த – புடுங்கு (திரு.) நாத்த – அடி (நாக.) நாத்த – பறி (தே.) நாத்த – அரி (ராம.)	பதப்படுத்திய சேற்று வயலில் நடும் பொருட்டு நாற்றை வேர் அறுபடாமல் பறித்தல்

இவ்வாறாக, வட்டாரத்திற்கு வட்டாரம் ஒரே செயலுக்குக் கூறப்படும் சொற்களின் ஒலிப்பு முறையில் மாற்றம் ஏற்படுவது போன்று தொழில் கருவிகளிலும் இடத்திற்குத் தகுந்தவாறு அதன் வடிவத்திலும் மாற்றம் பெற்றதையும் இவ்வகராதி பதிவு செய்துள்ளது. குறிப்பாகக் "கருவிகளின் பெயர்களில் வட்டாரத்திற்கேற்பச் சொல்லிலோ, ஒலியிலோ மாறுபாடு ஏற்பட்டிருந்தால் அந்த மாறுபாட்டிற்குத் தகுந்தவாறு அக்கருவியின்

வடிவத்திலும் அமைப்பிலும் மாற்றம் இருக்கும்” என்ற புதிய பண்பாட்டுக் கோட்பாடு உருவாக்கி நிறுவப்பட்டது.

தலைச்சொல்லின் வட்டார வழக்கு நிலை

பொதுவாகத் தமிழகத்தில் பெரும்பான்மையான இடங்களிலுள்ள வேளாண் தொழில் சார்ந்த கலைச்சொற்கள் சேகரிக்கப்பட்டு, அவை வட்டார மொழி வேறுபாட்டிற்குத் தகுந்தவாறு வகைப்படுத்தப்பட்டுள்ளன. அவ்வகைப்பாடுகளில் பொதுப் பேச்சுவழக்கு மொழியை வட்டாரக் கிளைமொழிப் பாகுபாட்டின் (வடக்குக் கிளைமொழி, தெற்குக் கிளைமொழி, மத்தியக் கிளைமொழி, மேற்குக் கிளைமொழி, கிழக்குக் கிளைமொழி) அடிப்படையில் தலைச் சொல்லைப் பாகுபாடு செய்யாமல், ஆட்சியாளர்களால் கட்டமைக்கப்பட்டுள்ள மாவட்டத்தை எல்லையாகக் கொண்டு ஒவ்வொரு மாவட்டத்திலும் உள்ள பொதுமொழித் தொழில் கலைச்சொல்லிற்கு வேறுபாடுகள் அல்லது இணைச் சொற்கள் பார்க்கப்பட்டுள்ளன. வேறுபாடு கிடைக்காத சொற்களுக்கு அவற்றைத் தனிச் சொல்லாகவே கொண்டு அகராதி வடிவம் கொடுக்கப்பட்டுள்ளது. சில இடங்களில் ஒரு மாவட்டத்திற்கு உள்ளேயும் ஒன்றிற்கு மேற்பட்ட வேறுபட்ட சொற்கள் கிடைத்துள்ளன. அவையும் இவ்வகராதியில் சிறப்புக் குறிப்போடு கொடுக்கப்பட்டுள்ளன. ஒரு செயலுக்குப் பல வட்டார வழக்குச் சொற்கள் திரட்டப்பட்டு, அதில் ஒரு சொல் தலைச்சொல்லாகத் தேர்ந்தெடுக்கப்பட்டு அகராதிப் பதிவு கொடுக்கப்பட்டுள்ளது. ஒரு மாவட்டத்தில் இரண்டிற்கு மேற்பட்ட சொல் வேறுபாடு இருந்தால் அவை தனித் தலைச்சொற்களாகக் கொடுக்கப்பட்டுள்ளன.

தலைச்சொல் தேர்வு

தமிழ்நாட்டில் நெல் பயிரிடுதல் பரவலாக எல்லா இடங்களிலும் நடைபெறுகிறது. எவ்விடத்தில் அத்தொழில் அதிகமாக நடைபெறுகிறதோ அங்கே கிடைக்கும் கலைச் சொற்களைத் தலைச்சொல்லாகத் தேர்வு செய்து அத்தொழில் பற்றி மற்ற இடங்களில் பேசப்படும் சொற்களை / ஒலிப்பு வேறுபாடு கொண்ட சொற்களை அவற்றிற்கு இணையான தலைச்சொல்லாகக் கொடுத்து அகராதிப் பதிவு செய்யப்பட்டுள்ளது.

எ.கா.:

மண் வெட்டி (திருச்.) – தலைச்சொல்

வேறுபாட்டுச் சொற்கள்

மம்டி (திருவ.)

கைகொட்டு	(கட.)
மம்பட்டி	(தே.)
மமுட்டி	(நா.)
மம்புட்டி	(தஞ்.)
வம்பட்டி	(தூ.)
மம்முட்டி	(பெ.)
சனுக்க / சனிக்கி	(தரு.)
நம்பட்டி	(ராம.)
மமட்டி	(புது.)

வேளாண் தொழிலைப் பொருத்தவரை தஞ்சாவூரை உள்ளடக்கிய திருச்சிப் பகுதியில் பயன்படுத்தப்படும் சொற்களைத் தலைச்சொற்களாகவும் மற்ற இடங்களில் பயன்படுத்தப்படும் சொற்களை அவ்வவற்றிற்கு இணைச்சொற்களாகவும் தேர்வு செய்துள்ளோம். சில தொழில்கள் குறிப்பிட்ட பகுதிகளில் மட்டுமே நடைபெறுவதால் அவற்றிற்கு இணையான / வேறுபாடு உள்ள சொற்கள் கிடைக்காத சூழலில் அச்சொல்லே தலைச் சொல்லாகவும் வைக்கப்பட்டுள்ளது.

எ.கா.:

ஊட்டிப் பகுதியில் தேயிலை அதிகமாக விளைவதால் அது தொடர்பான கலைச்சொற்கள் நேரடியாகவே தலைச் சொற்களாகக் கொடுக்கப்பட்டுள்ளன.

தலைச்சொல் அமைப்பில் பொதுவாகப், 'பட்ரகட்டுதல்' உள்ளிட்ட சொல்லாடல்கள் தகவலாளிகளால் 'பட்ர+கட்டுதல்' எனப் பிரித்து உச்சரிக்கப்படாமல் ஒற்றைச் சொல்லாடலாகவே விரைவுப் பேச்சின்போது உரைக்கப்படுகின்றன; இருப்பினும், பொருண்மைக் குழப்பம் ஏற்படக் கூடாது என்கிற நோக்கத்தில், ஒன்றிற்கு மேற்பட்ட சொற்களாகவே தலைச்சொற்கள் இவ்வகராதி முழுவதும் காட்டப்பட்டுள்ளன. தவிர்க்க முடியாத காரணங்களால் வழக்கிலிருக்கின்ற பிறமொழிச் சொற்களும் சில இடங்களில் தலைச்சொற்களாகக் கொடுக்கப்பட்டுள்ளன.

தலைச்சொல்லின் விரிவான கட்டமைப்பு

பகுதி – அ மண்வெட்டி maṇveṭṭi பெ. → தலைச்சொல் / இலக்கணக் குறிப்பு / ஒலிபெயர்ப்பு

பகுதி – ஆ காம்பு/கைப்பிடிப் பகுதி மரத்தாலும், வெட்டும் பகுதி இரும்புத் தகட்டாலும் செய்து இணைக்கப் பட்டு மண் தொடர்பான வேலைகளுக்குப் பயன்படும் வகையில் செய்யப்பட்ட ஒரு கருவி. → பொருள் விளக்கம்

பகுதி – இ மம்புட்டி (திரு.) மமுட்டி (நா.) கைகொட்டு (கட.), மம்புட்டி (தஞ்.), மமட்டி (புது.), நம்பட்டி (க.), சனுக்க, சனிக்கி (தரு.), மம்பட்டி (சிவ.) → வட்டார/மாவட்ட வேறுபாட்டுச் சொற்கள். ஒலி/சொல் வேறுபாடு; → வட்டார/மாவட்டக் குறியீடு

பகுதி – ஈ (நாக.) (தூ.) (வே.)

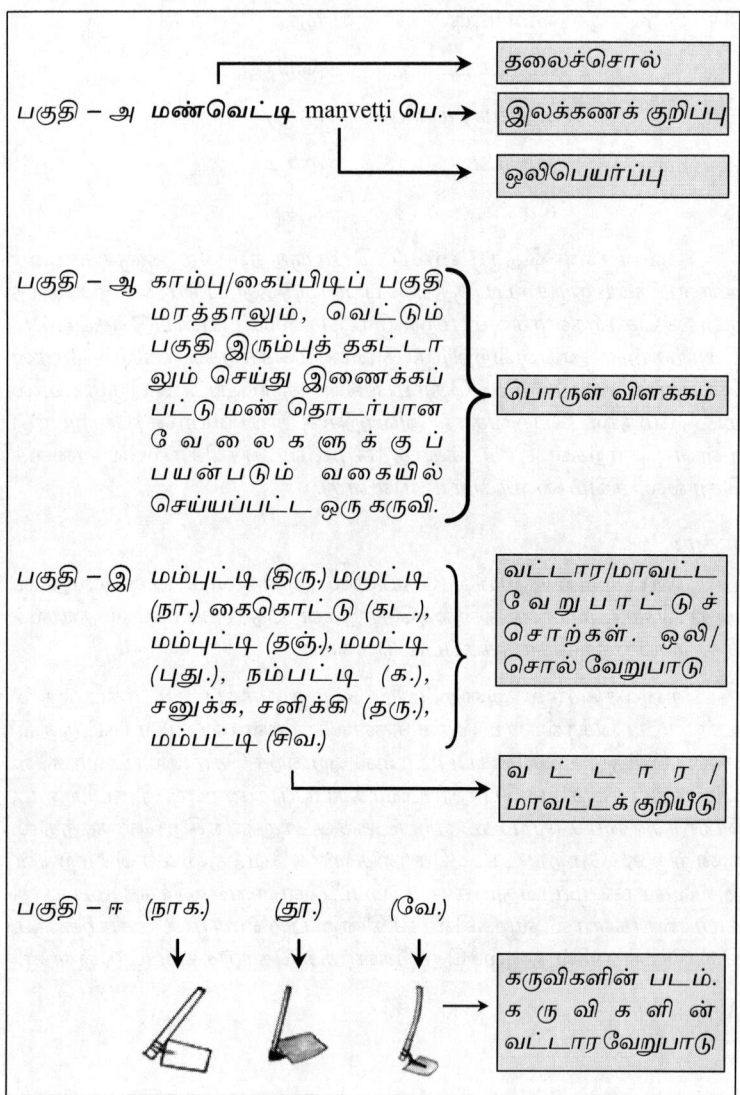

→ கருவிகளின் படம். கருவிகளின் வட்டாரவேறுபாடு

அ

அக்கி akki பெ. ஆடுகளுக்கு உடலில் (புண் ஏற்பட்டு) வரும் நோய். (**ராம.**)

அக்கிபுடித்தல் akkipuṭittal பெ. மிகுதியான வெப்பத்தின் காரணமாக உடலில் (புண் தோன்றி) அக்கி என்ற நோய் உண்டாதல். (**ராம.**)

அக்ரகாரம் akrakāram பெ. மலைப் பாங்கான இடங்களில் தரையில் படர்ந்து வளரக்கூடிய ஒருவகை மூலிகைச் செடி. (**மூ.**)

அகத்திவெத akattiveta பெ. வெற்றிலைக் கொடி படர்வதற்கு வளர்க்கப்படும் அகத்திச் செடியின் விதை. (**தூ.**)

அச்சாணி accāṇi பெ. (**பார்க்க–**நாட்டு வண்டி). (**திருநெல்.**)

அச்சு accu பெ. (**பார்க்க–**பாரவண்டி). (**தஞ்.**) **அச்சி** acci பெ. (**பார்க்க–**நாட்டு வண்டி). (**திருநெல்.**)

அச்சி acci பெ. கமல ஏற்றத்தின் பாகம். (**பார்க்க–**கமல ஏத்தம்) (**தூ.**)

அச்சுமரம் accumaram பெ. ஆலைக் கரும்பிலிருந்து பிழிந்து வெல்லச் சாற்றை, குறிப்பிட்ட துண்டுகளாக வடிவமைக்கப் பயன்படும் அச்சு. (**நா.**)

அச்சுவெல்லம் accuvellam பெ. (ஆலைக் கரும்பிலிருந்து பிழிந்த வெல்லச் சாற்றைக் குறிப்பிட்ட வடிவில்) அச்சில் இட்டு வடிவமைக்கப்பட்ட வெல்லம். (**நா.**)

அசுனி[1] acuṉi பெ. 1) நிலக்கடலை இலையை, பூவைத் தாக்கும் ஒருவகை ஒட்டுப் பூச்சி. (**புது.**). 2) எள் செடியில் தோன்றும் ஒருவிதத் தீமை செய்யும் பூச்சி. (**கட.**)

அசுனி[2] acuṉi பெ. நெற்பயிரில் களைகளாக முளைக்கும் ஒரு வகைச் செடி. (**தஞ்.**)

அசோகு acōku பெ. நீண்ட கூட்டிலைகள் மற்றும் செந்நிற மலர்களை உடைய, செங்குத்தாக உயரமாக வளரக்கூடிய ஒருவகை மூலிகை மரம். (**மூ.**)

அஞ்சனப்பெட்டி añcaṉappeṭṭi பெ. உணவு வகைகள் செய்யப் பயன்படும் தானிய வகைகளையும் கடுகு முதலிய மளிகைச் சாமான்களையும் வைத்துக் கொள்வதற்காக மரத்தால் செய்த ஐந்து

அறைகள் கொண்ட சிறு பெட்டி. (நா.). **அஞ்சரப்பெட்டி** añcarappeṭṭi *(ம.).*

அஞ்சாசால் añcācāl பெ. நிலத்தை ஒரு முறை உழுவதற்கு எதிர்ப்பதமாக மாறிமாறி ஐந்து முறை உழுதல். *(பெ.)*

அஞ்சிமரக்கா añcimarakkā பெ. ஐந்து மரக்கால். மரக்காலால் தானியங்களை அளந்து எடுத்த ஐந்து எண்ணிக்கை கொண்ட தொகுப்பு. *(வே.)*

அஞ்சிமரக்கா வெதப்பாடு añcimarakkā vetappāṭu பெ. நிலத்தைக் கணக்கிடும் ஓர் அளவை. ஐந்து மரக்கால் விதை நெல்லில் முளைத்த நாற்றை நடும் நிலத்தின் தொகுப்பு. *(தூ.)*

அஞ்சிமாருதொலவு añcimāru tolavu பெ. விரித்து நீட்டிய கையின் நடுவிரல் நுனியிலிருந்து அடுத்த மார்புத் தோள்பட்டை வரை அளவு வைத்துக் குறிப்பிடப்படும் நீட்டலளவை. *(திருவ.)*

அட்டகாலி aṭṭakāli பெ. (மரத்தைப் பற்றிப் படர்வதற்காக) மிளகுக் கொடியில் உண்டாகும் விழுது. *(நீ.)*

அட்டாலி aṭṭāli பெ. பானை. தானியங்கள் / விதைகள் சேமித்து வைக்கும் அடுக்குப் பானை. *(நா.)*

அட்டியல்போடு aṭṭiyalpōṭu வி. நெல் மூட்டைகளை ஒன்றன்மீது ஒன்றாக வரிசையாக அடுக்குதல். *(விரு.)* **அட்டால்போடு** aṭṭālpōṭu *(திருச்.).* **அட்டிபோடு** aṭṭipōṭu *(கட.)*

அட்டிவை aṭṭivai வி. பொருளை அடுக்கும் ஒரு முறை. (வைக்கோல் கட்டு, மூட்டை போன்றவற்றை அடுக்கும் போது, வரிசை வரிசையாக நேர், எதிர் அமைப்பில், மீண்டும் எடுக்கும்போதும் பிரிக்கும்போதும் எளிமையாக இருக்கும்படி அமைத்தல்). *(திருநெல்.)*

அடசல் aṭacal பெ. நெற்பயிர் நெருக்கமாக வளர்ந்துள்ள நிலை. *(தஞ்.)*

அடப்புகான் aṭappukān பெ. சோளம் போன்றவை நடுவதற்கு, நான்கு காளை இணைத்துப் போடப்பட்ட ஒரு தொகுப்பு கான். *(தஞ்.)* *(பார்க்க – கான். (தூ.))*

அடப்புமழ aṭappumaḻa பெ. இடைவிடாது பெய்யும் மழை. *(தூ.)*

அடர்த்தியா பிடித்தல் aṭarttiyā piṭittal தொ.பெ. மண் ஒன்றோடு ஒன்று இறுக்கமாகப் பிடித்துக் கொள்ளுதல் / புழுதியான மண் இறுகிப்போதல். *(கட.)*

அடி aṭi பெ. ஒரு பொருளின் இறுதிப் பகுதி/ கீழ்ப் பகுதி *(எதிர்–கொன–2). (வே.)*

அடிஓரம் aṭioram பெ. (சேற்று வயலில்) நடுவதற்கு முன்பு தெளிக்கப்படும் இரசாயன உரம். *(ம.)*

அடி கபாத்து aṭi kapāttu **வி.** புதிதாகக் கிளை வெடித்து வளர்வதற்காகத் தேயிலைச் செடியின் தண்டுப் பகுதியை 12 வருடத்திற்கு ஒருமுறை வெட்டும் வெட்டு. (**நீ.**)

அடிக்கட்ட aṭikkaṭṭa **பெ.** (**பார்க்க**–போஸ்டுகலப்ப). (**சிவ.**), (**விரு.**). கலப்பையில் கொழு மாட்டக்கூடிய அடிக்கட்டை. (**பார்க்க**–போஸ்டு கலப்ப). (**தஞ்.**).

அடிச்சி அலசிபோடு aṭicci alacipōṭu **வி.** நெற்கதிர் கோட்டைக் கையால் தூக்கி அடித்த பின் அதன் உள் பக்கம் உள்ள நெல் விழுமாறு கையால் உலுக்கி, உதறிப் போடுதல். (**கட.**)

அடிச்சிவுடு aṭiccivuṭu **வி.** நிலத்தில் விதையைத் தெளித்தல். (**தஞ்.**)

அடிசங்காயம் aṭicaṅkāyam **பெ.** நெல் மணியைத் தூற்றும் போது ஒதுங்கும் நொறுங்கிய வைக்கோல் போன்ற கழிவுகள். (**நா.**)

அடிசால் aṭicāl **பெ.** எதிர்ப்பதம் இல்லாமல் முதல் முறை உழுத உழவு. (**எதிர்**–புடிசால்) (**பார்க்க**–புடிசால்). (**ராம.**) (**பார்க்க**–புடிசால்–1). (**தூ.**)

அடித்தட்ட aṭittaṭṭa **பெ.** கோட்டின் அடிப்பகுதி. (**பார்க்க**–கோட்டு). (**கட.**)

அடித்தண்டு aṭittaṇṭu **பெ.** நெற்பயிரின் கீழ்ப்பகுதியில் உள்ள தண்டுப்பகுதி. (**எதிர்**–கொனத்தண்டு). (**பார்க்க**–அடி). (**வே.**)

அடித்தாள்[1] aṭittāḷ **பெ.** வயலில் நெற்கதிரை அறுத்தபின் மீதமுள்ள தாள். **அடிகட்ட** aṭikaṭṭa (**தஞ்.**), (**பெ.**).

அடித்தாள்[2] aṭittāḷ **பெ.** கோட்டடித்தவுடன் களத்தில் போர்போடும்போது போருக்குக் கீழே அடுக்காகப் போடும் தாள். (**கட.**)

அடிப்பட்ர aṭippaṭra **பெ.** வைக்கோல் போர் போடும் போது போரின் அடிப்பகுதி வீணாகாமல் இருப்பதற்காகக் கீழ்ப்பகுதியில் போடும் பாதுகாப்பு. (**தஞ்.**)

அடிப்பில்லு aṭippillu **பெ.** நெற்பயிரில் முளைக்கும் ஒரு களை. (**விரு.**)

அடிப்போர்கட்டு aṭippōrkaṭṭu **பெ.** போர் போடும்போது போரின் உயரத்திற்குத் தக்கவாறு அடிப்பகுதியில் அகலப்படுத்துதல். (**நா.**)

அடிபட்ரதாள் aṭipaṭratāḷ **பெ.** போர் போடும்போது போருக்குக் கீழே தரையில் (அடித்து) நெல் நீக்கிய தாளை வரிசையாகக் கலையாமல் போடும் தாள் (**பார்க்க**–அடித்தாள்[2]). (**கட.**)

அடிபில்லு aṭipillu **பெ.** நெற்பயிரில் முளைக்கக் கூடிய ஒரு வகைக் களை. (**ராம.**)

அடிபோடு aṭipōṭu **வி.** போர் போடும்போது (தரையில்

படாமல் இருப்பதற்காகப்) போரின் அடிப்பாகத்தில் மரத்தைக் கொண்டு தடுப்புப் போடுதல். (தூ.)

அடிமட்டுகவாத்து aṭimaṭṭu kavāttu பெ. (பார்க்க–அடி கபாத்து). (நீ.)

அடிமடப்பாத்தி aṭimaṭappātti பெ. இறுதியாக நீர் பாய்ச்சக் கூடிய பாத்தி (பார்க்க– பாத்தி). (நா.)

அடிமையம் aṭimaiyam பெ. நிலத்தில் ஊன்றியிருக்கும் மரவள்ளிக் குச்சியின் அடிப் பகுதி. (நா.)

அடியாதல் aṭiyātal தொ.பெ. முட்டைக்கோஸின் தோல் அடிபடுவதால் அழுகிப் போதல். (நீ.)

அடிவடம் aṭivaṭam பெ. நுகத் தடியையும் கலப்பையையும் இணைக்கும் (இரு தனித்தனி) கயிற்றில் கைப்பிடிப் பகுதி யில் பயன்படும் கயிறு. (புது.), (சிவ.)

அடுக்காபுடி aṭukkāpuṭi வி. ஏர் உழும்போது உழுத பள்ளத்திலேயே உழாமல் (இடத்தரிசு விட்டு உழாமல்) நெறுக்கிப் பிடித்து உழுதல். (திருநெல்.)

அடுக்குப்பான aṭukkuppāṉa பெ. தானியங்கள் சேமிக்கத் தனித்தனிப் பானைகளாக (பெரியதிலிருந்து சிறியதாக) அடுக்கப்பட்ட அடுக்கு. (ம.), (நா.)

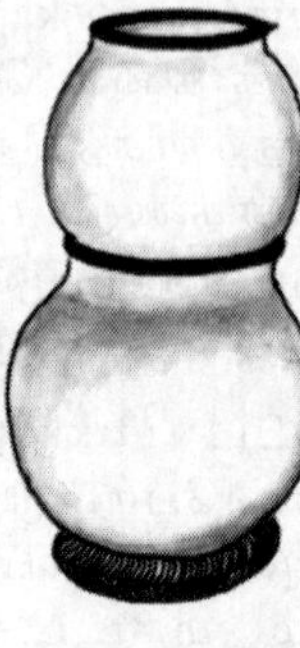

அடுக்குப்பான

அடுக்குநெல்லு aṭukkunellu பெ. பழமையான ஒரு நெல் வகை. (பெ.)

அடுத்தகட்டக்கிவுடுதல் aṭuttakaṭṭakkivuṭutal தொ.பெ. ஆலைக் கரும்பு முதல்முறை அறுவடை செய்த பின் மறுமுறை முளைப்பதற்காக (சாகுபடிக்காக) வேர்ப் பகுதியை நிலத்திலேயே விடுதல். (நா.)

அடுப்புசாம்ப aṭuppucāmpa பெ. நிலத்திற்கு உரமாக / பூச்சிகளை அழிப்பதற்காகப் பயன்படும் அடுப்பின் சாம்பல். (தஞ்.), (நீ.)

அண்டவாய் aṇṭavāy பெ. அண்டை வெட்டிய இடம் (பார்க்க–அண்ட வெட்டு). (கட.)

அண்டவெட்டி அணைச்சி போடு aṇṭaveṭṭi aṇaiccipōṭu வி. விவசாயம் செய்வதற் காக (வரப்பின் வயல் பக்கத் தின் ஓரம்) சரிந்திருக்கும் மண்ணை அவ்வரப்பின்

பள்ளத்தில் மண்வெட்டியால் அணைத்துப் போடுதல். *(நாக.)*

அண்டவெட்டு aṇṭaveṭṭu **வி.** நிலத்தில் சாகுபடி செய்யும் பொருட்டு வயல்பக்கம் உள்ள வரப்பின் ஓரத்தை மண்வெட்டியால் சுத்தம் செய்தல். *(தஞ்.), (திருவ.), (வே.), (கட.), (நா.), (பெ.), (நாக.), (ராம.), (புது.), (தரு.),* **அண்டகட்டு** aṇṭakaṭṭu *(நா.),* **அண்டகழி** aṇṭakaḻi *(வே.), (தரு.),* **அண்டபோடு** aṇṭapōṭu *(திருவா.).* **சுத்துக்கால் வெட்டு** cuttukkāl veṭṭu *(தே.).* **வரப்பு வெட்டு** varappu veṭṭu *(சிவ.), (தூ.), (திருவ.), (பார்க்க– வரப்பகழிச்சிபோடு). (திருநெல்.), (தஞ்.),* **வரப்புகழி** varappukaḻi *(கட.).* **கழிச்சிவிடு** kaḻicciviṭu. *(வே.)*

அண்டா aṇṭā **பெ.** (நாற்றங்காலில் விதைப்பதற்காக) நெல்லை முளை கட்டுவதற்குப் பயன் படும் பாத்திரம். *(தே.)*

அண்டி aṇṭi **பெ.** முதிர்ந்த வாழை மரத்தின் அடிப்பாகத் தில் உள்ள கிழங்கு தடித்த தாகத் தோன்றுதல். *(பார்க்க– வாழமரம்). (தூ.)*

அண்ணம்புடித்தல் aṇṇamputittal **தொ.பெ.** நெற்கதிரில் நெல்மணி தோன்றுவதற் காகப் பால்பிடித்தல், உருவாகுதல். *(புது.)*

அண்ணாத்திவிடு aṇṇāttiviṭu **வி.** தலைகீழாக இருந்த மாட்டு வண்டியை (நுகத்தடி இணைந்த பகுதி தரையில் இருக்கும்படி) நிமிர்த்தல். *(பெ.) (எதிர்–கொடட அடித்தல்)*

அண்ணுபோட்டுகட்டு aṇṇupōṭṭukaṭṭu **வி.** கலப்பை யில் நுகத்தடியை வைத்து இணைத்து விலகாமல் இருப்பதற்காக ஒரு வகை முடிச்சுப் போட்டு இணைத்தல். **அல்லுப் போட்டு கட்டு** alluppōṭṭu kaṭṭu *(புது.), (தஞ்.).*

அண aṇa **பெ.** கால்வாய், வாய்க்காலில் செல்லும் நீரைத் தடுக்க மண், பலகை போன்றவற்றால் அமைக்கப் படும் தடுப்பு. *(தஞ்.)*

அணக்காவா aṇakkāvā **பெ.** நீர் சென்று திரும்பக்கூடிய பெரிய வாய்க்கால். *(நீ.)*

அணகட்டி aṇakaṭṭi **பெ.** ஏர் உழும்போது நீரில் கரையாமல் இருக்கும் / தோன்றும் சிறு மண்முட்டு. *(கட.)*

அணபோடு aṇapōṭu **வி.** கால்வாய்களில் செல்லும் நீரைத் தேக்கப் பலகை, மண்ணால் தடுப்பு அமைத்தல். *(தஞ்.), (கட.)*

அணைச்சிக்கட்டு aṇaiccikkaṭṭu **வி.** புழுதி நிலத்தில் போட்ட பாத்தியின் வரப்பு உடைந்து விடாமல் இருக்க நீர்விட்டுக் கையால் இறுக்கி அணைத்தல். *(நா.)*

அணைச்சிபுடி aṇaicciputi **வி.** வைக்கோல் / அரி அள்ளும் போது கீழே விழாதவாறு இரு

கைகளாலும் அணைத்துப் பிடித்தல். *(கட.)*

அத்தி atti **பெ.** *1)* வெற்றிலைக் கொடி படர்வதற்காகக் கொடிக் கால்களில் வளர்க்கடும் மென்மையான ஒரு மரவகை. *(மூ.). 2)* மாற்றடுக்கில் அமைந்து முழுமையான இலைகளை உடைய பெருமர மூலிகை மரம். *(மூ.)*

அத்தகொத்து attakottu **பெ.** *1)* தினக் கூலியாக வேலை செய்தல். *2)* அவ்வேலைக்குக் கொடுக்கும் சம்பளம். *(தூ.)*, **அத்தக்கூலி** attakkūli *(ம.)*, *(ராம.)*

அத்துதல் attutal **தொ.பெ.** அறுந்து போதல் (*எ.கா.* செடியைப் பிடுங்கும்போது கிழங்கு அத்துக்கும்). *(நா.)*

அத்துவமரம் attuvamaram **பெ.** நீலகிரி மலைப் பகுதியில் உள்ள ஒருவகைக்காட்டுமரம். *(நீ.)*

அதிசயப்பொன்னி aticayapponṉi **பெ.** பழங்கால நெல்லில் ஒரு வகை. *(திருநெல்.)*

அதிமதுரம் atimaturam **பெ.** மாற்றடுக்கில் அமைந்த இலைகளையும் நீலநிறப் பூக்களையும் உடைய மூலிகைச் செடி. *(மூ.)*

அந்து antu **பெ.** (சேமித்த நெல்லில் உருவாகும்) ஒரு வகைச் சிறிய பூச்சி. *(தஞ்.)*

அப்பிப்பறி appippaṟi **வி.** நாற்றங்காலில் நாற்றுப் பறிக்கும்போது இரு கைகளிலும் கொள்ளும் அளவு வேகமாகப் பறித்தல். *(திருவா.)*

அப்பிய appiya **பெ.** ஐப்பசி. தமிழ் மாதத்தில் ஏழாவது மாதம். *(விரு.)*, **அப்புச** appuca *(நா.)*. **அர்பசி** arpaci **பெ.** *(வே.)*.

அம்பாசமுத்திரம் ampācamuttiram **பெ.** தற்காலத்தில் சாகுபடி செய்த ஒருவகை நெல். *(ம.)*

அம்பாரம் ampāram **பெ.** கோபுர வடிவில் குமித்துவைத்த தானியக் குவியல். *(தே.)*

அம்பாரம்கட்டு ampāramkaṭṭu **வி.** பரவலாகக் கிடக்கும் தானியக் குவியல்களை ஒன்று திரட்டிக் கோபுர வடிவில் (ஒரே முட்டாக) ஒன்று திரட்டுதல். *(திருநெல்.)*. **அம்பாரம்போடு** ampārampōṭu **வி.** *(திருநெல்.)*, **அம்பாரமா குமி** ampāramā kumi *(தே.)*

அம்பாரம் திரட்டுதல் ampāram tiraṭṭutal **தொ.பெ.** தூற்றிய நெல்லை ஓரிடத்தில் முட்டாகக் குமித்தல்/ஒன்று சேர்த்தல். *(விரு.)*

அம்பாரம்போடு ampārampōṭu **வி.** அம்பாரமா குமி *(தே.)*, (பார்க்க–அம்பாரம்கட்டு). *(திருநெல்.)*

அம்ம amma **பெ.** ஆட்டிற்கு உடலில் தோன்றும் ஒரு வகை அம்மை நோய். *(ராம.)*

அம்மான்பச்சரிசி ammāṉpaccarici **பெ.** கூரிய இலைகளையும்

பால் தன்மையும் கொண்ட சிறிய வகை மூலிகைச் செடி. (மூ.)

அம்பே பதினெட்டு ampēpatineṭṭu பெ. புதிய ரக நெல்லில் ஒரு வகை. (திருநெல்.)

அம்பே பதினாறு ampēpatināṟu பெ. புதிய ரக நெல்லில் ஒரு வகை. (திருநெல்.)

அம்மிக்கட்டு ammikkaṭṭu வி. பொருளின் தொகுப்புத் தன்மை தளராதவாறு கயிற்றைப் பலமாகக் கட்டி இறுக்குதல். (பெ.)

அம்மிகல் ammikal பெ. மசாலா முதலிய பொருள்கள் அரைக்கப் பயன்படும் நீள் சதுரக் கருங்கல். (வே.)

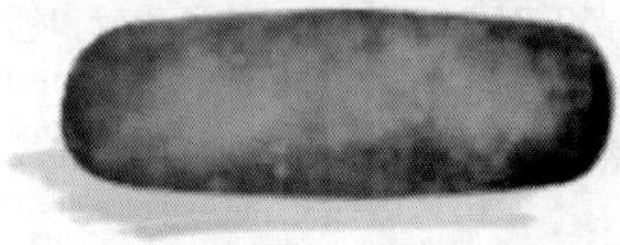

கொழவிகல் (வே.)

அமல amala பெ. நெற்பயிரில் முளைக்கும் ஒரு வகைக் களை. (தே.)

அமுக்கரா amukkarā பெ. மாற்றடுக்கில் அமைந்த இலைகளையும் சிறு கிளைகளையும் உடைய ஒரு வகை மூலிகைக் குறுஞ்செடி. (மூ.)

அமெரிக்கா amerikkā பெ. நன்றாக மகசூல் தரக்கூடிய ஒரு வகைப் பருத்தி. (தே.)

அரக்கல வெரடி arakkala veraṭi பெ. ஒருவகை நிள அளவை. அரைக்கலம் நெல் நடக்கூடிய நிலம். (பார்க்க–கலநெல்–2) (ராம.)

அரக்காப்படி arakkāppaṭi பெ. 1) (படியில் குறைவாக உள்ள) ஒருவகை பழங்கால அளவுக் கருவி. (தூ.). 2) தானியம் அளக்கப் பயன்படும் இரண்டு மாகாணிப்படி. ஒருவகை அளவுக் கருவி (தே.). 3) அக்கருவி கொள்ளளவு கொண்ட ஓர் அளவை. (ராம.). (திருநெல்.)

அரக்கு arakku பெ. கோரைப் பயிரில் ஏற்படும் ஒரு நோய். (நா.)

அரக்குப்பம் arakkuppam பெ. ஐம்பது நாற்று முடி சேர்ந்த தொகுப்பு. (ம.)

அரகாணி arakāṇi பெ. 1) அரை ஏக்கர் கொண்ட நிலத்தின் தொகுப்பு. 2) நிலத்தைக் கணக்கிடுவதற்காக உள்ள ஓர் அளவு. (திருவ.)

அரகுருக்கம் arakurukkam பெ. ஐம்பது செண்டு நிலத்தைக் கொண்ட ஒரு அளவு. (தூ.)

அரகொட்டு arakoṭṭu பெ. மண்வெட்டியின் இலை தேய்ந்து அதன் தன்மையில் பாதியாகக் குறைந்திருக்கும் மண்வெட்டி. (நாக.)

அரகோட்ட arakōṭṭa பெ. 1) பன்னிரண்டு மரக்கா கொள்ளளவு கொண்ட ஒரு முகத்தலளவை. (தூ.). 2) பதினான்கு மரக்கால்

கொள்ளளவு கொண்ட தானியங்களின் தொகுப்பு. (திருநெல்.)

அரச்சம்பா araccampā பெ. பழங்காலத்தில் சாகுபடி செய்த நெல்லில் ஒரு வகை. (ம.). ***அரசம்பா*** aracampā (தஞ்.)

அரசபுரசலாப்பாய்தல் aracapuracalāppāytal தொ.பெ. நிலத்திற்கு / சாகுபடி செய்த பயிருக்குத் தேவையான நீர விடக் குறைவாகப் பாய்தல். (திருநெல்.)

அரசாணிக்காய் aracāṇikkāy பெ. உணவாக உட்கொள்ளக் கூடிய ஒரு வகைக் காய். (நீ.)

அரசு aracu பெ. கூரிய இலைகளையுடைய தடித்த பெரும் மரம். (மூ.)

அரநாழி aranāḻi பெ. தானியங்கள் அளப்பதற்குப் பயன்படும் ஒரு வகைச் சிறிய அளவை. (ம.)

அரப்படி arapapaṭi பெ. 1) எட்டு மாகாணி / இரண்டு கால் படித் தானியங்கள் கொள்ளவு கொண்ட ஒரு முகத்தலளவைக் கருவி. 2) அக்கருவி கொள்ளளவு கொண்ட ஒரு அளவை. (ராம.), (தே.), (தஞ்.), (புது.), (சிவ.)

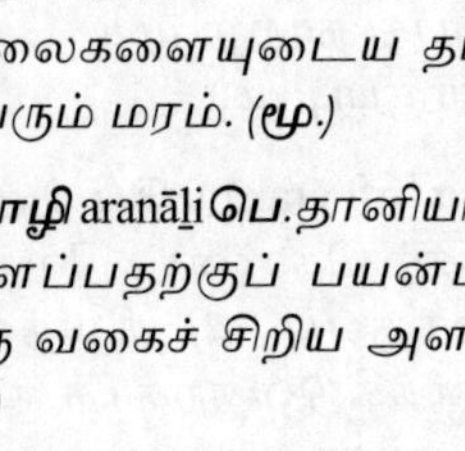

அரப்படி (தே.)

அரபாங்கு arapāṅku பெ. (நாற்றங்காலில் நாற்றுப் பறிக்கும்போது) ஒரு பக்கக் கையில் பறித்து வைத்துள்ள நாற்றின் தொகுப்பு. (திருநெல்.)

அரபார்கட்டு arapārkaṭṭu வி. பட்டத்தில் உள்ள கரும்பிற்கு மண் அணைத்தல். (நா.)

அரபி arapi பெ. காப்பிச் செடியில் ஒரு வகை. (நீ.)

அரமாகானி aramākāṉi பெ. 1) ஒருவகை முகத்தலளவைக் கருவி. 2) அக்கருவி கொள்ளவு கொண்ட ஒரு அளவை (தூ.).

அரமாணிபடி aramāṇipaṭi பெ. தானியங்கள் அளப்பதற்குப் பயன்படும் ஒரு அளவைக் கருவி. (திருநெல்.)

அரமானம் aramāṉam பெ. 1) ஓர் முகத்தலளவை. 2) மேற் குறிப்பிட்ட கொள்ளளவு கொண்ட கொள்கலன் (வே.)

அரி[1] ari பெ. 1) (சிறுசிறு தொகுப்பாக அறுவடை செய்து வயலில் போட்ட) நெற்கதிர்களின் தொகுப்பு. (தே.), (ராம.), (சிவ.), (புது.), (கட.), (திருவா.), (பெ.), (திருச்.), (தூ.), (திருநெல்.), (ம.), (நாக.), (திருவ.), (தரு.), (தஞ்.). 2) (கிழங்கு வகைகளின்) நாற்றங்காலில் முளைத்துள்ள நாற்றுக்களைப் பறித்துவைத்த சிறு சிறு தொகுப்பு. (நீ.)

அரி[2] ari பெ. கட்டு கட்டும்போது சேர்த்து அள்ளப்படும் பல அரிகள் சேர்ந்த ஒரு தொகுப்பு. (**வே.**). **பட** paṭa (**தூ.**)

அரி[3] ari பெ. (பார்க்க–கோட்டு). (**தஞ்.**)

அரிகாச்ச arikācca பெ. அறுத்துப் போட்ட நெற்கதிரை அறுவடை செய்து அன்றே கட்டு கட்டாமல் மறுநாள் கட்டி அடிப்பதற்காக ஒரு நாள் முழுவதும் காய வைத்தல். (**தஞ்.**), (**நா.**), (**புது.**), (**நாக.**), **அரிகெட** ariketạ (**கட.**). (எதிர்–ஒடங்கட்டு) (பெ.), (**நா.**). **அரிகாச்சல்** arikāccal (**திருச்.**)

அரிகோப்பாவருதல் arikōppāvarutal **தொ.பெ.** அறுத்துப் போட்ட அரிகளை (கட்டுக் கட்டுவதற்காக) அள்ளும்போது சிதறாமல் ஒன்றிணைந்து வருதல். (**புது.**)

அரிசி arici பெ. (உணவுக்குப் பயன்படும் வகையில்) உமி நீக்கப்பட்ட நெல் மணி (தமிழர்களின் முதன்மை உணவு). (**வே.**)

அரிசிபடி aricipaṭi பெ. அரிசியை மட்டும் அளப்பதற்காக உள்ள (ஒரு லிட்டர் கொள்ளளவு கொண்ட) ஒரு வகை முகத்தலளவைக் கருவி. (**புது.**)

அரித்தாள் arittāḷ பெ. நெல் மட்டும் நீக்கப்பட்டுச் சுனைபோகாத வைக்கோல் / தாள். (**புது.**)

அரிப்பட்டம் arippaṭṭam பெ. (ஒரு ஆள்) அறுவடை செய்து நீள்வரிசையாகப் போட்ட அரியின் தொகுப்பு. **பட** paṭa (**திருநெல்.**), (**தூ.**). **ஜார** jāra (**வே.**)

அரிபோடு aripōṭu **வி.** முற்றிய நெற்கதிரை அறுவடை செய்து (தனித் தனியாக) தொகுப்பாகப் போடுதல். (**ம.**)

அரிவண்டா கயிறு arivaṇṭā kayiṟu பெ. (உழும்போது) ஏர்க்கலப்பையும் நுகத் தடியையும் இணைத்துக் கட்டுவதற்காகப் பயன்படும் கயிறு (**நாக.**). (பார்க்க– வடகயிறு (**நாக.**))

அரிவாள்மனைப் பூண்டு arivāḷmaṉaip pūṇṭu பெ. கூர் நுனிப் பற்களோடு ஆப்பு வடிவ இலைகளையும் உடைய மூலிகைச் செடி. (**மூ.**)

அருகம்புல் arukampul பெ. வரப்பின் மண் அரிமானத்தைத் தடுக்கவும் / களையாகவும் பரவலாகப் படர்ந்து வளரக்கூடிய ஒரு வகைப் புல். (**நா.**). **அருகு** aruku (**தூ.**), (**ம.**). **அருவம் பில்லு** aruvam pillu பெ. (**நா.**). **அருவம்புல்** aruvampul (**நீ.**)

அரும்பு[1] arumpu பெ. பருத்திச் செடியில் காய் உருவாவதற்காகத் தோன்றியுள்ள (மலராத) மொட்டு. (**வே.**)

அரும்பு[2] arumpu பெ. முற்றாத சிறிய மிளகுக் காய். (**நீ.**)

அரும்புக்கட்டுதல் arumpukkaṭṭutal **தொ.பெ.** சோளப் பயிரிலிருந்து சோளம் தோன்றுதல். *(நா.)*

அரும்புதல் arumputal **தொ.பெ.** செடியில் பூ, காய் போன்றவை நன்றாகத் தோன்றுதல். *(நா.)*

அருவா aruvā **பெ.** *1)* மரக் கிளைகள் போன்றவற்றை வெட்டப் பயன்படும் வெட்டரிவாள். *(திருநெல்.)*. *2)* வளைந்த உள் பகுதியில் கருக்கை உடைய அறுவடை செய்யப் பயன்படும் ஒரு வகை அறுவடைக் கருவி. *(தரு.)*, *(நா.)*, **அரிவா** arivā *(வே.)*, *(திருவ.)*.

அருவா (வே.)

அருவாமன aruvāmaṉa **பெ.** ஏர் (அறுவடை செய்த வெங்காயத்தைச் சுத்தப் படுத்துவதற்காகப் பயன் படும்) மரக்கட்டையில் ஒருபக்கம் கருக்குள்ள இரும்புத் தகட்டைக் கொண்டதுமான ஒரு வேளாண் கருவி. *(நா.)*. *2)* (ஒரு பக்கம் கருக்கை உடைய இரும்புத் தகட்டைச் செங்குத்தாகக் கட்டையில் பொருத்தி) காய்கறி அரிவதற்கான ஒரு சமையல் அறைச் சாதனம். *(தரு.)*

அருவாமன (தரு.)

அருவாலதொவ aruvālatova **வி.** அறுவடை செய்யும் கருக்கரிவாளுக்குச் சுணை ஏற்றுதல். *(தூ.)*

அருவிஅள்ளு aruviaḷḷu **வி.** வைக்கோல் போரின் ஓரத்திலிருந்து கீழே விழக்கூடிய வைக்கோலை மேலாக எடுத்தல் / உருவி எடுத்தல். *(கட.)*

அருவிபோடு aruvipōṭu **வி.** வைக்கோல் திரையைத் தலையில் தூக்கும்போது (ஒழுங்கில்லாமல் இருந்தால்) கீழே விழக்கூடிய வைக்கோலை உருவிப் போடுதல். *(பெ.)*

அரைக்காப்படி araikkāppaṭi **பெ.** (முகத்தலளவையில்) ஒரு வகை அளவுக் கருவி. *(தூ.)*

அல்ல alla **பெ.** கரையின் ஓரம். *(நா.)*

அல்லபார் allapār **பெ.** பாரவண்டியின் பாகம். *(நா.)* *(பார்க்க–பார வண்டி)*

அரைக்காப்படி

அல்லி alli **பெ.** *நீரில் மிதக்கும் அகன்ற நீள் வட்ட இலைகளையும் நுண் குழலுடைய இலைக் காம்புகளையும் உடைய நீர்ச் செடி.* **(மூ.)**

அல்லியங்கெடாய் alliyaṅkeṭāy **பெ.** *ஆண்குறி அமைந்து, விதைப் பை இல்லாமல் பிறக்கும் ஆட்டுக்கிடாய். (இக்கிடாய் பிறந்தால் யோகமாகக் கருதுவது ஒரு நம்பிக்கை).* **(ராம.)**

அல்லு allu **பெ.** *ஏர்க்கலப்பையையும் நுகத் தடியையும் இணைத்துப் போடப்படும் ஒரு வகை முடிச்சு.* **(தஞ்.)**. **அல்லுமுடிச்சி** allumuṭicci **(புது.)**

அல்லுபோடு allupōṭu **வி.** *1) நாற்றுக்கட்டையோ / கதிர்க் கட்டையோ கட்டும்போது இறுக்கிப் போடக்கூடிய ஒரு வகை முடிச்சு.* **(திருச்.)**. *2) ஏர் கலப்பையையும் நுகத்தடியையும் இணைத்துக் கட்டுதல். 3) வீடு போன்றவை கட்டும்போது இரு மரத்தை இணைத்துப் பிரியாதவாறு முடிச்சுப்போடுதல்.* **(தஞ்.)**, **(பெ.)**

அலக்கு alakku **பெ.** *மரத்தில் உள்ள மாங்காய், மாம்பழம் ஆகியவற்றைப் பறிக்கப் பயன்படும் கருவி.* **(தஞ்.)**

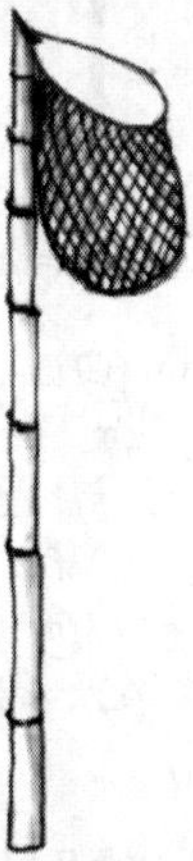

அலக்கு

அலகு alaku **பெ.** *வயலில் நட்ட நாற்றுகளின் தொகுப்பு.* **(தஞ்.)** **(பார்க்க–அலவு)**

அலசு[1] alacu **வி.** *நாற்றின் வேர்ப் பகுதியில் இருக்கும் சேறு நீங்குவதற்காக நாற்றங்காலில் அங்கும் இங்குமாக வேர்ப் பகுதியை நீரில் தேய்த்தல்.* **(திருவா.)**

அலசு[2] alacu **வி.** *வைக்கோலில் உள்ள நெல் கீழே விழுமாறு உதறுதல்.* **(நா.)**

அலவாங்கு alavāṅku **பெ.** *வாழை / தென்னங்கன்று நடுவதற்காகக் குழி பறிக்கப் பயன்படும் ஒரு வகைப் பாரை.* **(நீ.)**

அலவாங்கு

அலவு alavu **பெ.** *1) தனித்த ஒரு நாற்றின் பெயர். (பெ.). 2) வயலில் நட்ட இரண்டு / மூன்று தனி நாற்றுகள் இணைந்த ஒரு தொகுப்பு. (திருவா.). (பார்க்க–குத்து). (கட.)*

அலாக்கா காயவைத்தல் alākkā kāyavaittal **தொ.பெ.** *பொருள்களைத் தனித் தனியாகப் பிரித்துக் காயவைத்தல். (தரு.)*

அலாக்காபோடு alākkāpōṭu **வி.** *இணைந்துள்ள பொருள் களைப் பிரித்துத் தனியாக வைத்தல். (தூ.), (தரு.)*

அவர avara **பெ.** *1) இரு பகுதி களாகப் பிரியக்கூடிய பச்சை நிறத் தோலினுள் விதை களைக் கொண்டு கொடியில் காய்க்கக்கூடிய சிறு காய். அக்காய் காய்க்கக்கூடிய கொடி. (தரு.), (நீ.). 2) விதையை மட்டும் எடுத்து உணவாக உட்கொள்ளக்கூடிய ஒரு வகை அவரை. (நீ.)*

அவரகா avarakā **பெ.** *தட்டை யாக, கொடியில் காய்க்கக் கூடிய ஒரு வகைக் காய். (ம.)*

அவரடஓட்டு avaraṭaoṭṭu **பெ.** *அவரைக்காயின் தோல். (நீ.)*

அவி avi **வி.** *மூட்டம்போட்ட எள் செடியில் உள்ள எள், கருப்பு நிறமாக மாறுவதற் காகச் சூடு ஏறுதல். (பெ.)*

அவுசகல்ல avucakalla **பெ.** *(அதிக நீர்ப் பிடிப்பால்) அழுகிப்போனவேர்க்கடலை. (புது.)*

அவுசல் ஏறுதல் avucal ēṟutal **தொ.பெ.** *வைக்கோல் போர் போட்டவுடன் அப்போரின் உள்பக்கம் இறுக்கத்தால் சூடு ஏறுதல். (கட.)*

அவுத்திகால் avuttikāl **பெ.** *வெற்றிலைக் கொடியை ஏற்றி விடுவதற்காக அகத்திச் செடி முளைத்துள்ள கரை. (நா.)*

அவுத்திதல avuttitala **பெ.** *1) அகத்திச் செடியில் உள்ள தழைகள். (நா.). 2) சேற்று நிலத்திற்கு உரமாகப் பயன்படும் அகத்தி மரத்தின் தழைகள்.* **அவுத்திகீர** avuttikīra *(தஞ்.)*

அவுத்திவெத avuttiveta **பெ.** *வெற்றிலைக் கொடி படர்வதற்காக விதைக்கப் படும் அகத்தி விதை. (தஞ்.), (நா.)*

அவுரி avuri **பெ.** *சேற்று வயலுக்குத் தழை உரமாகப் பயன்படும் ஒரு வகைச் செடி. (ம.), (தஞ்.)*

அவுனி avuṉi **பெ.** *காய்ந்துபோன வாழை மரத்தின் இலை, பட்டை போன்றவை. (நா.)*

அழிஞ்சில் aḻiñcil பெ. நீண்ட இலைகளை உடைய முள்ளுள்ள ஒரு மூலிகை மரம். (**மூ.**)

அள்ளிவிடு aḷḷiviṭu **வி.** தானியங்களைச் சுத்தம் செய்யும் பொருட்டுக் கூடை / முறத்தில் அள்ளி முன்னும் பின்னுமாக ஆட்டிக் காற்றில் பறக்கவிடுதல் / தூற்றுதல். (**ராம.**)

அளந்துக்கட்டு aḷantukkaṭṭu **வி.** (நடவு நடும்போது) ஒவ்வொரு ஆளுக்கும் குறிப்பிட்ட அளவு நடக்கூடிய இடத்தைத் தனித் தனியாக அளந்து பிரித்துக் கொடுத்தல். (**திருநெல்.**)

அளவுகாரங்க aḷavukāraṅka பெ. (களத்தில் தானியங்களை அளவுக் கருவியால்) அளப் பதற்காக உள்ள ஆட்கள். (**தஞ்.**)

அற aṟa பெ. (வெட்டப் பயன்படும் அரிவாளில்) வெட்டக்கூடிய கூர்மைப் பகுதி. (**நீ.**)

அறக்கு aṟakku **வி.** *1)* தானியப் பயிர்களை (கீழ்ப்பகுதியில் இடம்விட்டு) அறுவடை செய்தல். (**தூ.**). *2)* பொருள் களை அரிவாளால் இரண்டாக்குதல். (**தூ.**), (**நா.**). **அறப்பரு** aṟapparu (**திருவ.**), (**வே.**). **அறப்பு அற** aṟappu aṟa (**சிவ.**)

அறப்பருவா aṟapparuvā பெ. தானியக் கதிர் / நெற்பயிரை அறுவடை செய்வதற்குப் பயன்படும் ஒரு வகைக் கருக்கரிவா. (**தஞ்.**), (**கட.**). **அறுப்பருவா** aṟupparuvā (**தஞ்.**) / **கருக்கரிவா** karukkarivā (**நாக.**)

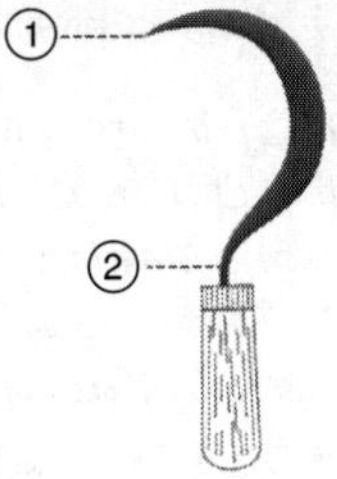

அறப்பருவா: பாகம் – 1. மூக்கு (ராம.), 2. கூம்பு (நா.)

அறப்பு aṟappu பெ. அறுவடை (**பார்க்க**–அறப்பு அற). (**சிவ.**)

அறப்பு அற arappu ara **வி.** உணவிற்குப் பயன்படும் வகையில் முற்றிய நெற்கதிரை அரிவாளால் அறுவடை செய்தல். (**சிவ.**)

அறப்பு முகுர்த்தம் arappu mukurttam பெ. அறுவடை செய்வதற்கு முன்பு நல்ல நாள், நேரம் பார்த்து அறுவடைக்குத் தயாராக உள்ள வயலின் சனிமூலையில் உள்ள நெற்கதிரைக்குறைவாக அறுத்து அறுவடையைத் தொடங்கிவைத்தல். (**கட.**)

அறி aṟi **வி.** *1)* முற்றிய எள் செடியைக் கையால் பறித்தல் / பிடுங்குதல். (**பெ.**). *2)* கடலைச் செடியில் கடலை முற்றிய பிறகு கைகளால் பிடுங்குதல். (**கட.**)

அறிக்கிவச்சிநடு aṟikkivaccinaṭu **வி.** (நடும்போது பெண்கள்)

நாற்றைக் குறைவாகவும் நெறுக்கியும் நடுதல். (தே.)

அறுகீரை aṟukīrai பெ. உணவுக்குப் பயன்படும் ஒரு வகைக் கீரை வகை. (மூ.)

அறுப்பு ஆள் aṟuppu āḷ பெ. தானியப் பயிர்களை அறுவடை செய்யும் வேலையாள். (சில பகுதிகளில் ஆண்கள் மட்டுமே அறுவடை செய்கிறார்கள். ஆனால், பல பகுதிகளில் இருவரும் இணைந்து அறுவடை செய்கிறார்கள்.) (தூ.)

அறுப்புஅறு aṟuppuaṟu வி. முற்றிய நெற்பயிரைக் கருக்கரிவாள் கொண்டு அறுவடை செய்தல். (தரு.)

அறுபதாங்குருவ aṟupatāṅkuruva பெ. பழங்கால நெல்லில் ஒரு வகை. (நா.), (திருநெல்.), (புது.)

அறுபதாங்கொட aṟupatāṅkoṭa பெ. பழங்காலத்தில் சாகுபடி செய்யப்பட்ட ஒரு வகை நெல். (ம.)

அறுவடைக்குவருதல் aṟuvaṭaikkuvarutal தொ.பெ. தடனி / அவரை போன்றவை முற்றி அறுவடை செய்யும் / பறிக்கும் பக்குவத்திற்கு வருதல். (தரு.)

அறுவதா aṟuvatā பெ. மலைப்பாங்கான இடங்களில் வளரும் மணமுடைய பசுமையான மருத்துவக் குணமுடைய குறுஞ்செடி. (மூ.)

அறைச்சிபுடி aṟaiccipuṭi வி. ஏர் உழும்போது இடத் தரிசு விடாமல் நெருக்கிப் பிடித்து உழுதல். (தரு.) (பார்க்க– எடதரிசு விழாம ஓட்டு)

அன்னகூட aṉṉakūṭa பெ. தானியங்கள் அள்ளுவதற்காக உள்ள அலுமினியக் கூடை. (வே.)

அன்னப்பூர்னா aṉṉappūrṉā பெ. ஒருவகை நெல். (கட.)

அன்னம் aṉṉam பெ. சூரிய காந்திப் பூவில் தோன்றும் முற்றாத விதை. (நா.)

அன்னம்புடி(த்தல்) aṉṉampuṭi(ttal) தொ.பெ. (நெல்மணி தோன்றுவதற்காக) நெற்பயிரில் வெளித்தோன்றிய நெற்கதிரில் பால் பிடித்தல். (திருச்.), (தஞ்.), (தூ.)

அன்னாசி aṉṉāci பெ. தாழை இலை போன்று நீண்ட அடுக்கான மடல்களைக் கொண்டு முட்கள் நிறைந்த நீள் உருண்டை வடிவப் பழங்களைத் தரும் ஒரு வகைச் செடி. (மூ.)

அனகவுறு aṉakavuṟu பெ. (மரத்தில்) கால்நடைகளைக் கட்டிப்போடுவதற்காக உள்ள கயிறு. (வே.)

அனட்டா aṉaṭṭā பெ. வண்ணம் எடுப்பதற்காகப் பயன்படக்கூடிய ஒருவகை மரம். (நீ.)

அனிகில் காடு aṉikil kāṭu பெ. பயிர் செய்யாத தரிசு நிலம். (நீ.)

அஷ்டமி aṣṭami **பெ.** (முதன்முதலில் விவசாய வேலை தொடங்கப்படாத) விவசாயிகளால் அமங்கல மானதென்று நம்பப்படும் அமங்கலமான திதியுடைய நாள். (**ம.**)

ஆ

ஆக்க[1] ākka **பெ.** 1) அறுவடை செய்த அரியைக் கட்டு கட்டுவதற்காக வைக்கோல் தாளிலே முறுக்கித் திரிக்கும் ஒரு வகைக் கயிறு. (**நா.**). **ஆக்கபழுத/ பழுத** ākkapaḻuta/ paḻuta (**தஞ்.**). **கருதுகட்டுகயிறு** karutukaṭṭukayiṟu (**தஞ்.**). **திரிகயிறு** tirikayiṟu (**தஞ்.**). **பல்தகவுறு** paltakavuṟu (**வே.**). **பலதகவுறு** palatakavuṟu / **பலத** palata (**தரு.**). **பழுது** paḻutu (**திருநெல்.**). 2) மூட்டை போன்றவை கட்டுவதற்காக நெல் நீக்கிய தாளிலிருந்து கையால் முறுக்கித் தயாரிக் கும் ஒரு வகைச் சிறு கயிறு. (**நாக.**),(**கட.**). 3) பொருள்களைக் கட்டுவதற்காகப் பனம் நாரில் முறுக்கப்பட்ட கயிறு. (**விரு.**). 4) கரும்பினைக் கட்ட அக்கரும்பின் காய்ந்த சோலையில் முறுக்கித் தயார்செய்த சிறு கட்டுக் கயிறு. (**கட.**). 5) படரும் வெற்றிலைக் கொடியைக் கட்டுவதற்காகப் பயன்படும் சிறு கயிறு. (**தூ.**). 6) வாழைப் பட்டை, வைக்கோல் தாளில் தயாரிக்கப்பட்ட கயிறு. (**தஞ்.**).

ஆக்க[2] ākka **பெ.** மண்வெட்டிக் காம்பின் அடிப்பகுதியில் வெளிவந்திருக்கும் இலைக் காம்பின் நுனிப்பகுதி. (**பார்க்க–மண்வெட்டி**) (**சிவ.**)

ஆக்கஉருவு ākkauruvu **பெ.** (கட்டிய) அரிக்கட்டிலிருந்து ஆக்கையை உருவி இழுத்தல். (**நா.**)

ஆக்கக்கட்டு ākkakkaṭṭu **பெ.** கரும்பினைக் கட்டத் தயார் செய்த நூறு ஆக்கைகள் கொண்ட ஒரு தொகுப்பு. (**கட.**)

ஆக்கக்கட்டு ākkakkaṭṭu **வி.** (கயிற்றால்) படரும் வெற்றிலைக் கொடி கீழே சாயாமல் இருப்பதற்காக ஆக்கையால் கட்டுதல். (**தூ.**)

ஆகாசகருடன் ākācakaruṭaṉ **பெ.** (பெருங்கிழங்கு காய்க்கக் கூடிய) மருத்துவத் தன்மை கொண்ட ஒரு செடி வகை. (**மூ.**)

ஆகாயத்தாமரை ākāyattāmarai **பெ.** நீரில் மிதக்கக்கூடிய, கூட்டமாக வளரும் ஒரு வகை மூலிகைச் செடி. (**மூ.**)

ஆசாரி ācāri **பெ.** தச்சுத் தொழில் செய்பவர். வேளாண்மைக்குப் பயன்படக்கூடிய கருவி களைச் செய்பவர். (**திருநெல்.**)

ஆட்டப் பத்து āṭṭap pattu **வி.** ஆட்டை ஓட்டுதல். ஒரு இடத்திலிருந்து ஆடுகளை இடம் மாற்றுதல். (**ராம.**)

ஆட்டுஎருவு āṭṭueruvu பெ. பயிர்களுக்கு உரமாகப் பயன்படும் ஆடுகளின் கழிவுகள் சேர்ந்து மக்கிய பொருள். *(வே.)*. **ஆட்டுக்குப்ப** āṭṭukkuppa *(ம.)*

ஆட்டுக்கல்[1] āṭṭukkal பெ. *(ஆட்டுக்கல் முதலியவற்றில்)* வட்ட வடிவில், ஆட்டி மாவரைக்கப் பயன்படும் நீள் உருண்டை வடிவக் கல் / குழவி. *(தரு.)*

ஆட்டுக்கல்[2] āṭṭukkal பெ. ஊற வைத்த தானியங்கள் அரைக்கப் பயன்படும் துளையிடப்பட்ட ஒருவகைக் கருங்கல். *(நீ.), (புது.)*. **ஆட்டுரல்** āṭṭural *(தூ.), (ராம.)* **ஆட்டுரலு** āṭṭuralu *(ம.), (திருநெல்.), (விரு.)*. **ஆட்டுகல்லு** āṭṭukallu *(தஞ்.)*, **கொடகல்லு** koṭakallu *(நாக.)*

ஆட்டுகெட āṭṭukeṭa பெ. *(நூற்றுக்கும் மேற்பட்ட ஆடுகளை)* கோடைக் காலத்தில் நிலத்தில் தங்கவைத்து அவற்றின் கழிவுகளை வயலில் சேர்த்து மண்ணில் உரமாக்குதல். *(நாக.), (தஞ்.), (திருவா.)*. **ஆட்டுமந்த** āṭṭumanta *(வே.)*

ஆட்டுப்பட்டி āṭṭuppaṭṭi பெ. ஆடுகள் இரவில் தங்குவதற்காக நான்கு பக்கமும் தடுப்பு ஏற்படுத்தி வைத்துள்ள இடம். *(தரு.), (நா.), (வே.)*

ஆடாதொடை āṭātoṭai பெ. நீண்ட முழுமையான ஈட்டி வடிவ இலைகளையும், வெள்ளை நிறப் பூக்களையும் உடைய ஒரு குறுஞ்செடி. *(மூ.)*

ஆடாபூமி āṭāpūmi பெ. நீர் பாய்ச்சிச் சாகுபடி செய்யக்கூடிய தாழ்வான நிலம். *(நீ.)*

ஆடிப்பட்டம்[1] āṭippaṭṭam பெ. ஆடி மாதத்தில் விதைத்துப் பயிர்செய்யக் கூடிய ஒரு வகைவேளாண்மைக் காலம். *(பெ.), (தஞ்.), (வே.), (தரு.)*

ஆடிப்பட்டம்[2] āṭippaṭṭam பெ. ஒரு வருடம் காய்க்கக்கூடிய வெற்றிலையின் காலம் *(பார்க்க–தைப்பட்டம்–2)*. *(நா.)*

ஆடு āṭu பெ. கால்நடை இனத்தைச் சார்ந்ததும் பால், இறைச்சி போன்றவற்றிற்காக வளர்க்கப்படுவதுமான ஒருவகை வீட்டு விலங்கு. *(தரு.)*

ஆடுதின்னாப் பாளை āṭutiṉṉāp pāḷai பெ. மாற்றடுக்கில் அமைந்த வெள்ளைப் பூச்சுள்ள முட்டை வடிவ இலைகளையுடைய தரையோடு படர்ந்து வளரும் ஒரு வகை மூலிகைச் செடி. *(மூ.)*

ஆடுதொற āṭutoṟa பெ. நெல்லில் ஒருவகை. *(திருநெல்.)*

ஆணாள் āṇāḷ பெ. விவசாய வேலை செய்யக்கூடிய ஆண்கள். *(வே.)*

ஆணிகரந்த āṇikaranta பெ. *(நிலம் சம்பந்தப்பட்ட செயல்பாடுகளில்)* ஒப்புக்கொண்டு

சாகுபடி செய்யும் நிலத்திற்குக் கொடுக்க வேண்டிய பணம் / பொருளை அதிகபட்சமாக ஒரு வருடத்தின் ஆனி மாதத்திற்குள் கொடுக்கும் ஒரு காலக் கெடு. *(தூ.)*

ஆணித்தரமா வருதல் āṇittaramā varutal **தொ.பெ.** பயிர் நன்றாக வளர்ச்சி நிலையில் இருத்தல். *(நா.)*

ஆணிவேர் āṇivēr **பெ.** *(பார்க்க– நெட்டு வேர்). (நா.)*

ஆத்து āttu **பெ.** ஆறு. நீர் செல்வதற்காக / தேக்கி வைப்பதற்காகப் பயன்படும் இரு கரையுள்ள பெரிய வழி. *(புது.)*

ஆதிரிகாத்து ātirikāttu **பெ.** வேளாண்மை செய்யும் காலங்களில் வீசக்கூடிய ஒரு வகைக் காற்று. *(நீ.)*

ஆதொண்டை ātoṇṭai **பெ.** செந்நிறப் பூக்களையும் சதைப் பற்றுள்ள கனிகளையும் தரக்கூடிய முள்ளுள்ள மருத்துவக் குணம் உடைய ஒரு வகைக் கொடி. *(மூ.)*

ஆப்பிள்தக்காளி āppiḷtakkāḷi **பெ.** ஆப்பிள் வடிவத்தில் உள்ள ஒரு வகைத் தக்காளி. *(நீ.)*

ஆப்பு āppu **பெ.** (இணைப்புப் பகுதியின் இடைவெளியில்) 1) கலப்பையில் இணைக்கப் பட்ட பாகங்கள் கழலாமல் இருப்பதற்காகச் சொருகப் படும் குறுகியதாகச் சீவிய மரக்கட்டை. *(விரு.), (சிவ.), (திருநெல்.), (தஞ்.), (புது.)* 2) மண்வெட்டி / ஏத்தம் போன்ற கருவிகளின் துளையில் சொருகப்பட்ட பொருள் கீழே கழன்று வராதவாறு அத்துளையின் ஓரத்தில் இணைக்கும் மரத்தில் செதுக்கிய சிறு கூம்பு வடிவ மரக்கட்டை. *(கட.), (ராம.),* **சேப்ப** cēppa *(நீ.)*

ஆமணக்கு āmaṇakku **பெ.** (வெண்பூச்சுத் தன்மை கொண்ட) உள்ளீடற்ற தண்டுப் பகுதியினையும் முள்ளுள்ள மூன்று விதை களைக் கொண்டு வெடித்துப் பரவக்கூடிய காய்களையும் உடைய ஒரு செடி. *(மூ.)*

ஆய்காடு āykāṭu **பெ.** சத்து மிகுதியாகக் கொண்ட நிலம். *(நீ.)*

ஆயில் இஞ்சின் āyil iñcin̲ **பெ.** நீர் நிலையிலிருந்து நீர் இறைப்பதற்காகப் பயன்படும் எண்ணெயில் ஓடக்கூடிய ஒரு இயந்திரம். *(நா.)*

ஆயுதல் āyutal **தொ.பெ.** (பெண்கள்) நிலக்கடலைச் செடியிலிருந்து கடலையைப் பறித்துச் சேகரித்தல். *(புது.)*

ஆரக்கால் ārakkāl **பெ.** பாரவண்டியின் ஒரு பாகம். *(பார்க்க–பாரவண்டி) (நா.), (தஞ்.)*

ஆராங்கொடி ārāṅkoṭi **பெ.** நெற்பயிரில் களைகளாக முளைக்கும் ஒரு வகைக் கொடி. *(திருநெல்.)*

ஆரியம் āriyam பெ. *(கேழ்வரகு)* மாவாக்கி உணவாகப் பயன்படுத்தும் கடுகு போன்று உருண்டையான வெளிர் சிவப்பு நிறத் தானியம். *(தரு.).* **கேப்ப** kēppa *(புது.), (தே.), (சிவ.), (விரு.), (ராம.), (தூ.).* **கேவுரு** kēvuru *(திருவ.), (வே.), (பெ.), (தஞ்.)* **கேழ்வரகு** kēḻvaraku *(பார்க்க–கேப்ப). (புது.).* **கேழ்வரகு** kēḻvaraku *(தரு.)*

ஆரியம்நாத்து āriyamnāttu பெ. பிடுங்கி நடுவதற்காக வளர்க்கப்படும் ஆரியம் / கேழ்வரகின் இளம் நாற்று. *(பார்க்க–ஆரியம்) (தரு.)*

ஆரை ārai பெ. செங்குத்தாக வளர்ந்த தண்டில், நான்கு கால் வட்ட இலைகளைக் கொண்ட மிகவும் சிறிய நீர்த் தாவரம். *(மூ.)*

ஆல āla பெ. *(கரும்பு விளையும் நிலத்தின் அருகில்)* கரும்பி லிருந்து பாகு எடுத்துக் காய்ச்சி வெல்லம் தயாரிக்கக் கூடிய இடம். *(நா.)*

ஆலமரம் ālamaram பெ. *(பால் தன்மை கொண்ட)* கிளைகளிலிருந்து விழுதுகள் ஊன்றிப் பரந்து வளரக்கூடிய ஒரு வகைப் பெரும் மரம். *(மூ.).* **ஆலாமரம்** ālāmaram *(நா.)*

ஆவார āvāra பெ. வயலுக்கு உரமாகப் பயன்படும் ஆவாரம் மரத்தின் தழை. *(ராம.)*

ஆவாரங்கொல āvāraṅkola பெ. சேற்று நிலத்திற்கு உரமாகப் பயன்படும் ஆவாரஞ்செடியின் தழைகள். *(திருநெல்.), (சிவ.)* **ஆவாரம்** āvāram *(ம.), (தரு.)*

ஆவாரை āvārai பெ. மஞ்சள் நிறப் பூக்களையும் மெல்லிய தட்டையான காய்களையும் உடைய ஒரு வகை மூலிகைச் செடி. *(மூ.)*

ஆழாக்கு āḻākku பெ. தானியங்கள் அளப்பதற்குப் பயன்படும் ஒருவகை அளவைக் கருவி. *(திருநெல்.), (தூ.)*

ஆள் ஒடுதல் āḷ oṭutal தொ.பெ. ஏற்றத்தில் நீர் இறைக்கும்போது கீழே சால் இழுப்பவனுக்கு உதவியாக, நீர் மொள்ளும்போது மேல் மரத்தின் மேல் பகுதிக்கும் நீர் ஊற்றும்போது மரத்தின் அடிப்பகுதிக்கும் ஒரு ஆள் மேலுங்கீழமாகச் செல்லுதல். *(பார்க்க–ஏத்தம்) (பெ.), (நாக.)*

ஆள்வச்சி அறுத்தல் āḷvacci aṟuttal தொ.பெ. இயந்திரம் அல்லாமல் ஆட்களை வைத்து அறுவடை செய்தல். *(தூ.)*

ஆறுமாச வித்து āṟumāca vittu பெ. மகசூல் தருவதற்கு ஆறு மாதம் ஆயுட்காலம் உள்ள நெல் மணிகள்/விதைகள். *(ம.)*

ஆனக்கொம்பா āṉakkompā பெ. பழங்கால நெல்லில் ஒரு வகை. *(திருநெல்.)*

ஆனக்கொம்பு āṉakkompu பெ. நெற்பயிரில் தோன்றும் ஒரு வகை நோய். *(தரு.)*

ஆனிபட்டம் āṉipaṭṭam பெ. ஆனி மாதத்தில் வேளாண்மை தொடங்கக்கூடிய காலம். **(வே.)**

ஆனைக் கற்றாழை āṉaik kaṟṟāḻai பெ. மருத்துவத் தன்மை கொண்ட, பெரிய மடல்களை உடைய கற்றாழை இனம். **(மூ.)**

ஆனை நெருஞ்சில் āṉai neruñcil பெ. தனித்த மஞ்சள் நிறப் பூக்களையும், முள்ளுள்ள நீள் உருளை வடிவக் காய்களையும் தரக்கூடிய ஒரு வகை மூலிகைச் செடி. **(மூ.)**

இ

இசுபதம் icupatam பெ. (பார்க்க– வசம்பு பதம்). **(கட.)**

இஞ்சி iñci பெ. 1) மண்ணுக்கடியில் மகசூல் தருவதும் உரைப்புத் தன்மை கொண்டதுமான ஒருவகைக் கிழங்கு. **(மூ.)** 2) இஞ்சிக் கிழங்கைத் தரக் கூடிய செடி. **(நீ.)**, **(தஞ்.)**

இஞ்சு iñcu **வி.** நிலத்தில் பாய்ச்சிய நீர் வற்றிப் போதல். **(திருச்.)**

இடிமழ iṭimaḻa பெ. சித்திரை மாதத்தில் பெய்யும் மழை. **(தூ.)**

இடுக்கமண்ணு iṭukkamaṇṇu பெ. நாற்றைப் பறிக்கும்போது வேரில் ஒட்டிக்கொண்டிருக்கும் மண். **(தஞ்.)**

இடுப்பு ஒடிதல் iṭuppu oṭital **தொ.பெ.** நாற்றைப் பறிக்கும்போது வேரிலுள்ள சேறு நீங்குவதற்காகக் குச்சியால் அடிக்கும்போது அதன் தண்டுப்பகுதி ஒடிந்து போதல். **(வே.)**

இடுப்பு நோவுதல் iṭuppu nōvutal **தொ.பெ.** (விவசாயத்தில்) குனிந்தே வேலை செய்யும் போது இடுப்பு வலி எடுத்தல். **(வே.)**

இண்டு iṇṭu பெ. கூட்டிலைகளையும், வளைந்த கூரிய முட்கள் நிறைந்த வெண்மையான தண்டினையும் உடைய மூலிகைக் கொடி. **(மூ.)**

இத்தி itti பெ. ஆலின் இலை போன்று சிறிய இலைகளை உடைய ஒரு மூலிகை மரம். **(மூ.)**

இப்பரட்டி ipparaṭṭi பெ. விதைத்த பயிர் சமமாக வளராமல் பழுது ஏற்பட்டுத் தோன்றும் நிலை. **(நீ.)**

இம்மியளவு immiyaḷavu பெ. மிகக்குறைந்த அளவு **(எ.கா.)** விதைப்பதற்குத் தயார் செய்யும் நாற்றங்காலின் சேற்றுப்பகுதி சிறிது அளவுகூட காய்ந்து விடாமல் நீர் பாய்ச்சவேண்டும். அப்போதுதான் விதை நெல் நன்றாக முளைக்கும் **(நாக.)**

இருக்கப்பட்ட irukkappaṭṭa பெ. (பார்க்க–நாட்டுவண்டி). **(திருநெல்.)**

இருங்குசோளம் iruṅkucōḷam பெ. சமைத்து உணவாகப் பயன்படுத்தக்கூடிய ஒருவகைச் சோளம். **(தே.)**

இருசு irucu பெ. *(கையில் பிடித்துக்கொண்டு)* நிலத்தை உழுவதற்கு எரிபொருளில் இயங்கக்கூடிய ஒருவகை உழும் இயந்திரக் கருவி. **இருஸ்சு** iruscu *(தூ.)*

இருசுகட்ட irucukaṭṭa பெ. பாரவண்டியின் ஒரு பாகம். *(நா.) (பார்க்க–பாரவண்டி)*

இருத்துவேல iruttuvēla வி. படர்ந்து மேலேழும்பும் வெற்றிலைக் கொடியைப் பிரித்துக் கீழே பதியம் போடுதல். *(தூ.)*

இருப்பசம்பா iruppacampā பெ. பழங்காலத்தில் சாகுபடி செய்யப்பட்ட ஒரு வகை நெல். *(தஞ்.)*

இருப்புச்சட்டி iruppuccaṭṭi பெ. *(பார்க்க–சீனாச்சட்டி). (தே.)*

இருப்புமொறம் iruppumoṟam பெ. தானியம் அள்ளி விசிறித் தூற்றப் பயன்படும் வகையில் இரும்பினால் செய்த ஒருவகை முறம். *(தே.), (ம.).*

இருப்புளி iruppuḷi பெ. வெற்றிலையைக் கிள்ளுவதற்காக இரும்பில் தயார் செய்த கட்டைவிரல் நகம் போன்ற ஒரு கருவி. *(தஞ்.) (பார்க்க– இரும்புநகம்)*

இருப்பை iruppai பெ. *(திருவா.) (பார்க்க – இலுப்பை)*

இருபத்தி ஒன்றாம் நாள் irupatti oṉṟāmnāḷ பெ. *(விதை விட்டு முளைத்த நாற்றங்காலுக்கு உரமிடுவதற்காக)* விதைத்த நாளிலிருந்துகணக்கிடப்படும் இருபத்து ஒன்றாம் நாள். *(தூ.)*

இருபோகம் irupōkam பெ. இருமுறை நிலத்தில் விளைவிக்கும் விளைச்சல் *(நாக.)* **இருபோக சாகுபடி** irupōka cākupaṭi *(தஞ்.)*

இரும்புகலப்ப irumpukalappa பெ. மாடுபூட்டி உழக்கூடிய வகையில் இரும்பினால் செய்த ஒரு வகை உழு கருவி. *(தூ.)(பார்க்க–போஸ்டுகலப்ப). (தஞ்.), (தரு.), (நா.), (பெ.)*

இரும்புநகம் irumpunakam பெ. வெற்றிலைக் காம்பைக் கிள்ளுவதற்காகக் கட்டை விரல் நகம் போன்று இரும்பில் செய்து அக்கட்டை விரலிலேயே மாட்டிக் கொள்ளும் இரும்பால் செய்த நகம் (விரல் நகத்தால் வெற்றிலையை) கிள்ளினால் விரைவாக வெற்றிலைக் காம்பு அழுகிவிடும் என்பதற்காகக நகம் போன்று இரும்பால் செய்து கிள்ளுதல். *(தூ.).* **இருநம்** irunam. *(நாக.).*

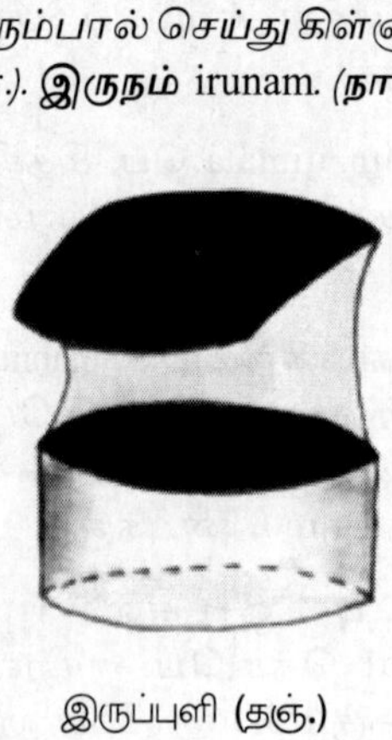

இருப்புளி (தஞ்.)

இரும்புபெரம்பு irumpuperampu பெ. சேறு / புழுதியை மாடு கட்டி இழுத்துச் சமப்படுத்த இரும்புத் தகட்டினால் செய்த ஒரு வகைக் கருவி. (**தரு.**)

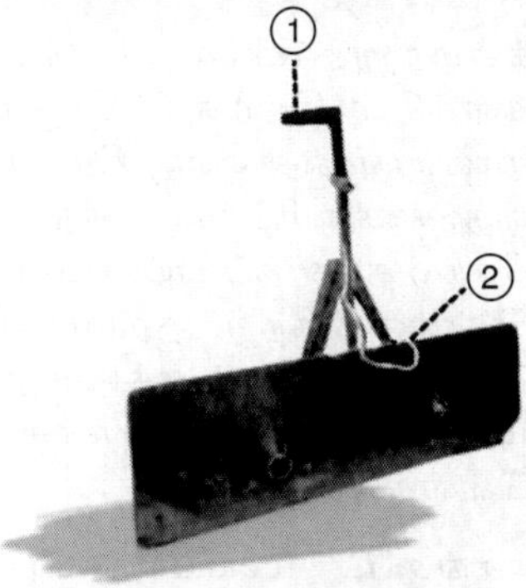

இரும்புபெரம்பு (தரு.)
[பாகம்: 1) கைநாட்டு, 2) கைநாட்டுக் கயிறு]

இருமண்ணு irumaṇṇu பெ. களிப்பு. களிமண்ணும் மணலும் கலந்த ஒரு வகை மண். (**நாக.**)

இருமுடிநாத்து irumuṭināttu பெ. வேறொரு இடத்தில் நடும் பொருட்டு நாற்றங் காலில் பறித்த நாற்றை இருகைகளாலும் அடக்க முடியாத அளவில் (அளவுக்கு அதிகமாக) முடிந்து தயார் செய்யும் நாற்றுகளின் தொகுப்பு (**நாக.**)

இருவாசல் iruvācal பெ. இரண்டு பக்கமும் திறந்த வாய்ப் பகுதியை உடையதும் சுடுமண்ணால் செய்ததுமான ஒரு வகைத் தானியம் சேமிக்கும் கொள்கலன். (**தரு.**)

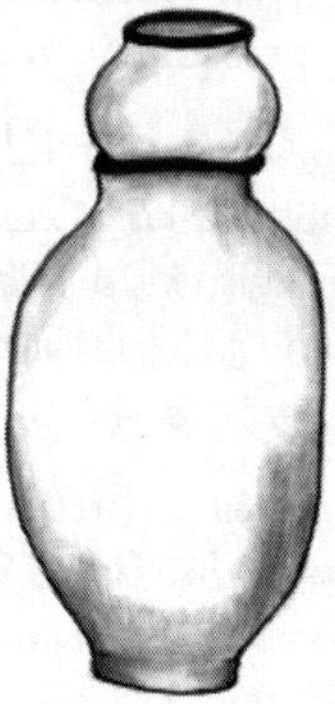

இருவாசல் (தரு.)

இலந்தை ilantai பெ. வளைந்த கூர்மையான முட்களுடன் முட்டை வடிவ இலைகளை யும் உடைய சதைப் பற்றுள்ள பழங்களைக் காய்க்கும் ஒரு வகைக் குற்று மரம். (**மூ.**)

இலவு ilavu பெ. பஞ்சை உள்ளடக்கித் தொங்கும் பச்சை நிறக் காய்களையும், உருண்டையான சிறு விதைகளையும் உடைய, உயர்ந்து வளரும் மென்மை யான இலையுதிர் மரம். (**மூ.**)

இலுப்பை iluppai பெ. கிளை நுனியில் கொத்தான நீண்ட இலைகளையும் இனிப்புத் தன்மை கொண்ட நல்ல மணமுடைய வெள்ளை நிற மலர்களையும் முட்டை வடிவச் சதைக் கனியையும் நொறுங்கக்கூடிய உறை யினால் மூடப்பெற்ற விதை யினையும் உடைய பெரு மரம். (**மூ.**)

இலைக்கள்ளி ilaikkaḷḷi பெ. கனத்த சதைப் பற்றான

நீண்ட இலைகளையுடைய முள்ளுள்ள மரம். (மூ.)

இழுத்துப்போட்டுவா iḻuttuppōṭṭuvā **வி**. (பெண்கள்) விவசாய நிலத்தில் விரைவாக நாற்றை நட்டுக்கொண்டு செல்லுதல். (**தஞ்**.)

இழுத்துவை iḻuttuvai **வி**. வளர்ந்து மேல் நோக்கி எழும் வெற்றிலைக் கொடியைக் கீழ் நோக்கி மடக்கிக் கட்டுதல். (**தஞ்**.)

இளவட்டம் iḷavaṭṭam **பெ**. இளைஞர்கள். (**தூ**.)

இறுக்கிக்கட்டு irukkikkaṭṭu **வி**. பொருளின் தொகுப்புத் தன்மை கலைந்து போகாத வாறு கயிற்றைக் கொண்டு இறுக்குதல். (**பெ**.)

இறுத்து iṟuttu **வி**. மொளக் குச்சியையோ / நாற்றையோ சேற்றில் ஊன்றுவது. (**திருச்**.)

இன்புறா iṉpuṟā **பெ**. வெண்மையான மிகச் சிறிய மலர்களையும் சிறிய ஈட்டி வடிவ இலைகளையும் உடைய ஒரு வகை மூலிகைச் செடி. (**மூ**.)

இனுக்குவிடுதல் iṉukkuviṭutal **தொ.பெ**. நெற்பயிரின் கதிர் முற்றியதால் தலை சாய்தல். (**ராம**.)

இனுங்கு iṉuṅku **பெ**. சமைத்து உணவாக உண்ணக்கூடிய சோளம். (**நா**.)

இஸ்துக்கட்டு istukkaṭṭu **வி**. பொருள்களை / அரிகளைக் கயிறு கொண்டு தொகுத்துக் கட்டும்போது தளர்ந்து போகாதவாறு இறுக்கிக் கட்டுதல். (**திருவ**.)

ஈ

ஈக்கமாறு īkkamāṟu **பெ**. களத்தில் சிதறிக் கிடக்கும் தானியங்களை ஒன்று திரட்டு வதற்காக, ஓரிடத்தைச் சுத்தம் செய்வதற்காகப் பயன்படும் தென்னங்கீற்று நரம்பின் தொகுப்பு. (**நா**.). **ஈச்சமாறு** īccamāṟu (**விரு**.) (**பார்க்க**– வெளக்கமாறு, (**தஞ்**.))

ஈச்சங்கூட īccaṅkūṭa **பெ**. நிலக்கடலை போன்றவை அள்ளுவதற்குப் பயன்படும் வகையில் ஈச்ச மட்டையின் நரம்பில் செய்த ஒரு வகைப் பெரிய கூடை. (**புது**.)

ஈசானமுக்கு īcāṉamukku **பெ**. வடகிழக்குத் திசை. வேளாண் வேலை / தானியங்கள் அளக்க முதன் முதலில் தொடங்கும்போது இறைவனுக்குப் படைக்கும் திசை. (**திருநெல்**.). (**தே**.), (**வே**.), (**ம**.). **ஈசானமூல** īcāṉamūla (**விரு**.) **ஈசானிமூல** īcāṉimūla (**திருநெல்**.), (**தூ**.)

ஈடுதாத்தியும் īṭutāttiyum **பெ**. சிறிய மாடு, பெரிய மாடு என்று கணக்கு இல்லாமல் எப்படி வேண்டுமானாலும் பிணைத்தல். (**கட**.)

ஈத்தப்பஞ்சாரம் īttappañcāram **பெ**. பஞ்சு, தானியக்கதிர்

போன்றவை அள்ளுவதற்குப் பயன்படும் வகையில் ஈச்ச மர மட்டையின் நரம்பில் பின்னப்பட்ட ஒரு வகைப் பெரிய கூடை. *(தே.)*

ஈத்தப்பறிதல் īttappaṟital தொ.பெ. பயிர்களிலிருந்து கதிர் வெளித் தோன்றுதல். *(தே.)*

ஈயாடுதல் īyāṭutal தொ.பெ. ஆட்டின் முகத்தில் (நோய் தொற்றும்போது) ஈமொய்த்தல். *(ராம.)*

ஈர்னமாடு īṟnamāṭu பெ. இரண்டு ஏரைப் பூட்டி உழக்கூடிய இரண்டுசோடி (நான்கு) மாடு. *(கட.)* *(பார்க்க–ஓர்னமாடு (கட.))*

ஈரக்கட்டு īrakkaṭṭu பெ. நிலம் ஈரத் தன்மையோடு இருத்தல். *(நா.)*

ஈரடி īraṭi பெ. ஈரத் தன்மை மிகுதியாக உள்ள நிலப் பகுதி. *(கட.)*

ஈரவெங்குவ īraveṅkuva பெ. சிறிய வெங்காயம். *(நீ.)*

ஈரனேரு īraṉēru பெ. உழுவதற்காகத் தயார்ப் படுத்திய இரண்டு ஏர்கள். *(தூ.)*

ஈழத்தலரி īḻattalari பெ. நீண்ட தடித்த இலைகளையும் நறுமணமுள்ள மங்கலான மஞ்சள் நிறமுள்ள மலர்களையும் கொண்ட மருத்துவக் குணமுடைய இலையுதிர் மரம். *(மூ.)*

உ

உக்காருதல் ukkārutal தொ.பெ. பயிரின் வளர்ச்சித் தன்மை குறைதல். *(நா.)*

உசிலமரம் ucilamaram பெ. மருத்துவக் குணமுடைய ஒரு வகைப் பெருமரம். *(மூ.)*

உஞ்சுதல் uñcutal தொ.பெ. வயலுக்குப் பாய்ச்சிய நீரைப் பூமி உள்ளிழுத்துக் கொள்ளுதல். *(நாக.), (கட.)*

உட்ட[1] uṭṭa பெ. வரப்பு போன்று சிறிய மண் முட்டு. *(தரு.)*

உட்ட[2] uṭṭa பெ. பயிர் செய்யப் படாத தரிசு நிலம். *(தரு.)*

உட்டகுத்து uṭṭakuttu **வி.** பழுத்ததுவரையின் காய்கள் உதிரவும் / நிறம் மாறவும், சூடு ஏறும் பொருட்டு ஒன்றன்மீது ஒன்றாக வட்ட வடிவில் அடுக்கி வைத்தல். *(வே.)*

உட்டபோடு uṭṭapōṭu **வி.** *1)* தானியத்தின் தட்டைகள்/ வைக்கோல்களை நீர் இறங்காதவாறு போர் போடுதல். *(தரு.). 2)* நெற்பயிரை அறுவடை செய்து வயலில் குறிப்பிட்ட கைப்பிடி கொண்ட ஒரு தொகுப்பைப் போடுதல். *(வே.)*

உட்டயாவை uṭṭayāvai **வி.** ஒரு பொருளை ஒன்றுசேர்த்து வைத்தல். *(வே.)*

உடுப்பு uṭuppu பெ. (விவசாய வேலை செய்யும் போது

அணிந்துகொள்ளும்) ஆடை. (தஞ்.)

உண்ட uṇṭa பெ. (உருண்டை வடிவப் பொருள்) சேறு உருண்டை, உருண்டையாகத் தோன்றுதல். (வே.)

உண்டகளி uṇṭakaḷi பெ. மதிய இடைவேளையில் கூலித் தொழிலாளிக்குத் தருவதற்காகக் கம்பு மாவில் செய்த களி உருண்டை. (வே.)

உண்டபிரி uṇṭapiri பெ. சிறிய கட்டப்பிரி (பார்க்க–பிரி). (கட.)

உத்தரம் uttaram பெ. (பார்க்க–கவலஏத்தம்). (புது.)

உத்திவரப்பு uttivarappu பெ. வயல்களில் நடுத்தரமாக உள்ள வரப்பு. (வே.)

உதிமரம் utimaram பெ. ஒதிய மரம். சிறு கிளைகளின் நுனியில் கொத்தாக அமைந்த இலைகளையும் தடித்த பட்டையையும் உடைய பெரு மரம். (மூ.)

உப்பங்காத்து uppaṅkāttu பெ. நெற்பயிருக்கு ஆகாத உப்புத்தன்மை கொண்ட ஒரு வகைக் கடற்கரைக் காற்று. (தூ.)

உப்பிலாங்கொடி uppilāṅkoṭi பெ. சிறிய இலைகளை உடைய மென்மையான சுற்றுக் கொடி. (மூ.)

உப்பு uppu பெ. (பயிர்களுக்குச் சத்துப் பொருளாக இடப் படும்) இரசாயன உரம். (விரு.). **உயிர்ஓரம்** uyiroram (நா.)

உப்புக்கண்டுபோடுதல் uppukkaṇṭupōṭutal தொ.பெ. (ஒரு வருடத்திற்கு மேல் வைத்திருந்து) உணவாகப் பயன்படுத்த ஆட்டுக்கறியைச் சிறு சிறு துண்டுகளாக நறுக்கி உப்பில் ஊறவைத்து மஞ்சள் தடவிக் காயவைத்தல். (ராம.)

உப்புபோடுதல் uppupōṭutal தொ.பெ. பயிர்களுக்கு இரசாயன உரத்தைப் போடுதல். (விரு.)

உமி[1] umi பெ. (நெல்மணியில்) அரிசியை மூடியிருக்கும் தோல். (தூ.)

உமி[2] umi பெ. (பார்க்க–தொட்டு). (தரு.)

உயிர்பிடித்தல் uyirpiṭittal தொ.பெ. நட்ட கிழங்கு / செடிகள் வேர்பிடித்து வளர்தல். (நீ.)

உரல் ural பெ. தானியங்கள் இடித்து / குத்தித் தோல் நீக்குவதற்காகப் பயன்படும் ஒரு பகுதியில் குடைந்து எடுக்கப்பட்ட மரக்கட்டை. (தஞ்.)

உரிசட்டி uricaṭṭi பெ. உணவைப் பாதுகாத்து வைக்கக் கயிற்றால் பின்னப்பட்ட தொங்கும் பாத்திரம். (நா.)

உருட்டகோர uruṭṭakōra பெ. பாய்முடைவதற்கு ஏற்றதாக உள்ள உருண்டை வடிவக் கோரை. (நா.)

உருட்டிவுடு uruṭṭivuṭu வி. பிரி முறுக்கும்போது

வைக்கோலை விடுபவர் கயிறுபோன்று இரு கைகளாலும் உருட்டி (திரித்து) விடுதல். *(கட.)*

உருட்டுக்கட்டு uruṭṭukkaṭṭu பெ. நாற்று முடியை இரண்டு இரண்டாகப் படுக்கை வாட்டத்தில் அடுக்கி உருட்டிக் கட்டும் கட்டு. *(ம.)*

உருண்டைவெல்லம் uruṇṭaivellam பெ. காய்ச்சிய கரும்புப் பாகினை உருண்டையாக உருட்டி வைக்கப்பட்ட ஒரு வகை வெல்லம். *(நா.)*

உருவிக்கட்டு uruvikkaṭṭu வி. கை வரப்பு வைத்த பின் உடைந்துவிடாமல் இருக்க அவ்வரப்பின் அருகில் இருக்கும் சேற்றினைக் கையால் இழுத்து வரப்பின் மீது வைத்தல். *(திருச்.)*

உருள[1] uruḷa பெ. *(பார்க்க– சட்டகலப்ப). (கட.), (நா.).* **உருளக்கலப்ப** uruḷakkalappa பெ. *(நா.)*

உருள[2] uruḷa பெ. கவலை ஏற்றத்தின் பாகம் *(பார்க்க– கவல ஏத்தம்). (கட.)*

உருளக்கெழங்கு uruḷakkeḻaṅku பெ. விதைக்கும் கிழங்கு பல கிழங்குகளை உற்பத்தி செய்து மகசூல் தரக் கூடியதும் பழுப்பு நிறத் தோலையுடையதுமான உருண்டை வடிவக் கிழங்கு. **உருளக்கெலங்கு** uruḷakkelaṅku *(நீ.)*

உரைக்கிடும் uraikkiṭum வி. நோய்/ பல்வேறு காரணங்களால் நெற்பயிர் தகுந்த வளர்ச்சி இல்லாதிருத்தல். *(பெ.)*

உலவு ulavu பெ. *(மண்ணைக் கிளறிவிடும் செயல்)* ஏர் உழுதல். *(நா.)*

உலுவல் uluval பெ. *(பார்க்க– கொள்ளு[1]). (தரு.), (வே.)*

உழு uḻu வி. கலப்பையைக் கொண்டு நிலத்தை உழுதல். *(திருவ.)*

உள்கயிலு uḷkayilu பெ. நுகத்தடியின் இடப்பக்க முனை. *(திருவ.)*

உள்நாட்டு மம்பட்டி uḷnāṭṭu mampaṭṭi பெ. அந்த வட்டாரத்திலேயே தயார்செய்து வடிவமைக்கக்கூடிய ஒரு வகை நாட்டு மண்வெட்டி. *(தூ.)*

உள்புடி uḷpuṭi பெ. *(பார்க்க– சச்சு). (நா.)*

உள்ளனமாடு uḷḷaṉamāṭu பெ. பிணையலில் சுற்றிவரும் ஐந்து மாட்டில் உள்பக்கம் / இடப்புறக் கடைசி / நின்ற இடத்திலே சுற்றிவரும் மாடு *(நாக.).* **உள்மாடு** uḷmāṭu *(கட.), (திருவ.). (நா.).* **உள்ளமாடு** uḷḷmāṭu *(தரு.).* **உள்ளல்மாடு** uḷḷalmāṭu *(தஞ்.), (கட.).* **உள்ளனமாடு** uḷḷaṉamāṭu *(கட.), (பெ.).* **உள்ளணிமாடு** uḷḷaṇimāṭu *(தஞ்.), (புது.)*

உள்ளாங்குருவி uḷḷāṅkuruvi பெ. வேளாண் காலத்தில் வயலில்

வந்து உணவு தேடி (புழு, பூச்சிகள்) உண்ணக் கூடிய ஒரு வகைப் பறவை. (**நா.**)

உளுந்து uḷuntu **பெ**. செடிகளில் விளையக் கூடியதும் கருமை நிறத் தோலையுடையதுமான ஒரு வகைத் தானியம். (**தஞ்.**), (**தரு.**), (**திருநெல்.**), (**புது.**), (**சிவ.**), (**தூ.**), (**நா.**), (**மூ.**)

உளுந்தடி uḷuntaṭi **வி**. மாடு / டிராக்டர் போன்றவற்றால் மிதிக்கவிட்டுச்செடியிலிருந்து உளுந்தைப் பிரித்தல். (**தஞ்.**)

உறமகார ஆள் uṟamakāra āḷ **பெ**. (வேளாண் வேலை செய்யும்போது) கிண்டல், கேலி செய்வதற்காக உள்ள திருமண முறை சம்பந்தப்பட்ட உறவினர். (**தஞ்.**) [பெரும்பாலும் இதுபோன்ற ஆட்களை வைத்து விவசாய வேலை செய்ய விருப்பம் அதிகமாக உள்ளது.] 1. சேற்று வயலில் நடவு நடும்போது ஆண்களும் பெண்களும் சேர்ந்து வேலை செய்வார்கள். அப்படிப் பெண்கள் நடவு நடும்போது ஆண்கள் அவர்களிடம் மிகவும் கவனமாக அருகில் நின்று வேலை செய்ய வேண்டும். இல்லையேல் பெண்கள் அவ்வாறு வயலில் நிற்கும் உறவுமுறை உடைய ஆளைச் சுற்றி வட்ட வடிவில் நட்டுவிட்டால் காசு/பணம் கொடுத்தபின் தான் அதைத் தாண்டி வெளியேற வேண்டும். அப்போது பெண்கள் குலவு சத்தம் போடுவார்கள். 2. நாற்று முடிச்சை ஆண்கள் வீசும்போது பெண்கள் பிடிக்கக்கூடாது. அவ்வாறு நாற்று முடியைப் பெண்கள் நடவு செய்யும் இடத்தில் கவனமாக வீச வேண்டும். ஒருவேளை அந்த நாற்று முடியைப்பிடித்துவிட்டால் அந்த நபரைக் குழந்தை மாதிரி வைத்து பெண்கள் தாலாட்டுப் பாடிக் குலவுச் சத்தம் போடுவார்கள். 3. பெண்கள் நடவு நடும்போது வரப்பின் ஓரத்தில் கலப்பை போகாத இடத்தை ஆண்கள் மண்வெட்டியால் கொத்திவிட வேண்டும். அவ்வாறு ஆண்கள் கொத்திக் கொண்டு இருக்கும்போது பெண்கள் நாற்று பத்தவில்லை நாத்து எடுத்துப் போடுங்க என்று கூற, கவனக்குறைவாக ஆண்கள் மண் வெட்டியை அப்படியே வைத்துவிட்டு நாற்று எடுக்கச் சென்றால் முறை உடைய பெண்கள் மண்வெட்டிக் காம்பின் மேல் சேற்றைவைத்து நாற்று நட்டுவிடுவார்கள். உடனே மற்ற பெண்கள் பரிகாசம் செய்து காசு கேட்பார்கள். (பொதுவாக ஆண்கள் பெண்களோடு சேர்ந்து வேலை செய்யும் போது கவனமாக இருக்க வேண்டும்.)

உனிமூக்காந்தழ unimūkkāntaḻa பெ. நெற்பயிரின் சேற்றிற்கு ஆகாத ஒரு வகைச் செடியின் தழை. *(தரு.)*

ஊ

ஊக்கம் ūkkam பெ. பயிருக்குக் கிடைக்கக்கூடிய சத்து / உரம். *(நா.)*

ஊசிக்கோர ūcikkōra பெ. பயிரில் களைகளாக முளைக்கும் மெல்லியதாக உள்ள ஒரு வகைக் கோரைப் புல். *(தே.), (ம.)*

ஊசித்தகரை ūcittakarai பெ. நீள் வட்ட இலைகளையும் மஞ்சள் நிறப் பூக்களையும் நீண்ட மெல்லிய காய்களையும் உடைய ஒரு மூலிகைச் செடி. *(மூ.)*

ஊட ūṭa பெ. *(பூட்டாங்கயிறு போடுவதற்கான)* துளை. நுகத்தடியில் ஏற்படுத்தப்படும் துளை. *(ராம.)*

ஊடுகம்பு ūṭukampu பெ. வெற்றிலைக் கொடி படர்ந்த அகத்தி மரங்களை அழிக்கும் போது ஏணி செய்தவற்காகத் தனியாக விடும் அகத்தி மரம். *(தூ.)*

ஊடுகான் ūṭukāṉ பெ. இரு கானில், வெற்றிலைக் கொடி வளர்ந்த அகத்திச் செடியை இணைத்துக் கட்டும்போது இடையில் இருக்கும் பள்ளம். *(பார்க்க–கான்). (தூ.)*

ஊடுபயிர் ūṭupayir பெ. சாகுபடி செய்யும் பயிர் நடுவே, பயிரிடப்படும் குறுகிய காலத்தில் மகசூல் தரக்கூடிய பயிர். *(தூ.), (கட.), (தஞ்.).* **ஊடுபயிறு** ūṭupayiṟu *(தரு.)*

ஊடுவரப்பு ūṭuvarappu பெ. வயலுக்குள் அமைக்கப்படும் சிறு வரப்பு. *(தூ.)*

ஊண்டிபோடு ūṇṭipōṭu வி. *(கதிர்ப் பகுதியைக் குவித்து)* அறுவடை செய்த நெற்கதிரை அரிபோடும்போது நன்றாகத் தண்டுப் பகுதியை விரித்துப் போடுதல். *(ம.)*

ஊத்தம் ūttam பெ. வாய்க்காலில் உள்ள நீர் வயலில் கசிந்து இறங்குதல். *(திருச்.)*

ஊத்தாங்கால் ūttāṅkāl பெ. *(விதை விடுவதற்காக)* நாற்றங்காலில் தட்டுப்பாத்தி பிரிக்கும்போது நீர்வடிவதற்காக ஏற்படுத்தப் படும் நீள் பள்ளம். *(திருநெல்.)*

ஊத்தாங்கால் எடு ūttāṅkāl eṭu வி. விதை விடுவதற்காக நாற்றங்காலில் தட்டுப் பாத்தி பிரிக்கும்போது நீர் வடிவதற்காக மண் வெட்டி யால் பள்ளம் தோண்டுதல். *(திருநெல்.)*

ஊத்தாணி ūttāṇi பெ. கலப்பையில் இணைத்த பாகங்கள் கழன்று வராமல் இருப்பதற்காகச் சொருகப் படும் மரத்தால் செய்த ஆணி, ஆப்பு. *(வே.), (திருநெல்.)*

ஊத்து ūttu பெ. ஊற்று நீரைத் தரக்கூடிய கேணி. *(கட.)*

ஊதலடித்தல் ūtalaṭittal தொ.பெ. எலியை உயிருடன்

பிடிப்பதற்காகப் பானையில் நெருப்பும் பச்சைப்புல்லையும் வைத்து ஊதி அதன் வலையினுள்ளே புகை செலுத்துதல். (**வே.**)

ஊமத்தந்தழ ūmattantaḻa பெ. வயலுக்கு உரமாகப் பயன்படும் ஊமத்தஞ் செடியின் தழை. (**தஞ்.**)

ஊர்காடு ūrkāṭu பெ. (ஊரின் எல்லைக்குள்) உள்ளூரிலேயே சாகுபடி செய்யக்கூடிய நிலம். (**புது.**)

ஊருவரத்துநெலம் ūruvarattu nelam பெ. வீட்டைச் சுற்றியுள்ள நிலம். (**வே.**)

ஊழ்கட்டு ūḻkaṭṭu பெ. உருவி அவிழ்க்கக் கூடிய ஒருவகை முடிச்சு. (**நீ.**)

ஊழையாடு ūḻaiyāṭu பெ. (பார்க்க–செம்மலியாடு). (**தரு.**)

ஊறபோடு ūrapōṭu **வி.** உழுத சேற்றுப்பகுதியை நீர்க்கட்டி நன்றாகப் பக்குவப்படுத்தல். (**நா.**)

ஊனாந்தழ ūṉāntaḻa பெ. நிலத்திற்கு உரத்தன்மையைக் கொடுக்கக்கூடிய ஒரு வகைச் செடியின் தழை. (**தரு.**)

ஊனு ūṉu **வி.** விதைக் கரும்பை நிலத்தில் / பட்டத்தில் ஊன்றுதல். (**கட.**)

ஊனுகம்பு ūṉukampu பெ. வண்டியினுடைய மேல் பகுதியின் இரு பக்கங்களிலும் வைத்த பலகை சாயாமல் இருப்பதற்காகச் சொருகப்படும் கம்பு. (**தூ.**) (**பார்க்க–** நாட்டுவண்டி)

எ

எச eca பெ. எசப்பு. (நாற்றினைப் பறித்து) முடிபோடுவதற்காக எடுக்கும் நாற்று குறைவான அளவு இருப்பதால் அதோடு இணைத்து முடிவதற்காக எடுக்கும் மற்றுமொரு தொகுப்பு நாற்று. (**தஞ்.**)

எசக்குவச்சிமுடி ecakkuvaccimuṭi **வி.** முடியோடு சுற்றிய நாற்றுத்துண்டு குறைந்ததால் அதனோடு மற்றும் ஒரு நாற்றுத்துண்டை எடுத்து இணைத்து முடிவது. (**தஞ்.**). **எசவை** ecavai (**தஞ்.**).

எட்டுக்கால்பூச்சி eṭṭukkālpūcci பெ. நெற்பயிருக்கு நன்மை செய்யக் கூடிய எட்டுக் கால்களைக் கொண்ட ஒரு வகைப் பூச்சி. (**நா.**), (**வே.**)

எட்டுக்கால் பூண்டு eṭṭukkāl pūṇṭu பெ. நெற்பயிரில் முளைக்கும் ஒரு செடி வகையைச் சார்ந்த களை. (**புது.**)

எட்டுக்கணக்கு eṭṭukkaṇakku பெ. (நிலத்தை மனித கால்களால் அளக்கக்கூடிய ஒரு வகை நீட்டலளவை) சரியான வளர்ச்சியுள்ள ஒரு ஆண் எட்டிவைத்து நடக்கும் போது இரு பாதங்களுக்கும் இடையில் உள்ள தூரம் 2½ அடி இருக்க வேண்டும். (**தூ.**)

எட்டுப்போடு eṭṭuppōṭu **வி.** (அறுவடை செய்யும்போது)

அறுவடை செய்யும் ஒவ்வொரு ஆட்களுக்கும் அறுப்பதற்கு உரிய இடத்தை அளந்து பிரித்துக் கொடுத்தல். *(விரு.), (ம.)*

எட்டுமரக்கா eṭṭumarakkā **பெ.** *(தொடர்ச்சியாக) தானியங்கள் அளக்கும் போது எட்டாம் முறை அளக்கும்போது கூறப்படும் எண்ணிக்கைச் சொல் (புது.). தானியங்கள் அளக்கும் போது எட்டு என்ற எண்ணிக்கை வரும்போது எட்டு என்பது அமங்கலச் சொல்லாகக் கருதி எட்டு என்பதோடு மரக்கா என்ற அதன் அளவுக் கருவியின் பெயரையும் இணைத்துக் கூறும் சொல். (எ.கா.)* **எட்டுமரக்கா** eṭṭumarakkā, **எட்டுபக்கா** eṭṭupakkā *(தூ.)*

(எட்டையபுரம் பகுதியில் எட்டு என்ற எண்ணிக் கைக்குப் பதிலாக "மகராசா" என்ற வார்த்தையைப் பயன்படுத்துகிறார்கள். எட்டு என்பது எட்டையபுரத்து அரசனின் பெயராக இருப்பதால் அதைத் தவிர்க்கிறார்கள்).

எடம் eṭam **பெ.** ஏர் உழும்போது மாடு, நுகத்தடி ஆகியவை இருக்கும் பக்கமான இடப் பக்கத்தைக் குறிக்கும் சொல். *(பெ.)*

எடத்துநெவத்தடி eṭattunevattaṭi **பெ.** நுகத்தடியில் இடப் பக்கம் உள்ள முனை. *(பெ.)*

எடத்துமாடு eṭattumāṭu **பெ.** ஏர் / வண்டியில் இடப் பக்கம் இழுத்து வரும் மாடு. *(ராம.), (கட.), (புது.).* **எடவன்** eṭavan̲ *(தூ.)*

எடதரிசு விழாம ஓட்டு eṭataricu vil̲āma ōṭṭu **வி.** வயல்களில் ஏர் உழும்போது இடைவெளி இல்லாமல் உழுதல். *(நாக.)*

எடுத்துக்கட்டு eṭuttukkaṭṭu **வி.** *(கரையைத் தடித்ததாக / பெரியதாக மாற்ற)* மண்வெட்டி / கையால் மண் எடுத்து வரப்பின் ஓரத்தில் அணைத்தல். *(தே.), (பார்க்க– அணைச்சிக்கட்டு). (நா.)*

எடுப்புஒழவு eṭuppuol̲avu **பெ.** புழுதி நிலத்தில் விதைப்பு விதைப்பதற்கு முன்பு உழும் உழவு. *(எ.கா.* ஏழு உழவு போட்டாலும் ஒரு எடுப்பு உழவு போடாமல் விதைக்கக்கூடாது). *(தூ.)*

எடுப்புத்தண்ணி eṭupputtaṇṇi **பெ.** நாற்றங்காலுக்கு வைக்கப்படும் நீர். *(திருநெல்.)*

எத்தனமரக்கா வெதப்பாடு ettan̲amarakkā vetappāṭu **பெ.** மரக்காவின் விதை நெல்லைக் கொண்டு சாகுபடி செய்யும் நிலத்தைக் கணக்கிடும் ஓர் அளவை முறை. *(வே.)*

எதிரடி etiraṭi **பெ.** ஒரு குறிப்பிட்ட வருடத்திற்கு நிலத்தை ஒப்பந்தம் செய்துகொண்டு பணம் திரும்பத் தரும்வரை நிலத்தைச் சாகுபடி செய்தல். *(நீ.)*

எதுப்பு etuppu பெ. ஆட்டிற்குத் தோன்றும் ஒருவிதக் காய்ச்சல் நோய். (ராம.)

எதுவடம் etuvaṭam பெ. நுகத்தடியையும் கலப்பையையும் இணைக்கப் பயன்படும் இரு கயிறுகளுள் கலப்பையின் முன்பகுதியில் (நுகத்தடிப் பகுதி) பொருத்தப் படும் கயிறு. (புது.), (சிவ.)

எரடிவுடு eraṭivuṭu வி. நடவு நடுவதற்காகத் தயார்ப் படுத்திய சேற்றில் தென்படும் சிறு மண் கட்டிகளைக் காலால் சரிப்படுத்துதல். (நாக.)

எரவுபயிர் eravupayir பெ. அதிகமாக நீர்த் தன்மையால் விளையக்கூடிய பயிர். (தரு.)

எரிக்கமண்ட erikkamaṇṭa பெ. எருக்கஞ் செடியின் கிளை. (திருவ.)

எரு eru பெ. தாவரப் பயிர்களுக்குச் சத்துணவாகப் பயன்படக்கூடிய, இயற்கையான முறையில் சாணம், தழைகள் போன்றவை கலந்து மக்கி உருவான நாட்டு உர வகை. (பெ.), (தரு.), (திருச்.), (வே.), (நீ.). **எருவு** eruvu (தஞ்.), (நீ.)

எருக்கலாந்தழ erukkalāntaḻa பெ. பயிரின் நோய்த் தன்மையைப் போக்கப் பயன்படும் இயற்கையாக முளைக்கக்கூடிய பால் தன்மை கொண்ட எருக்கஞ்செடியின் தழை. (நா.). **எரிக்கம் எல** erikkam ela (விரு.). **எருக்கந்தழ** erukkantaḻa (பார்க்க–எருக்கு). (தஞ்.). (பார்க்க–எரிக்கமண்ட). (திருவ.)

எருக்கு erukku பெ. 1) நிலத்திற்கு நோய் எதிர்ப்புச் சக்தியைத் தரக்கூடியதும் வறண்ட நிலத்தில் விளைவதுமான சாம்பல் நிறத்தில் பால் தன்மை கொண்ட ஒரு வகைத் தாவரம். (நாக.). **எருக்கலாஞ்செடி** erukkalāñceṭi (நா.). **எருக்கம்** erukkam (திருநெல்.). **எருக்கஞ்செடி** erukkañceṭi (தரு.), (திருவா.), (கட.), (தஞ்.)

எருக்குழி erukkuḻi பெ. கால்நடைகளின் கழிவுகளான சாணம், தழைகள் போன்றவை மக்குவதற்காக வெட்டப் படும் பள்ளம். (தரு.), (வே.), (நா.). **ஓரக்குழி** orakkuḻi (தூ.)

எருது erutu பெ. உழவுக்கு/வண்டி இழுக்கப் பயன்படக்கூடிய காளை மாடு. (வே.), (தரு.)

எருபோட்டுகொத்து erupōṭṭu kottu வி. (கிழங்கு வகைச் செடிகளுக்கு) இரசாயன உரத்தைப் போட்டுக் கொத்தி விடுதல். (நீ.)

எருபோடுதல் erupōṭutal தொ.பெ. பயிர்களுக்கு இரசாயன உரத்தைத் தெளித்தல். (நீ.)

எருவடித்தல் eruvaṭittal தொ.பெ. இயற்கை உரமான மாட்டுச் சாணத்தை வயலில் கொட்டுதல். (தே.)

எருவை eruvai **வி.** கிழங்கு வகை/தனித் தனியாக நட்ட பயிர்களுக்குச் செடியின் அருகில் உரம்/ நாட்டு எரு வைத்தல் / போடுதல். (**நீ.**)

எல[1] ela **பெ.** மண்வெட்டியில், மண்ணை வெட்டக்கூடிய இரும்புத் தகடு. (**தூ.**), (**நாக.**), (**பார்க்க**–மண்வெட்டி). (**பெ.**)

எல[2] ela **பெ.** 1) வாழை மரத்தின் இலை. (**பார்க்க**–வாழமரம்) (**தூ.**), (**தஞ்.**) 2) டீ தயாரிக்கக் கூடிய தேயிலைச் செடியின் கொழுந்து இலை. (**நீ.**)

எலஅருவா elaaruvā **பெ.** வாழை மரத்தின் நீண்ட இலையை வெட்டுவதற்காக உள்ள மிகுந்த சுனையுடைய நீண்ட கைப்பிடி கொண்ட ஒரு வகை அரிவாள். (**தஞ்.**)

எலஎடுத்தல் elaeṭuttal **தொ.பெ.** தேயிலைச் செடியில் உள்ள கொழுந்து இலையை எடுத்தல். (**நீ.**)

எலகள elakaḷa **பெ.** அதிகமாக இலைகளோடு வளரக்கூடிய செடிக் களைகள். (**திருநெல்.**)

எலப்பூச்சி elappūcci **பெ.** நிலக்கடலைச் செடியைத் தாக்கக்கூடிய ஒரு வகைத் தீமை செய்யும் பூச்சி. (**புது.**)

எலபேனு elapēṉu **பெ.** நெற்பயிரின் தோகையில் தோன்றும் ஒரு வகை நோய். (**திருவா.**)

எலம்கொடிக்கா elamkoṭikkā **பெ.** விதைக்கொடி எடுப்பதற் காகப் பயன்படும் இளம் வெற்றிலைக்கொடி படர்ந்த வயல். (**தூ.**). **எலங்கால்** elaṅkāl (**நா.**)

எலம்பயிர் elampayir **பெ.** கதிர் ஈனாத இளம் பயிர். (**திருநெல்.**), (**தஞ்.**)

எலமுடி கொண்டுபோதல் elamuṭi koṇṭupōtal **தொ.பெ.** வருடத்தின் முதல் நாள் நடவு முடிந்தவுடன் ஒரு நாற்று முடியை நில உரிமையாளர் வீட்டில் வைத்துப் படைத்து வணங்கி வழிபடுவதற்காக நடவு நட்ட ஆட்களால் ஒரு நாற்று முடியானது எடுத்துச் செல்லப்படுதல். (**தஞ்.**)

எலவாரம் elavāram **பெ.** கால்நடைகளுக்குப் புல் செத்த/கதிரடிக்கக்கூடிய களம் போன்றவை சுத்தம் செய்யப் பயன்படும் ஒரு வகைக் கருவி. (**புது.**) (**பார்க்க**–ஒலவாரம்)

எலிஒலப்புதல் eliolapputal **தொ.பெ.** விதை தெளித்து நீர் வடிகட்டிய நாற்றங்காலில் எலி மிதித்து வீணடித்தல். (**ம.**)

எலிக்காதிலை elikkātilai **பெ.** இதய வடிவ மெல்லிய இலைகளைக் கொண்டு தரையோடு நீண்டு வளரும் கொடி. (**மூ.**)

எலிபில்லு elipillu **பெ.** நெற்பயிரில் களைகளாக முளைக்கும் ஒரு வகைப் புல். (**தஞ்.**)

எலுமிச்சை elumiccai **பெ.** புளிப்புச் சுவை உடைய

மஞ்சள் நிற பழங்களைத் தரும் சிறு மர வகை. எலுமிச்சம்பழம் (நீ.).

எழகயிறு eḻakayiṟu பெ. புழுதி வயலில் பாத்தி போடுவதற் காகப் பயன்படும் ஒரு வகை நீண்ட கயிறு. (நாக.)

எழுத்தாணிப்பூண்டு eḻuttāṇippūṇṭu பெ. பற்களுள்ள முட்டை வடிவ இலைகளையும் எழுத்தாணி போன்ற தண்டுகளில் நீல நிறப் பூக்களையும் உடைய ஒரு மூலிகைச் செடி. (மூ.)

என் eḷ பெ. 1) மெல்லியதாக உடைந்த இலைகளையும் நான்கு பட்டையான காய்களையும்கொண்டு அதனுள் சிறிய எண்ணெய்ச் சத்துள்ள விதைகளையும் உடைய செடியினம். (மூ.) 2) (நல்லெண்ணெய் எடுக்கப் பயன்படக்கூடிய) கருப்பு நிறத்தில் உள்ள மிகச் சிறிய எண்ணெய் வித்து. எள்ளு (திருவ.), (ம.), (விரு.), (கட.), (தூ.)

எளம்பாடு நடவு eḷampāṭu naṭavu பெ. நட்டு பச்சை நிறம் தோன்றாமலிருக்கும் புதிய நடவு. (நாக.)

எறங்குகொலவு eṟaṅkukolavu பெ. ஒரு வேலையைத் தொடங்கும்போது மங்கல மாகப் பெண்கள் நாவைச் சுழற்றி எழுப்பும் ஒரு வகை இனிமையான ஒலி. (தே.)

எறங்குதல் eṟaṅkutal தொ.பெ. வேர் மண்ணில் நன்றாக வளர்ந்து செல்லுதல். (நா.)

எறங்குவரப்பு eṟaṅkuvarappu பெ. (வரப்பின் ஓரத்தை) நிலத்தில் சாகுபடி செய்யும் பொருட்டுச் சுத்தம் செய்த வரப்பு. (திருநெல்.)

எறங்குவெய்யில் eṟaṅkuveyyil பெ. முளை கட்டிய விதை தெளிக்க உகந்த மாலை நேர வெயில். (ம.)

எறபொட்டி eṟapoṭṭi பெ. நீர் நிலையிலிருந்து நீர் இறைப்பதற்காக மூங்கிலால் செய்யப்பட்டு இருபக்கக் கயிறு கட்டியுள்ள ஒரு கூடை. (திருவா.)

எறவசால்

எறம eṟama பெ. 1. (தடித்த கருப்பு நிறத் தோலையுடைய) பால் பயன்பாட்டிற்காக வளர்க்கப்படும் ஒரு வகை மாடு. (தரு.). 2. (எருமை மாடு) ஏர் இழுக்கக்கூடிய உழவு மாடாகவும் பால் கறக்கும் கறவை மாடாகவும் பயன்படக்கூடிய கருப்பு நிறத் தோலும் வளைந்த கொம்பையுமுடைய ஒரு பருத்த மாட்டினம். (நா.)

எறவட்டி eṟavaṭṭi பெ. இரும்பினால் செய்து நீர்

இறைக்கப் பயன்படும் ஒரு கருவி. (தூ.)

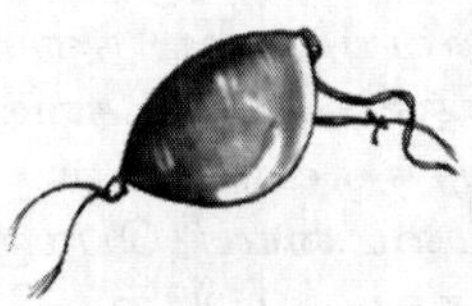

எறவட்டி

எறவத்தோட்டம் eṟavattōṭṭam பெ. (பார்க்க–தோட்டக்காடு). (விரு.)

எறவப்பலன் eṟavappalaṉ பெ. நீர் பாய்ச்சி சாகுபடி செய்யக்கூடிய தானியப் பயிர். (புது.)

எறவமரம் eṟavamaram பெ. ஒரு வகை நீர் இறைக்கும் கருவி. வாய்க்கால், குளம் போன்றவற்றில் மூன்று கம்பு நட்டு அதன் நடுவே கயிற்றில் தொங்கவிட்டுக் கையால் முன்னும் பின்னும் ஆட்டி நீர் இறைக்கக்கூடிய ஒரு சாதனம். (பாகங்கள்: முக்கோணம், குண்டிவடம், விளங்கன், தொடுவ, கைப்பிடி, நெத்திகால்). (ராம.), **எறமரம்** (திருவா.), (புது.)

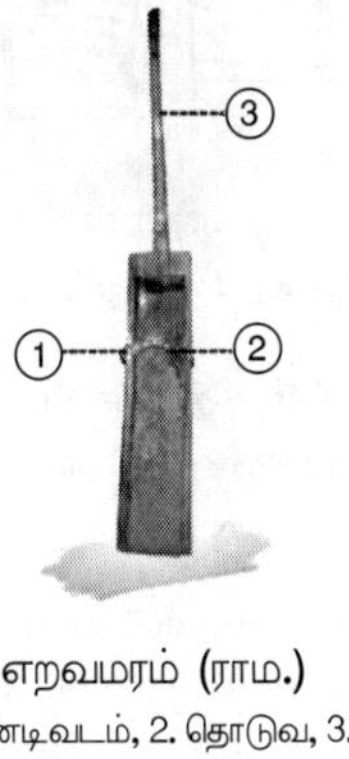

எறவமரம் (ராம.)
பாகம்–1: குண்டிவடம், 2. தொடுவ, 3. கைப்பிடி

எறிபொலி eṟipoli பெ. (தானியங்களைச் சுத்தம் செய்யும் பொருட்டு) தானியங்களை முறத்தில் அள்ளி நீளவாக்கில் விசிறித் தூற்றும் ஒரு முறை. (தூ.)

எறை eṟai வி. பயிர்களுக்கு நீர் பாய்ச்ச, நீர் இறைக்கும் கருவிமூலம்நீர்நிலையிலிருந்து முகந்து ஊற்றுதல். (பெ.)

எறைச்சாபல போடு eṟaiccāpala pōṭu வி. கரும்பு விதைத் துண்டுகளை நடுவதற்காகப் பட்டத்தில் கலந்தவாறு போடுதல். (கட.)

ஏ

ஏக்கர் ēkkār பெ. 1) நிலத்தை அதிகமான அளவில் மதிப்பிடக்கூடிய ஒரு வகை அளவு. (ராம.), (சிவ.), (திருநெல்.), (விரு.), (நீ.). 2) 100 சென்ட் நிலத்தின் தொகுப்பு. (ம.). **ஏக்கரா** ēkkārā (தரு.), (திருவ.), (நா.). 3) 300 குழி நில அளவைக் கொண்ட ஒரு தொகுப்பு. (புது.), (தஞ்.), (நா.), (வே.). 4) நூறு சென்ட் கொண்ட நிலத்தின் தொகுப்பு (ஜமீன்.). 5) தொண்ணூற்று ஆறு சென்ட் கொண்ட நிலத்தின் தொகுப்பு (ஸ்ரீவை.). (தூ.)

ஏடகுறுக்க ēṭakuṟukka வி. அ. சில சமயங்களில் (ஏடகுறுக்கக் காய்ந்தால் தண்ணி விடணும்). (கட.)

ஏண்டல் eṇṭal பெ. (பார்க்க–முள்ளு). (நீ.)

ஏணி ēṇi பெ. *1)* உயரமான இடத்தைஏறி அடைவதற்காக இரண்டு நீண்ட கழிகளுக்கு இடையே குறுக்குச் சட்டங் களை அமைத்துச் செய்யப் பட்ட சாதனம். *(தரு.), (நா.). 2)* (மரத்தில் படரவிட்ட மிளகுச் செடியில்) பழுத்த மிளகைப் பறிக்கப் பயன்படும் ஒரு வகைக் கருவி. *(நீ.). 3)*படர்ந்துசாயும்வெற்றிலைக் கொடியைக் கட்டுவதற்குப் பயன்படும்ஒருவகைசாதனம் *(நா.). (பாகம் – 1. கோசாரி, 2. வீசுகால், 3. நெலமரம், 4. படி, 5. மிதிமரம்) 4)* தானிய சேமிப்பு கலங்களை மச்சியில் ஏற்றுவதற்காக வீட்டின் உள்ளே அமைக்கப்படும் ஒருவகைக் கருவி. *(தூ.).* **ஏணிமரம்** ēṇimaram *(தஞ்.), (நா.)*

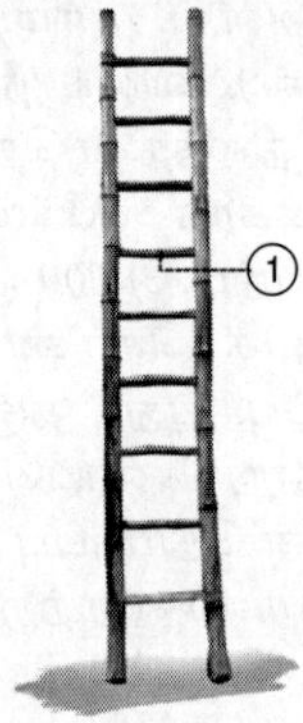

ஏணி (தரு.)
(பாகம் – 1. படி [பழுவு])

ஏத்தசால் ēttacāl பெ. ஏற்றத்தில் நீர் மொள்ளுவதற்காக உள்ள இரும்புச்சால். *(பார்க்க– ஏத்தம்) (வே.)*

ஏத்தம் ēttam பெ. *1.* நீர்நிலை யின் கரையருகில் இரு கவையுடைய நீளமான மரத்தை நட்டு, கவையில் குறுக்குவாட்டில் ஒரு கட்டையைப் பொருத்தி, அக்கட்டையின் மேல், குறுக்கு நெடுக்காகச் சால் பொருத்தப்பட்ட மரத்தைக் கையால் இழுத்துப் பயன் படுத்தும் நீர் இறைக்கும் கருவி. *(பெ.).* **ஏத்து / ஏத்தம்** ēttu / ēttam *(தஞ்.).* **ஏத்தமரம்** ēttamaram *(கட.).* **ஏத்தல்** ēttal *(நா.).* **தெலா** telā *(தூ.). 2.* மாடு பூட்டி இழுத்து நீர் இறைக்கக்கூடிய (கவல) ஏற்றம். *(பார்க்க–கவல ஏத்தம்) (வே.).* **ஏத்து** ēttu *(புது.).*

ஏத்தம்
(பாகம் – 1. பத்தகோல்)

ஏந்தல் மொந்தன் ēntal montaṉ பெ. வாழை இனத்தில் ஒரு வகை. *(தஞ்.)*

ஏர் உழு ēr uḻu வி. கலப்பையில் மாட்டைப் பூட்டி நிலத்தை

உழுதல். (ம.). **ஏர்ஓட்டு** ērōṭṭu (வே.)

ஏர்க்கட்டு ērkkaṭṭu **வி.** நிலத்தை உழும் பொருட்டுக் கலப்பை, நுகத்தடி,மாடுபோன்றவற்றை இணைத்தல். (புது.)

ஏர்கட்டிஓட்டு ērkaṭṭiōṭṭu **வி.** கலப்பையில் மாட்டைப் பூட்டி நிலத்தை உழுதல். (கட.)

ஏர்கலப்ப eērkalappa **பெ.** மரத்தால் செய்து, மாடுபூட்டி உழக்கூடிய ஒரு வகைக் கலப்பை. (புது.) (பார்க்க– மரக்கலப்ப)

ஏர்கவுற ஏரக்கட்டு ērkavuṟa ērakkaṭṭu **வி.** (ஏர்க்கயிறால் மேல்பக்கத்தில் தூக்கிக் கட்டுதல். (தரு.)

ஏர்கவுறு ērkavuṟu **பெ.** ஏர் உழும்போது கலப்பையையும் நுகத்தடியையும் இணைப் பதற்காக உள்ள தோல் / நாரால் செய்த கயிறு. (தரு.), (வே.)

ஏர்கா[1] ērkā **பெ.** உழு கருவிகளில் நுகத்தடி வைத்து இணைக்கப் பயன்படும் நீண்ட தடி (புது.), (பார்க்க–போஸ்டுகலப்ப), (விரு.), (திருநெல்.), (தூ.), (கட.), (தஞ்.), (ராம.), (நா.). **ஏர்கால்** ērkāl (வே.), (திருவ.), (பெ.), (சிவ.). **ஏக்காதடி** ērkātaṭi (தஞ்.), **ஏர்கால்தடி** ērkāltaṭi (தரு.), (நா.). **ஏர்கோல்** ērkōl (வே.)

ஏர்கா[2] ērkā **பெ.** பாரவண்டியின் ஒரு பாகம். (நா.). ஏர்கால் (பார்க்க–பாரவண்டி)

ஏர்கா ஆப்பு ērkā āppu **பெ.** (கலப்பையில்) ஏர்க்கால் சொருகப்பட்ட துளையி லிருந்து விலகாமல் இருப் பதற்காக அத்துளையின் இடைவெளியில் இணைக்கப் படும் கூம்பிய மரக்கட்டை. (பார்க்க–போஸ்டுகலப்ப) (புது.)

ஏர்காமுடிச்சி ērkāmuṭicci **பெ.** (பார்க்க–மரக்கலப்ப). (திருநெல்.)

ஏர்கால்கம்பு ērkālkampu **பெ.** பரம்புப் பலகையில் (நுகத்தடி இணைப்பதற்காக) இணைக்கப்படும் நீண்ட தடி. (சிவ.)

ஏர்கொலவு ērkolavu **பெ.** ஒரு வேலை தொடங்கி முடியும்போதும் வயலில் வேலை முடித்துக் கரை ஏறும்போதும் பெண்கள் நாவைச் சுழற்றி எழுப்பும் மங்கல ஒலி. (தே.)

ஏர்புல்லு ērpullu **பெ.** (பார்க்க– ஏர்ஜில்ல). (வே.)

ஏர்மாடு ērmāṭu **பெ.** உழவு செய்யக்கூடிய காளை மாடு. (தஞ்.), (தூ.)

ஏர்ஜில்ல ērjilla **பெ.** நுகத்தடி யோடு ஏர்காவை அழுத்திப் பிடிக்கவும் கட்டும் கயிறு தேயாமல் இருக்கவும் இரு முனையிலும் துவாரமிடப் பட்டு உள்பக்கமாக வளைந்த சிறு பிடிமானக் கட்டை. (வே.). (பார்க்க–மரக்கலப்ப)

ஏரஅவுத்துவுடு ēraavuttuvuṭu **வி.** *உழும் ஏரிலிருந்து மாட்டை அவிழ்த்து விடுதல். (**புது.**)*

ஏரஉட்டுடு ērauṭṭuṭu **வி.** *1) உழுது கொண்டு இருக்கும் ஏரினை நிறுத்துதல். 2) பூட்டிய ஏரினை மாடு, நுகத்தடி போன்றவற்றைத் தனித் தனியாக அவிழ்த்துப் பிரித்தல். (**வே.**)*

ஏரகட்டுதல் ērakaṭṭutal **தொ.பெ.** *கலைந்து பரவலாகக் கிடக்கும் பொருள்களை ஒன்று திரட்டுதல். (**நா.**)*

ஏராங்கடைசி ērāṅkaṭaici **பெ.** *1) விவசாயிகள் ஒரு வேலையைத் தொடங்கி அவ்வேலை முடிவுறும் நாளில் தங்களின் குல தெய்வத்திற்குச் செய்யும் ஒரு சடங்கு. (**நாக.**). 2) தானியங்கள் அறுவடை செய்யும் வேலை நாள்களின் இறுதி நாள். (**தூ.**)*

*பிணையலில் வலப்பக்கம் சுற்றிவரும் மாட்டின் சாணத்தை எடுத்துப் பிள்ளையார் பிடித்து வைத்து வழிபடுதல். (**தூ.**).*

ஏரி[1] ēri **பெ.** *பாத்தி பிரிக்கும் போது ஏற்படுத்தப்பட்டிருக்கும் மண்முட்டு / கரை. (**நீ.**)*

ஏரி[2] ēri **பெ.** *மழைநீர் தேங்கிநிற்கும்படியும் மீண்டும் பாசனத்திற்குப் பயன்படுத்தும்படியும் அகலமான கரைகள் கொண்ட பெரிய நீர்நிலை. (**நா.**)*

ஏரு ēru **பெ.** *1) கலப்பையோடு மாட்டை இணைத்துப் பூட்டி உழுவதற்கு (ஆள், இரண்டு மாடு, கலப்பை, நுகத்தடி) உள்ள ஒரு தொகுப்பு. (**நா.**), (**தரு.**). 2)* **ஏர்** ēr *(பார்க்க– மரக்கலப்ப). (**திருநெல்.**), (**தரு.**)*

ஏருஓட்டு[1] ēruōṭṭu **வி.** *கலப்பையில் மாட்டினைப் பூட்டி நிலத்தை உழுதல். (**தரு.**).* **ஏருபத்து** ērupattu *(**தூ.**)*

ஏருஓட்டு[2] ēruōṭṭu **வி.** *கொச்சைச் சொல். (விளாத்திக்குளம் பகுதியில் கொச்சைச் சொல். ஏருபத்து என்பது மங்கலச் சொல்) (**தூ.**)*

ஏருகட்டு ērukaṭṭu **வி.** *நிலத்தை உழுவதற்காகக் கலப்பையில் மாட்டினைப் பூட்டுதல். (**வே.**).* **ஏருபூட்டு** ērupūṭṭu *(**தஞ்.**)*

ஏருகட்டி ஓட்டு ērukaṭṭi oṭṭu **வி.** *கலப்பையில் நுகத்தடி, மாடு போன்றவற்றைப் பூட்டி, நிலத்தை உழுதல். (**வே.**)*

ஏரை எடுத்துக்கட்டு ērai eṭuttukkaṭṭu **வி.** *உழுதுவரும் கலப்பையை மேலாக உழும்பொருட்டுத் தூக்கிக் கட்டுதல். (**தூ.**)*

ஏலம்[1] ēlam **பெ.** *பொது, தனிப்பட்ட உடமையைப் பலர் இருக்கும் இடத்தில் மதிப்பீட்டைக் கூவி, உயர்ந்தபட்ச மதிப்பீட்டில் கேட்போருக்கு அளிக்கும் விற்பனை. (**தஞ்.**)*

ஏலம்[2] ēlam **பெ**. *(செடியின் அடிப்பகுதியில் பூத்துக் காய்க்கக்கூடிய)* உணவில் வாசனைப் பொருளாகப் பயன்படுத்தப்படும் சிறு விதை கொண்ட ஒரு வகைக் காய். அக்காயின் செடி. *(நீ.)*

ஏலம்வுடு ēlamvuṭu **வி**. பொது, தனிப்பட்ட உடமையைப் பலர் இருக்கும் இடத்தில் மதிப்பீட்டைக் கூவி, உயர்ந்தபட்ச மதிப்பீட்டில் கேட்போருக்கு விற்பனை செய்தல். *(தரு.)*

ஏழாம்கொம்பு ē̱lāmkompu பெ. *(நாற்றங்காலில்)* முளைத்த ஏழாம் நாள் நாற்று. *(திருநெல்.)*

ஐ

ஐ.ஆர்.இருபது ai.ār.irupatu பெ. ஒரு வகை ஒட்டு ரக நெல். *(கட.), (திருநெல்.)*

ஐ.ஆர்.எட்டு ai.ār.eṭṭu பெ. நெல்லில் ஒரு வகை ஒட்டு ரகம். *(வே.)*

ஐந்திரியம் aintiriyam பெ. *(மிகுந்த காரத் தன்மை கொண்ட)* மிளகில் ஒரு வகை. *(நீ.)*

ஐனேரு ai̱ēru பெ. நிலத்தை உழும் ஐந்து ஏர். *(தூ.)*

ஒ

ஒக்கூட்டி வருதல் okkūṭṭi varutal தொ.பெ. பறித்த நாற்றை முடிபோடும்போது அதன் வேர்ப் பகுதிகள் ஒன்றாகச் சமமாகவருமாறு அமைத்தல். *(புது.)*

ஒசத்தியும் சாத்தியுமா ocattiyum cāttiyumā **வி.அ**. வயலில் அறுத்து விட்ட தாள் சமமாக இல்லாமல் நீட்டமாகவும் குட்டையாகவும் இருப்பது. *(நா.)*

ஒசரம் ocaram பெ. உயரம். செங்குத்து அளவை. *(தூ.)*

ஒசுவாம் ocuvām பெ. நெற்பயிரில் முளைக்கும் ஒரு வகைக் களை. *(ம.)*

ஒட்ட oṭṭa பெ. ஒரு அளவை. அகட்டி வைத்த கட்டை விரலுக்கும் ஆள்காட்டி விரலின் நுனிக்கும் உள்ள இடைப்பட்ட தூரம். *(நாக.), (தஞ்.)*

ஒட்டங்கலம் oṭṭaṅkalam பெ. தானியங்கள் சுத்தம் செய்வதற்காக உள்ள களங்களில் ஒரு வகை. *(நா.)*

ஒட்டட oṭṭaṭa பெ. பழங்காலத்தில் சாகுபடி செய்யப்பட்ட ஒரு வகை நெல். *(தஞ்.)*

ஒட்டடகாரு oṭṭaṭakāru பெ. பழங்கால நெல்லில் ஒரு வகை. *(தஞ்.)*

ஒட்டடசம்பா oṭṭaṭacampā பெ. நீண்டு மெலிந்து காணப்படும் பழங்காலத்தில் சாகுபடி செய்யப்பட்ட ஒரு வகை நெல். *(கட.), (புது.)*

ஒட்டுக்கம்பு oṭṭukkampu பெ. *(பார்க்க–கம்பெனிக்கம்பு).* *(தே.)*

ஒட்டுச் செடி oṭṭucceṭi. பெ. ஒரு செடியின் கிளையிலிருந்து துண்டு செய்து உருவாக்கிய புதிய செடி. **கட்டிங்செடி** kaṭṭiṅceṭi *(நீ.)*

ஒட்டுசண்டி oṭṭucaṇṭi பெ. பழங்காலத்தில் சாகுபடி செய்த ஒரு வகை நெல். *(விரு.)*

ஒட்டுமேழி oṭṭumēḻi பெ. மரக் கலப்பையில் கைப்பிடிக்கும் பகுதி ஒரே மரத்தால் செய்யப்படாமல் இணைத்துச் செய்யப்பட்ட கைப்பிடிப் பகுதி. *(திருநெல்.)* *(பார்க்க–மரக்கலப்ப)*

ஒட்டொலி oṭṭoli பெ. மரத்தில் ஒட்டிக்கொண்டு அம்மரத்திலிருந்து உணவை உட்கொண்டு வளரும் ஒரு வகைச் செடி. *(தஞ்.)*

ஒடங்கட்டு oṭaṅkaṭṭu பெ. அறுவடை செய்த அன்றே கட்டு கட்டுவதற்காக அறுத்துப்போட்ட நெற்கதிர். *(தஞ்.), (நாக.), (புது.), (கட.), (பெ.)*

ஒடிச்சிபோடு oṭiccipōṭu பெ. முள்ளங்கி, கோஸ் போன்றவற்றைச் சுத்தம் செய்யும் பொருட்டுத் தழைகளை நீக்குதல். *(நீ.)*

ஒத்த கதுரு otta katuru, பெ. நெற்பயிர் முற்றியவுடன் அங்கொன்றும் இங்கொன்று மாக வெளிவரும் நெற்கதிர். **கலப்புக்கதுரு** kalappukkaturu *(பெ.)*

ஒத்தநடு ottanaṭu **வி.** நடவினை நெருக்கி நடுதல். *(வே.)*

ஒத்தநாத்து நடவு ottanāttu naṭavu பெ. கயிறு கட்டி வரிசை வரிசையாகத் தனித் தனி நாற்றாக நடும் ஒரு புது வகை நடவு. *(தஞ்.)*

ஒத்தப்படி ottappaṭi பெ. அரிசி போன்றவை அளக்கப் பயன்படும் ஒரு சிறிய அளவுக் கருவி. *(புது.)*

ஒத்தப்பிரி ottappiri பெ. *(ரெட்டப்பிரியின் பாதியளவு)* வைக்கோல்திரைக்கும்போது ரெட்டப்பிரியின் இடையில் போடுவதற்காக வைக்கோலில் முறுக்கித் தயாரிக்கும் பிரி. *(பெ.)*

ஒத்தபூ ottapū பெ. நிலக்கடலைச் செடி,பருவம் அடைந்தபோது தோன்றும் முதல் பூ. **ஒத்தபூவு** ottapūvu *(கட.), (பெ.)*

ஒத்தி otti பெ. எழுத்து மூலமாகத் தன் நிலத்தைப் பத்து வருடத்திற்குக் குறைவில்லாமல் மற்றவருக்குக் கொடுத்துவிட்டு, அதற்கான தொகையைப் பெற்றுக் கொள்ளும் ஒரு வித நில ஒப்பந்தம். *(தூ.)*

ஓதப்பா இருத்தல் otappā iruttal **தொ.பெ.** *(நீர் வேகமாக ஏறிப் பாய்வதற்கு ஏற்றாற்போல் மிகுதியாக இருத்தல்)* நீர் தேக்கமாக இருத்தல். *(புது.)*

ஓதம்ப otampa பெ. பறித்த நாற்றில் மிகுதியாக ஒட்டி இருக்கும் சேற்றுப் பகுதி. *(தஞ்.)*

ஓதம்பநாத்து otampanāttu **பெ.** நாற்றுப் பறிக்கும்போது அதன் வேரில் அதிகச் சேற்றினைப் பிடித்துள்ள நாற்று. *(நாக.), (பெ.), (கட.)*

ஓதர்னப்படுத்து otarṉappaṭuttu **வி.** கலைந்து / மேடுபள்ளமாகக் கிடக்கும் வைக்கோல் / சேற்றினைச் சமன்படுத்தல். *(பெ.).* **ஒத்தும பண்ணு** ottuma paṇṇu *(தஞ்.).* **ஒப்பரபண்ணு** opparapaṇṇu *(திருச்.), (ம.)*

ஓதறிவுடு otaṟivuṭu **வி.** கடாவடி / பிணையல் சுற்றும்போது மாடுகளின் கால்களில் மிதிபடாமல் இருக்கும் வைக்கோல் மேல் பக்கமாகவும் மிதிபட்ட வைக்கோல் கீழ்ப் பக்க மாகவும் வரும்படி செய்தல். *(பெ.)*

ஓதறு otaṟu **வி.** வைக்கோல் (போன்ற தானியத் தட்டைகளை) ஓரிடத்தில் கிடப்பதைக் களைத்து இரண்டு கைகளாலும் தானியம் கீழே விழுமாறு மேலும் கீழுமாக ஆட்டுதல். *(திருநெல்.)*

ஓதியந்தழ otiyantaḻa **பெ.** வயலுக்கு உரமாகப் பயன்படும் ஓதியன் மரத்தின் தழை. *(தஞ்.)*

ஒப்படி வருதல் oppaṭi varutal **தொ.பெ.** மகசூல் அதிகமாகக் கிடைத்தல். *(கட.)*

ஒப்பித்தல் oppittal **தொ.பெ.** ஒப்படைத்தல். ஒரு பொருள் மற்றவரிடம் பரிமாறிச் சேர்த்தல். *(சிவ.)*

ஒப்புரவா இருத்தல் oppuravā iruttal **தொ.பெ.** வயலையோ சேற்றையோ சமப்படுத்தி இருத்தல். *(திருச்.)*

ஒப்புரவாமுளைத்தல் oppuravāmuḷaittal **தொ.பெ.** *(விதைத்த நிலக்கடலை ஒரே காலகட்டத்தில்) சமமாக முளைத்தல். (புது.)*

ஒப்புரவு oppuravu **பெ.** நிலம், வரப்பு போன்றவை மேடுபள்ளம் நீங்கிய நிலை. *(கட.)*

ஓம்போது கலப்ப ompōtu kalappa **பெ.** புழுதி நிலத்தில் உழுவதற்காக / நிலத்தைப் புழுதியாக்க டிராக்டரில் இணைக்கப்படும் ஒன்பது கொழு இணைந்த ஒரு கலப்பை. *(தஞ்.)*

ஓர்தா நடு ortā naṭu **பெ.** *(பெண்கள்) மிகச் சரியான முறையில் நாற்றினை நிலத்தில் ஊன்றுதல். (திருவ.)*

ஓர ora **பெ.** *1)* அறுபது மரக்கால் தானிய அளவைச் சேர்ந்த ஒரு தொகுப்பு. *(தஞ்.) 2) (பல அடுக்குகளாகச் சேர்த்துக் கோர்க்கப்பட்ட) தானியக் குதிரில் உள்ள ஒரு அடுக்கு. (கட.), (வே.)* **ஓரசால்** oracāl *(தரு.)* **தொம்ப** tompa *(கட.)*

ஓரஅள்ளு oraaḷḷu **வி.** *(தானியங்கள் தொடர்ச்சியாக அளக்கும்போது) அறுபது மரக்கால் அளந்து*

முடித்த பின் இத்தொகுப்பு அளவையின் நினைவாக ஒரு கைப்பிடி தானியங்கள் அடையாளத்திற்கு வைப்பதற்காக அள்ளுதல். *(தஞ்.)*

ஒரு கை oru kai **பெ.** ஐந்நூறு நாற்று முடி கொண்ட தொகுப்பு. *(புது.)*

ஒரபுட்டி oraputti **பெ.** உரலில் தானியங்கள் இட்டுத் தோல் நீக்கும்போது / குத்தும்போது வெளியில் சிதறிச் சிந்தாதவாறு அவ்வுரலின் வாய்ப் பகுதியில் வைக்கும் வட்ட வடிவத் தடுப்பு. *(ம.)*

ஒரபோடு orapōṭu **வி.** *(வேர்ப் பகுதியில்) பருத்திச் செடி காய்க்கும் தறுவாயில் செடிகள் சாயாதவாறு பட்டத்தில் மண் அணைத்தல். (வே.)*

ஒரம் oram **பெ.** *1)* பயிர் வகைகளுக்குச் சத்துப் பொருளாகப் பயன்படக் கூடிய செயற்கையான முறையில் தயாரிக்கப்பட்ட இரசாயன உரம். *(பெ.)*. *2)* கருப்புக் கரும்பிற்கு வைக்கப்படும் புண்ணாக்கில் தயாரித்த எரு. *(கட.)*

ஒரம்எறை oramerai **வி.** இரசாயன உரங்களை வயலில் தூவுதல் / இரசாயன உரம் வைத்தல். *(நா.)*. **ஒரம்போடு** orampōṭu *(வே.)*.

ஒரம்வை oramvai **வி.** பருத்தி போன்று தனித்தனிச் செடியாக முளைக்கும் தானியப் பயிர்களுக்கு அவற்றின் வேர் அருகே இரசாயன உரம் வைத்தல். *(வே.), (நா.)*

ஒரலு[1] oralu **பெ.** *1)* நெல் குத்தும்போது சிதறாமல் இருப்பதற்காக வைக்கப் படும் கொடியில் பின்னப் பட்ட ஒரு கவசம். *(பார்க்க– கலவட*[1]*) 2)* ஊறவைத்த தானியங்களைக் குழவி கொண்டு ஆட்டி மாவு அரைப்பதற்கும் தானியங்கள் குத்தி உமி நீக்குவதற்கும் பயன்படும் வகையில் கருங்கல்லில் செய்த ஓர் கருவி. *(வே.), (தரு.) (பார்க்க–ஒரபுட்டி)*

ஒரலு[2] oralu **பெ.** தானியங்கள் இட்டு உலக்கையால் குத்தி, இடித்து, தோல் நீக்கும் காரணங்களுக்காகப் பயன்படும் கருங்கல் / மரத்தில் ஒரு பக்கம் குடைந்து எடுக்கப்பட்ட நீள் உருண்டை வடிவச் சாதனம். *(புது.)*. **ஒரல்** oral *(ராம.), (தஞ்.), (தூ.), (திருநெல்.), (ம.)*

ஒரலு[3] oralu **பெ.** வாழை மரத்தின் வேர்ப் பகுதியில் இருக்கும் தடித்த கிழங்கு. *(நா.)*

ஒரலுகட்டுதல் oralukaṭṭutal **தொ.பெ.** வாழைமரம் முற்றித் தார்விடும் பருவத்தால் கிழங்குப் பகுதி பருத்துக் காணப்படுதல். *(நா.)*

ஒரவேது oravētu **பெ.** தானியங்கள் அளக்கும்போது 10 என்பதற்குப் பதிலாகக் கூறப்படும் சொல். *(தஞ்.)*

ஓரே மொகமா வருதல் orē mokamā varutal தொ.பெ. வயலில் நட்ட அனைத்துப் பயிரிலிருந்தும் சமமாக நெற்கதிர் தோன்றுதல். (திருவ.)

ஒரு ஆலங்கூறு oru ālaṅkūṟu பெ. நெல் அறுவடை செய்யும்போது ஒரு ஆள் அறுப்பதற்காகப் பிரித்துப் போடும் ஓர் அளவு. (தூ.)

ஒரு ஆள் மையுதல் oru āḷ maiyutal தொ.பெ. வைக்கோல் போர்போடப் போரின்மேல் ஒரு ஆள் நின்று உதறுதல். (கட.)

ஒரு எட்டுக்கு ஒரு ஆள் oru eṭṭukku oru āḷ பெ. (வைத்த காலின் குதிகால் நுனியும் அடுத்த கால் கட்டை விரல் நுனியும்) சமமான வளர்ச்சி அடைந்த ஒரு ஆள் அகட்டி வைத்து நடந்த இரு கால்களுக்கு இடைப் பட்ட தூரத்தில் /அகலத்தில் வேலை செய்வதற்காக நிற்கும் ஆள். (ம.)

ஒருஏர் oruēr பெ. (நிலத்தை உழுவதற்குப் பயன்படும்) இரண்டு மாடு, நுகத்தடி, கலப்பை, பூட்டாங்கயிறு, வடகயிறு இணைந்த ஒரு தொகுப்பு. (புது.)

ஒருஏர்மாடு oruērmāṭu பெ. உழுவதற்காக உள்ள இரண்டு மாடு, ஒரு ஆள், கலப்பை மற்றும் அதனோடு இணைந்த தொகுப்பு. (திருநெல்.)

ஒரு ஓந்துக்கு ஏரு கொடு oru ōntukku ēru koṭu வி. ஒரு நாளைக்குக் கடனாக ஏர் (கலப்பை, மாடு) பெறுதல். (வே.)

ஒருக்கடையா இருத்தல் orukkaṭaiyā iruttal தொ.பெ. வைக்கோல் திரைக்கும்போது ஒரு பக்கம் அகலமாக வைக்கோல் வைத்தல். (கட.)

ஒருகட்டு[1] orukaṭṭu பெ. பன்னிரண்டு முடிசேர்ந்த ஒரு தொகுப்பு. (தூ.)

ஒருகட்டு[2] orukaṭṭu பெ. புதிதாக நட்டுப் பயிர்செய்யச் சிறிய தாகத் துண்டு செய்த 244 கொடி சேர்ந்த விதை வெற்றிலைக் கொடிக் கட்டு. (தஞ்.)

ஒருகட்டு நாத்து orukaṭṭu nāttu பெ. 1) பத்துக் கலசம் / நூறு நாற்று முடி கொண்ட தொகுப்பு (பெ.). 2) முப்பது பினையல் / பதினைந்து முட்டு நாற்று / ஐம்பது நாற்று முடி கொண்ட ஒரு தொகுப்பு. (நாக.). 3) நாற்று முடியின் நூறு எண்ணிக்கையைக் கொண்ட ஒரு தொகுப்பு. (திருவா.)

ஒருகா மடக்குசால் orukā maṭakkucāl பெ. ஒருமுறை மடக்கிச் சுற்றிவரும் உழவு. (தூ.)

ஒரு குப்ப oru kuppa பெ. பத்து நாற்றுமுடி கொண்ட ஒரு தொகுப்பு. (திருவா.)

ஒரு கொட்டு மண்ணு oru koṭṭu maṇṇu பெ. மண்வெட்டியால் ஒரு முறை வெட்டி எடுக்கும் குறிப்பிட்ட அளவுள்ள மண். *(தஞ்.)*

ஒரு கோட்ட வெதப்பாடு oru kōṭṭa vetappāṭu பெ. *(ஒருகோட்டை நெல்லில் நாற்று நடக்கூடிய நிலத்தின் தொகுப்பு) ஒரு வகை நிலஅளவைக் கணக்கு (தூ.)*

ஒரு சாக்கு oru cākku பெ. *(பார்க்க–மூட்ட). (திருநெல்.)*

ஒருத்தளித்தல் oruttaḷittal தொ.பெ. நெற்பயிரை விட்டு நெற்கதிர் வெளிவருதல். *(தஞ்.), (புது.)*

ஒரு நெட்டு oru neṭṭu பெ. *(முதலில் பிரித்த சிறு பிரிப்பில்) ஏர் சுற்றி வரும் ஒரு சுற்று. (நா.)*

ஒரு பறி oru paṟi பெ. வெற்றிலையை இருபது நாட்களுக்கு மேற்பட்டு ஒவ்வொரு முறையும் அறுவடை செய்தல்/பறித்தல். *(தஞ்.)*

ஒரு பாகம் oru pākam பெ. மூன்று அடி நீளம் கொண்ட ஓர் அளவு. *(கட.)*

ஒரு புட்டி oru puṭṭi பெ. நாற்பது மரக்கா கொண்ட ஓர் அளவை. *(வே.)*

ஒரு பை oru pai பெ. *1)* பத்து மரக்கா கொண்ட ஓர் அளவை. *2)* ஒரு மூட்டை.

ஒரு மரக்கா வெதப்பாடு oru marakkā vetappāṭu பெ. *(ஒரு வகை நில மதிப்பீடு)* ஒரு மரக்கால் விதையைத் தயார்செய்து, முளைத்த நாற்றை நட்டுப்பயிர் செய்யக் கூடிய இடம். *(திருநெல்.), (விரு.)*

ஒரு முச்சிபோடு oru muccipōṭu வி. விதைக் கரும்பைப் பட்டத்தில் முட்டாகக் கொட்டுதல். *(கட.)*

ஒரு மூட்ட oru mūṭṭa பெ. *1)* இருபது மரக்கால் தானியங்களின் தொகுப்பு. *2)* கோணிப் பையில் தானியங்கள் நிரப்பிக் கட்டி வைத்த தொகுப்பு. *(புது.). 20* வல்லம் கொண்டது. *(தரு.)*

ஒரு மூட்டகாடு oru mūṭṭakāṭu பெ. *1) 10* சென்ட் நிலத்தின் தொகுப்பு. *2) (ஓர் முகத்தலளவை)* இருபது போகம்கொண்ட தானியங்களின் தொகுப்பு. *(பார்க்க–போகம்) (நீ.)*

ஒரு மெராசு ஓட்டுதல் oru merācu ōṭṭutal பெ. சாகுபடி செய்வதற்காக ஒரு முறை நிலத்தை உழுதல். *(நா.)*

ஒரு மேனிப் பருப்பு oru mēṉip paruppu பெ. ஒரே அளவாக உள்ள தரமான நிலக்கடலையின் விதை. *(புது.)*

ஒரு வண்டிஎரு oru vaṇṭieru பெ. விலை மதிப்பிடும் அடிப்படையில் பார / டயர் வண்டியில் நிறப்பப்பட்ட நாட்டு எரு. *(தஞ்.)*

ஒரு வெதப்பாடு oru vetappāṭu பெ. *(பார்க்க—ஒருமரக்கா வெதப்பாடு). (திருநெல்.)*

ஒல ola பெ. நீர்விட்டு உழுவதால் நிலத்தில் ஏற்படும் மிகுதியான சேறு. *(புது.)*

ஒலக்க olakka பெ. உரலில் இட்டுத் தானியங்களை இடிக்க / தோல் நீக்கப் பயன்படும் வகையில் இருமுனைகளிலும் இரும்புப் பூண் போட்ட உருண்டை வடிவத் தடித்த மரத்தடி. *(திருநெல்.), (தஞ்.), (தரு.), (தூ.).* ஒலக்கு olakku *(ம.).* ஒனக்கே oṉakkē *(நீ.)*

ஒலக்கிவுடுதல் olakkivuṭutal தொ.பெ. கதிரைக் கையால் அடித்து நெல் நீக்கிய பிறகு மீண்டும் அதில் உள்ள நெல்லை விழுமாறு செய்வதற்காக, பிணைத்த மாடுகளைவிட்டு மிதிக்க விடுதல். *(ராம.)*

ஒலகாடு olakāṭu பெ. மிகுதியான சேற்றுத் தன்மைகொண்ட நிலப் பகுதி. *(கட.)*

ஒலகோல் olakōl பெ. ஏர் உழும்போது மாட்டினை அடித்து ஓட்டுவதற்காக உள்ள சிறு குச்சி. *(தரு.)*

ஒலட்டுதல் olaṭṭutal தொ.பெ. சுறுசுறுப்பாக வேலை செய்யாமல் மழுப்புதல். *(எ.கா.)* ஒலட்டாம ஒழுங்கா வேலை செய். *(விரு.)*

ஒலப்பு olappu பெ. நாற்றங்காலில் விதைவிடும் போது சிறு சிறு அளவாகப் பிரித்துக் கொள்ளும் பிரிப்பு. *(வே.)*

ஒலப்பு நல்லாவருதல் olappu nallāvarutal தொ.பெ. ஏர் உழும்போது பதமான சேற்றைக் கொண்டிருத்தல். *(வே.)*

ஒலவாரம் olavāram பெ. கால்நடைகளுக்குத் தரையில் உள்ள புற்களை செதுக்கி எடுக்கப் பயன்படும் ஒரு கருவி. *(தஞ்.). (பெ.). (திருச்.).* ஒழவாரம் oḻavāram *(அ.),* உழவாரம் uḻavāram *(அ.),* உலவாரம் ulavāram *(புது.),* எழவாரம் eḻavāram *(புது.)*

ஒலவாரம்

ஒலவு ஓட்டு olavu oṭṭu வி. *(நா.), (புது.).* ஒழவுஓட்டு oḻavuōṭṭu வி. *(பார்க்க—சேரடி²) (பெ.), (தரு.).*

ஒலவு புடிச்சிட்டுவா olavu puṭicciṭṭuvā வி. குறிப்பிட்ட பகுதி நிலத்தைப் பிரித்து உழும் போது கடைசியாக உழுது வரும் ஏர் ஒரு கலப்பை உழவதற்கு அதிகமாகவே இடம் இருந்தாலும் அதைத் திரும்பபடி அழுத்திப் பிடித்து உழுதல். *(தஞ்.)*

ஒலவுமாடு olavumāṭu பெ. கலப்பையில் பூட்டி நிலத்தை உழுவதற்குத் தயார்ப்படுத்திய காளை மாடு. *(புது.)*

ஒலா olā பெ. சாகுபடி செய்யக்கூடிய நிலம். *(நீ.)*

ஒலையாமல் olaiyāmal **வி.அ.** *கட்டிய தொகுப்பு பிரியாமல் இருத்தல். (**தூ.**)*

ஒழக்கவுறு o<u>l</u>akkavu<u>r</u>u **பெ.** *1) கலப்பையில் நுகத்தடியை இணைப்பதற்குப் பயன்படும் நாரால் ஆன ஒரு வகைக் கயிறு. (**திருவ.**).* **ஒழவுவடம்** o<u>l</u>avuvaṭam *(**தூ.**).* **ஒழவுக் கயிறு** o<u>l</u>avukkayu<u>r</u>u *(**தே.**). 2) கலப்பையில் நுகத்தடியை இணைப்பதற்காகப் பயன் படும் (எதுவடம், அடிவம் இணைந்த) ஒரு கயிறு.* **ஒழவுகயிறு** o<u>l</u>avukayi<u>r</u>u / **ஒழவுத்தும்பு** o<u>l</u>avuttumpu *(**புது.**)*

ஒழக்கு o<u>l</u>akku **பெ.** *1) இரண்டு ஆழாக்கு சேர்ந்த ஓர் அளவை. (**திருநெல்.**). 2) குறைவாக அளக்கக்கூடிய ஒரு வகை முகத்தலளவைக் கருவி.* **ஒலக்கு** olakku *(**புது.**), (**ராம.**), (**விரு.**), (**தூ.**)*

ஒழகோல் o<u>l</u>akōl **பெ.** *உழுதுவரும் மாடு விரைவாகச் செல்ல, அடித்து ஓட்டப் பயன்படும் சிறு குச்சி. (**பார்க்க**–ஜாட்டா / ஒலகோல்). (**தரு.**).* **ஒலவுகுச்சி** olavukucci *(**புது.**)*

ஒழவட o<u>l</u>avaṭa **பெ.** *1) உழுத உழவு. 2) சாகுபடி செய்தல். (**எ.கா.**) அவனுக்கு ஒழவடப் பாத்தியம் கொடுக்கணும். (**ம.**)*

ஒழவாளி o<u>l</u>avāḷi **பெ.** *1) ஏர் உழக்கூடிய ஆண் ஆள். 2) விவசாயம் செய்பவர். (**திருநெல்.**)*

ஒழவு o<u>l</u>avu **பெ.** *ஏர்கட்டி நிலத்தை உழுதல். (**திருநெல்.**).* ஒலவு olavu *(**தூ.**)*

ஒழவுஅடிபடுதல் o<u>l</u>avuaṭipaṭutal **தொ.பெ.** *(ஏர் உழுவதால்) உழுவாத பகுதியை உழும் போது குறைந்து வருதல். (**திருநெல்.**).* **ஒழவு புடிபடுதல்** o<u>l</u>avu puṭipaṭutal *(**விரு.**)*

ஒழவுக்குவா o<u>l</u>avukkuvā **வி.** *வேலையாட்களை ஏர்பூட்டி நிலத்தை உழுவதற்கு வருமாறு அழைத்தல். (**தஞ்.**)*

ஒழவுசால் o<u>l</u>avucāl **பெ.** *ஏர் (நிலத்தில்) உழுது ஏற்படுத்திய பள்ளம். (**தே.**)*

ஒழவுசெய் **வி.** *நிலத்தில் ஏர்கட்டி உழுதல். (**தஞ்.**)*

ஒழவு மாடு o<u>l</u>avu māṭu **பெ.** *(தோளில் கலப்பையை இழுத்துவரும்) ஏர் உழக்கூடிய காளை மாடு. (**திருநெல்.**), (**தஞ்.**), (**நாக.**)*

ஒழவுமாலாது o<u>l</u>avumālātu **பெ.** *உழுத உழவு தீராமல் நிறைய இருப்பது. (**கட.**)*

ஒருபக்கக்கலப்ப orupakkakalappa. *மண்ணை ஒரு பக்கமாகப் பெயர்த்துத்தள்ளும் கொழு / கொழு இணைந்த கலப்பை (**தஞ்.**).* **ஒன்சைடு** o<u>n</u>caiṭu *(**தரு.**)*

ஒன்னாஞ்சால் o<u>n</u><u>n</u>āñcāl **பெ.** *நிலம் முழுவதும் ஒருமுறை உழுத உழவு. (**வே.**), (**விரு.**).* **ஒருஒழவு** oruo<u>l</u>avu *(**திருநெல்.**), (**விரு.**), (**தே.**), (**தூ.**).* **ஒரு ஓட்டு**

oru ōṭṭu *(புது.)*. **ஒருசாலு** orucālu *(தஞ்.)*, *(பெ.)*, *(வே.)*

ஒன்னுகூட்டுதல் onnukūṭṭutal **தொ.பெ.** *விதைத்த ஓரிரு நாட்களில் வடிகட்டிய நாற்றங்காலில் உள்ள விதை மழையினால் ஒன்று சேர்தல். (கட.)*

ஒனங்குதல்[1] oṉaṅkutal **தொ.பெ.** *1) தானியம், காய்கள் வெய்யிலில் காய்தல். (நா.).* **ஒனக்குதல்** oṉakkutal *(நீ.).* **ஒனர்தல்** oṉartal *(நாக.). 2) விதை தெளித்த நாற்றங்கால் நீர் வடிகட்டியப் பின் மிதமாகக் காய்தல். (ம.)*

ஒனங்குதல்[2] oṉaṅkutal **தொ.பெ.** *பூச்சிகள் போன்றவற்றின் தாக்குதலால் பயிர் வாடுதல். (நீ.)*

ஒனத்து oṉattu **வி.** *வெய்யிலில் பதமாகக் காயவைத்தல். (வே.), (நா.)*

ஓ

ஓங்கி ōṅki **பெ.** *வாய்க்கால், / ஆறுகளை சுத்தப்படுத்தும் / தூர்வாரும் இயந்திரம். (தஞ்.)*

ஓங்கிவருதல் ōṅkivarutal **தொ.பெ.** *பயிர் நன்றாக வளருதல். (கட.)*

ஓட்ட ōṭṭa **பெ.** *வரப்பின் அடிப்பாகத்தில் ஏற்படும் துவாரம். (வே.)*

ஓட்ட எடுத்தல் ōṭṭa eṭuttal **தொ.பெ.** *வயலில் உள்ள நீர், வரப்பின் அடிப்பாகத்தில் இருக்கும் துவாரத்தின் வழியாக வெளியேறுதல். (வே.)*

ஓட்டமாநடு ōṭṭamānaṭu **வி.** *நடும்போது ஒவ்வொரு முதலுக்கும் இடையில் இடைவெளி விட்டு நடுதல்.* **எட்ட எட்ட நடுதல்** eṭṭa eṭṭa naṭutal *(கட.)*

ஓட்டிபோடு ōṭṭipōṭu **வி.** *நிலத்தை உழுது பக்குவப்படுத்தி வைத்தல். (தஞ்.)*

ஓட்டிவுடுறபயிர் ōṭṭivuṭuṟapayir **பெ.** *செவி அடித்தபின் வளரும் பயிர். (பார்க்க– செவியடித்தல்). (புது.)*

ஓட ōṭa **பெ.** *1) நீர் சென்று வரக்கூடிய பெரிய வாய்க்கால். (திருநெல்.). 2) நீர்தேங்கி நிற்கக்கூடிய நீளமான தாழ்வான பள்ளத்தாக்கு. (தூ.)*

ஓந்து ōntu **பெ.** *நாள். (எ.கா.) ஒரு ஓந்துக்கு ஒரு கொடு. (வே.)*

ஓமம் ōmam **பெ.** *சிறிய வாசனை நிறைந்த விதைகளைத் தரக்கூடிய மருத்துவக் குணம் கொண்ட செடியினம். (மூ.)*

ஓமவல்லி ōmavalli **பெ.** *சதைப் பற்றுள்ள, மணமுள்ள இலைகளையுடைய மருத்துவக் குணம் கொண்ட குறுஞ்செடியினம். (மூ.)*

ஓமவள்ளி ōmavaḷḷi **பெ.** *வாழையில் ஒரு வகை இரகம். (தஞ்.)*

ஓர ōra பெ. நீர் பாய்ச்சிச் சாகுபடி செய்ய முடியாத நிலப்பகுதி / மலைப்பகுதி. (நீ.)

ஓரம் ஏத்தி ஓட்டு ōram ētti ōṭṭu வி. 1) வயலில் நாற்புற மூலைப் பகுதிகளையும் (முடிந்தவரை) விட்டுவிடாது உழுதல். 2) ஏர் ஒவ்வொரு முறை சுற்றி வரும்போது மூலைப் பகுதியில் தரிசு விடாமல் உழுதல். (நா.)

ஓரம் ஒதுக்கல் ōram otukkal பெ. (ஏர் உழுதபின்) ஏர் உழமுடியாத வயலின் மூலை மற்றும் வரப்பின் ஓரப்பகுதி. (தஞ்.)

ஓரனமாடு ōraṉamāṭu பெ. ஏர் உழுவதற்காக வைத்துள்ள ஒரு சோடி (இரண்டு) காளை மாடு. (நாக.), (வே.). **ஓர்னமாடு** ōrṉamāṭu (கட.).

ஓரிதழ் தாமரை ōritaḻ tāmarai பெ. மாற்றடுக்கில் அமைந்த இலைகளையும் சிவப்பு நிறமுள்ள ஒரே இதழுடைய மலர்களையும் உடைய ஒரு மூலிகைச் செடி. (மூ.), (தஞ்.)

ஓலக்கட்டு ōlakkaṭṭu பெ. நெற்கதிரைக் கட்டுவதற்காகப் பச்சைத் தென்னை ஓலையைப் பதப்படுத்திச் சேர்த்துவைத்த தொகுப்பு. (தரு.)

ஓனாங்கொடி ōṉāṅkoṭi பெ. வயலுக்கு பசுந்தாள் உரமாகப் பயன்படும் ஒருவகைக் கொடி. (தஞ்.)

க

கக்கு kakku பெ. (நுகத்தடியின் நடுவில்) ஏர்பூட்டும்போது கட்டிய கயிறு இழைப்பதினால் ஏற்பட்ட பள்ளம். (தரு.)

கங்கணி kaṅkaṇi பெ. (புழுதி நிலத்தில்) சோளம் விதை நட்ட மூன்றாம் நாள் வைக்கும் நீர். (தஞ்.)

கங்கணி உடு kaṅkaṇi uṭu வி. (புழுதி நிலத்தில்) சோளம் நட்ட மூன்றாம் நாள் நிலத்திற்கு நீர் வைத்தல். (பார்க்க–கங்கணி). (தஞ்.)

கங்கல் kaṅkal பெ. நீர். விதைவிட்டு நாற்று வேர் ஊன்றும் வரை மழையிலிருந்து விதையைப் பாதுகாப்பதற்காக வைக்கப்படும் நீர். (திருநெல்.)
கசத்திலே ஆனாலும் கங்கல அடச்சித் தொற. (பழ.)

கங்கல அடை kaṅkala aṭai வி. விதைதெளித்தநாற்றங்காலில் மழை பெய்தால் விதை இடமாறி முளைக்காமல் போவதைத் தடுப்பதற்காக நீர்வைத்து அடைத்தல். (பார்க்க –கங்கல்). (திருநெல்.)

கங்கல உடுதல் kaṅkala uṭutal தொ.பெ. (முளைகட்டிய விதை தெளித்து நீர் வடிகட்டிய பின், காயவைத்துக் காயவைத்து) நீர் விடுதல். (தே.)

கங்களவு kaṅkaḷavu பெ. (காயவைத்து) விதை தெளித்த

நாற்றங்காலில் வைக்கும் நீர். (தே.)

கங்கானநெல் kaṅkāṉanel பெ. நெல் அறுவடை செய்தவர்களுக்கு நெல்லே கூலியாகக் கொடுத்தபின் மீண்டும் அறுவடை செய்ததற்காகத் தனியாகக் கொடுக்கும் ஒரு மரக்கால் / குறிப்பிட்ட அளவுள்ள நெல். இதை ஆண்கள் மட்டுமே பங்கிட்டுக் கொள்ளுதல். (திருநெல்.)

கங்கானி kaṅkāṉi பெ. (பார்க்க– கூறுவடி). (தூ.)

கங்கு[1] kaṅku பெ. (பார்க்க– அல்ல). (நா.)

கங்கு[2] kaṅku பெ. ஓரம். 1) நிலத்திற்கு எல்லையாக அமையும் கரையின் (வரப்பு) ஓரம். 2) ஏர் உழுத (படசா) பள்ளத்தின் ஓரம். (புது.)

கங்குகட்டு kaṅkukaṭṭu வி. வைக்கோல்போர் போட்டபின் போரின் நான்கு பக்கம் ஒட்டி இருக்கும் வைக்கோலை அருவி மேல்பகுதியில் போட்டு மிதித்து ஒன்றுகூட்டுதல். (ம.)

கச்சடா kaccaṭā பெ. விவசாய நிலத்தில் விளையும் பயிரோடு முளைக்கும் களைகள். **கசடா** kacaṭā (நீ.)

கச்சடாஎடு kaccaṭāeṭu வி. 1) உருளை போன்ற கிழங்கு வகைப் பயிரில் முளைத்துள்ள பயிர் அல்லாத செடி/புற்களை (களைகள்) வேரோடு பிடுங்குதல். 2) பறித்துப் போட்ட களைகளை அள்ளுதல் (நீ.)

கச்சரகத்தி kaccarakatti பெ. வெட்டுவதற்குப் பயன்படும் வளைவில்லாத நீளமான ஒரு வகைக் கத்தி. (நீ.)

கச்சா kaccā பெ. மீன்பிடிப்பதற்காக வட்டவடிவக் குச்சியில் கட்டப்பட்ட வலை. (ராம.)

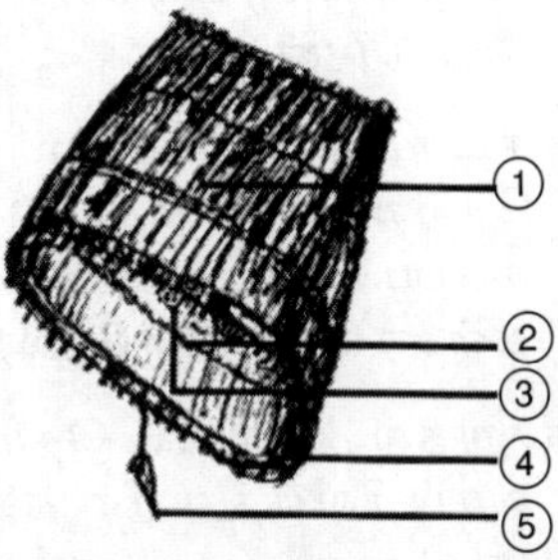

கச்சா

(பாகம் – 1. பிளாச்சி, 2. கைக்கயிறு, 3. வாய், 4. மூங்க, 5. மொளக்குச்சி)

கச kaca பெ. விதைக் கரும்பிலிருந்து முளைத்து வரும் முளைப்பு. (கட.)

கசக்கு kacakku வி. தானியக் கதிரை இரண்டு உள்ளங்கை நடுவில் வைத்து (தானியங்கள் உதிரும் பொருட்டு) வட்ட வடிவில் அழுத்தித் தேய்த்தல். (தூ.)

கசகசா kacakacā பெ. கடுகைவிடச் சிறியதாக மருத்துவக் குணமுடைய விதையைத் தரக்கூடிய சிறு செடியினம். (மூ.)

கசகுண்டி kacakuṇṭi பெ. குப்பைகள், சாணம் போன்றவை கொட்டி மக்கவைப்பதற்காக உள்ள குழி. (நீ.)

கசடாபொறுக்கு kacaṭāpoṟukku **வி**. களைகள், புல் போன்ற வற்றைக் கைகளால் அறித்து எடுத்தல். (நீ.)

கசப்புநோய் kacappunōy பெ. (உணவு அருந்த முடியாமல்) மாடுகளுக்கு வரும் ஒரு வகை நோய். (தஞ்.)

கசமரம் kacamaram பெ. சேற்றைச் சமப்படுத்தக் கூடிய (உள்பக்கம் குழியாக உள்ள) மரம். (திருநெல்.)

கசறுதல் kacaṟutal தொ.பெ. வரப்பிலிருந்து நீர் கசிதல். (கட.)

கசிலி kacili பெ. வாழை இனத்தின் ஒரு வகை (தூ.)

கசிலிகொளைத்தல் kacilikoḷaittal தொ.பெ. கசிலி என்ற வாழைமரம் தார் விடுதல். (தூ.)

கட்ட[1] kaṭṭa பெ. (உழுத நிலத்தில்) கலப்பையால் பெயர்த்தெடுக்கப்படாமல் இருக்கும் இடத் தரிசு. (வே.)

கட்ட[2] kaṭṭa பெ. பருத்தி விதை நடுவதற்கு மேடும் பள்ளமுமாகச் சேர்ந்து போடும் பட்டம். (வே.)

கட்ட[3] kaṭṭa பெ. (பார்க்க– துண்டு[3]). (வே.)

கட்ட[4] kaṭṭa பெ. ஏர் கலப்பையின் பாகம். (பெ.) (பார்க்க– கலப்ப–2)

கட்ட இல்லாதஓட்டு kaṭṭa illātaōṭṭu **வி**. சாகுபடி செய்வதற்காக நிலத்தை இடத் தரிசு இல்லாமல் உழுதல். (வே.)

கட்டஎல kaṭṭaela பெ. வாழை மரத்தில் வாழைக் குலை வருவதற்கு முன்பு இறுதியாகச் சிறியதாக வரும் வாழை மரத்தின் இலை. (தூ.)

கட்டஏரபோடு kaṭṭaērapōṭu **வி**. நாற்றங்காலில் விதை விடுவதற்கு ஏற்றாற்போல் சிறு சிறு அளவாகப் பிரித்தல். (வே.)

கட்டஏரவாங்கு kaṭṭaēravāṅku **வி**. கரும்புப் பட்டத்தில் மருந்து வைப்பதற்காகக் குழி பறித்தல். (வே.)

கட்டஓட்டு kaṭṭaōṭṭu **வி**. கரும்பு நடுவதற்கு மேடுபள்ளமாகப் பட்டம் கிழித்தல். (வே.)

கட்டகால் kaṭṭakāl பெ. அறுத்து விட்ட அடித்தாளிலிருந்து புதிதாக முளைக்கும் நெற்பயிர். **மதாம்பு** matāmpu (வே.). **மறுதாம்பு** maṟutāmpu (நாக.)

கட்டகால்நெல் kaṭṭakālnel பெ. (பார்க்க–மதாம்புநெல்). (வே.)

கட்டகொலவால kaṭṭakolavāla பெ. பழங்கால நெல்லில் ஒரு வகை. (திருநெல்.)

கட்டச்சம்பா kaṭṭaccampā பெ. பழங்காலத்தில் சாகுபடி செய்யப்பட்ட ஒரு வகை நெல். (**தஞ்.**)

கட்டடித்தல் kaṭṭaṭittal **தொ.பெ.** கதிர் கட்டில் உள்ள அரித் தொகுப்பைக் கயிற்றால் இணைத்துப் பிடித்து மணிகள் தாளிலிருந்து உதிரும் பொருட்டுத் தரையில் அடித்தல். (**புது.**)

கட்டநெல்லுருசம்பா kaṭṭanellurucampā பெ. பழங்காலத்தில் சாகுபடி செய்யப்பட்ட ஒரு வகை நெல். (**தஞ்.**)

கட்டப்பிரி kaṭṭappiri பெ. வைக்கோல் திரிக்க, ஒரு பொருளை இணைத்துக் கட்டப் பயன்படும் வகையில் வைக்கோலில் அளவு குறைவாக முறுக்கித் தயாரித்த கயிறு. (**புது.**)

கட்டபோடாமபுடி kaṭṭapōṭāmapuṭi **வி.** நிலத்தில் இடத் தரிசு விழாமல் ஏர் உழுதல். (**தூ.**) **கட்டபோடு** kaṭṭapōṭu வி, (**பார்க்க**–கட்ட ஓட்டு). (**வே.**)

கட்டபோடு kaṭṭapōṭu **வி.** (**பார்க்க**–கட்ட ஓட்டு). (**வே.**)

கட்டம் kaṭṭam பெ. நாற்றங்காலில் நாற்றைப் பறித்து அந்நாற்றிலுள்ள சேற்றினை அடித்துப் போக்குவதற்காகப் பயன்படும் சிறுகம்பு. (**தஞ்.**)

கட்டமுட்ட kaṭṭamuṭṭa பெ. 1) வயலில் கிடக்கும் நொறுங்கிய பருத்தி குச்சி மற்றும் குப்பைகள். (**நா.**) 2) பயன்படாத பழுத்த / காய்ந்த கரும்புகள். (**கட.**)

கட்டவண்டி kaṭṭavaṇṭi பெ. சுமை ஏற்றுவதற்காக மரத்தால் செய்து மாடு இழுக்கக்கூடிய வண்டி (**பார்க்க**–பாரவண்டி). (**புது.**), (**கட.**), (**பெ.**). **காலுவண்டி** kāluvaṇṭi (**புது.**) (**பார்க்க**–மாட்டுவண்டி)

கட்டவண்டி ஓட்டுதல் kaṭṭavaṇṭi oṭṭutal **தொ.பெ.** (சுமை ஏற்றுவதற்காக) கட்ட வண்டியில் மாட்டைப் பூட்டி ஓட்டுதல். (**புது.**)

கட்டவெள்ள kaṭṭaveḷḷa பெ. பழங்காலத்தில் சாகுபடி செய்த ஒரு வகை நெல். (**சிவ.**), (**திருநெல்.**)

கட்டாந்தர kaṭṭāntara பெ. புல் முளைத்து/ முளைக்காது காய்ந்த இறுகலான நிலப் பகுதி. (**திருவா.**)

கட்டாப்புகட்டு kaṭṭāppukaṭṭu **வி.** (**பார்க்க**–கட்டாப்புபோடு). (**தஞ்.**)

கட்டாப்புபோடு kaṭṭāppupōṭu **வி.** வைக்கோல் போர்/ மூட்டைகள் போன்றவை அடுக்கும்போது அடிப்பகுதியில் மரம், கருங்கல் வைத்துத் தரையில் பாதுகாப்பு / தடுப்பு அமைத்தல். (**தஞ்.**)

கட்டி kaṭṭi பெ. ஏர் உழும்போது நீரில் கரையாத, உடைந்து நொறுங்காத மண் தொகுப்பு. (**தஞ்.**), (**நீ.**)

கட்டிஓட kaṭṭioṭa **வி.** *முள்ளால் மண்ணைக் குத்திப் பெயர்க்கும்போது ஏற்படும் மண்கட்டியை உடைத்தல்.* **(நீ.)** *(பார்க்க–முள்ளு)*

கட்டிசவுதி kaṭṭicavuti **பெ.** *நாற்றங்காலில் தெளித்த நெல் விதைமேல் படிந்த வண்டல்.* **(தூ.)**

கட்டிதட்டு kaṭṭitaṭṭu **வி.** *(பார்க்க–கட்டிஓட).* **(நீ.)**

கட்டிமிதித்தல் kaṭṭimitittal **தொ.பெ.** *ஏர் ஓட்டும்போது தண்ணீரில் கரையாமல் உள்ள சேற்று முட்டுக்களைக் காலால் மிதித்தல்.* **(நா.)**

கட்டு[1] kaṭṭu **பெ.** *(பார்க்க–பாரவண்டி).* **(தஞ்.)**

கட்டு[2] kaṭṭu **வி.** *பொருள்களைத் தொகுத்துக் கயிறால் இறுக்குதல்.* **(தரு.), (கட.)**

கட்டு[3] kaṭṭu **பெ.** *1) 20 பிணையல் (பொனையல்) / 100 நாற்று முடி கொண்ட தொகுப்பு.* **(தஞ்.).** *2) நாற்பது நாற்று முடிகள் சேர்ந்து ஒரு தொகுப்பு.* **(திருவ.).** *3) ஐம்பது நாற்றுமுடி கொண்ட தொகுப்பு.* **(ராம.).** *4) 100 எண்ணிக்கை கொண்ட வாழை இலையின் தொகுப்பு.* **(தஞ்.)**

கட்டு[4] kaṭṭu **பெ.** *நெற்கதிர் கட்டுவதற்காகப் பதப் படுத்திய பச்சைத் தென்னை ஓலையின் தொகுப்பு.* **(தரு.)** *(பார்க்க – ஓலக்கட்டு)* **(தரு.)**

கட்டு[5] kaṭṭu **பெ.** *தலையில் சுமந்து செல்வதற்காகக் கட்டிவைக்கப்பட்டுள்ள அரி / வைக்கோலின் தொகுப்பு.* *(பார்க்க–செம*[3]*).* **(தரு.), (வே.)** **கட்டுசெம** kaṭṭucema **(திருவ.)**

கட்டு[6] kaṭṭu **பெ.** *கயிறால் கட்டிய பொருளின் தொகுப்பு / பொருள்களை ஒன்றிணைக்கும் பொருட்டுக் கயிறு போன்றவற்றால் போடப் பட்டிருக்கும் முடிச்சுடன் கூடிய சுற்று.* **(கட.)**

கட்டு[7] kaṭṭu **வி.** *நீர் செல்லும் வழியை/திறந்துள்ளமடையை மண்ணால் கரை அமைத்துத் தடுத்தல் / அடைத்தல்.* **(நீ.)**

கட்டு[8] kaṭṭu **வி.** *ஏரில் மாட்டைப் பூட்டுதல் (பார்க்க–ஏரு).* **(நா.)**

கட்டுஓலைச்சிவிடு kaṭṭuolaicci viṭu **வி.** *(கதிர்க் கட்டு போன்ற கட்டிய தொகுப்பில் உள்ள முடிச்சை அவிழ்த்து) பொருளைப் பிரித்தெடுத்தல்.* **(தே.)**

கட்டுக்கயிறு kaṭṭukkayiṟu **பெ.** *1) ஆடு, மாடு போன்றவை கட்டுவதற்குப் பயன்படும் வகையில் முறுக்கிய தேங்காய் நார்க் கயிறு. 2) அறுவடை செய்த அரிகளைக் கட்டாகக் கட்டுவதற்கு வைக்கோல் தாளில் முறுக்கித் தயாரித்த கயிறு.* **(புது.)**

கட்டுக்கு அரி அள்ளு kaṭṭukku ari aḷḷu **வி.** அறுத்துப்போட்ட நெற்கதிர் தொகுப்பை (அரியை) கட்டாகக் கட்டுவதற்கு இரண்டு, மூன்று அரியைச் சேர்த்து ஒன்றிணைத்து (கோட்டாக) அள்ளுதல். (**புது.**) (**பார்க்க–** கோட்டு)

கட்டுக்கொடி kaṭṭukkoṭi **பெ.** 1) பொருள்களைத்தொகுத்துக் கட்டுவதற்காகக் கயிறு போன்று உள்ள ஒரு வகைக் கொடி. (**தரு.**). 2) முனை மழுங்கிய இலைகளுடன் படர்ந்து வளரக்கூடிய ஒரு வகை மூலிகைக் கொடி. (**மூ.**)

கட்டுகுத்த kaṭṭukutta **பெ.** குறிப்பிட்ட நாள் சாகுபடி செய்யக் குறிப்பிட்ட தொகையைப் பெற்றுக் கொண்டு தன் நிலத்தை மற்றவரிடம் விட்டுவிடுதல். (**தூ.**)

கட்டு நாத்து kaṭṭu nāttu **பெ.** ஐம்பது நாற்று முடி கொண்ட ஒரு தொகுப்பு. (**கட.**)

கட்டுப்புடி kaṭṭupputi **வி.** காய்ந்த கோரையைக் குறிப்பிட்ட அளவாகப் பிரித்துக் கட்டு கட்டுதல். (**நா.**)

கட்டுமட kaṭṭumaṭa **பெ.** ஐந்து கால்திட்டு இணைந்த ஒரு தொகுப்பு. (**தரு.**)

கட்டு முடிபோடு kaṭṭu muṭipōṭu **வி.** சுமை கட்டும்போது கயிற்றில் இறுக்கி ஒரு வகை முடிச்சுப் போடுதல். (**வே.**)

கட்டுளயாகாது kaṭṭuḷayākātu **பெ.** பயிரின் மகசூல் / விலை தான் எதிர்பார்த்ததைவிடக் குறைவாக இருத்தல். கட்டுப்படியாகாது. (**நீ.**)

கடக்கழி kaṭakkaḻi **பெ.** 1) (கலப்பையில் பூட்டிய மாடு விலகாமல் இருப்பதற்காக) நுகத்தடியின் இரு முனையிலும் பொருத்தப் படும் சிறு குச்சி. (**புது. கடமொள** kaṭamoḷa (**பெ.**), (**திருச்.**). 2) (வண்டியின் நுகத்தடியில் நிறுத்தப்பட்ட மாடு விலகிப் போகாதவாறு) நுகத்தடியின் இரு முனையிலும் போடும் சிறிய முளைக்குச்சி. **கடமொளக்குச்சி** kaṭamoḷak kucci (**ம.**).

கடகப்பெட்டி kaṭakappeṭṭi **பெ.** 1) தானியங்கள் போன்றவை அள்ளுவதற்குப் பயன்படும் ஓலையில் பின்னப்பட்ட பெரிய வகைக் கூடை. (**தூ.**). 2) நெல் போன்ற தானியங்கள் அள்ளப் பயன்படும் சிறிய கூடை. (**புது.**)

கடகம் kaṭakam **பெ.** 1) தானியங்கள் போன்றவை அள்ளுவதற்குப்பனைமட்டை / நார் போன்றவற்றால் செய்த ஒரு கூடை. 2) நெல் முளை கட்டுவதற்காகப் பயன்படக்கூடிய ஒரு கூடை. (**சிவ.**), (**தூ.**)

கடகல்ல kaṭakalla பெ. அளந்தபிறகு களத்தில் கிடக்கும் சிதறிய கடலை. (பெ.). **குழிகல்ல** kuḻikalla (நாக.)

கடகளம் kaṭakaḷam பெ. (பிணையல் சுற்றும் போது) வட்ட வடிவில் தானியக் கதிர்களைப் பரப்பியதற்கு அருகில் உள்ள வெற்றுக் கலம். (தூ.)

கடகை kaṭakai பெ. களத்தில் கட்டடிக்கும் போது எடுக்கும் கோட்டில் கைப்பிடித் திருக்கும் அடிப்பக்கம். (கட.)

கடப்படாத ஆள் kaṭappaṭāta āḷ பெ. வேளாண் வேலை சரிவர செய்யமுடியாத ஆண் ஆள். (தஞ்.)

கடப்பார kaṭappāra பெ. நிலத்தை இடிக்க, குழிபோட போன்ற காரணங்களுக்காகப் பயன்படும் உருளை வடிவ இரும்புத் தடி. (**பார்க்க**–அலவாங்கு) (நீ.), (**பார்க்க**–பாரா). (தஞ்.), (நா.), (சிவ.), (ராம.), (தூ.), (தஞ்.). **கம்பி** kampi (திருநெல்.), (தரு.).

கடபடசா kaṭapaṭacā பெ. வயலில் பிரித்து உழுகின்ற ஒவ்வொரு (விலா) பகுதியும் முடியும்போது ஏரினால் மூடாமல் திறந்த தன்மையில் இருக்கும் பள்ளம் / கடைசிப் படசால் (**பார்க்க**–படச்சா) (கட.)

கடபோகம் kaṭapōkam பெ. ஆவணி, புரட்டாசி மாதங் களில் சாகுபடி செய்யக்கூடிய கடைசி வேளாண்மைக் காலம். ஆடிப்பட்டம். (நீ.)

கடமல kaṭamala பெ. வேளாண்மைக் காலத்தின் இறுதியில் பெய்யக்கூடிய மழை. (நீ.)

கடமான் kaṭamāṉ பெ. கிழங்கு வகைப் பயிர்களைத் தின்று அழிக்கக்கூடிய காட்டில் வாழும் மான். (நீ.)

கடயாணி kaṭayāṇi பெ. வண்டியின் சக்கரம் கழலாமல் இருப்பதற்காக நடு அச்சின் நுனியில் பொருத்தப்படும் இரும்புக் கம்பி. (ம.). (**பார்க்க**–பாரவண்டி). (நாக.)

கடல்[1] kaṭala பெ. செடி வகையைச் சார்ந்ததும் பூமிக்கடியில் மகசூல் தரக்கூடியதும் உண்பதற்கு / உணவுக்கு எண்ணெய்யைத் தரக்கூடியதுமான, நீள் உருண்டை வடிவத் தோலையும் உள்ளே இரு பருப்பும் இணைந்த ஒரு பயிர் வகை. (பெ.), (கட.), (விரு.), (புது.), (திருநெல்.), (ம.). **கடலகாய்** kaṭalakāy (தரு.), (நா.). **கடலகொட்ட/கடலகாய்** kaṭalakoṭṭa/kaṭalakāy (நா.). **கல்லாகொட்ட** kallakoṭṭa (நாக.). **மல்லாட்ட** mallaṭṭa (தஞ்.)

கடல[2] kaṭala பெ. வறுத்தோ, அவித்தோ உணவாகப் பயன்படுத்தும் உருண்டை வடிவப் பழுப்பு நிறப் பருப்பு.

கொண்டகடல koṇṭakaṭala (*தூ*.)

கடலகொடி kaṭalakoṭi பெ. நிலக்கடலையின் செடி. (*கட*.)

கடலபுண்ணாக்கு kaṭalapuṇṇākku பெ. வயலுக்கு உரமாகப் பயன்படும் நிலக்கடலை விதையின் எண்ணெய் நீக்கிய சக்கை. (*தஞ்*.)

கடலமரக்கா kaṭalamarakkā பெ. கடலை அளப்பதற்காகப் பயன்படும் ஒரு வகைப் பெரிய மரக்கால். (*புது*.)

கடலவெக்கும் kaṭalavekkum பெ. செடியில் கடலை நன்றாகக் காய்த்தல். (*புது*.)

கடலழிஞ்சில் kaṭalaḻiñcil பெ. நீண்ட, நீள் வட்ட இலைகளையுடைய ஒருவகை மூலிகைச் செடி. (*மூ*.)

கடவாய்க்கா kaṭavāykkā பெ. நிலத்தில் உள்ள நீர் வடிவதற்காகப் போடப்பட்ட வாய்க்கால். (*விரு*.)

கடாய் kaṭāy **வி**. ஒரு பொருளைக் கையால் எடுத்துத் தூரத்தில் விழுமாறு வீசுதல் / விசுறுதல். (*கட*.)

கடாவடி kaṭāvaṭi பெ. அடித்துப் போட்ட தாளில் இருக்கும் மீதமுள்ள நெல்லை நீக்குவதற்காகவும் தாளின் சுணைத் தன்மை நீங்கி வைக்கோலாக மாறுவதற்காகவும் பிணைக்கப் பட்ட மாடுகளின் தொகுப்பு. (*பெ*.). **கெடாவடி** keṭāvaṭi (*நாக*.)

கடுக்காய் kaṭukkāy பெ. கரும் பச்சையான நீள் வட்ட இலைகளையும் பளபளப்பான நீள் உருண்டை வடிவில் இருக்கும் மருத்துவக் குணமுடைய காய்களையும் தரக்கூடிய ஒரு மரம். (*மூ*.)

கடுகு kaṭuku பெ. உருண்டை வடிவச் சிறு விதையைத் தரும் ஒரு மருத்துவக் குணமுடைய செடி. (*மூ*.)

கடுகுசொப்பு kaṭukucoppu பெ. உணவாகப் பயன்படக்கூடிய ஒரு வகைக் கீரை. (*நீ*.)

கடுங்களம் kaṭuṅkaḷam பெ. (தானியங்கள் தூற்றிச் சுத்தம்செய்யும் பொருட்டு) புழுதி கிளம்பிய மண் தரையை நீர்தெளித்துக் கொம்மையைத் தூவித் திடப்படுத்திய களம். (*தூ*.). (*பார்க்க*–கொம்ம[1] (*தூ*.)).

கடுசாயிடுதல் kaṭucāyiṭutal **தொ.பெ**. முட்டைக்கோஸ் சுருளி விழுவதற்கு முன்பு தோன்றும் இறுகிய தன்மை. (*பார்க்க*–சுருளி). (*நீ*.)

கடுசி kaṭuci பெ. கடினம். ஏர் உழும்போது கலப்பையின் அமைப்பு கடினமாக இருத்தல். (*பார்க்க*–தனிசு). (*தஞ்*.)

கடுவாலக்கயிறு kaṭuvālakkayiṟu பெ. கமல ஏற்றத்தின் பாகம். (*பார்க்க*–கமலஏத்தம்). (*தூ*.)

கடைசிபொலி kaṭaicipoli பெ. அளக்கும்போது இறுதியாகக் களத்தில் கிடக்கும் தானியம். (தூ.)

கண்டகம் kaṇṭakam பெ. ஓர் அளவை. 40 வல்லம் சேர்ந்தது ஒரு கண்டகம் / இரண்டு, மூன்று மூட்டை கொண்டது. (தரு.)

கண்டங்கத்திரி kaṇṭaṅkattiri பெ. மாற்றடுக்கில் அமைந்த முள்ளுள்ள இலைகளையும் நீல நிற மலர்களையும் கொண்டு கத்திரிக்காய் வடிவிலான மஞ்சள் நிறப் பழங்களையும் உடைய ஒரு மூலிகைச் செடி. (மூ.)

கண்டு kaṇṭu பெ. தாய் வாழை மரத்திலிருந்து வேர்ப் பகுதியில் புதிதாக முளைத்துவரும் சிறிய கன்று. (வே.)

கண்டுமொத kaṇṭumota பெ. அறுவடைக்குப் பிறகு எவ்வளவு நெல் மகசூல் கிடைத்தது என்று அளவிடும் ஒரு வகைக் கணக்கு. (தஞ்.) (பார்க்க–மேனி[1])

கண்ணகி kaṇṇaki பெ. பழங்காலத்தில் சாகுபடி செய்யப்பட்ட ஒரு வகை நெல். (தஞ்.)

கண்ணப்புரத்துகால kaṇṇappurattukāla பெ. (நன்றாக வேளாண் வேலை செய்யக் கூடிய) கண்ணப்புரம் என்ற ஊரிலிருந்து வாங்கி வரும் ஒரு வகைக் காளை மாடு. (தஞ்.)

கண்ணாடிஎல kaṇṇāṭiela பெ. 1) நெற்பயிரில் கதிரைத் தாங்கிக் கொண்டு இறுதியாக வெளிவரும் சோலை. (தஞ்.). **கண்ணாடி குருத்து** kaṇṇāṭi kuruttu (புது.). **கண்ணாடி சோக** kaṇṇāṭi cōka (வ.). **கண்ணாடி சோல** kaṇṇāṭi cōla (நாக.), (தஞ்.), (கட.), (பெ.). **கண்ணாடிமடல்** kaṇṇāṭimaṭal (தஞ்.). 2) வாழை மரத்தில் தார் குலை வெளிவருவதற்கு முன்பு சிறிய அளவில் வெளிவரும் வாழை இலை. (தஞ்.). **கண்ணாடிமட்ட** kaṇṇāṭimaṭṭa (நா.). **கண்ணுஎல** kaṇṇuela (வே.)

கண்ணாடி சோல kaṇṇāṭi cōla பெ. (பார்க்க–கண்ணாடிஎல)

கண்ணாறு kaṇṇāṟu பெ. நீர் செல்வதற்காக ஏற்படுத்தும் இரு கரை உள்ள சிறிய வாய்க்கால். (திருச்.)

கண்ணி[1] kaṇṇi பெ. நிலக்கடலை உருவாவதற்காக அச்செடியின் கிளை வேர்ப் பகுதியிலிருந்து மண்ணில் இறங்கும் விழுது. (பெ.)

கண்ணி[2] kaṇṇi பெ. 1) (புழுதி நிலத்தில் போட்ட வாய்க்காலின்) இருபக்கமுள்ள பாத்திகளின் தொகுப்பு (பார்க்க–சரவு). (நா.), (தூ.). 2) (பார்க்க–சேர்வ).

கண்ணு[1] kaṇṇu பெ. உலக்கையின் இரு நுனியிலும் மாட்டப்பட்டிருக்கும் இரும்புக் காப்பு. (நீ.)

கண்ணு[2] kaṇṇu பெ. தார் விடாத இளமையான வாழைக்கன்று. (நா.). (பார்க்க–கண்டு)

கண்ணு ஒடைதல் kaṇṇu oṭaital பெ. முளைப்புக் கட்டிய உருளைக்கிழங்கின் முளைப்பு வெடித்துக் குருத்துத் தோன்றுதல். (நீ.)

கண்ணுகுத்துரகம்பி kaṇṇukuttura kampi பெ. வாழைமரத்தின் அருகில் புதிதாக முளைக்கும் கன்றைப் பெயர்த்து எடுப்பதற்காகப் பயன்படும் ஒரு வகைக் கடப்பாரை. (தூ.)

கண்ணுசல்லட kaṇṇucallaṭa பெ. சலிக்கும் போது உளுந்து கீழே விழவும் தூசுகள் கற்கள் மேலே தங்கவும் அமைக்கப்பட்ட உளுந்து சலிக்கும் சல்லடை. (கட.)

கண்ணேறுகட்டு kaṇṇēṟukaṭṭu வி. அதிகமாக விளைந்த விளைச்சலைப் பார்த்துக் கண்திருஷ்டி படாமல் இருப்பதற்காகப் பானையின் மேல் கருப்பு சிவப்பு நிறப் புள்ளிகள் இட்டு தானிய விளைச்சலின் நடுவே வைத்தல். (தூ.)

கண்திருஷ்டி kaṇtiruṣṭi பெ. அதிகமாக விளைந்த விளைச்சல் மற்றவருக்கு அதிர்ச்சியைத் தராமல் இருப்பதற்காக அவ்விளைச்ச லின் நடுவே வைக்கும் விகாரமான பொம்மை. (வே.). **கண்திட்டி** kaṇtiṭṭi (தஞ்.)

கண்துக்கு உடுதல் kaṇtukku uṭutal தொ.பெ. ஒரு வருடத்திற்குத் தன் நிலத்தை மற்றவரிடம் பணம் பெற்றுக் கொண்டு சாகுபடிக்கு விட்டுவிடுதல். (வே.).

கண kaṇa பெ. மண்வெட்டியின் காம்பு (சிவ.).

கணு kaṇu பெ. நெற்பயிரின் முதிர்ச்சியைக் காட்ட அப்பயிரின் தண்டில் தோன்றும் வட்ட வடிவமான சிறு வரும்பு. (திருவா.), (நா.), (தரு.)

கணுஏறு kaṇuēṟu வி. நெற்பயிர் / நாற்றில் வயது முதிர்ந்து விட்டதை உணர்த்த / வளர்ச்சியைக் காட்ட தண்டுப் பகுதியில் வட்ட வடிவமான சிறுவரும்பு தோன்றுதல். (தஞ்.)

கணுவடித்தல் kaṇuvaṭittal தொ.பெ. நாற்று நெற்பயிர் அதன் முதிர்ச்சி / வளர்ச்சி காட்ட அத்தண்டில் சிறு வட்ட வடிவில் தோன்றும் அடையாளம். (திருச்.)

கணுவுக்கட்டுதல் kaṇuvukkaṭṭutal தொ.பெ. 1) பறிக்காத நாற்று, முற்றிய நிலையில் அதில் கணு தோன்றுதல். 1) தக்காளிச் செடியின் கிளையில் கணுத் தோன்றுதல். (நா.).

கணுவெளிவரவருதல் kaṇuveḷivaravarutal தொ.பெ. கரும்பு முற்றிய பருவத்தில் தோகையை விட்டுக் கணு நன்றாக வெளியே தெரிதல். (நா.)

கத்த katta **பெ.** *1)* (மீண்டும் நடும் பொருட்டு) பறித்த நாற்றினை இரு உள்ளங்கைக்குள் அடங்கும் அளவு சேர்த்துக் கட்டிய ஒரு தொகுப்பு. *(தரு.), (வே.), (திருவ.). 2)* ஒரு ஆள் தனியாகத் தலையில் தூக்கி வைத்துக்கொள்ளும் அளவு வெட்டிக் கட்டிய கரும்பின் தொகுப்பு. *(நா.), (கட.) 3)* குறிப்பிட்ட அளவு வைக்கோல் சேர்த்துக் கட்டிய ஒரு தொகுப்பு. *(பெ.).*

கத்தஎடுத்துபோடு kattaeṭuttu pōṭu **வி.** நாற்று நடும் பெண்களுக்குப் பயன்படும் வகையில் நாற்று முடியைப் பரவலாக வீசுதல். *(தரு.)*

கத்தக்கட்டு kattakkaṭṭu **வி.** *1)* (மீண்டும் நடும் பொருட்டு) நாற்றினைப் பறித்து இரு உள்ளங்கைக்குள் அடங்கும் அளவு சேர்த்துக் கட்டுதல். *(வே.), (நா.), (தரு.). (பார்க்க–* கத்த*). (திருவ.). 2)* தலையில் தூக்கும் அளவிற்கு வெட்டிய கரும்பைக் கத்தையாகக் கயிறுகொண்டு கட்டுதல். *(பார்க்க–கத்த). (நா.), (கட.)*

கத்தப்பில்லுகட்டு kattappillu kaṭṭu **வி.** விற்பதற்கு / மற்ற பயன்பாட்டிற்குச் சிறு அளவாக வைக்கோலைக் கட்டுதல். *(தரு.)*

கத்தபில்லு kattapillu **பெ.** (கசங்காமல்) கதிர் நீக்கிய நெற்பயிரின் தாள். *(பார்க்க–* வெக்கப் பில்லு*). (தரு.)*

கத்தபோடு kattapōṭu **வி.** சில கைப்பிடி கொண்ட ஒரு தொகுப்பாக பயிரை அறுவடை செய்து போடு. *(பார்க்க–உட்டபோடு–2). (வே.)*

கத்தரடிச்சிபோடு kattaraṭiccipōṭu **வி.** *(பார்க்க–கத்தரடித்தல்). (வே.)*

கத்தரடித்தல் kattaraṭittal **தொ.பெ.** ஒரு பொருளைச் சிறிய அளவில் வெட்டுதல். *(வே.)*

கத்தலு kattalu **பெ.** உருளைக்கிழங்கின் வேர். *(நீ.)*

கத்தலுவிடுதல் kattaluviṭutal **தொ.பெ.** கிழங்கு தோன்றுவதற்காக உருளைக்கிழங்கின் செடி மெல்லிய வேர் விடுதல். *(நீ.)*

கத்தாழநாறு kattāḻanāṟu **பெ.** (வேலி போன்றவை கட்டுவதற்குக்) கற்றாழைச் செடியின் இலையிலிருந்து எடுக்கப்பட்ட நார். *(நீ.)*

கத்தி katti **பெ.** *1)* சோளம் போன்ற கதிர்கள் மட்டும் அறுவடை செய்யக்கூடிய சிறிய கைப்பிடியையும், வளைந்த உள் பகுதியில் கருக்கையும் உடைய ஒரு கருவி. *2)* விதைக் கரும்பைச் சிறு சிறு துண்டுகளாகப் போடப் பயன்படும் சிறிய அரிவாள் *(நா.). 3)* மரம் போன்றவை வெட்டக்கூடிய அரிவாள். *(வே.), (திருவ.). 4)* தேயிலையின் கொழுந்தைக்

கிள்ளுவதற்குப் பதிலாக அறுப்பதற்குப் பயன்படும் சிறிய (கத்தி) கருவி. (நீ.)

கத்தி–3 (வே.)

கத்திரி[1] kattiri பெ. (தேயிலையைக் கிள்ளுவதற்குப் பதிலாக) கையால் பிடித்து நறுக்கி எடுக்கப் பயன்படும் கருவி. (நீ.)

கத்திரி[2] kattiri பெ. 1) உருண்டை / நீள் உருண்டை வடிவில் செடியில் காய்க்கக் கூடிய ஒரு வகைக் காய். **கத்திரிக்கா** kattirikkā (ம.), (நீ.). 2) அக்காய்க் காய்க்கக் கூடிய செடி. (சிவ.), (தஞ்.), (புது.). **கத்தரி** kattari (தரு.)

கத்திரி[3] kattiri பெ. 1) (விதைப்பதற்காக) மரவள்ளிக் குச்சியைத் துண்டுகளாக நறுக்கும் பொருட்டு (நறுக்கும் இடம் வட்டவடிவில் சிதறாமல் இருப்பதற்காக) பலகையில் நீண்ட தடியோடு கூடிய கத்தி பொருத்தப்பட்ட ஒரு கருவி. (தரு.). 2) (சேற்று வயலுக்கு உரமாகப் பயன்படும்) தழைகளை நறுக்குவதற்காகப் பயன்படும் இரும்பாலான ஒரு வகை நறுக்கும் கருவி. (தரு.) / **குச்சி கத்திரி** kucci kattiri (தரு.)

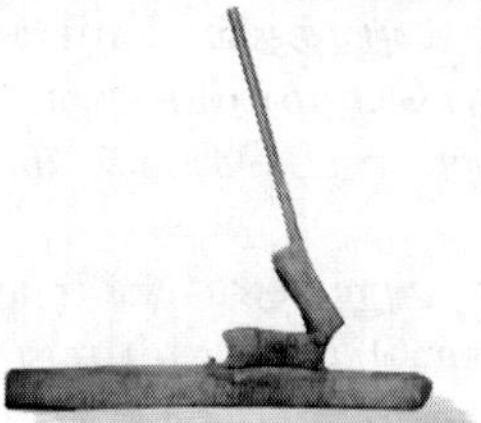

கத்திரி

கத்திரிகோல் kattirikōl பெ. விதை மரவள்ளிக் குச்சியை நறுக்குவதற்குப் பயன்படும் பாக்கு வெட்டி போன்ற ஒரு கருவி. (நா.)

கத்தரித்தல் kattarittal தொ.பெ. வெட்டுதல் / நறுக்குதல். கத்தியால் ஒரு பொருளைத் துண்டு போடுதல். (தரு.)

கதகுப்பை katakuppai பெ. தட்டையான விதைகளையுடைய ஒரு சிறிய வகை மூலிகைச் செடி. (மூ.)

கதம்பக்கயிறு katampakkayiṟu பெ. (ஏர் கட்டும் போது) கலப்பையையும் நுகத்தடியையும் இணைத்துக் கட்டுவதற்காகச் செய்யப்பட்ட பாதித் தோலும், பாதி நாரும் சேர்ந்து இணைக்கப்பட்ட கயிறு. (நா.) (பார்க்க–வடகயிறு)

கதிர் katir பெ. 1) விளைந்த சோளத்தின் கதிர். 2) தானியப் பயிர்களில் தானியங்களைக் கொண்டுள்ள பகுதி. (வே.). (பார்க்க–கொல[1]). (தூ.). **கதுரு** katuru (வே.). **கதிரு** katiru நெற்பயிரின் கதிர். (திருவ.). **கருது** karutu (திருநெல்.)

கதிர் அறுத்தல்[1] katir aṟuttal **தொ.பெ.** முற்றிய நெற்பயிரை அறுவடை செய்தல். *(ம.)*

கதிர் அறுத்தல்[2] katir aṟuttal **தொ.பெ.** ஒரு அமங்கலச் சொல். *(**பார்க்க**–கதிர் வெட்டுதல்). (**புது.**)*

கதிர்நெறைதல் katirneṟaital **தொ.பெ.** வயலில் நட்ட பயிர்கள் அனைத்திலிருந்தும் கதிர் வெளித் தோன்றுதல். *(**தூ.**).* **கதிர்வாங்குதல்** katirvāṅkutal *(**நா.**)*

கதிர் மொகம் சாய்தல் katir mokam cāytal **தொ.பெ.** முற்றிய நெற்கதிரின் தலை கீழ்நோக்கிச் சாய்தல். *(**நா.**)*

கதிர்வெட்டுதல் katirveṭṭutal **தொ.பெ.** நெற்பயிரை அறுவடை செய்தல். அறுத்தல் என்பது ஆலங்குடி பகுதியில் அமங்கலச் சொல்லாக இருப்பதால் அதைத் தவிர்த்து வெட்டுதல் என்ற சொல்லைப் பயன்படுத்துகின்றனர். *(**புது.**)*

கதிரடி katiraṭi **வி.** அறுவடை செய்த நெற் கதிர்களைக் கையால் அடித்து நீக்குதல். *(**தூ.**)* **கருதடி** karutaṭi *(**புது.**), (ம.)*

கதிரடிக்கிற இயந்திரம் katiraṭikkiṟa iyantiram **பெ.** அறுவடை செய்த நெற்கதிரைக் கட்டுக் கட்டாகக் கொடுத்து நெல் வேறு, வைக்கோல் வேறாகப் பிரிக்கும் இயந்திரம். *(**தரு.**)*

கதிரடிக்கிற கவுறு katiraṭikkiṟa kavuṟu **பெ.** நெற்கதிர் தொகுப்பைப் பிடித்துக் கொள்வதற்காக வைக்கோல் தாளில் முறுக்கித் தயாரித்த ஒரு வகைத் துண்டுக் கயிறு. *(**திருநெல்.**).* **கதிரடிக்கிற பழுத** katiraṭikkiṟa paḻuta **பெ.** *(**திருநெல்.**).* **கருதடிக்கிற பழுத** karutaṭikkiṟa paḻuta *(**திருநெல்.**)*

கதிரடித்தல் katiraṭittal **தொ.பெ.** களத்தில் நெற்கதிரை அடித்து நெல் மணியைப் பிரித்து எடுத்தல். *(**ம.**)*

கதிருசவண்டவருதல் katirucavaṇṭa varutal **தொ.பெ.** நட்ட எல்லா நெற்பயிரிலும் கதிர் சமமாகத் தோன்றுதல். *(**நாக.**)*

கந்தக பூமி kantaka pūmi **பெ.** சுண்ணாம்புச் சத்து மிகுந்து வெண்மைத் தன்மை கொண்ட நிலம். *(**திருச்.**)*

கந்தகம் kantakam **பெ.** பயிர்களில் தோன்றும் பூச்சிகளை அழிப்பதற்காகப் பயன்படும் (சுண்ணாம்புநீர், மயில்துத்தம், வேப்பெண்ணெய் போன்ற வற்றோடு கலக்கக் கூடிய) ஒரு வகை நாட்டு மருந்து. *(**நா.**)*

கந்தாயம் kantāyam **பெ.** ஒரு வருடத்திற்குக் குறிப்பிட்ட தொகை கொடுத்து நிலத்தில் சாகுபடி செய்து, மறுவருடம் தொகையைப் பெறாமல் நிலத்தை ஒப்படைப்பதாகச் செய்து கொள்ளும் ஒரு ஒப்பந்தம். *(**நீ.**)*

கப்பாங்கு kappāṅku **பெ.** 1) (நடவு நடும்போது) ஒரு நாற்று முடியைப் பிரித்து, ஒருகைப்பிடிக்குள் அடங்கும் அளவு கொள்ளுதல். **(நாக.)**, **(தஞ்.)**, **(திருச்.)**. 2) ஆண்கள், பெண்கள் நாற்றுப் பறிக்கும் போது (ஒரு முடியைப் பிரித்து) ஒருபக்கக் கையில் வைத்துள்ள நாற்றுகள். **(தஞ்.)**. **கப்பாங்** kappāṅ **(திருவ.)**

கப்பாத்து kappāttu **வி.** குறிப்பிட்ட வருடம் கடந்தபிறகு தேயிலைச் செடியின் மேல்பகுதிக் கிளைகளை சமமாக வெட்டி விடுதல். **(நீ.)**.

கப்பாத்து வாங்குதல் kappāttu vāṅkutal **தொ.பெ.** நட்ட தேயிலைக் கன்று கிளை வெடித்துப் படர்ந்து வளரும் பொருட்டு நடுத்தண்டுப் பகுதியைச் சிதறாமல் / வெடிக்காமல் வெட்டுதல். **(நீ.)**

கப்பால் kappāl **பெ.** மூன்று சிறுதொகுப்பு சேர்த்து ஒன்றிணைத்துக் கட்டிய நாற்றின் முடிச்சு. **(தூ.)**

கப்பானிகயிறு kappāṉikayiṟu **பெ.** தேங்காய் நாரில் தயார் செய்யப்பட்ட கயிறு. **(தஞ்.)**. **கப்பானிகவுறு** kappāṉikavuṟu **பெ.** **(தஞ்.)**

கப்பி kappi **பெ.** நொறுங்கிப் போன (வேகாத) அரிசி. **(வே.)**

கப்பும் கவுரும் வருதல் kappum kavurum varutal **தொ.பெ.** பறித்து நட்ட நாற்றிலிருந்து பக்கக் குருத்து வெடித்துத் தோன்றுதல். **(தூ.)**

கப்புரி kappuri **பெ.** இரண்டாவது முறையாக வெளிவரும் கொழுந்து வெற்றிலை (வெற்றிலையின் ஒரு வகை) **(பார்க்க–சக்க[3])**. **(நா.)**

கப்புரிபால kappuripāla **வெ.** கொழுந்து வெற்றிலை உருவதற்கு இரண்டாவது முறையாக வெளிவரும் சிறிய கிளை **(பார்க்க–பால[1])**. **(நா.)**

கப்புவெடித்தல் kappuveṭittal **தொ.பெ.** பறித்து நட்ட நாற்றிலிருந்து வெடித்துப் புதிதாக வரும் பக்கக் குருத்து. **(திருநெல்.)**

கபலஏத்தம் kapalaēttam **பெ.** **(பார்க்க–கமலஏத்தம்)**. **(நா.)**

கபாத்துகத்தி kapāttukatti **பெ.** தேயிலையின் கிளைகள் சிதறாமல் / வெடிக்காமல் வெட்டுவதற்காகப் பயன்படும் ஒரு வகைக் கத்தி. **கவாத்துகத்தி** kavāttukatti **(நீ.)**

கம்பங்குழி kampaṅkuḻi **பெ.** வீட்டின் ஒரு பகுதியில் தரையோடு சேர்ந்த சுவரின் மூலையில் கம்புகொட்டி வைப்பதற்காக ஏற்படுத்தி யிருக்கும் வட்ட/சதுரமான பள்ளம். **(நா.)**

கம்பஞ்சோறு kampañcōṟu **பெ.** உணவாகப் பயன்படும் சமைக்கப்பட்ட கம்பு. **புல்லுசோறு** pullucōṟu **(தூ.)**

கம்பந்தட்ட kampantaṭṭa **பெ.** கதிர் நீக்கப்பட்ட கம்புச் செடி. **(தூ.)**

கம்பரகத்தி kamparakatti பெ. தானியக் கதிர்களை மட்டும் அறுவடை செய்யக்கூடிய சிறிய கத்தி. (தூ.)

கம்பரகத்தி (தூ.)

கம்பி kampi பெ. நிலக்கடலைச் செடியிலிருந்து கடலை விடுவதற்காகப் பூமியில் இறங்கும் விழுது. (கட.)

கம்பிஇறங்குதல் kampiiṟaṅkutal தொ.பெ. நிலக்கடலைச் செடியில் கடலை விடுவதற்காக அச்செடியிலிருந்து மண்ணில் விழுது இறங்குதல். (கட.)

கம்பிகயிறு kampikayiṟu பெ. பார்க்க–பழதகயிறு. (கட.)

கம்பிதைத்தல் kampitaittal தொ.பெ. பார்க்க–கம்பி இறங்குதல். (கட.)

கம்பு[1] kampu பெ. 1) உணவாகப் பயன்படக்கூடிய ஒரு தானியப் பயிர். 2) அப்பயிர் தரக்கூடிய தானியம். (வே.), (திருவ.), (விரு.), (தே.), (கட.), (நா.), (தரு.), (பெ.), (தூ.). (பார்க்க–தவசம்). (தூ.)

கம்பு[2] kampu பெ. மூன்றுஅடி நீளம் கொண்ட ஒரு நீட்டலளவைக் குச்சி. (தூ.)

கம்பு[3] kampu பெ. வைக்கோல் போர் காயவைக்க / காயவைத்ததைக்கிளறிவிடப் பயன்படும்நீளமான, நேரான மூங்கில் குச்சி. (தஞ்.)

கம்புபயிர் kampupayir பெ. கம்பைத் தரக்கூடிய செடி. (தூ.)

கம்புபோடுதல் kampupōṭutal தொ.பெ. பெண்கள் நடும்போது ஒவ்வொரு ஆளுக்குத் தேவைப்பட்ட அளவை, அளவுக் குச்சி போட்டுப் பிரித்தல். (ராம.)

கம்பெனிக்கம்பு kampeṉikkampu பெ. விவசாயப் பண்ணையில் புதிதாக உற்பத்தி செய்யப்பட்ட ஒரு வகை விதைக் கம்பு. (தே.)

கம்பெனிசோளம் kampeṉicōḷam பெ. வேளாண் ஆராய்ச்சி நிலையத்தால் புதிதாகக் கண்டுபிடிக்கப்பட்ட ஒரு வகைச் சோளம். (தே.)

கம்மாய் kammāy பெ. மழைநீர் வடிகால்நீர் போன்றவற்றை தேக்கி வைப்பதற்காக இயற்கை செயற்கையாக ஏற்படுத்தப்பட்டுள்ள பெரிய நீர்நிலை/பள்ளம். (சிவ.), (ராம.), (விரு.), (தூ.)

கம்மாவெட்டு kammāveṭṭu வி. நீர் சென்று வரக்கூடிய கண்மாயை உருவாக்குதல். (தூ.)

கமலஏத்தம் kamalaēttam பெ. நீர் நிலையின் கரையில்

கமல:
பாகம் – 1. வடம், 2. குத்துகால், 3. செவ்வி, 4. வண்டிஉருள, 5. அச்சி, 6. பட்டறபலக, 7. கொலுசு சங்கிலி, 8. கூன (பறி[2]), 9. கடுவாலகயிறு, 10. முட்டு, 11. பாஞ்சாலிகல்லு, 12. வால்கயிறு, 13. வாலு, 14. வால் உருள

உருளையோடு இணைந்த இருக் கட்டைகளை நட்டு அதில் தோல்பை இணைந்த சாலைப்பொருத்தி, மாட்டின் உதவியால் முன்னும் பின்னும் சென்றுவந்து நீர் இறைக்கக்கூடிய ஒரு கருவி. *(நா.)*. **கமல** kamala *(**தூ**.)*, **கவலஏத்தம்** kavalaēttam *(**கட**.)*

கமுகு kamuku பெ. பனைமரம் போன்று நெடுந்து வளர்ந்து உருண்டை வடிவத் துவர்ப்புத் தன்மை கொண்ட, கொட்டைகளைத் தரக்கூடிய மரம். *(**மூ**.)*

கய்யாலகட்டி அள kayyālakaṭṭi aḷa **வி**. தானியங்கள், கடலை போன்றவற்றை அளவைக் கருவிகளால் அளக்கும்போது மிகுதியாக வரும்பொருட்டு, அளவைக் கருவியின் வாய்ப் பகுதி அருகில் கைவைத்து அளத்தல். *(**புது**.)*

கய்னி kayṉi பெ. நெற்பயிர் சாகுபடி செய்யக் கூடிய நிலம் / வயல் பகுதி. *(**திருவ**.)*. **கயினிக்கட்டு** kayiṉikkaṭṭu *(**திருவ**.)*. **கெயினி** keyiṉi *(**வே**.)*. **வயல்** vayal / **வயக்காடு** vayakkāṭu *(**தஞ்**.)*. **கயனி** kayaṉi *(**திருவ**.)*. **கயினி** kayiṉi *(**திருவ**.)*, *(**வே**.)*

கயறுவடம் kayaṟuvaṭam பெ. கலப்பையையும் நுகத்தடியையும் இணைத்துக் கட்டுவதற்காகப் பயன்படும் ஒரு வகைக் கயிறு. *(**திருநெல்**.)*

கயிட்டிகால் kayiṭṭikāl பெ. வெற்றிலைக் கொடி நடக் கூடிய பட்டத்தின் முதல் பகுதி. *(**தஞ்**.)*

கயிர்நடவு kayirnaṭavu பெ. கயிறு கட்டிப் பட்டம் பிரித்து நடும் நடவு. (**தஞ்.**)

கயினி அறுத்தல் kayiṉi aṟuttal தொ.பெ. நெற்பயிரை அறுவடை செய்தல். (**வே.**)

கர்கா karkā பெ. *1)* நோய் போன்றவையால் தாக்குண்டு, பெரும்பாலும் முழு வளர்ச்சியடையாத நெல். (**பார்க்க–பதரு**) (**பெ.**), (**ராம.**), (**கட.**), (**நாக.**). **கரிக்கா** karikkā (**புது.**). **கருக்கா** karukkā (**நா.**), (**திருவா.**), (**ம.**) *2)* உணவுக்குப் பயன்படாத பாதி அரிசியை உடைய நெல். (**தே.**), **கருக்கா** kaṟukkā (**ம.**), (**வே.**), (**தஞ்.**), (**தரு.**)

கர்ண[1] karṇa பெ. உணவுக்குப் பயன்படக்கூடிய ஒரு வகைக் கிழங்கு. (**தஞ்.**)

கர்ண[2] karṇa பெ. பழங்காலத்தில் சாகுபடி செய்யப்பட்ட ஒரு வகை நெல் இரகம். (**தஞ்.**)

கர்ணமாவெட்டு karṇamāveṭṭu பெ. பாக்கு வெட்டியால் (பாக்குட்டி) விதைக் கரும்பினை முனை சிதறாமல் வட்ட வடிவில் சிறு சிறு துண்டுகளாக நறுக்குதல் (**பார்க்க–பாக்குட்டி**). (**கட.**)

கரக்கரையாவிழுதல் karakkaraiyāviḻutal தொ.பெ. (ஏர் உழும்போது) சரியாக உழுவாத காரணத்தால் மேடு மேடாக மண்முட்டுகள் தெரிதல் / தோன்றுதல். (**தரு.**)

கரட்ட karaṭṭa பெ. *1)* முற்றிப் பயன்படாத தேயிலை. *2)* நன்கு வளர்ச்சி அடையாத தேயிலைச் செடி. (**நீ.**)

கரட்டுஎல karaṭṭuela பெ. முற்றிப் பயன்படாது தேயிலை. (**நீ.**)

கரண karaṇa பெ. வெற்றிலை விதைக் கொடியின் கணு. (**தஞ்.**)

கரப்பாங்கொல karappāṅkola பெ. நெற்பயிரில் முளைக்கும் ஒரு வகைச் செடிக் களை. (**தே.**). **கரப்பான்** karappāṉ (**ராம.**)

கரம்ப karampa பெ. வயலுக்கு உரமாகப் பயன்படும் ஏரி, குளம் போன்றவற்றின் அடி வண்டல் மண். (**திருநெல்.**) (**பார்க்க–பொருக்கு**)

கரம்படித்தல் karampaṭittal தொ.பெ. மண் தரத்தை மேம்படுத்துவதற்காக (கோடைக் காலத்தில் எடுக்கப்படும்) ஏரி, குளத்தின் அடி வண்டலை நிலத்தில் கொட்டுதல். (**விரு.**)

கரம்பு karampu பெ. *1)* விளையாத நிலம். *2)* அடர்ந்த செடிகள் முளைத்துள்ள இடம். (**வே.**), (**திருவ.**), (**நா.**). **கரம்ப** karampa (**புது.**)

கரவரப்பு karavarappu பெ. நடப்பதற்குப் பயன்படும் வகையில் உள்ள பெரிய வரப்பு. (**பார்க்க–உத்தி வரப்பு**) (**வே.**)

கரன karaṉa பெ. கரும்பிலிருந்து விதைக்காக வெட்டப்படும்

இருகணுக்களுள்ள சிறுதுண்டு. (நா.)

கரனக்கெழங்கு karaṉakkeḻaṅku பெ. உணவாகப் பயன்படும் ஒரு வகைக் கருமை நிறக்கிழங்கு. (நா.)

கரிக்க karikka பெ. பயிர்செய்யப் பட்ட நிலத்தில் முளைக்கும் ஒரு வகைக் களை. (நீ.)

கரிக்கருவா karikkaruvā பெ. (கோரை அறுவடை செய்யப் பயன்படும் வகையில்) நேரான இரும்புப் பட்டையில் ஒரு பக்கம் கருக்கையுடைய மரக் கைப்பிடியோடு இணைந்த ஒரு அறுவடைக் கருவி. (நா.)

கரிசக்காடு karicakkāṭu பெ. ஈரத்தை நீண்ட நாள் தன்னுள் நிறுத்திவைத்துக் கொள்ளும் கருப்புநிற மண்ணைக் கொண்ட நிலப் பகுதி. (தூ.)

கரிசமண்ணு karicamaṇṇu பெ. சாகுபடி செய்யக்கூடிய மண்ணின் ஒரு வகை. (ம.). **கரிசல்மண்** karicalmaṇ (வே.)

கரிசலாமாறுதல் karicalāmāṟutal தொ.பெ. உழுத வயலில் நீர் நிறையத் தேங்கி இருப்பதால் சேற்றுப் பகுதி கருப்பு நிறமாக மாறுதல். (நாக.)

கரிசலாங்கண்ணி karicalāṅkaṇṇi பெ. அதிக நீர்த் தன்மை யுள்ள இடங்களில் வளரும், மருத்துவக் குணமுடைய ஒரு குறுஞ்செடி. (மூ.), (தஞ்.)

கரிமிலகா karimilakā பெ. காரத் தன்மையுள்ள ஒரு வகை மிளகாய். (நீ.)

கரியாந்தழ kariyāntaḻa பெ. நெற்பயிரில் களையாக முளைக்கும் ஒரு வகைப் படர்செடி. (நா.)

கருஊமத்தை karuūmattai பெ. அகன்ற இலைகளையும் நீண்ட புனல் வடிவ மலர்களையும், முள் நிறைந்த உருண்டை வடிவக்காயையும் கொண்ட மருத்துவக் குணம் உள்ள செடி. (மூ.)

கருக்கருவா karukkaruvā பெ. 1) நெற்பயிரை அறுவடை செய்வதற்காக, வளைந்த உள்பகுதியில்கருக்கையுடைய ஒரு அறுவடைக் கருவி. (ராம.), (சிவ.), (புது.), (கட.), (பெ.), (தஞ்.). (பார்க்க–அறப்பருவா). (தஞ்.). 2) (மரம் போன்றவை வெட்டப் பயன்படும்) இரும்பால் ஆன வளைந்த முனையும்வெட்டும்பகுதியும் உடைய ஒரு அரிவாள். (நா.)

கருக்கு kaṟukku பெ. அறுவடை செய்யக்கூடிய அரிவாலில் வைக்கப்படும் சுனை. (பார்க்க–கருக்கருவா–1) (ராம.)

கருக்கு karukku பெ. பறித்த வெங்காயத்தை அரிந்து சுத்தப்படுத்தக் கூடிய ஒரு கருவி. (நா.)

கருகொடி karukoṭi பெ. நோய்கள் தாக்கியதால் கருப்பு நிறமாக மாறும் வெற்றிலைக்கொடி. (தூ.)

கருங்களிச்சல் karuṅkaḷiccal பெ. ஆடு (பிழுக்கைப் போடாமல்) கருப்பு நிறத்தில் கழியும் ஒரு வகை நோய். (ராம.)

கருங்குருவ karuṅkuruva பெ. குறுவையில் சாகுபடி செய்யக்கூடிய ஒரு வகை நெல். *(தே.), (தஞ்.)*

கருடஞ்சம்பா karuṭañcampā பெ. பழங்காலத்தில் சாகுபடி செய்யப்பட்ட ஒரு வகை நெல். *(தஞ்.)*

கருணா karuṇā பெ. பழங்காலத்தில் சாகுபடி செய்த ஒரு வகை நெல். *(ம.)*

கருணை karuṇai பெ. *(பார்க்க–கர்ண). (தஞ்.), (நீ.).* **கருணகெழங்கு** karuṇakeḻaṅku

கருதா karutā பெ. வெற்றிலைக் கொடியில் ஏற்படும் ஒரு வகை நோய். *(தஞ்.)*

கருது karutu பெ. நெற்பயிரில் நெல்மணிகளை மட்டும் தாங்கியுள்ள பகுதி. *(திருச்.), (தஞ்.), (புது.), (தே.)*

கருதுஅறுத்தல் karutuaṟuttal தொ.பெ. *1)* கதிர் முற்றிய நெற்பயிரைக் கருக்கரிவாளால் அறுவடை செய்தல். *(தே.). 2)* ஆண்களும் பெண்களும் கருக்கரிவாளால் முற்றிய நெற்பயிரை அறுவடை செய்தல். *(ம.).* **அறப்பறுத்தல்** aṟappaṟuttal *(நாக.).*

கருது பறிதல் karutu paṟital தொ.பெ. நெற்பயிரை விட்டுக் கதிர் வெளிவருதல். *(சிவ.).* **கருது வாங்குதல்** karutu vāṅkutal *(தே.)*

கருநெல்லு karunellu பெ. பழங்காலத்தில் சாகுபடி செய்யப்பட்ட ஒரு வகை நெல். *(தே.)*

கருப்படித்தல் karuppaṭittal தொ.பெ. வளர்ந்த நெற்பயிர் (அதீத) பச்சை நிறமாக மாறுதல். *(தே.)*

கருப்பு ஆடு karuppu āṭu பெ. கருப்பு நிறத்திலிருக்கும் நாட்டு ஆடு. *(தரு.)*

கருப்பு இனுங்கு karuppu iṉuṅku பெ. சமைத்து உணவாக உண்ணக்கூடிய ஒரு வகைக் கருமை நிறச் சோளம். *(நா.)*

கருப்புஉழுதல் karuppuuḻutal தொ.பெ. நாற்றைப் பறித்து நட்டு வளர்ந்த பயிரில் தோன்றும் பச்சை நிறம். *(திருநெல்.)*

கருப்புக்கொடி karuppukkoṭi பெ. தரமான காரத் தன்மை கொண்ட வெற்றிலையைத் தரக்கூடிய ஒரு வகை வெற்றிலைக் கொடி. *(நா.)*

கருப்புகரும்பு karuppukarumpu பெ. *(பார்க்க–பண்ணிகரும்பு). (வே.)*

கருப்புபாற karuppupāṟa பெ. கருமையான மணற்திட்டுக்களையுடைய நிலம். *(வே.)*

கரும்பச்ச karumpacca பெ. நெற்பயிர்த் தண்டு உருண்ட நிலையில் இருக்கும் போது தோன்றும் பச்சை நிறம். *(திருவா.)*

கரும்பில்லு karumpillu **பெ.** நெற்பயிரில் களையாக முளைக்கக்கூடிய ஒரு வகைப் புல். *(நா.), (வே.)*

கரும்பினைக் குத்துதல் karumpiṉaik kuttutal **தொ.பெ.** முற்றிய கரும்பினைப் பாறையால் குத்திச் சாய்த்தல். *(கட.)*

கரும்பு karumpu **பெ.** *1)* வெல்லம் தயார் செய்வதற்காகப் பயன்படும் அதிக இனிப்புத் தன்மை உடைய ஒரு வகை ஆலைக்கரும்பு. *(புது.), (நாம.).* *2)* ஆலைக்குச் சென்று சர்க்கரைத் தயாரிப்புக்குப் பயன்படும் ஒரு வகைக் கரும்பு. *(வே.), (ம.), (கட.)*

கரும்புசோக karumpucōka **பெ.** கரும்புப் பயிரின் தழை. *(வே.)*

கருப்புசோளம் karuppucōḷam **பெ.** கருப்புநிறத் தோலையுடைய ஒரு வகை சோளம். *(தூ.)*

கருமயில karumayila **பெ.** கருமை நிறம் கொண்ட மாடு. மாட்டின் நிறம். *(ராம.)*

கருமுண்டா karumuṇṭā **பெ.** *1)* அதிகக் காரத்தன்மையும், மகசூலும் தரக்கூடிய ஒரு வகை மிளகுச் செடி. *2)* அச்செடியில் காய்க்கும் மிளகு. *(நீ.)*

கருவியாடு karuviyāṭu **பெ.** அடர்ந்த வெளிர் பழுப்பு நிறமுடையசெம்மறி ஆட்டின் ஒரு வகை. *(ராம.)*

கருவேல் karuvēl **பெ.** மஞ்சள்நிற உருண்டை வடிவ மலர்களையும், வெண்ணிறப் பட்டையான காய்களையும் கொண்டு முட்கள் நிறைந்த ஒரு மூலிகை மரம். *(மூ.)*

கரைஎடு karaieṭu **வி.** சிறிய வரப்புப் போடுதல். *(நா.)*

கரைஎடுத்துப்போடு karaieṭuttup pōṭu **வி.** வெற்றிலைக் கொடி நடுவதற்கு முன்பு கோடைக் காலத்தில் சிறிய அளவில் காணு எடுத்து வைத்தல். *(நா.)*

கரையா இருத்தல் karaiyā iruttal **தொ.பெ.** *(சரியாக உழுகாததால்)* நிலத்தை உழும்போது தோன்றும் இடத்தரிசு. *(புது.)*

கல்கெணறு kalkeṇaṟu **பெ.** நீரைப் பெறுவதற்காகப் பூமிக்கடியில் வட்ட வடிவாக வெட்டப்பட்டுச் சுற்றுப்புறச் சுவர் செங்கல்லால் கட்டப்பட்ட கிணறு. *(பெ.)*

கல்கொம்பு kalkompu **பெ.** உள்பகுதியில் உள்ளீடு இல்லாமல் உறுதியாக உள்ள மாட்டின் கொம்பு. *(திருநெல்.)*

கல்சர் kalcar **பெ.** பழங்காலத்தில் சாகுபடி செய்யப்பட்ட ஒருவகை நெல். *(ம.), (தஞ்.), (புது.),* **கல்சேர்** kalcēr *(திருநெல்.)*

கல்லக்கா kallakkā **பெ.** *1)* செடி வகையைச் சேர்ந்ததும் பூமிக்கடியில் மகசூல் தரக்கூடியதும் உண்பதற்கு எண்ணெயைத்

தரக்கூடியதுமான நீள் உருண்டை வடிவத் தோலுடன் உள்ளே இரு பருப்பும் இணைந்த காய் வகை. 2) அக்காயைத் தரக்கூடிய செடி. *(வே.)*, *(திருவ.)*. **கல்ல** kalla *(வே.)*. *(பெ.)*. **கடலகாய்** kaṭalakāy *(தரு.)*, *(தஞ்.)*, *(நா.)*. **கல்லகா** kallakā / **மல்லாட்ட** mallāṭṭa *(கட.)*. **கல்லாகொட்ட** kallākoṭṭa *(கட.)*. **கலக்கா** kalakkā *(திருவ.)*, *(வே.)*. **கொடி காய்** koṭi kāy *(நா.)*. **நிலக்கடல** nilakkaṭala *(புது.)*. **நெலக்கடல** nelakkaṭala *(நா.)*. **மணிலாகொட்ட** maṇilākoṭṭa *(தரு.)* *(பார்க்க–கடல[1])*

கல்லகொடி kallakoṭi பெ. நிலக்கடலையைத் தரக்கூடிய ஒரு செடி *(நா.)*. **கல்லசெடி** kallaceṭi *(நா.)*

கல்லகொடி போர் kallakoṭi pōr பெ. மாடுகளுக்கு உணவாகப் பயன்படும் வகையில் பாதுகாக்கப்பட்ட கடலைச் செடியின் தொகுப்பு. *(புது.)*

கல்தேறு kaltēṟu பெ. *(ஏர் உழும் போது) இரண்டாவதாக உழுதுவரும் ஏர். (தஞ்.)*

கல்பூரம் kalpūram பெ. வெற்றிலைக் கொடியில் ஒரு வகை இரகம். *(தஞ்.)*

கல்மனவாரி kalmaṉavāri பெ. பழங்காலத்தில் சாகுபடி செய்யப்பட்ட ஒரு வகை நெல். *(திருநெல்.)*

கல்யாண முருங்கை kalyāṇa muruṅkai பெ. *1)* அகன்ற இலையுடன் சிவப்பு மலர்களையும் செந்நிற உருட்டு விதைகளையும் கொண்ட முட்கள் நிறைந்த மருத்துவக் குணமுடைய மரம். *(மூ.)*. *2)* வெற்றிலைக் கொடி படர்வதற்காக வளர்க்கப் படும் முட்கள் நிறைந்த ஒரு வகை மரம். **கல்யாண முருங்க** muruṅka / **முள்ளுமுருங்க** muḷḷumuruṅka *(தஞ்.)*. *3)* மிளகுக் கொடி படர்வதற்காக உள்ள முள் நிறைந்த ஒரு வகை மரம் *(கண்ணால முருங்க மரம்)*. **முள்ளுமுறுக்கு** muḷḷumuṟukku / **முறுக்கிமரம்** muṟukkimaram *(நீ.)*. **கல்லாணமுருங்க** kallāṇamuruṅka *(தஞ்.)*

கல்லப்பருப்பு kallapparuppu பெ. நிலக்கடலைச் செடியின் விதை. *(புது.)*

கல்லமரக்கா kallamarakkā பெ. *(நெல் அளக்கும் மரக்காலால் நான்கு அளவு கொண்ட)* ஒரு வகை நிலக்கடலை அளக்கும் மரக்கால். *(தஞ்.)*

கல்லாங்கோர kallāṅkōra பெ. நெற்பயிரில் முளைக்கும் ஒரு வகைக் களை. *(தஞ்.)*

கல்லுசீக kallucīka பெ. நீலகிரி மலைத்தொடரில் வளரக்கூடிய ஒரு வகை மரம். *(நீ.)*

கல்லுப்பயிறு kalluppayiṟu பெ. உணவாகப் பயன்படக்கூடிய ஒரு வகைச் சிறிய பயிறு. *(விரு.)*

கல்லுப்பூச்சி kalluppūcci பெ. வெற்றிலையில் தோன்றக் கூடிய ஒரு வகைப் பூச்சி. *(நா.)*

கல்லுருவி kalluruvi பெ. ஈரமான நிலத்தில் வளரக்கூடிய ஒரு மூலிகைச் செடி. (மூ.)

கல்வாழ kalvāḻa பெ. (பார்க்க– காட்டு வாழ). (நீ.)

கல kala வி. முட்டாகக் கிடக்கின்ற உரம் மற்றும் சேற்றுப் பகுதியை மண்வெட்டியால் எல்லாப் பக்கமும் எடுத்துப் போடுதல். (பெ.)

கலக்கக்குத்து kalakkakkuttu வி. சேற்று நிலத்தில் நாற்றை நெறுக்கி நடாமல் கலந்தவாறு நடுதல். (திருநெல்.)

கலக்கப்புடி kalakkapputi வி. (ஏரினை) அகலப் பிடித்து உழுதல். (திருநெல்.)

கலக்கப்போடு[1] kalakkappōṭu வி. புழுதி நிலத்தில் விதைத்த தானியப் பயிர்கள் முளைக்காமல் பழுது ஏற்பட்ட இடத்தில் மீண்டும் அவ்விதையைப் போடுதல். (வே.)

கலக்கப்போடு[2] kalakkappōṭu வி. 1) (நெருக்கமாகப் போடாமல்) ஏரில் நிலக்கடலை விதை போடும்போது அதிக இடைவெளி விட்டு விதை போடுதல். (புது.). 2) அதிக இடைவெளிவிட்டு உழுதல் (வே.).

கலக்கபுடிச்சிஓட்டு kalakkapuṭicci ōṭṭu வி. (நெருக்கிப் பிடித்து உழாமல்)ஏரினை அகலமாகப் பிடித்து உழுதல். (தஞ்.), (திருநெல்.)

கலக்கலக்குதல் kalakkalakkutal தொ.பெ. (விதை தெளிப்பதற்குத் தயார்படுத்தும் சேற்றில்) புல், களைகள் அறித்துச் சேற்றைச் சமப்படுத்துதல். (தே.)

கலக்காகல்ல kalakkākalla பெ. (பார்க்க–கல்லக்கா). (வே.)

கலக்கா இயந்திரம் kalakkā iyantiram பெ. வேர்க்கடலையின் விதையை நிலத்தில் தானாகப்போடும் இயந்திரம். (திருவ.)

கலக்கு kalakku வி. (சேறு தயார் செய்வதற்காக) ஏர்கட்டி உழுதல். (தே.)

கலக்குசால் kalakkucāl பெ. 1) விதை தெளிப்பதற்குத் தயார்படுத்தும் சேற்றில் பரம்பு அடிப்பதற்கு முன்பு உழும் உழவு. 2) நடவு நடுவதற்கு முன்பு இறுதியாக உழும் உழவு. (தே.) **கலக்குபோடு** kalakkupōṭu வி, (பார்க்க–கலக்கப்போடு[2]–2). (வே.).

கலக்குபோடு kalakkupōṭu வி. (பார்க்க–கலக்கப்போடு[1]). (வே.).

கலங்காடுவுடு kalaṅkāṭuvuṭu வி. நெல் அடித்த / தூற்றும் களத்தை முழுவதும் சுத்தம் செய்யாமல் அக்களத்தில் வேலைசெய்யும் பெண் ஆளுக்காகக் கீழே நெல்விட்டுக் கூட்டுதல். (கட.), **களம்போடு** kaḷampōṭu (நாக.)

கலச்சிபோடு kalaccipōṭu **வி.** நடவு நடுவதற்காக முட்டாகவைத்திருந்த நாற்றை எல்லா இடங்களிலும் விசிறிவிடுதல். *(பெ.)*

கலசம் kalacam பெ. *1) 20* நாற்று முடி கொண்ட ஒரு தொகுப்பு. *(கட.). 2) 10* நாற்று முடி கொண்ட ஒரு தொகுப்பு. *(பெ.), (கட.)*

கலசம்போடு kalacampōṭu பெ. நாற்றங்காலில் உள்ள நாற்று முடியைப் பத்து முடியாக பிரித்துச் சேர்த்துவைத்தல். *(பெ.)*

கலந்தநடு kalantanaṭu பெ. வயல் ஏகத்திற்கும் கலந்து நட்ட நடவு. *(பெ.)*

கலந்திடுச்சி kalantiṭucci **வி.** ஏர் உழும்போது உழும் பகுதி குறைந்து கொண்டு வருதல். *(வே.)*

கலப்ப kalappa பெ. *1)* நிலத்தை மாடு பூட்டி உழுவதற்குப் பயன்படும் உழுகருவி. *2)* கலப்பையில் கொழுவோடு பொருத்தப்பட்டுள்ள அடிக்கட்டை. *(சிவ.).* **கலப்ப** kalappa *(தரு.), (தூ.), (ராம.), (தஞ்.), (வே.), (கட.), (நா.), (நாக.) (பார்க்க–மரக்கலப்ப)*

கலப்பக்கட்ட kalappakkaṭṭa பெ. *(பார்க்க–குண்டிகட்ட). (புது.) (பார்க்க–மரக்கலப்ப). (தே.)*

கலப்பகட்டுரகயிறு kalappakaṭṭura kayiṟu பெ. *(பார்க்க–வடகவுறு). (புது.)*

கலப்பகொழு kalappakoḻu பெ. கலப்பையின் பாகம் *(பார்க்க–மரக்கலப்ப). (நா.)*

கலப்புக்கதிர் வருதல் kalappukkatir varutal **தொ.**பெ. முற்றிய பயிரிலிருந்து அங்கொன்றும் இங்கொன்றுமாகக் கதிர் வெளித்தோன்றுதல். *(ம.)*

கலப்புகதிர் kalappukatir பெ. *1)* சாகுபடி செய்த ஒரு பயிரில் இரகம் மாறி வரும் நெற்கதிர். **கலப்பு கதுரு** kalappu katuru *(திருவா.).* **கலப்பு நெல்** kalappu nel *(தே.), (திருவா.), (நாக.). 2)* நெற்பயிரில் அனைத்துப் பயிரிலிருந்தும் கதிர் வராமல் அங்கொன்றும் இங்கொன்றுமாகவெளிவரும் நெற்கதிர். *(தஞ்.)*

கலப்புநெல் kalappunel பெ. *(பார்க்க–கலப்பு கதிர்–1). (தஞ்.)*

கலநெல் kalanel பெ. *1)* பன்னிரண்டு மரக்கால் நெல் கொண்ட ஒருதொகுப்பு. *(கட.), (நாக.), (தஞ்.). 2)* பதினைந்து மரக்கா / தொண்ணூறு படிகள் கொண்ட தானியங்களின் தொகுப்பு. *(ராம.). 3)* (ஒரு முகத்தல் அளவை) பன்னிரண்டு மரக்கால் கொண்ட தானியங்களின் தொகுப்பு. *(நா.).* **கலம்** kalam *(தஞ்.), (புது.).* **கலம்நெல்** kalamnel *(புது.)*

கலர்திரும்புதல் kalartirumputal **தொ.**பெ. பயிரில் பச்சைநிறம் தோன்றுதல். *(நீ.)*

கலர்நெலம் kalarnelam பெ. உப்புத் தன்மை மிகுந்த ஒரு வகை நிலம். (**நா.**)

கலவட[1] kalavaṭa பெ. உரலில் நெல் குத்தும்போது தானியங்கள் சிதறாமல் இருப்பதற்காக உரலின்மேல் வைக்கப்படும் கூடை. (**பார்க்க**–ஒரலு[1]) (**வே.**).

கலவட (வே.)

கலவட[2] kalavaṭa பெ. சமைத்த பாத்திரம்/ உணவுள்ள பாத்திரத்தில் எறும்பு ஏறாமல் இருப்பதற்காகப் பாத்திரத்தை தாங்கும் தன்மையோடு வடிவமைக்கப் பட்ட சுடுமண்ணால் செய்த பாத்திரம் (**நாக.**)

கலவெரடி kalaveraṭi பெ. ஒரு வகை நில அளவை. கலம் நெல் விதைத்துச் சாகுபடி செய்யக்கூடிய நிலத்தின் தொகுப்பு. (**பார்க்க**–கலநெல்–2) (**ராம.**)

கலார்கோஸ் kalārkōs பெ. வெளிர் சிவப்பு நிறத்தில் காய்க்கக்கூடிய முட்டைகோஸ். (**நீ.**)

கலிகஞ்சம்பா kalikañcampā பெ. பழங்கால நெல்லில் ஒரு வகை. (**பெ.**), (**கட.**)

கலிச்சல் kaliccal பெ. (புழுக்கை போடாமல்) கழிச்சல். ஆடு திரவமாகக் கழிச்சல் போகும் ஒருவகை நோய். (**ராம.**)

கலுஒடு kaluōṭu பெ. (**பார்க்க**–கலவட). (**வே.**)

கவகட்ட kavakaṭṭa பெ. நுகத்தடித்துளையில் போடும் போது கீழே வராமல் இருக்கத் தலையில் இரு கவையோடு கூடிய சிறு குச்சி. (**பெ.**)

கவட்டகுச்சி kavaṭṭakucci பெ. வைக்கோலை அதிகமாக அள்ளுவதற்காகக் கருவை மரத்தில் செய்த கவைக் குச்சி. (**தஞ்.**). **கவகழி** kavakaḻi (**கட.**)

கவடதாக்கு kavaṭatākku பெ. ஒரு வகை பழங்கால நீட்டலளவை. காலால் எட்டி இரண்டு தப்படி எடுத்து வைத்த அகலம் / இரண்டு நடை எட்டி போட்டு ஆரம்ப காலடி தொடங்கியதற்கும் இரண்டாவது காலடி முடியும் இடத்திற்கும் உள்ள இடைப்பட்ட தூரம். (**ராம.**)

கவல kavala (**பார்க்க**–கவல ஏத்தம்) (**கட.**)

கவலஏத்தம் kavalaēttam பெ. குளம், கிணறு போன்ற வற்றிலிருந்து மாடு பூட்டி முன்னும் பின்னும் சென்று வந்து நீர் இறைக்கக்கூடிய ஒருவகை ஏற்றம். [பாகங்கள்– பத்து, சுண்டிக்கயிறு, வடக்கயிறு, பெரலிகட்ட, பூட்டக்கட்ட, உத்தரம், கவலகாலு, வலசகாலு,

குறுக்குச்சட்டம், பை (கட.). மணிதாங்கிபலவ (பெ.). சட்டம், பத்த, ரெட்டு (பை), வடகயிறு, தொலாகுழி, சாலு, உருள, மோத்தடி, கடக்கழி, தும்பு, புடிகயிறு, வல்லங்கை மாடு, சோத்தங்கைமாடு]. (புது.), (வே.). **கவல** kavala (கட.), (தஞ்.), (பெ.), (தரு.). (பெ.). [பாகங்கள் குத்துகால், வடம், சக்கரம், தலஉருள, பாலுஉருள, சாலு, பை/ ரெட்டு, வால்கயிறு, குத்துகாலு, மணிதாங்கிபலவ, தொல, கிளிகால், கம்பி.] [பாகங்கள்–கட வடம், கவலபை, வால்உருள, வால்கவுறு, பார்மரம்.]

கவலஓட்டு kavalaoṭṭu **வி.** கவல ஏற்றத்தில் மாட்டைப் பூட்டி நீர் இறைத்தல். (வே.)

கவலசாடி kavalacāṭi பெ. கவல ஏற்றத்தில் நீர் மொள்ளக் கூடிய இரும்பாலான சால் (பார்க்க–கவல). (கட.)

கவன kavaṉa பெ. வாய்க்காலில் செல்லும் நீரினைத் தடுத்து வயலுக்கு அனுப்புவதற்காக / நீரினைத் தடுத்துத் தேக்கி வைப்பதற்காகக் குச்சி, பலகை மற்றும் மண்ணைக்கொண்டு அமைக்கும் தடுப்பு. (திருவா.)

கவனகலப்ப kavaṉakalappa பெ. நிலத்தை உழக்கூடிய கலப்பையில் ஒரு வகை. (கட.)

கவிழ்தும்பை kaviḻtumpai பெ. ஒருவகை மருத்துவக் குணமுடைய மூலிகைச் செடி. (மூ.)

கவுத்துகோர kavuttukōra பெ. நெற்பயிரில் முளைக்கும் களை. (தஞ்.)

கவுரு kavuru பெ. பொருளைக் கட்ட, நேர்பிடிக்க போன்ற காரணங்களுக்காகத் தேங்காயின் உரி மட்டையிலிருந்து திரித்து முறுக்கிச் செய்யப்படும் ஒரு கயிறு. (நா.). **கவுறு** kavuṟu (நா.)

கவுளி kavuḷi பெ. 1) (ஓர் அளவை) நூற்று ஐம்பது காம்பு வெற்றிலை கொண்ட ஒரு தொகுப்பு. (நா.). 2) வியாபாரிகளுக்கு விற்பனை செய்யும் போது வட்டவடிவில் குறிப்பிட்ட அளவு அடுக்கி வைக்கும் வெற்றிலையின் தொகுப்பு. (தூ.)

கழற்சி kaḻaṟci பெ. மஞ்சள் நிற மலர்களையும், உருண்டையான கொட்டைகளையும் தரக்கூடிய ஒரு மூலிகைக் கொடி. (மூ.)

கழனிஓட்டு kaḻaṉiōṭṭu **வி.** வயலை, நெல் பயிரிடக்கூடிய இடத்தை ஏர்கட்டி உழுதல். (தரு.)

கழி kaḻi **வி.** விவசாயம் செய்யும் பொருட்டு மண்வெட்டியால் வரப்பின் ஓரத்தைச் சுத்தம் செய்தல். (நீ.)

கழிகோர kaḻikōra பெ. கோரை அறுவடை செய்யும்போது பயனற்றுப் போன கோரை. (நா.)

கழிச்சிவுடு kaḻiccivuṭu **வி.** சுத்தம் செய்யும் பொருட்டு மண்வெட்டியால் வரப்பைக் கழித்து வயலின் உள்பக்கம் போடுதல் *(பெ.).* **கழிச்சிவிடு** kaḻicciviṭu, *(பார்க்க– அண்டகழி/அண்டவெட்டு), (வே.)*

கழிமட kaḻimaṭa **பெ.** *(பார்க்க– வடிமட). (நா.)*

கழுத்துக்கட்டி kaḻuttukkaṭṭi **பெ.** மாட்டை ஒன்றோடு ஒன்று / ஒன்றில் பிணைத்துக் கட்டுவதற்காக மாட்டின் கழுத்தில் கட்டப்படும் கயிறு. **தலகயிறு** talakayiṟu *(நா.), (பெ.)*

கள kaḷa **பெ.** நெற்பயிரில் முளைக்கும் பயிர் அல்லாத செடி. *(திருவ.), (பெ.), (தஞ்.)*

களஎடு kaḷaeṭu **வி.** *1)* நெற்பயிரில் முளைத்துள்ள பயிர் அல்லாத செடி, புற்களை வேரோடு எடுத்தல். *(தரு.), (தஞ்.), (கட.), (ம.), (விரு.), (தே.), (பெ.), (சிவ.).* **களபறி / களஅளசு** kaḷapaṟi / kaḷaaḷacu *(தரு.).* **களபறி** kaḷapaṟi *(தஞ்.), (திருவ.), (வே.).* **களபெறுக்கு / களவாங்கு** kaḷapeṟukku / kaḷavāṅku *(வே.).* **களதடவு / களதொலவு** kaḷataṭavu / kaḷatolavu *(நா.). 2)* சேற்று வயலில் ஏர் உழுதபின் அழுகிக் கிடக்கும் புல் மற்றும் தூசுகளைக் கைகளால் அரித்தல். *(தூ.). 3)* களைக்கொத்தியால் கொத்திக் களைகளை எடுத்தல். *(நீ.). 4)* மரவள்ளிக் கிழங்கு நன்றாக வேர் விட்டு வளர்வதற்காக அதன் வேர்ப் பகுதியைக் களைக் கொத்தியால் கொத்தி விடுதல். *(நா.)*

களஎடுக்கும் இயந்திரம் kaḷaeṭukkum iyantiram **பெ.** கயிறுகட்டி வரிசை வரிசை யாக நடும் ஒற்றை நாற்று நடவில் முளைத்துள்ள களைகளை எடுக்கும் இயந்திரம். *(தஞ்.)*

களக்கநடு kaḷakkanaṭu **வி.** இடைவெளி விட்டு அகல மாக நடுதல். *(திருநெல்.)*

களக்கொள்ளி kaḷakkoḷḷi **பெ.** களைகளை அழிப்பதற் காகப் பயன்படும் ஒரு வகை வேதியியல் மருந்து. *(திருநெல்.), (கட.), (நா.)*

களகொத்து[1] kaḷakottu **பெ.** மண்வெட்டி போன்று மிகச் சிறியதும் புழுதி நிலத்தில் முளைத்த பயிர்களுக்குக் களையெடுக்கவும் நிலக்கடலை விதைபோடப் பயன்படுவதுமான ஒரு வேளாண் கருவி. *(நாக.), (தஞ்.).* **களக்கொட்டு** kaḷakkoṭṭu / **களக்கட்டி** kaḷakkaṭṭi / **களக்கட்டு** kaḷakkaṭṭu *(தஞ்.).* **களகுட்டு** kaḷakuṭṭu *(வே.).* **கலகொத்து** kalakottu / **களகட்டு** kaḷakaṭṭu / **களகொட்டு** kaḷakoṭṭu *(தரு.), (புது.), (வே.).* **களக்கொட்டு** kaḷakkoṭṭu *(சிவ.).* **களக் கொட்டி** kaḷak koṭṭi / **களக்கொட்டு** kaḷakkoṭṭu *(புது.).* **களகொத்தி** kaḷakotti / **கொத்துஎல** kottuela

(நா.). **களகொத்து** kaḷakottu (நீ.). **களசொறண்டி** kaḷacoṟaṇṭi / **களகுத்தி** kaḷakutti / **களகுச்சி** kaḷakucci (தூ.). **கொத்து** kottu (தே.). **தொலறு** tolaṟu (திருவ.). **களவெட்டு** kaḷaveṭṭu (நீ.). **கட்டகொட்டு** kaṭṭakoṭṭu (கட.). **கட்டவெட்டி** kaṭṭaveṭṭi (நா.). **கல்கெட்டு** kalkeṭṭu (தரு.)

களகொத்து[2] kaḷakottu **வி.** புழுதி நிலத்தில் முளைத்த தானியப் பயிர்கள் நன்றாக வளரவும் முளைத்த களைகளை எடுக்கவும் களைக் கொட்டினால் மண்ணைக் கொத்தி விடுதல். (நாக.), (வே.), (தஞ்.), (ம.), (நீ.). **களவெட்டு** kaḷaveṭṭu (நீ.), (ம.), (வே.), (நா.), (பெ.), (விரு.), (கட.). **கலதட்டு** kalataṭṭu (கட.)

களங்கூட்டு kaḷaṅkūṭṭu **வி.** விளக்குமாற்றால் கதிரடித்த நெற்களத்தைக் கூட்டுதல். (தஞ்.)

களஞ்சியம் kaḷañciyam **பெ.** வீட்டின் உள்பக்கச் சுவரை ஒட்டிப் பலகை, செங்கற்களால் தடுத்துத் தானியங்கள் சேமிப்பதற்காக அமைக்கப்படும் கொள்கலன். (தூ.). **களிஞ்சம்** kaḷiñcam (தரு.)

களத்துநெல்லு kaḷattunellu **பெ.** நெற்கதிரிலிருந்து நெல்லைப் பிரித்தெடுக்கும்போது

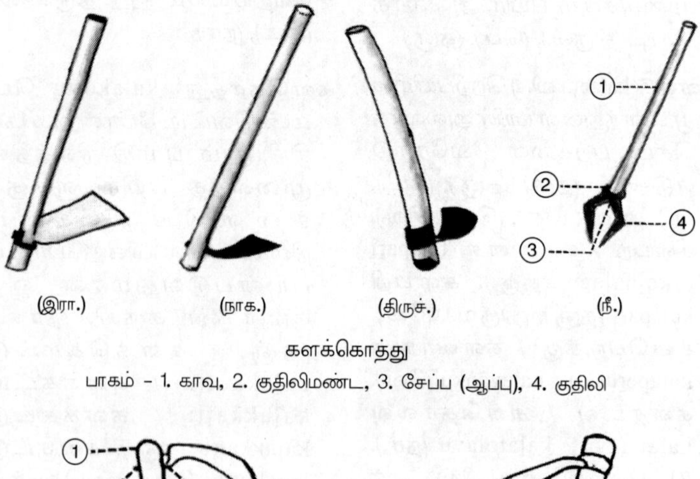

(இரா.) (நாக.) (திருச்.) (நீ.)

களக்கொத்து

பாகம் – 1. காவு, 2. குதிலிமண்ட, 3. சேப்ப (ஆப்பு), 4. குதிலி

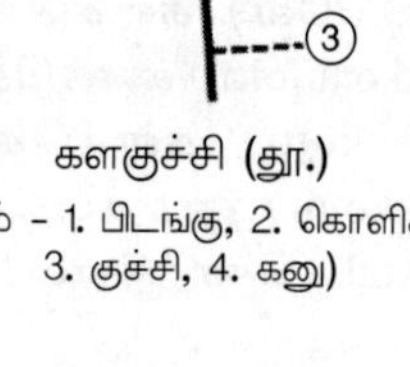

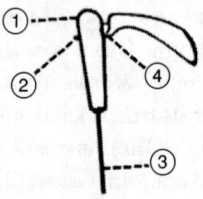

களகுச்சி (தூ.)

(பாகம் – 1. பிடங்கு, 2. கொளிச்சி, 3. குச்சி, 4. கனு)

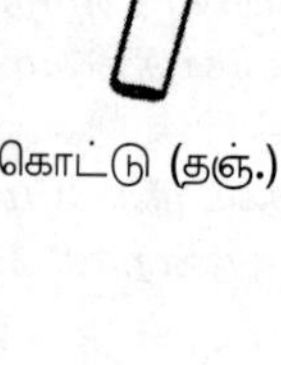

களகொட்டு (தஞ்.)

களத்தில் சிதறிக்கிடக்கும் நெல். (நா.)

களத்துமேடு kaḷattumēṭu பெ. ஏரிநீர் பாய்ந்து சாகுபடி செய்ய முடியாத திடல் பகுதி. (வே.)

களப்பாச்சிநெல் kaḷappāccinel பெ. (பார்க்க–கலப்பு கதிர்–1). (தஞ்.).

களம் kaḷam பெ. 1) நெற்கதிரிலிருந்து நெல் மணியைப் பிரித்தெடுத்துச் சுத்தம் செய்யக் கூடிய இடம். (தே.), (நாக.), (நா.), (விரு.), (தூ.). 2) செடியிலிருந்து ஆய்ந்த கடலையைக் கொட்டுவதற்காகத் தரையில் சிறியதாக வட்ட வடிவில் சுத்தம் செய்த இடம். (பெ.)

களம் தொளவெட்டு kaḷam toḷaveṭṭu பெ. அறுவடைசெய்த வயலைவிட மிகத் தொலைவில் இருக்கும் கதிரடிக்கும் களம். (விரு.)

களயருவா kaḷayaruvā பெ. வெற்றிலைக் கொடி படர்வதற்காக வளர்த்த (கல்யாணமுருங்க, அவுத்தி) செடிகளில் முளைத்த களைகளை அறுத்து எடுப்பதற்காக உள்ள சிறிய அரிவாள். (தஞ்.)

களா kaḷā பெ. வெண்மையான பூக்களையும் சிவப்பு நிறக் காய் மற்றும் கருமை நிறப் பழங்களையும் உடைய முட்கள் நிறைந்த ஒரு மூலிகைச் செடி. (மூ.)

களி kaḷi பெ. (வேலையாட்களுக்கு மதிய வேலையில் கொடுக்க) கம்பு மாவில் உருண்டை வடிவில் செய்யப்பட்ட ஒரு உணவு. (பார்க்க–கூழ்) (வே.)

களிமண் kaḷimaṇ பெ. அதிக ஈரத்தன்மையைப் பிடித்து வைத்துள்ள ஒரு வகை மண். (தரு.), **களிமண்ணு** kaḷimaṇṇu (வே.)

களியாப்பாட்டம் kaḷiyāppāṭṭam பெ. திருநெல்வேலி மாவட்டம் புளியாரப் பகுதியில் உள்ள தேவஸ்தானத்திற்குச் சொந்தமான நிலத்தில் சாகுபடி செய்பவர்கள் விளைந்தாலும் விளையாவிட்டாலும் தேவஸ்தானத்திற்கு நெல் அளக்கவேண்டும் என்று விதிக்கப்பட்ட ஒரு ஒப்பந்தம். (திருநெல்.)

களிவா kaḷivā பெ. 1) விரைவாக ஈரத்தன்மையை இழந்து வரும் ஒரு வகை மண். (தரு.). 2) அதிக நீர்ப் பிடிப்புத் தன்மை கொண்ட சேற்றுப் பகுதி. (தஞ்.)

களை kaḷai வி. தானிய விதைகளை நீரில் விட்டு அழுக்கு அகலுமாறு கைகளால் பிசைதல். (தஞ்.)

களை எடுப்பு வருதல் kaḷai eṭuppu varutal தொ.பெ. பயிருக்குக் களை எடுக்கும் பருவம் வருதல். (தூ.)

கற்பூரம்[1] karpūram பெ. (வேளாண் முகூர்த்த நேரங்களில் இஷ்ட தெய்வங்களுக்கு எரியவிட) ஒரு மரத்தின் எண்ணெயிலிருந்து தயாரிக்கப்படும், எளிதில் தீப்பற்றக்கூடிய வெண்ணிறப் பொருள். (நா.)

கற்பூரம்[2] karpūram பெ. (பார்க்க–கல்பூரம்). (தஞ்.)

கற்பூரமரம் karpūramaram பெ. நீலகிரி மலைத் தொடரில் வளரக்கூடிய, நீண்டு தடித்த ஒரு வகை மரம். (நீ.)

கற்பூரவள்ளி karpūravaḷḷi பெ. பலன் தருவதற்காகவிளையும் வாழையில் ஒரு வகை இரகம். (தஞ்.)

கறிக்கா போயிடுதல் karikkā pōyiṭutal தொ.பெ. நெற்கதிர் உள்ளீடு அற்ற நெல்மணி யாதல். (திருவ.)

கறிஞ்சிடுதல் kariñciṭutal தொ.பெ. (பார்க்க–ஓனங்குதல்[2]). (நீ.)

கறிபீன்ஸ் karipīṉs பெ. பீன்ஸில் ஒரு வகை (பார்க்க–பீன்ஸ்). (நீ.)

கறிமுள்ளி karimuḷḷi பெ. முள் நிறைந்த இலை மற்றும் நீல நிறப் பூக்களையும் வெள்ளை வரியுடைய உருண்டை வடிவக் காய்களையும் மஞ்சள் நிறப் பழங்களையும் உடைய ஒரு மூலிகைச் செடி. (மூ.)

கறிவேம்பு karivēmpu பெ. நறுமணமுள்ள இலைகளையும் மற்றும் கொத்தான மலர்களையும் கரிய நிறப் பழங்களை உடைய ஒரு மரம். (மூ.)

கறுப்பு karuppu பெ. நெற்பயிர் முழுமையான வளர்ச்சியில் கரும்பச்சையாக இருக்கும் நிறம். (பெ.)

கன்றகோடாலி kaṉrakōṭāli பெ. சிறிய வகைக் கோடாலி. (பார்க்க–கோடாலி–1) (தூ.)

கன்றவச்சிபுடுங்கு kaṉravacci puṭuṅku வி. (வைக்கோல் போரில் வைக்கோல் புடுங்கும் போது) மேல் போரிலிருந்து முறையாக அளவாகப் பிரித்துக் கொண்டு அடிப்போர் வரை எடுத்தல். (நா.), (தஞ்.), (திருச்.)

கன்னிகவுறு kaṉṉikavuṟu பெ. (பார்க்க–கழுத்துக்கட்டி). (நா.)

கன்னிமூல kaṉṉimūla பெ. 1) முதன்முதலில் வேளாண் வேலை தொடங்குவதற்குப் பயன்படும் வடகிழக்குத் திசை. (தூ.). 2) தென்மேற்குத் திசை. (திருநெல்.)

கன kaṉa பெ. மண்வெட்டியின் காம்பு. (தூ.)

கனகாமரம் kaṉakāmaram பெ. (பெண்கள் தலையில் சூடிக்கொள்ளும்) ஒரு வகை வண்ண மலர். (வே.), (புது.)

கனுவு kaṉuvu பெ. (பார்க்க–களகொத்து[1]). (தூ.)

கா

காக்கசெடி kākkaceṭi பெ. பயிரோடு முளைக்கக்கூடிய ஒரு வகைக் களை. (நீ.)

காக்கசொப்பு kākkacoppu பெ. உணவாகப் பயன்படக்கூடிய ஒரு வகைக் கீரை. (நீ.)

காக்கடா kākkaṭā பெ. மல்லிகைப் பூவின் மாதிரி, இரண்டு நாட்களுக்கு வாடாத ஒருவகை மலர். (வே.)

காக்கரட்டான் kākkaraṭṭāṉ பெ. பளிச்சிடும் நீல மலர்களையும், தட்டையான காய்களையும் கொண்டு வளரக்கூடிய ஒரு மூலிகைச் செடி. (மூ.)

காக்காகால் kākkākāl பெ. விதைவிட்டு நீர் வடிகட்டிய நாற்றங்காலில் சிறிய கீறலாகத் தோன்றும் வெடிப்பு. (பெ.)

காக்காகால் காச்சல் kākkākāl kāccal பெ. விதை தெளித்த நாற்றங்காலில் உள்ள நீரை வடிகட்டிய பின் லேசாகக் கீறல் விழுமாறு போடும் காய்ச்சல். (எ.கா.) நாற்றங் காலை காக்காகால் ஓடுராபல காச்சல் போடுவோம். (தஞ்.)

காக்காசோளம் kākkācōḷam பெ. 1) கருப்பு நிறத்தில் உள்ள ஒரு வகைச் சோளம். (தூ.). 2) உணவுக்குப் பயன்படக் கூடிய ஒரு வகைச் சோளம். (தஞ்.)

காக்கிதுணி kākkituṇi பெ. பறித்த வெற்றிலையை அடுக்கி வைத்துக்கொள்வதற்காக இடுப்பில் கட்டிக்கொள்ளும் ஒரு வகைக் கதர் துணி. (நா.)

காக்கோட்ட kākkōṭṭa பெ. ஏழு மரக்கால் கொள்ளளவு கொண்ட தானியங்களின் தொகுப்பு. (திருநெல்.)

காகொள்ளுதல் kākoḷḷutal தொ.பெ. நெற்கதிரில் பால்பிடித்த பின்பு முதிராத நிலையில் இருக்கும் நெற்கதிர். (திருவா.)

காங்கு kāṅku பெ. சுடுமண்ணில் செய்த (பானை போன்ற பெரிய) தானியம் சேமிக்கும் கொள்கலன். (வே.)

காங்கேயத்து சோளம் kāṅkēyattu cōḷam பெ. சோளத்தின் ஒரு வகை. (நா.)

காச்சலுக்கு வருதல் kāccalukku varutal தொ.பெ. விதைவிட்ட சேற்று நாற்றங்காலில் உள்ள நீரை வெளியேற்றி ஒரு நாள் முழுவதும் காச்சலுக்கு விடுதல். (திருநெல்.)

காசல்காலம் kācalkālam பெ. வெய்யில் அதிகமாக அடிக்கும் காலம். (வே.)

காசறக்க நாறு kācaṟakka nāṟu பெ. காசறக்கம் என்ற (நார் மிகுந்த) செடியை ஊற வைத்து எடுக்கும் நார். இது கயிறாகத் திரித்து கட்டுவ தற்குப் பயன்படுகிறது. (பெ.)

காசறை kācaṟai பெ. கை வடிவ இலையும், சுணையுடைய கிளைகளையும் கொண்டு

மஞ்சள் நிறப் பூ மற்றும் உருண்டை வடிவ விதை களை உடைய சிறு மூலிகைச் செடி. (மூ.)

காசு kācu பெ. விதைக்காக எடுத்து வைக்கப்பட்ட தரமான கிழங்கு. (நீ.)

காஞ்சொறி kāñcoṟi பெ. இலை, தண்டுப் பகுதியில் சுணை கொண்டு வளரக்கூடிய ஒரு மூலிகைக் கொடி. (மூ.)

காட்டவுரி kāṭṭavuri பெ. கரும்பச்சை இலைகளை யுடைய சிறு செடியினம். (மூ.)

காட்டாடு kāṭṭāṭu பெ. கிழங்கு வகைப் பயிர்களைத் தின்று அழிக்கக்கூடிய ஒரு வகைக் காட்டாடு. (நீ.)

காட்டாமணக்கு kāṭṭāmaṇakku பெ. கைவடிவ இலைகளை யும் கரும்சிவப்பு நிறத் துளிர்களையும் கொண்டு செந்நிற மலர்களையுடைய ஒரு மூலிகைச் செடி. (மூ.)

காட்டு ஒலவு kāṭṭu olavu பெ. (பார்க்க–பொடி ஒலவு). (தூ.)

காட்டுக்கார் kāṭṭukkār பெ. நிலத்தின் உரிமையாளர். (நா.)

காட்டுகடல kāṭṭukaṭala பெ. (பார்க்க–மானாவாரிக்கடல). (நா.)

காட்டுகுத்தாழ kāṭṭukuttāḻa பெ. பழங்காலத்தில் சாகுபடி செய்யப்பட்ட ஒரு வகை நெல். (தஞ்.)

காட்டுகொல kāṭṭukola பெ. சேற்றிற்கு உரமாகப் போடப்படும் காட்டில் முளைத்துள்ள செடிகளின் தழை. (சிவ.)

காட்டுவாழ kāṭṭuvāḻa பெ. பூப்பூத்தும் காய் தோன்றாத ஒரு வகை வாழை இனச் செடி. (நீ.). **பொட்டவாழ** poṭṭavāḻa (தஞ்.)

காட்டுவெள்ளாம kāṭṭuveḷḷāma பெ. மழையை நம்பி சாகுபடி செய்யக்கூடிய திடல் பகுதி. (விரு.)

காட்டுவேல kāṭṭuvēla பெ. வயல்வெளியில் செய்யக் கூடிய வேலை. (தரு.)

காடக்கண்ணி kāṭakkaṇṇi பெ. கம்பு மாதிரி உணவாகப் பயன்படக்கூடிய மஞ்சள் நிறமான ஒரு வகைத் தானியம். (தூ.)

காடவெட்டி kāṭaveṭṭi பெ. சிறிய புல் பூண்டுகளை வெட்டக்கூடிய மண்வெட்டி போன்ற ஒரு வகை வேளாண் கருவி. (தூ.)

காடவெட்டி

காடி kāṭi பெ. மாடுகள் கட்டவும் தீவனம், வைக்கோல் போன்றவை வைக்கவும் பயன்படும் வகையில்

மாட்டுக்கொட்டகையில் தடுக்கும் தடுப்பு. *(தூ.)*

காடிவெட்டு kāṭiveṭṭu **வி.** வீடு, கொட்டகை போன்றவை கட்டும்போது பயன்படும் மரத்தின், நுனியின் ஒரு பகுதியில் பள்ளமாக வெட்டுதல். *(நீ.)*

காடு[1] kāṭu **பெ.** *1)* வயல் மற்றும் திடல் சார்ந்த பகுதி. *2)* பயிர்கள் விளைந்து கொண்டு இருக்கிற இடம். *(நா.), (நீ.), (தரு.)*

காடு[2] kāṭu **பெ.** புதர். செடிகள், மரங்கள் அடர்ந்த பகுதி *(நா.), (வே.), (திருநெல்.)*

காடு[3] kāṭu **பெ.** *1)* மழை நீரையே நம்பி பயிர் செய்யக்கூடிய மேட்டுப் பகுதி. *2)* சாகுபடி செய்யக்கூடிய இடம். *3)* அடர்ந்த செடிகள் உள்ள இடம். *(தூ.), (புது.)*

காடுஆறுதல் kāṭuāṟutal **தொ.பெ.** உழுதுபோட்டநிலம்பக்குவம் / சமநிலைக்கு வருதல். *(நா.)*

காடு கந்தாயம் வாங்குதல் kāṭu kantāyam vāṅkutal **தொ.பெ.** *(பார்க்க–கந்தாயம்). (நீ.)*

காடுவெட்டி kāṭuveṭṭi **பெ.** காடுகளை அழிப்பதற்காகப் பயன்படும் சிறிய வகைக் கோடரி. *(தூ.)*

காண்டா kāṇṭā **பெ.** மூன்று காலில் தொங்கியபடி எடையை நிறுத்தக்கூடிய செங்குத்தாக நடப்பட்ட ஒரு வகைத் தராசு. *(திருநெல்.)*

காணி[1] kāṇi **பெ.** நூறு குழிகள் கொண்ட ஒரு நில அளவை. *(நா.), (பெ.)*

காணி[2] kāṇi **பெ.** வயல். *(நன்செய் நிலம்). (கட.)*

காத்தாடி kāttāṭi **பெ.** *(பார்க்க– சில்வர் ரோக்). (நீ.)*

காத்தாடிமரம் kāttāṭimaram **பெ.** மிளகுக் கொடி படர்வதற் காகவும் மணசரிவைத் தடுப்ப தற்காகவும் வளர்க்கப்படும் மரம். *(நீ.)*

காத்திக kāttika **பெ.** தமிழ் மாதத்தின் எட்டாவது மாதம். *(வே.).* **கார்த்தி** kārtti *(வே.)* / **கார்த்திக** kārttika *(நாக.).*

காத்திகபட்டம் kāttikapaṭṭam **பெ.** கார்த்திகை மாதம் சாகுபடி தொடங்கக்கூடிய ஒரு வேளாண் காலம். *(வே.)*

காத்துக்குத்தலடி kāttukkuttalaṭi **பெ.** காற்றினால் இடம் பெயர்ந்து செல்லக்கூடிய ஒரு வகை (மண்) நிலம். *(கட.)*

காத்துக்குவுடுதல் kāttukkuvuṭutal **தொ.பெ.** தானியங்களைச் சுத்தம் செய்யும் பொருட்டுத் தூற்றுதல். *(தூ.), (விரு.)*

காத்துபோடு kāttupōṭu **வி.** கடப்பாறையால் பள்ளம் தோண்டுதல். *(வே.)*

காத்துமிச்சமா அடித்தல் kāttumiccamā aṭittal **தொ.பெ.** இயல்புக்கு மாறாகச் சற்று வேகமாகக் காற்று அடித்தல். *(தூ.)*

காதறத்தல் kātaṟattal தொ.பெ. கரும்புக் கானில் தண்ணீர் பாய்ச்சுவதற்காக / தேக்கி வைப்பதற்கு ஏற்றால்போல் தனித் தனியாக உள்ள மூம்மூன்று கான்களை ஒன்றிணைத்தல். (கட.)

காதுதட்டுதல் kātutaṭṭutal தொ.பெ. ஆடு ஈன்றவுடன் அதன் முழு வளர்ச்சியைக் கண்டறியும் பொருட்டு குட்டியின் அக்குட்டியின் காதில் ஒட்டியுள்ள கழிவு களைத் தட்டுதல். (ராம.)

காப்படி kāppaṭi பெ. ஒரு வகை பழங்கால முகத்தல் அளவை. (விளாத்திகுளம் பகுதியில் பயன்படுத்தப்படுவதுமான ஒரு முகத்தல் அளவை). (தூ.), (தே.), (ராம.), (தஞ்.), (புது.), (திருநெல்.). 2) ஒரு வகை பழங்கால முகத்தல் அளவை. ஸ்ரீவைகுண்டம் பகுதியில் பயன்படுத்தப்படும் ஒருவகை முகத்தல் அளவை. (தூ.)

காப்படி

காப்படி ஒழக்கு kāppaṭi oḻakku பெ. (பார்க்க – பக்காப்படி). (புது.)

காப்பரிசி kāpparici பெ. (படைத்து ஊர் மக்களுக்குக் கொடுப்பதற்காக) சித்திரை மாதத்தில் நாளேர் கட்டும் போது குல தெய்வத்திற்குத் தயார் செய்த மஞ்சள் தடவிய அரிசி. (சிவ.)

காப்பி kāppi பெ. 1) காப்பிக் கொட்டையைத் தரக்கூடிய ஒரு வகைச் செடி. 2) அச்செடி யின் காய். 3) அக்காயை வறுத்து அரைத்த பொடி. 4) அப்பொடியைக் கலக்கிய திரவம். (நீ.)

காப்புக்கு வருதல் kāppukku varutal தொ.பெ. பாக்குமரம், தக்காளிச் செடி போன்றவை காய்க்கும் பருவத்தை அடைதல். (நா.)

காம்பு[1] kāmpu பெ. மணவெட்டி யில் கைப்பிடித்திருக்கும் தண்டுப் பகுதி. (நா.), (நாக.), (கட.), (பெ.). (பார்க்க– மம்பட்டி). (புது.)

காம்பு[2] kāmpu பெ. வெற்றிலையைக் கணக்கிடு வதற்காகக் குறிப்பிடும் வெற்றிலைக்கு இணையான மாற்றுச் சொல். (எ.கா.) இன்று எத்தனை காம்பு பறித்திருப்பாய் / நூறு காம்பு பறித்ததற்கான கூலிகொடு. (நா.)

காம்பு[3] kāmpu பெ. (தனித்த) ஒரு வாழைத்தார். (தஞ்.), (தூ.)

காமடங்குதல் kāmaṭaṅkutal தொ.பெ. பால் கட்டிய நெற்கதிர் முற்றித் தலைசாய்தல். (ம.)

காமாகாணிப்படி kāmākāṇippaṭi பெ. 1) தானியங்கள்

அளப்பதற்குப் பயன்படும் ஒரு வகை அளவுக் கருவி. (திருநெல்.). 2) விளாத்திக்குளம் பகுதியில் பயன்படுத்தப்படும் ஒரு வகைச் சிறிய அளவுக் கருவி. (தூ.)

காய் kāy பெ. வியாபாரிகள், தரகர்கள் மூன்று, முப்பது, முந்நூறு போன்ற இனவர்க்கத் திற்குக் குழூக்குறியாகப் பயன்படுத்தும் சொல். (தூ.)

கார்[1] kār பெ. (நாட்டு மரக்கலப்பையில்) மண்ணை உழக்கூடிய இரும்புக் கொழு. (தரு.). **காரு** kāru (வே.), (தரு.), (திருவ.)

கார்[2] kār பெ. கதிரடிக்கிற இயந்திரம். (திருநெல்.)

கார்கலக்கட்டு kārkalakkaṭṭu பெ. (பார்க்க–மம்டிகலக்கட்டு). (வே.)

கார்த்திக சம்பா kārttika campā பெ. நெல்லில் ஒரு வகை. (நா.)

கார்போகம் kārpōkam பெ. 1) சித்திரை மாதத்தில் சாகுபடி செய்யக்கூடிய ஒரு வகை விவசாயக் காலம். (நீ.), **காரு** kāru (வே.). 2) கார்காலத்தில் சாகுபடி செய்யக்கூடிய ஒரு வகை விவசாயக் காலம். (திருநெல்.)

கார்மல kārmala பெ. பெய்யும் மழையில் ஒரு வகை. (நீ.)

கார்வைக்க kārvaikka பெ. கார் காலப் பயிரில் அறுவடை செய்து எடுக்கப்பட்ட வைக்கோல். (திருநெல்.)

காரக்கரன kārakkaraṉa பெ. மிகவும் பெரியதாக உள்ள ஒரு வகைக் கருணைக் கிழங்கு. (தஞ்.)

காரக்காமுடி kārakkāmuṭi பெ. கட்டு கட்டும் போது உடனே பிரிக்க முடியாதவாறு கயிற்றில் போடும் ஒரு முடிச்சு. (வே.)

காராமணி kārāmaṇi பெ. கொடியில் விளைவதும் துவரை இனத்தைச் சேர்ந்தது மான ஒரு வகைத் தானியம். (வே.). **தடனி** taṭaṉi / **தடினி** taṭiṉi (தரு.)

காரு[1] kāru பெ. ஒரு வகை பழங்கால நெல் (பெ.)

காரு[2] kāru பெ. ஆடி, ஆவணி மாதத்தில் சாகுபடி செய்யக் கூடிய ஒரு வகை வேளாண் காலம். (திருநெல்.)

காரை kārai பெ. முட்கள் நிறைந்த ஒரு மூலிகைச் செடி. (மூ.)

கால்[1] kāl பெ. (வெண்டைக் காயின்) விதை நடுவதற்காகப் போடப்படும் சிறு சிறு வரப்பு. (தரு.). **கால்பாரு** kālpāru (நா.)

கால்[2] kāl பெ. பல பாத்திகள் இணைந்த ஒரு தொகுப்பு. (தரு.)

கால்[3] kāl பெ. 1) தக்காளிக் கன்று நடுவதற்குப் போட்ட வரி வரியாக நீர் செல்லத்தக்க உள்ள சிறு பள்ளம். (நா.). 2) வாய்க்காலைவிடப் பெரியதாக இரு கரையுள்ள

நீர்ப் போக்குவரத்து இடம். (திருநெல்.)

கால்ஓட்டு kālōṭṭu **வி.** நீர் செல்வதற்காகவும் அதன் கரையில் விதை போடுவதற்காகவும் புழுதி நிலத்தில் நீண்ட பள்ளம் போடுதல். (**தரு.**)

கால்கயிறு kālkayiṟu **பெ.** (பாக்கு) மரம் ஏறும் போது பிடிப்புத் தன்மைக்காகக் காலில் அணிந்து கொள்ளும் இரு முனைகள் இணைந்த ஒரு கயிறு. (**நா.**)

கால்கான kālkāṉa **பெ.** ஆட்டிற்குத் தோன்றும் ஒரு வகை நோய். (**ராம.**)

கால்திட்டு kāltiṭṭu **பெ.** (பார்க்க– கால்[1]). (**தரு.**)

கால்நடவு kālnaṭavu **பெ.** 1) (பட்டம் பிரிக்காமல்) கலந்தவாறு நடும் நடவு. (**தஞ்.**). 2) நீர் விடாமல் நடும் நடவு. (**தரு.**)

கால்பார் kālpār **பெ.** தக்காளிக் கன்று நடுவதற்காகப் போட்ட சிறு சிறு பள்ளத்தோடு கூடிய பாத்தி. (**நா.**)

கால்போடு kālpōṭu **வி.** 1) (பார்க்க–கால் ஓட்டு). (**தரு.**). சிறு சிறு பாத்தியாகப் புழுதி நிலத்தில் பிரித்தல். (**தரு.**)

கால்மாடு kālmāṭu **பெ.** வைக்கோல் திரைக்கப் போட்ட மூன்று பிரியும் இணையாத பகுதி / உருட்டித் திரைத்து இறுதியாக சுருட்டும் பகுதி. (**பெ.**). (பார்க்க– தலமாடு). (**நா.**). **கால்மோடு** kālmōṭu (**கட.**)

கால்மானம் kālmāṉam **பெ.** 1) படியில் கால் பகுதி கொள்ளளவு கொண்ட ஓர் அளவுக் கருவி. 2) அக்கருவி கொள்ளளவு கொண்ட ஓர் அளவு. (**வே.**)

கால்வா kālvā **பெ.** வயலுக்கு நீர் செல்லக்கூடிய பெரிய வாய்க்கால். (**ம.**)

காலடிஇழுத்தல் kālaṭi iḻuttal **தொ.பெ.** சாகுபடி செய்யக் கூடிய நிலத்தின் வயல் பக்கம் உள்ள வரப்பின் ஓரத்தை, மண்வெட்டியால் செதுக்கி வயலுக்குள் போடுதல். (**தூ.**)

காலாலதடவிவுடு kālālataṭavivuṭu **வி.** நிலத்தை நடுவதற்காகத் தயார் செய்யப்படும் சேற்று வயலில் உள்ள சிறு கட்டி களைக் காலால் மிதித்துச் சமன் செய்தல். (**தஞ்.**)

காலாவதிபயிரு kālāvatipayiru **பெ.** சித்திரை மாதம் விளையக்கூடிய நெற்பயிர். (**வே.**)

காலிஎடம் kālieṭam **பெ.** பயிர் செய்யப்படாத தரிசு நிலம். (**நீ.**)

காலிப்பிளவர் kālippiḷavar **பெ.** (முட்டைகோஸ் போன்று) உணவாகப் பயன்படக்கூடிய ஒரு வகைப் பூ. (**நீ.**)

காலில் மிதி kālil miti **வி.** (காயவைத்த மிளகுக் கதிரிலிருந்து மிளகு உதிரும் பொருட்டு) காலால் மிதித்துக் கசக்கி உதிரச் செய்தல். (**நீ.**)

காலு kālu பெ. *(பார்க்க– நாட்டுவண்டி).* **(திருநெல்.)**

காலுவச்சிடுதல் kāluvacciṭutal தொ.பெ. *(பச்சை நிறம் தோன்ற)* பறித்து நட்ட நாற்று வேர்பிடித்து நிமிர்ந்து வளர்தல். **(விரு.)**

காலேஸ்திரி kālēstiri பெ. பழங் கால நெல்லில் ஒரு வகை. **(நா.)**

காவடி கட்டி தூக்குதல் kāvaṭi kaṭṭi tūkkutal தொ.பெ. நீண்ட தடித்த கழியில் நாற்றுமுடிக் கட்டினை அடிப்பகுதியை இரண்டாகப் பிரித்துக் கோர்த்து இரு ஆட்கள் தமது தோளில் தூக்குதல். **(வே.)**

காவா kāvā பெ. *1)* நீர் செல்லக் கூடிய பள்ளம்/ இரு கரைகளுள்ள நீர் வரும் சிறு வழி. **(தரு.), (வே.), (நீ.), (புது.), (திருவ.), (தஞ்.).** *2)* வாய்க்கால் என்ற சொல்லுக்கு இணையான சொல். **(தரு.)**

காவாகட்ட kāvākaṭṭa பெ. சிறு வாய்க்காலின் கரைப் பகுதி. **(வே.)**

காவாத்து வாங்குதல் kāvāttu vāṅkutal தொ.பெ. **(நீ.)** *(பார்க்க– கப்பாத்து வாங்குதல்)*

காவாபோடு kāvāpōṭu **வி.** நீர் தேங்காமல் நீர் வடிவதற்காக மண்வெட்டியால்வாய்க்கால் போன்று வரப்பு ஏற்படுத் தாமல் பள்ளம் பறித்தல். **(நீ.).** **காவாபறி** kāvāpaṟi **(தரு.)**

காவால kāvāla பெ. நெற்பயிருக்கு உரமாகப் பயன்படக்கூடிய ஒரு செடி / பூண்டு வகை. **(கட.)**

காவாலபூண்டு kāvālapūṇṭu பெ. நெற்பயிருக்குத் தழைச்சத்தைத் தரக்கூடிய ஒரு வகைப் பூண்டு. **(நாக.).** **கொளிஞ்சி** koḷiñci **(திருநெல்.), (ராம.), (தூ.), (ம.), (தஞ்.), (நா.)** **கொளஞ்சி** koḷañci **(நா.)**

காவு[1] kāvu பெ. கம்பு, கேழ்வரகு போன்றவற்றை அடித்துத் தூற்றும்போது அதிலிருந்து காற்றில் பறக்கும் தூசுகள். **(தரு.)**

காவு[2] kāvu பெ. மண்வெட்டியின் காம்புப்பகுதி. **(நீ.)**

காவுந்துபண்ணு kāvuntupaṇṇu **வி.** சாகுபடி செய்யப்பட்ட பயிர்களை நோய் மற்றும் கால்நடைகளிலிருந்து பாதுகாத்தல். **(தஞ்.)**

காவுளிகெழங்கு kāvuḷikeḻaṅku பெ. *1)* வெற்றிலைக் கொடி போன்று படர்ந்து மண்ணிற் குள் மிகப் பெரிய அளவில் காய்க்கக் கூடிய கிழங்கு, / அக்கிழங்கின் கொடி. **(எ.கா.)** இக்கிழங்கு எந்தந்தப் பொருளைச் சுமந்து கொண்டு விதைக் கிழங்கு போடுகின்றோமோ அதே வடிவத்தில் கிழங்கு உருவாகும் என்பது நம்பிக்கை. கிழங்கு மிகப் பெரிய அளவில் காய்ப்பதால் அறுவடை செய்து வீட்டிற்கு எடுத்து வரும்போது யாரும் பார்க்காமல் சாக்கில் மூடி எடுத்து வருகிறார்கள். **(தஞ்.)**

காவேரி kāvēri பெ. காப்பிச் செடியில் ஒரு வகை. (**நீ.**)

கான் kāṉ பெ. வெற்றிலைக் கொடி நடுவதற்காக ஏற்படுத்தும் பள்ளம் மேடு இணைந்த பகுதி. (**தூ.**)

கான kāṉa பெ. (பார்க்க–கால்கான). (ராம.)

கானப்பயிறு kāṉappayiṟu பெ. உணவாகப் பயன்படக்கூடிய ஒரு வகைத் தானியப் பயிர். (**விரு.**)

கானவாழை kāṉavāḻai பெ. ஈட்டி வடிவ இலைகளையும் நீல நிற மலர்களைக்கொண்டு தரையோடு படர்ந்து வளரக் கூடிய மூலிகைச் செடி. (**மூ.**)

கானா kāṉā பெ. சேற்று வயலுக்கு உரமாகப் பயன்படக்கூடிய ஒரு வகைச் செடி. (**தே.**)

கானு[1] kāṉu பெ. 1) (கரும்பு, சோளம், மரவள்ளிக் குச்சி போன்றவை நடுவதற்காக) வாய்க்கால் போன்று ஏற்படுத்தும் பள்ளம். (**நா.**), (**தஞ்.**). 2) வெற்றிலைக்கொடி நட்டு வளர்வதற்கு அருகில் நீர் நிற்கும் பொருட்டுத் தோண்டப்படும் நீண்ட பள்ளம். (**தூ.**). 3) வாழை நடுவதற்கு ஏற்படுத்திய பாத்தியைச் சுற்றி நீர் சென்று திரும்புவதற்கு ஏற்றாற்போல் ஏற்படுத்தி இருக்கும் நாற்சதுரப் பள்ளம். (**தூ.**)

கானு[2] kāṉu பெ. ரேழி அடிக்கின்றபோது ஏற்படும் பள்ளம் (**பார்க்க**–ரேழி அடி). (**கட.**)

கானுபறி kāṉupaṟi **வி.** விதைவிட்ட நாற்றங்காலில் நீர் முழுவதும் வடிவதற்காகப் பள்ளம்/வரி ஏற்படுத்துதல். (**பெ.**)

கானுவெட்டு kāṉuveṭṭu **வி.** 1) வெற்றிலைக் கொடி நடுவதற்காக ஆறு அடி அகலமும் தொண்ணூறு அடி நீளமும் கொண்டு பள்ளம் பறித்தல். (**தூ.**). 2) கிழங்கு வகைப் பயிர்கள் போன்றவை பயிரிடுவதற்காகக் கானு வெட்டுதல். (**நீ.**)

கி

கிச்சடிசம்பா kiccaṭicampā பெ. நெல்லில் ஒருவகை ரகம். (**தஞ்.**), (**கட.**), (**புது.**). **கிச்சடி** kiccaṭi (**தஞ்.**). **கிச்சிடி** kicciṭi (**தரு.**). **கிச்சிடி சம்பா** kicciṭi campā (**நா.**)

கிட்டபுடிச்சி ஓட்டு kiṭṭapuṭicci ōṭṭu **வி.** ஏர் உழும் போது இடைவெளி இல்லாமல் உழுதல். (**வே.**)

கிட்டிகயிறு kiṭṭikayiṟu பெ. கால்நடைகள் ஓடாமல் இருப்பதற்காக முன்னங்கால்களில் கட்டும் சிறு கயிறு. (**தூ.**)

கிட்டிப்புடித்தல் kiṭṭippuṭittal தொ.பெ. (தானியத் தட்டைகளைப் போர் (படப்பு) போடும்போது) அடுக்கப்பட்ட தட்டைகள்

சரியாதவாறு வரிசையாகக் குச்சிவைத்துக் கட்டுதல். *(தே.)*

கிடங்கு kiṭaṅku பெ. கால்நடைகளின் கழிவுகள் கொட்டுவதற்காக ஏற்படுத்தும் பள்ளம். *(தூ.)*

கிடாவடி ஓட்டு kiṭāvaṭi ōṭṭu **வி.** *(பார்க்க–பொனையடி–1). (கட.)*

கிடாவு kiṭāvu **வி.** வீசுதல் / விசுறுதல் *(பார்க்க–கடாய்). (கட.)*

கிடிச்சிவுடு kiṭiccivuṭu **வி.** நடப்பட்ட விதை வாழைக் கன்றின் ஓரம் காற்று புகாதவாறு மண்ணை இடித்தல். *(தஞ்.)*

கிண்டிவுடு kiṇṭivuṭu **வி.** முட்டாகக் கிடக்கும் வைக்கோல் போன்ற பொருளைக் தடிகொண்டு களைத்தல். *(கட.)*

கிணற்றுப்பாசான் kiṇaṟṟuppācāṉ பெ. பற்களுள்ள நீண்ட இலைகளையும், மஞ்சள் நிறப் பூக்களையும் உடைய ஈரமான இடங்களில் தானே வளரும் ஒரு மூலிகைச் செடி. *(மூ.)*

கிரந்திநாயகம் kirantināyakam பெ. முட்டை வடிவ வெகுட்டல் மணமுள்ள இலைகளையும், வெண்ணிறப் பூக்களையும் உடைய மூலிகைச் செடி. *(மூ.)*

கிராம்பு kirāmpu பெ. உணவுக்கு வாசனைப் பொருளாகப் பயன்படுத்தக்கூடிய ஒரு வகைப் பயிரின் பூ. *(நீ.), (மூ.)*

கில்லுக்கு வருதல் killukku varutal **தொ.பெ.** வெற்றிலைக் கொடியிலிருந்து வெற்றிலை அறுவடைப் (பறிக்கும்) பக்குவத்திற்கு வருதல். *(நா.)*

கிலுவை kiluvai பெ. ஒரு வகை மரம். விதை போடாமல் / பூ, காய் போன்றவை இல்லாமல் கிளைகளைக் கொண்டு இனப்பெருக்கம் செய்யும் ஒரு வகை மரம் (பொதுவாக இது வேலி அமைப்பதற்கு பயன்படுகிறது). *(நாக.)*

கிழக்கத்திக்காத்து kiḻakkattik kāttu பெ. பெரும்பாலும் மழையைத்தரக்கூடிய, கிழக்கி லிருந்து வீசும் காற்று. *(நா.).* **கிழகித்திகாத்து** kiḻakittikāttu *(பெ.)*

கிழக்கத்திமழ kiḻakkattimaḻa பெ. வேளாண் பருவ காலங்களில் தமிழகத்துக்குப் பெரும்பாலும் மழையைத் தரக்கூடியதும், கிழக்கில் இருந்துபெய்யக்கூடியதுமான ஒரு பருவ மழை. *(பெ.)*

கிழமேல்ஒழவு kiḻamēloḻavu பெ. கிழக்கு மேற்காக நிலத்தில் உழக்கூடிய உழவு. *(திருநெல்.)*

கிள்ளுதல் kiḷḷutal தொ.பெ. (தேயிலைத் தூள் தயாரிப்பதற்காக) கொழுந்து தேயிலையைக் கிள்ளி எடுத்தல். *(நீ.)*

கிளாறுமண் kiḷāṟumaṇ பெ. உப்புத் தன்மை கொண்ட ஒரு வகை மண். *(தஞ்.)*

கிளி kiḷi பெ. நெற்பயிருக்குத் தீமை செய்யும் பூச்சிகளைப் பிடித்து உண்பதற்காக வரும் பச்சைநிறச் சிறகுகள் மற்றும் சிவந்த நிறத்தில் வளைந்த மூக்கு உடைய ஒரு பறவை. *(நா.)*

கிளிகால் kiḷikāl பெ. *(பார்க்க–கமல ஏத்தம்). (பெ.)*

கீ

கீங்கருது kīṅkarutu பெ. நெற்பயிரின் பக்கக் குருத்திலிருந்து வரும் கதிர். *(**புது**.)*

கீத்து kīttu பெ. *(இரண்டாகக் கிழிக்கப்பட்ட)* தென்னம் மட்டையில் பாதி. *(**தஞ்**.)*

கீத்துநடுவு kīttunaṭuvu பெ. *(கலந்தவாறு நடாமல்)* இறங்கும் இடத்திலிருந்து நேராக எதிர்க்கரை வரையும் நட்டுக் கரையேறும் நடவு. *(**தஞ்**.)*

கீர்னாபல kīrṉāpala **வி.எ.** ஏர் உழும்போது நெருக்கப் பிடித்து உழுதல். *(எ.கா.)* ஏரினை கீர்னாபல ஓட்டு. *(கட.)*

கீர kīra பெ. உணவாகப் பயன்படும் வகையில் வளர்க்கும் முற்றாத *(கீரைத் தண்டின்)* இளம் செடி. *(**புது**.)*. **கீரசொப்பு** kīracoppu *(நீ.)*

கீழ்தட்டு kīḻtaṭṭu பெ. குலுமையில் செய்து வைக்கப்படும் மூன்று அடுக்குகளுள் கீழ்ப்பகுதியில் உள்ள அடுக்கு. *(ராம.)*

கீழ்பட்ட சோளம் kīḻpaṭṭa cōḷam பெ. ஆடி மாதத்தில் விளையக்கூடிய ஒரு வகைச் சோளம். *(நா.)*

கீழ்விட்டம்கட்டு kīḻviṭṭamkaṭṭu **வி.** வெற்றிலைக் கொடி படர்வதற்காக அகத்திக் காலில் கீழ்ப் பக்கம் கட்டும் விட்டம் *(பார்க்க–விட்டம்கட்டு). (நா.)*

கீழக்காடு kīḻakkāṭu பெ. இருப்பிடத்திலிருந்து கிழக்குப் பக்கத்தில் சாகுபடி செய்யக்கூடிய திடல் பகுதி. *(**புது**.)*

கீழசீம kīḻacīma பெ. இருப்பிடத்தில் இருந்து கிழக்குப் பக்கத்திலுள்ள ஊர்ப் பகுதி / மாவட்டம். *(**புது**.)*

கீழமடக்கு kīḻamaṭakku **வி.** குறிப்பிட்ட வளர்ச்சி அடைந்தவுடன் வெற்றிலைக் கொடியைக் கீழ்நோக்கி மடக்கிக் கட்டுதல். *(**தஞ்**.)*

கீழாநெல்லி kīḻānelli பெ. இரு சீராய் அமைந்த சிறு இலைகளையுடைய மருத்துவக் குணம் கொண்ட குறுஞ்செடி. *(மூ.)*

கீழாப்பு kīḻāppu பெ. *(பார்க்க–மரக்கலப்ப). (திருநெல்.)*

கீறுதல் kīṟutal **வி.** மணவெட்டியின் காம்பு வெடித்தல். *(கட.)*

கு

குங்குமக்கல்ல kuṅkumakkalla பெ. குங்கும நிறத் தோலையுடைய கடலைச் செடியின் விதை. (புது.)

குங்குமரோஸ் kuṅkumarōs பெ. மரவள்ளிக் (குச்சிக்) கிழங்கின் ஒரு வகை. (நா.), (தரு.)

குச்சி[1] kucci பெ. 1) பூமிக்கடியில் மகசூல்தரக்கூடியதும் பழுப்பு நிறத் தோலையுடையதும் உணவாகப் பயன்படுவது மான ஒரு வகைக் கிழங்கு (மரவள்ளிக்கிழங்கு). 2) அக்கிழங்கைத் தரக்கூடிய செடி. (நா.), (தரு.)

குச்சி[2] kucci பெ. நாற்றில் இருக்கும் சேற்றினை அடித்துப் போக்குவதற்காகப் பயன்படும் சிறு குச்சி. (கட.)

குச்சி[3] kucci பெ. தானியப் பயிர்களுக்குக் களை எடுக்கும் போது களைக்கொட்டினால் வெட்ட முடியாத இடத்தில் உள்ள களைகளைக் குத்தி எடுப்பதற்காகப் பயன்படும் களைக் குச்சியின் பின்பக்கம் உள்ள இரும்புக் கம்பி. (தூ.). (பார்க்க–களக்குச்சி)

குச்சிஅளவு kucciaḷavu பெ. வெற்றிலைக் கொடி நடுவதற்கும் கானுபோடு வதற்கும் அகலம், நீளம் போன்றவை பார்ப்பதற்குப் பயன்படும் ஒரு வகை அளவுள்ள குச்சி. (நா.)

குச்சிகெழங்கு kuccikel̲aṅku பெ. (மரவள்ளி கிழங்கு) (பார்க்க–குச்சி[1]). (நா.)

குஞ்சம் kuñcam பெ. (பெண்கள் சடையின் குஞ்சம் போன்று) முத்துச் சோளத்தின் மேற் பகுதியில் வளரும் நார். (தஞ்.)

குஞ்சிநாத்து kuñcināttu பெ. பறிக்காத இளம் நாற்று. (தஞ்.)

குட்ட[1] kuṭṭa பெ. சிறிய மலைக் குன்று. (வே.)

குட்ட[2] kuṭṭa பெ. பாசனத்திற்குப் பயன்படும் வகையில் நீர் தேக்கி வைப்பதற்காக ஏற்படுத்தியிருக்கும் நீர்நிலை. (தூ.), (கட.), (நா.)

குட்டக்கோர kuṭṭakkōra பெ. (பார்க்க–கூழக்கோர). (நா.)

குட்டன்போடு kuṭṭan̲pōṭu வி. சிதறிக் கிடக்கும் பொருளை வட்ட வடிவில் முட்டாக ஒன்று சேர்த்தல். (நா.)

குட்டபிரி kuṭṭapiri பெ. பார்க்க– துண்டுபிரி. (கட.)

குட்டாபோடுதல் kuṭṭāpōṭutal தொ.பெ. அறுவடை செய்த கிழங்குகளை ஓரிடத்தில் முட்டாகக் கொட்டுதல். (நீ.)

குட்டான் kuṭṭān̲ பெ. வட்ட வடிவில் கொட்டி வைத்துள்ள பொருளின் தொகுப்பு. (நா.)

குடசப்பாலை kuṭacappālai பெ. வெள்ளை நிற மலர்கள், உருளை வடிவ இரட்டைக் காய்கள் மற்றும் பஞ்சு

விதைத் தன்மை கொண்ட ஒரு மூலிகை மரம். (மூ.)

குடுத்துகட்டுதல் kuṭuttukaṭṭutal **தொ.பெ.** (மெல்லியதாக உள்ள வரப்பைப்பெரியதாக ஆக்கும் பொருட்டு) மண் அணைத்தல். (ராம.)

குடுமங்கட்டுதல் kuṭumaṅ kaṭṭutal **தொ.பெ.** வீட்டின் வெளியே நிலக்கடலையைப் பாதுகாக்கும் ஒரு முறை. கருங்கல்லைக் கீழே அடுக்கி அதன் மேல் காய்ந்த துவரைச் செடியைப் பரப்பி விட்டு, அதைச் சுற்றிப் பனை மட்டையை வட்ட மாக அமைத்து, உள்ளே தேவைக்கேற்பக் காய்ந்த நிலக்கடலையைக் கொட்டி, கூம்பு வடிவில் (அமைத்து வெளிப்புறத்தில் பிரியால் சுற்றி மேல் பகுதியில்) கூரை அமைத்தல். (**புது.**)

குண்டால் kuṇṭāl **பெ.** நூறு கிலோ எடை கொண்ட ஒரு அளவை. (**தூ.**)

குண்டு kuṇṭu **பெ.** நடவு நடுவதற்காக உள்ள சிறிய நிலப் பகுதி. (**பார்க்க**–பங்கு/ நெலம்). (**தஞ்.**), (**ம.**)

குண்டுகொடி kuṇṭukoṭi **பெ.** தாய் வெற்றிலைக் கொடியிலிருந்து தனியாகப் பிரிந்து வரும் சிறிய கொடி. (**நா.**)

குண்டு தள்ளுதல் kuṇṭu taḷḷutal **தொ.பெ.** நெற்பயிரில் நெற்கதிர் புடைத்துக்கொண்டு வெளி வராமல் இருத்தல். (**திருவ.**)

குண்டுபோடு kuṇṭupōṭu **வி.** படர்ந்து மேலெழும்பும் வெற்றிலைக் கொடியைச் சுருளாக மடக்கிப் பூமியில் பதியம் போடுதல். (**தூ.**)

குண்டுமல்லி kuṇṭumalli **பெ.** 1) வாசனை தரக்கூடிய ஒரு வகைப் பூ. 2) அப்பூவினைத் தரக்கூடிய ஒரு வகைச் செடி. (**தரு.**)

குண்டுமிளகாய் kuṇṭumiḷakāy **பெ.** உருண்டை வடிவமாக உள்ள ஒரு வகை மிளகாய். (**நீ.**)

குண்டுவத்தல் kuṇṭuvattal **தொ.பெ.** 1) உருண்டை வடிவத்தில் உள்ள மிளகாய். 2) அக்காயைத் தரக்கூடிய செடி. (**தூ.**)

குண்டி[1] kuṇṭi **பெ.** கால்நடைகளின் கழிவுகளைச் சேமிப்பதற்காக ஏற்படுத்தப் பட்டுள்ள பள்ளம். (**நீ.**)

குண்டி[2] kuṇṭi **பெ.** புழுதி நிலத்தில் போடும் நிரந்தரமல்லாத சிறிய வரப்பு. (**வே.**)

குண்டிகட்ட kuṇṭikaṭṭa **பெ.** போஸ்டு கலப்பையில் கொழு மாட்டப்பட்ட அடிக்கட்டை. (**பார்க்க**–போஸ்டுக் கலப்ப). (**புது.**)

குண்டிவடம் kuṇṭivaṭam **பெ.** நீர் இறைக்கும் கருவியின் பகுதி (**பார்க்க**–ஏறவமரம்). (ராம.)

குண்டிவை kuṇṭivai **வி.** நிரந்தரம் அல்லாத சிறிய தற்காலிக வரப்பு போடுதல். (**வே.**)

குண்ணுதல் kuṇṇutal **தொ.பெ.** நோய் தாக்கிய ஆடு உடல் குறுகிப் படுத்திருத்தல். *(ராம.)*

குத்தக kuttaka **பெ.** *1)* (வேலைக்கு ஏற்றாற்போல்) செய்யும் வேலைக்குத் தினக்கூலி பெறாமல் இந்த வேலைக்கு இவ்வளவுத் தொகை என்று மொத்தமாக செய்து கொள்ளும் ஒப்பந்தம். *(**சிவ.**)*. *2)* ஆட்டின் கழிவுகளை இரவு நேரத்தில் நிலத்தில் விடுவதற்குக் குறிப்பிட்ட நாட்களுக்குச் செய்து கொள்ளும் ஒப்பந்தம். *(ராம.)*

குத்தகநடவு kuttakanaṭavu **பெ.** பத்துப் பெண்கள் நடக்கூடிய நடவினை அதற்கும் குறைவான ஆட்கள் நட்டு, அச்சம்பளத்தைப் பிரித்துக் கொள்வதற்காக நடும் நடவு. *(**தஞ்.**)*

குத்தகிவிடு kuttakiviṭu **வி.** விளைந்த விளைச்சலில் வருடத்திற்கு இவ்வளவு கொடுத்திட வேண்டும், மீதம் எவ்வளவு விளைந்தாலும் விளைவித்தவர் எடுத்துக் கொள்ளலாம் என்று ஒப்பந்த அடிப்படையில் நிலத்தை மற்றவருக்குக் கொடுத்தல். *(**வே.**)*

குத்தகை kuttakai **பெ.** (சாகுபடி நிலம், தோப்பு போன்றவை) உரிமையாளர் தன்னிடம் உள்ள உடமையை மற்றவர்க்குக் குறிப்பிட்ட காலத்திற்கு அனுபவத்திற்கு விட்டுவிட்டுக் குறிப்பிட்ட தொகையைப் பெற்றுக்கொள்ளும் ஓர் ஒப்பந்தம். *(**தரு.**)*, *(**நா.**)*

குத்தகைக்கு விடு kuttakaikku viṭu **வி.** ஓர் ஒப்பந்தம் மூலம் குறிப்பிட்ட காலத்துக்குத் தன்னிடம் உள்ள உடமையை மற்றவரிடம் கொடுத்து விட்டுக் குறிப்பிட்ட தொகையைப் பெற்றுக் கொள்ளுதல். *(**பார்க்க**–குத்தகை)* *(**தரு.**)*. **குத்தகைக்கு உடு** kuttakaikku vuṭu *(**திருச்.**)*

குத்தகையா பேசு kuttakaiyā pēcu **வி.** ஒரு வேலையைச் செய்து முடிக்கக் குறிப்பிட்ட தொகை தருவதாக ஓர் ஒப்பந்தம் செய்து கொள்ளுதல். *(**தரு.**)*

குத்தரமாடு kuttaramāṭu **பெ.** ஏர் உழும்போது வலது பக்கம் இழுத்துக் கொண்டு வரும் மாடு / உழும்போது திரும்புவதற்காகக் குச்சியால் குத்துபடும் மாடு. *(**தரு.**)*

குத்தரனி kuttaraṉi **பெ.** தடணிப் பயிரின் இனத்தைச் சேர்ந்ததும் சுண்டல் செய்வதற்காகப் பயன்படும் ஒரு வகைத் தானிய வகை. *(**தரு.**)*

குத்தன kuttaṉa **பெ.** வாய்க்காலில் செல்லும் நீரைத் தடுத்து நிறுத்துவதற்காக அடைக்கும் ஒரு வித அடைப்பு. *(**திருச்.**)*

குத்தி kutti **பெ.** கலப்பையில் கொழுவைத்துத் தாங்கியுள்ள அடிக்கட்டை. *(**பார்க்க**–மரக்கலப்ப)*. *(**தூ.**)*. *(**பார்க்க**–சீமக்கலப்ப)*. *(**திருநெல்.**)*

குத்திபோடு kuttipōṭu வி. *(நடவினை) பெண்கள் சேற்றில் நடும்போது முதலில் (பறித்த நாற்றினை) நிமிர்த்தி நேராக நடுதல். (வே.)*

குத்து kuttu பெ. *வயலில் நட்ட மூன்று, நான்கு தனி நாற்றுகள்கொண்ட ஒரு தொகுப்பு. (கட.), (வே.), (நா.).* **குத்துலு** kuttulu *(தரு.)*

குத்துக்கல்ல[1] kuttukkalla பெ. *படராமல் விதைத்த இடத்திலேயே, மேலே செடியையும் பூமிக்கடியில் மகசூலையும் தரக்கூடிய கடலை வகை. (பெ.).* **குத்துக்கடல** kuttukkaṭala *(நா.), (புது.)*

குத்துக்கல்ல[2] kuttukkalla பெ. *கடலைப்பறித்தவேலையாட்களுக்குக் கடலையையே கூலியாகக் கொடுத்த பிறகு, திரும்பவும் கையால் ஒரு பிடி எடுத்துப்போடும் கடலை. (பெ.)*

குத்துக்கால் kuttukkāl பெ. *1) போஸ்டு கலப்பையில் ஏர்காவையும் குண்டிக் கட்டையையும் இணைத்து ஏர்காவை ஆடாமல் பாதுகாக்கும் குறுக்குச் சட்டம் (பார்க்க–போஸ்டு கலப்ப). (புது.), (சிவ.). 2) கமல ஏற்றத்தின் பாகம். (பார்க்க–கமல ஏத்தம்). (தூ.), (பெ.)*

குத்துகானி kuttukāṉi பெ. *சாகுபடி செய்யக் கூடிய நிலத்தின் ஒரு வகை. (தருசு.)*

குத்துச்சட்டம் kuttuccaṭṭam பெ. *(பார்க்க–போஸ்டு கலப்ப). (தஞ்.)*

குத்துப்பெட்டி kuttuppeṭṭi பெ. *ஓலையில் பின்னப்பட்ட நடுத்தரமான கூடை. (தூ.)*

குத்துபடச்சா kuttupaṭaccā பெ. *விவசாயம் செய்வதற்காக நிலத்தில் ஏர்க்கலப்பையால் அகலமாகப் பிடித்து உழுத பள்ளம். (தஞ்.)*

குத்துபொலி kuttupoli பெ. *(தானியங்களைத் தூற்றும் போது) ஒரே இடத்தில் விழுமாறு தூற்றிய தானியக் குவியல். (தே.), (ராம.), (தூ.), (கட.), (சிவ.), (புது.)*

குத்துரலு kutturalu பெ. *தானியங்களின் தோல் நீக்குதல், மாவு இடித்தல் போன்றவற்றிற்குப் பயன்படும் வகையில் கருங்கல்லில் குடைந்து வடிவமைக்கப்பட்டசாதனம். (விரு.)*

குத்துவ kuttuva பெ. *(பார்க்க–குத்தகை). (வே.)*

குதனசோறு kutaṉacōṟu பெ. *(பார்க்க–வரகஞ்சோறு). (தூ.)*

குதில் kutil பெ. *பதினான்கு மரக்கால் தானியங்கள் நிரப்பக்கூடிய, மண்ணால் செய்யப்பட்ட ஒரு வகைச் சேமிப்புக் கலன். (தூ.)*

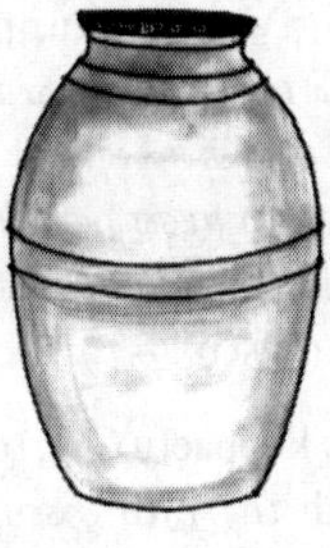

குதில்

குதிமிதித்தல் kutimitittal **தொ.பெ.** விதை வாழைக் கன்று நட்டு நீர்வைத்த மறுநாள் கன்றின் ஓரத்தில் குதிகாலால் மிதித்தல். *(ம.)*

குதிரவால்சம்பா kutiravālcampā **பெ.** நெல்லின் ஒரு வகை. *(நா.)*

குதிலி kutili **பெ.** *1) (பார்க்க–களகொத்து[1]). (நீ.) 2) (பார்க்க–கொத்து[3]). (நீ.)*

குதுரவாலி[1] kuturavāli **பெ.** உணவாகப் பயன் படக்கூடிய ஒரு வகைத் தானியம். *(தூ.).* **குதிரைவால்** kutiraivāl *(பெ.).* **குதரவாலி** kutaravāli *(விரு.).* **குருதவலி** kurutavali *(தே.)* **குருதாலி** kurutāli *(ராம.)*

குதுரவாலி[2] kuturavāli **பெ.** *(கதிரின் மணி கம்பின் வடிவத்தில்)* கோதுமைக் கதிர் போன்று பூத்துக் கதிர் தரக்கூடிய ஒரு வகைக் களைப் பயிர். *(தஞ்.).* **குருதவாலி** kurutavāli / **குதுர வாலி** kutura vāli *(தூ.)*

குதுரு kuturu **பெ.** நெல் முதலிய தானியங்கள் சேமித்து வைக்க மண், வைக்கோல் போன்ற பொருள்களால் சதுர வடிவில் பல அடுக்குகளாகச் செய்யப்பட்ட கொள்கலன். *(கட.), (திருநெல்.), (தரு.), (நா.).* **குருது** kurutu *(தஞ்.)*

குந்தம் கொண்டுவா kuntam koṇṭuvā **வி.** குருவை நெல் விளைச்சலில் முதன்முதலாக ஒருகைப்பிடி அறுத்து அதைக் கதிரோடு கொண்டு தங்கள் குலதெய்வத்திடம் வைத்தல். *(தஞ்.)*

குந்தம்போட்டு நடு kuntampōṭṭu naṭu **வி.** பட்டம் பிரித்து நடாமல் ஆட்கள் கலந்ததாக நின்று நடுவது. *(தஞ்.)*

குந்தம்போடு kuntampōṭu **வி.** 1) வயலில் ஆள் தொடர்ச்சியாக நின்று நடும்போது ஒரு சில ஆட்கள் அவ்வயலின் நடுவே தனித்ததாக நின்று நடுவது. *(தஞ்.).* 2) பெண்கள் கலந்தவாறு நின்று தன்னைச் சுற்றி வட்ட வடிவில் நடுதல். *(தஞ்.), (திருச்.)*

குந்தாணி[1] kuntāṉi **பெ.** *(உரலில்)* தானியங்களை உரலில் இட்டு உலக்கையால் குத்தும் போது சிதறிக் கீழேவிழாமல் இருப்பதற்காக அவ் உரலின் மேல் வைக்கப்படும் இரும்புத்தகட்டு வளையம். *(ராம.)*

குந்தானி^{2} kuntāṉi பெ. *1) தானியங்கள் குத்தித் தோல் நீக்குவதற்காக மரத்தில் செய்யப்பட்ட உரல். (**பார்க்க** – ஒரலு*^{2}*). (**புது**.), (**தஞ்**.) 2) தானியங்களைக் குத்தித் தூய்மை செய்ய வீட்டின் தரையில் (உரல் போன்று) குழியாக ஏற்படுத்தப் பட்ட சாதனம். (**விரு**.). 3) தானியங்கள் குத்தித் தூய்மை செய்வதற்காக மரத்தில் செய்து பயன் படுத்தப்படும் இருபக்கத் துவாரம் உள்ள ஒரு வகைக் கருவி. (**தரு**.). 4) மேல்பகுதி அகலமாகவும் அடிப்பகுதி இறுகி ஒட்டை உள்ளதும் தானியங்களை இட்டு உலக்கையால் குத்தித் தோல் நீக்கப் பயன்படுவதுமான (இரும்பு/மரத்தால் செய்த) ஒரு கருவி. (**ம.**) **பாகம்: 1. ஒலக்க, 2. குந்தாணி** (இரும்பு) (**ம**.).*

குப்பஅடித்தல் kuppaaṭittal தொ.பெ. *இயற்கையாகக் கிடைக்கக்கூடிய தழை, சாணம் போன்றவை கலந்து மக்கிய பொருளை நிலத்தில் கொட்டுதல். (**தூ**.)*

குப்பஎரு kuppaeru பெ. *மாட்டுச் சாணம் மற்றும் தழையுடன் கூடிய மக்கிய நாட்டு எரு வகை. (**திருச்**.).* **குப்ப** kuppa *(**பார்க்க**–தொழுஓரம்). (**தூ**.), (**நா**.), (**ம**.), (**தஞ்**.), (**கட**.), (**திருவ**.), (**கட**.)*

குப்பகுழி kuppakuḻi பெ. *வீட்டின் அருகில் குப்பை மற்றும் சாணம் / சாம்பல் போன்றவற்றைக் கொட்டு வதற்காக ஏற்படுத்தப் பட்டிருக்கும் பள்ளம். (**பெ**.). (**பார்க்க**–கசகுண்டி). (**நீ**.), (**நா**.), (**தூ**.).* **குப்பமேடு** kuppamēṭu *(**ம**.)*

குப்பம் kuppam பெ. *நூறு நாற்று முடிகளின் தொகுப்பு. (**சிவ**.), (**புது**.), (**ம**.), (**தே**.), (**ராம**.)*

குந்தானி (தரு.), (ம.)

குப்பமங்குதல் kuppamaṅkutal **தொ.பெ.** குப்பைக் குழியில் போட்ட கழிவுகள் மக்கிப் போதல். *(நா.)*

குப்பமணி kuppamaṇi **பெ.** கடலைப் பயிரில் முளைக்கும் ஒரு வகைக் களை. *(புது.)*

குப்பல் kuppal **பெ.** *1)* வயலில் அறுத்துப்போட்ட பல கைப்பிடிகள் கொண்ட ஒரு நெற்பயிர் தொகுப்பு. *(வே.). 2)* குவித்த பொருளின் தொகுப்பு. *(வே.)*

குப்பிக்கலப்ப kuppikkalappa **பெ.** மரத்தால் செய்து அகலமான கொழுவை உடைய ஒரு வகைக் கலப்பை. *(ம.), (தே.)*

குப்புதல் kupputal **தொ.பெ.** *(உருளைக்கிழங்குப் பயிருக்கு)* செடி நன்றாக வளரவும் கிழங்கு பெருக்கவும் செடி யருகில் உள்ள மண்ணைக் கொத்தித் தளர்த்தி விடுதல். *(நீ.)*

குப்பைமேனி kuppaimēṇi **பெ.** மாற்றடுக்கில் பல அளவுகளில் உள்ள இலைகளையும் இலைக் காம்பின் இடுக்கில் அமைந்த பூக்களையும் கொண்ட ஒரு மூலிகைச் செடி. *(மூ.)*

கும்ப[1] kumpa **பெ.** *1)* முப்பத்தைந்து / நாற்பது நாற்று முடிகள் கொண்ட ஒரு தொகுப்பு. *(திருச்.) (எ.கா.)* வயலில் எத்தனை கும்பல் நாற்று வைத்திருக்கிறாய். *2)* பத்து நாற்றுமுடிகள் கொண்ட ஒரு தொகுப்பு. *(திருச்.)*

கும்ப[2] kumpal **பெ.** *(பார்க்க– உட்ட*[2]*). (திருவ.)*

கும்மரவலிப்பு kummaravalippu **பெ.** ஆட்டிற்கு உடலை வெட்டிவெட்டி இழுக்கும் ஒரு வித வலிப்பு நோய். *(ராம.)*

கும்மலப்பா வருதல் kummalappā varutal **தொ.பெ.** *(நீர் இறங்காதவாறு)* போர் தலைக் கூட்டும்போது மேல் பகுதியைக் கூம்பிய வடிவில் அமைத்தல். *(புது.)*

கும்முட்டு kummuṭṭu **வி.எ.** விவசாய வேலை தொடங்கும்போது விருப்பத் தெய்வத்தை இருகைகளையும் கூப்பி வணங்குதல். *(வே.)*

குமரி kumari **பெ.** சதைப் பற்றாகவும், விளிம்பில் முள்ளும் உள்ள மடல்களை உடைய சிறந்த மருத்துவக் குணமுடைய கற்றாழை இனம். *(மூ.)*

குமாளித்தல் kumāḷittal **வி.** கண்மாயில் திறந்து விட்ட நீர் கொப்பளித்து மேலெழும்புதல். *(தஞ்.)*

குமி kumi **வி.** பரவலாகக் கிடக்கும் தானியம்/ பொருள்களை ஓரிடத்தில் ஒன்று சேர்த்தல். *(தே.). (பார்க்க – நெல்ல கூட்டு). (பெ.). (வே.)*

குமிச்சிவாங்கு kumiccivāṅku **வி.** நாற்றுக் கட்டுகள்

தூக்கும்போது சுமையைத் தலையில் வைத்துக் கொள்ளும் ஆள், தலையைக் குனிந்து வாங்குதல். (**தஞ்.**)

குமிச்சிவை kumiccivai **வி.** பரவலாகக் கிடக்கும் தானியங்களை ஒன்று திரட்டுதல். (**தூ.**)

குமிழ் kumiḻ **பெ.** இடைநிலையில் படர்ந்து வளரும் கிளைகளையும், நீள்வட்ட இலை, தங்க நிறப் பூ மற்றும் மஞ்சள் நிறப் பழங்களையும் உடைய முள்நிறைந்த மூலிகைச் செடி. (**மூ.**)

குமுலு kumulu **பெ.** 1) நெற்பயிரை அறுவடை செய்யும் அரிவாள் கைப்பிடியின் அடிப்பகுதி. (**ராம.**). 2) மண்வெட்டி காம்பின் பாகம் (**பார்க்க–மமுட்டி**). (**பெ.**)

குமுளி kumuḷi **பெ.** ஓரிடத்திலிருந்து பல இடங்களுக்கு நீர் செல்வதற்காகக் குழாய் பதிக்கப்பட்ட இடம். (**தஞ்.**)

குமுறவெட்டு kumuṟaveṭṭu **வி.** பருத்தி செடிக்கு மண்வெட்டியால் நன்றாகக் களை கொத்துதல். (**நா.**)

குரு kuru **பெ.** (தனித்த) மிளகு. (**பார்க்க–மணி**). (**நீ.**)

குருக்கம் kurukkam **பெ.** 1) 100 குழி நிலத்தின் தொகுப்பு. (**புது.**). 2) ஒரு வகை நில அளவை. தொண்ணூற்றாறு செண்ட் நிலத்தின் தொகுப்பு. (**தூ.**)

குருங்களையம் kuruṅkaḷaiyam **பெ.** 1) நுகத்தடியையும் கலப்பையையும் இணைக்கக் கூடிய இரும்புச் சங்கிலி. 2) பரம்புப் பலகையையும் வல்ல கையையும் (ஏர்கா) இணைக்கக்கூடிய இரும்புச் சங்கிலி. (**திருநெல்.**)

குருண kuruṇa **பெ.** நெற்பயிருக்குப் பயன்படும் ஒரு வகை இரசாயன மருந்து. (**தஞ்.**)

குருத்தடித்தல் kuruttaṭittal **தொ.பெ.** நெற்பயிரில் குருத்து புதிதாக வளர்ந்து வருதல். (**திருச்.**)

குருத்து kuruttu **பெ.** முளைப்பிலிருந்து விரியாத இதழ். (**நா.**)

குருத்துஎல kuruttuela **பெ.** வாழை மரத்தில் விரியாமல் சுருண்டு இருக்கும் இலை. (**தூ.**)

குருத்துப்பூச்சி kuruttuppūcci **பெ.** பயிரின் குருத்தில் தோன்றும் ஒரு வகைப் பூச்சி. (**திருநெல்.**), (**கட.**). **குருத்துபுளு** kuruttupuḷu (**தரு.**)

குருது kurutu **பெ.** தானியங்கள் சேமிக்க மண்/ சுடுமண்ணில் செய்த ஒரு கொள்கலன். (**புது.**)

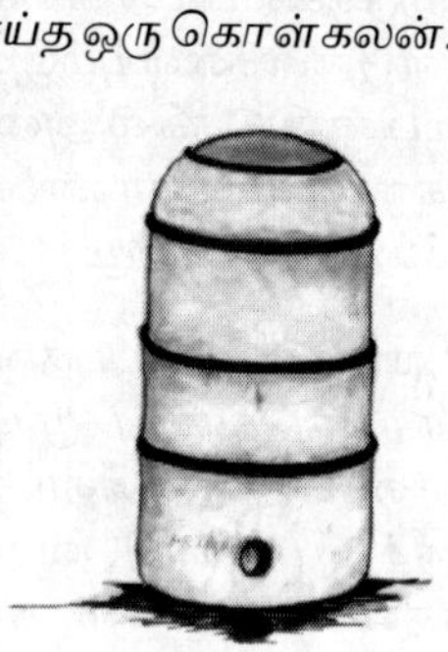

குருது (தஞ்.)

குரும்பியாடு kurumpiyāṭu பெ. அடர்ந்த உரோமம் உடைய செம்மரி ஆடு. (ராம.)

குருமாத்துஒழவு kurumāttuoḻavu பெ. உழுத உழவின்மேல் எதிர்பதமாக உழும் உழவு. (தூ.)

குருமொலகு kurumolaku பெ. தரமான மிளகு. (நீ.)

குருமொலகுமிறி kurumolakumiṟi வி. (பார்க்க–காலில் மிதித்தல்). (நீ.)

குருவ kuruva பெ. பழங்காலத்தில் சாகுபடி செய்யப்பட்ட நெல் வகை. (தஞ்.)

குருவநெல்லு kuruvanellu பெ. பழங்காலத்தில் சாகுபடி செய்த ஒரு நெல் வகை. (தே.)

குருவளையம் kuruvaḷaiyam பெ. (பார்க்க–குருங்களையம்). (திருநெல்.)

குருவி அடித்தல் kuruviaṭittal தொ.பெ. முற்றிய நெற்கதிரை ஒரு வகையான சிறிய பறவைகள் தின்று விடுதல். (நா.)

குருனி kuruṉi பெ. 1) ஒரு பக்கா கொள்ளவு கொண்ட தானியங்களின் தொகுப்பு. (ம.). 2) ஒரு மரக்கால் தானியங்களின் தொகுப்பு. (திருநெல்.), (தூ.)

குருனிவெரடி kuruṉiveraṭi பெ. ஒரு வகை பழங்கால நில அளவை / 18 படி நெல்லின் நாற்று நடக்கூடிய நிலம் / எட்டு செண்ட் நிலம். (ராம.)

குலதெய்வம் kulateyvam பெ. அவரவர்களின் குடும்ப/ இஷ்ட தெய்வம். (கட.)

குலி kuli பெ. நிலத்தில் ஏற்படும் சிறிய பள்ளம். (நீ.)

குலிஎடுத்தல் kulieṭuttal பெ. 1) மண்வெட்டியால் பள்ளம் பறித்தல். 2) களைக் கொட்டினால் இளம் பயிர்கள் நடுவதற்காக அளவாகக் குழி எடுத்தல். (நீ.)

குலிவெட்டு kuliveṭṭu வி. மண்வெட்டி போன்ற கருவி களால் நிலத்தில் குழி பறித்தல். (வே.)

குலுக்க kulukka பெ. 1) மண் / சுடுமண்ணால் செய்த தானியங்கள் சேமிக்கப் பயன்படும் ஒரு வகைக் கொள்கலன் (ஜமீன்.). 2) இருபத்தெட்டு மரக்கால் கொள்ளவு கொண்ட, மேலே விரிந்தும் கீழ்ப்பக்கம் குறுகியும் மண்ணால் செய்யப் பட்ட ஒரு சேமிப்புக் கலன் (ஸ்ரீவை.). (தூ.) 3) சுடுமண்ணால் பல்வேறு அளவைகளில் செய்யப்பட்டு (கீழ்ப்பகுதி குறுகியும் மேல்பகுதி அகல மாகவும் குறுகிய வாய்ப் பகுதியை உடைய) தானியம் சேமிக்கும் கொள்கலன். (திருநெல்.), (விரு.)

குலுத்தி kulutti பெ. கால்நடைகள் நீர் அருந்துவதற்காகச் சுடுமண் / சிமெண்டினால் செய்து தரையில் பதிக்கப்பட்டுள்ள ஒரு வகைக் கலன். (தரு.). **குலுதாடி** kulutāṭi (தூ.), (ம.)

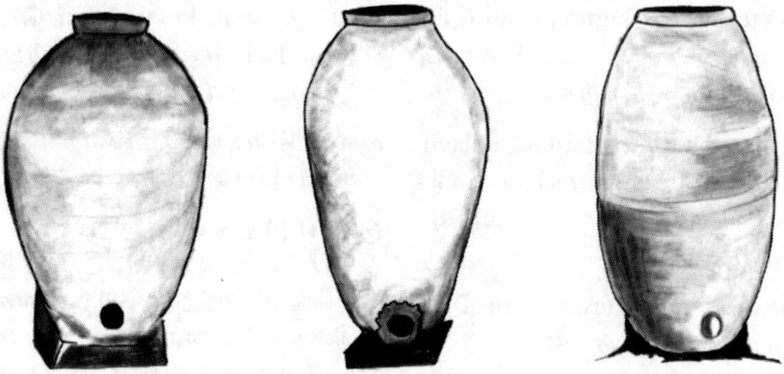

(திருநெல்.) (தூ.) (திருநெல்.)

குலுக்க

குலும kuluma பெ. *1)* மண்/சுடு மண்ணால் மூன்று அடுக்குகளாகச் செய்து கோர்க்கப் பட்ட ஒரு தானியம் சேமிக்கும் கொள்கலன். *(ராம.) 2)* மேல் பகுதியும், அடிப்பகுதியும் குறுகி, நடுப் பகுதியில் பருத்தும் சுடுமண்ணால் செய்யப் பட்ட ஒரு வகைத் தானியச் சேமிப்புக் கொள்கலன். *(ம.). 3)* சுடுமண்ணால் செய்யப்பட்ட தானியங்கள் சேமிக்கும் கொள்கலன். *(தே.)*

குழி[1] kul̲i பெ. நிலத்தைக் குறைந்த அளவையில் வைத்து மதிப்பிடப்படும் ஓர் அளவு. *100 குழி ஒருமா. (திருவ.), (தஞ்.), (புது.)*

குழி[2] kul̲i பெ. வீட்டிற்குள் சுவரை ஒட்டிய தரைப் பகுதியில் நெல் சேமித்து வைப்பதற்காக ஏற்படுத்தியிருக்கும் சதுரமான பள்ளம். *(நா.)*

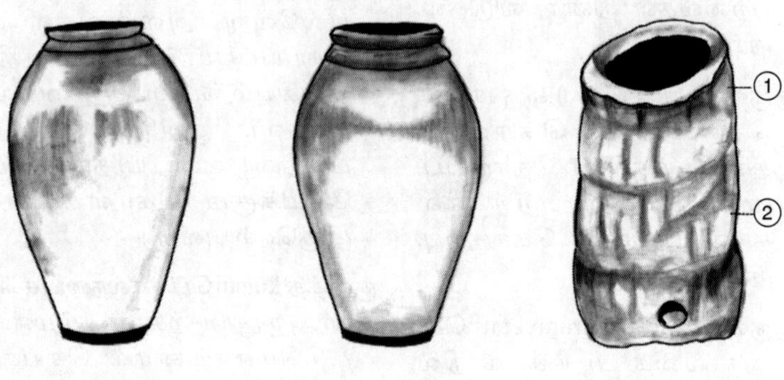

(ம.) (ராம.) (புது.)

பாகம்: 1. மேதட்டு, 2. நடுதட்டு

குலும

குழிகல்லு kuḻikallu பெ. வீட்டின் உள்ளே தரையில் தானியம் குத்துவதற்காக (உரலுக்குப் பதில்) குடைந்து எடுத்துப் பதிக்கப்பட்ட கருங்கல். (**தஞ்**.)

குழிகா kuḻikā பெ. தேவை/ மிகுதி ஏற்படும்போது விற்பனை செய்வதற்காக வீட்டின் உள்ளே வடிவமைக்கப்பட்ட குழியில் சேமிக்கப்பட்ட மிகுதி தேங்காய். (**தஞ்**.)

குழிதண்ணி kuḻitaṇṇi பெ. 1) நாற்றங்காலில் (முளை கட்டிய விதை தெளித்து நீர் வடிகட்டிக் காயவைத்து) மூன்றாம் நாள் வைக்கும் நீர். 2) (சூடு ஏறுவதற்காக) ஊறவைத்துக் கரையேற்றி நீர்வடிய வைத்த விதை நெல் மூட்டையின் மேல் ஆடு ஏறவிட்டு, ஏறவிட்டு ஊற்றும் நீர். (**புது**.)

குழிப்பறி kuḻippaṟi **வி**. (**பார்க்க**– குழிவெட்டு). (**நா**.)

குழிவெட்டு kuḻiveṭṭu **வி**. பாக்குக் கன்று போன்றவை நடுவதற்காக நிலத்தில் குறிப்பிட்ட அளவாகப் பள்ளம் தோண்டுதல். (**நா**.)

குளம் kuḷam பெ. ஆழமாக, வட்ட வடிவில் ஏற்படுத்திய நீர்நிலை. (**தூ**.)

குறி kuṟi பெ. எடுத்தால் தெரிந்திடும் வகையில் கொட்டிவைத்த நெற்குவியல் மேல் சாணக் கரைசலால் போட்ட அடையாளம். (**பெ**.)

குறிஞ்சிதழ kuṟiñcitaḻa பெ. நிலத்திற்கு உரத்தன்மையைக் கொடுக்கக்கூடிய ஒரு வகைத் தழை. (**தரு**.)

குறிபோடு kuṟipōṭu **வி**. குவித்து வைத்த நெல்லை யாரேனும் எடுத்தால் தெரிந்திடும் வண்ணம் அந்நெற்குவியலின் மீது சாணக் கரைசலால் குறி போடுதல். (**கட**.)

குறிமொந்த kuṟimonta பெ. குவித்து வைத்துள்ள நெல்லின்மீது குறிபோடப் பயன்படும் ஒரு பாத்திரம் (**பார்க்க**–குறிபோடு). (**கட**.)

குறியடி kuṟiyaṭi பெ. (**பார்க்க**– நாட்டுவண்டி). (**திருநெல்**.)

குறியாடு kuṟiyāṭu பெ. வெண்பழுப்பு நிறத்தில் அடர்த்தியான உரோமத்தைக் கொண்ட ஒரு வகை ஆடு. (**தரு**.)

குறுக்கண kuṟukkaṇa பெ. வாய்க்காலின் இடையில் நீரைத் தடுத்து அமைக்கப் பட்ட அணை. (**தஞ்**.)

குறுக்கநெடுக்க kuṟukkaneṭukka **வி.அ**. எதிர்ப் பக்கமாக. "குறுக்க நெடுக்க ஒருசால் உழனும்". (**தரு**.)

குறுக்குக்கட்ட kuṟukkukkaṭṭa பெ. (**பார்க்க**–சீமக்கலப்ப). (**திருநெல்**.). **போஸ்டுகலப்ப** pōsṭukalappa (**நாக**.)

குறுக்குகர kuṟukkukara பெ. பெரிய நிலத்தில் செல்லும்

நீரைத் தடுப்பதற்காக அதன் குறுக்கே போடும் (கரை / நீளமான அகலம் குறைந்த) மண்முட்டு. (நா.)

குறுக்குகாவா kuṟukkukāvā பெ. கிழங்கு வகைப்பயிர்களுக்குப் பாத்தி அமைக்கும்போது நீர் செல்வதற்காக / வடிவதற்காகப் பெரிய காவில் இணைந்து குறுக்காக அமைக்கும் சிறிய காவா. (நீ.)

குறுக்குசட்டம் kuṟukkucaṭṭam பெ. 1) (பார்க்க–குத்துச் சட்டம்). (தஞ்.). 2) கவல ஏற்றத்தின் பாகம் (பார்க்க–கவலஏத்தம்). (கட.)

குறுக்குசால் kuṟukkucāl பெ. நிலத்தை முழுவதும் ஒரு முறை உழுது மறுமுறை குறுக்கு நெடுக்காக உழும் உழவு. (தஞ்.). **மடிப்புசால்** maṭippucāl (வே.)

குறுக்குவரப்பு kuṟukkuvarappu பெ. ஒரு வரப்பின் இடையில் பிரிந்து செல்லும் வரப்பு. (தஞ்.)

குறுக்கு வரிச kuṟukku varica பெ. சோளத் தட்டையைப் போர் போடும்போது, அதில் நீர் இறங்காமல் இருக்கவும் போர் சமமாக வருதவற்காகவும் அடுக்கிய வரிசைக்கு எதிராக அடுக்கும் ஒரு அடுக்கு. (நா.)

குறுக்குவாக்கா kuṟukkuvākkā பெ. தாய் வாய்க்காலிலிருந்து பிரியும் கிளை வாய்க்கால். (கட.)

குறுவப்பட்டம் kuṟuvappaṭṭam பெ. சித்திரை மாதத்தில் வேளாண்மை தொடங்கி ஆடி மாதத்திற்குள் மகசூல் பெறும் காலம். (கட.)

குன்றி kuṉṟi பெ. ஒரு வகை மூலிகைக் கொடி. (மூ.)

குன்னு kuṉṉu பெ. விவசாய நிலத்தின் ஒரு வகை. (தரு.)

கூ

கூட்டம் kūṭṭam பெ. வயலில் கால்நடைகளைக் கட்டு வதற்கு அடிக்கும் சிறு முளைக் குச்சி. (வே.)

கூட்டம் அடி kūṭṭam aṭi வி. நிலத்தில் கால்நடைகளைக் கட்டுவதற்குச் சிறு முளைக் குச்சி அடித்தல். (வே.)

கூட்டிகுமி kūṭṭikumi வி. பரவலாகக் கிடக்கும் தானியங்களை விளக்கு மாற்றால் கூட்டி ஒன்று சேர்த்தல். (ராம.)

கூட்டிவச்சிநடு kūṭṭivaccinaṭu வி. நடவு நடும்போது ஒவ்வொரு முதல் முறையும் நாற்றை அதிகமாக வைத்து நடுதல். (தே.)

கூட[1] kūṭa பெ. 1) மண் போன்றவை அள்ளுவதற் காகப் பயன்படும் குச்சியால் பின்னப்பட்ட தட்டுக்கூடை 2) பூக்கள் பறிப்பதற்குப் பயன்படும் வகையில் உள்ள நீள் உருண்டை வடிவக் கூடை. 3) நெல் போன்ற வற்றை அள்ளுவதற்குப் பயன்படும் அகலமான

கூடை (வே.). 4) பார்க்க– தட்டி[1]. (தரு.)

கூட[2] kūṭa பெ. 1) கிழங்குகளை அளப்பதற்காகத் தயார் செய்யப்பட்ட ஒரு வகைக் கூடை. 2) கிழங்குகளை அள்ளுவதற்காக உள்ள ஒரு வகைப் பெரிய கூடை. (நீ.). 3) கடலை போன்ற தானியங்கள் அள்ளுவதற் காகப் பயன்படும் மூங்கில் குச்சியால் பின்னப்பட்ட நீள் உருண்டை வடிவக் கூடை. (தஞ்.), (நா.), (கட.), (திருநெல்.), (திருவ.).

கூடஒரு நெல்லு வச்சி நடுதல் kūṭaoru nellu vacci naṭutal தொ.பெ. இயல்பாக நடும் நாற்றுகளோடு அதிகமாக ஒரு நாற்றுச் சேர்த்து நடுதல். (தூ.)

கூடகணக்கு kūṭakaṇakku பெ. (கூடையால் நாட்டு எரு / கிழங்குகளை வாங்குவதற் காக உள்ள) ஒரு வகைக் கணக்கு. (நீ.)

கூடபொலி kūṭapoli பெ. கூடையில் (அள்ளி) தானியங் களைத்தூற்றும்பொலி. (தஞ்.)

கூடல்கட்டு kūṭalkaṭṭu வி. வெற்றிலைக் கொடி படர் வதற்காக இரு கான்களில் வளர்த்த அகத்திச் செடியை இணைத்து மேல் பக்கத்தில் முதலில் கட்டும் கட்டு. (தூ.)

கூடுகட்டுதல் kūṭukaṭṭutal தொ.பெ. (பார்க்க–முட்ட கட்டுதல்). (நீ.)

கூண்டு kūṇṭu பெ. புல்/ வைக்கோல் போன்றவை அள்ளுவதற்காகப் பயன் படும் இடைவெளி விட்டுக் குச்சிகளால் பின்னப்பட்ட ஒருவகைக் கூடை. (தரு.)

கூந்தல் kūntal பெ. மண்வெட்டிக் காம்பின் அடிப்பகுதித் துளையில் சொருகுவதற்காக மண்வெட்டி இலையின் மேற்பகுதியில் ஏற்படுத்தப் பட்டிருக்கும் சிறு முட்டு (பார்க்க–மண்வெட்டி). (நா.)

கூந்தாலம் kūntālam பெ. வரப்பு, கிணறு போன்றவை வெட்டப் பயன்படும் ஒரு கருவி. (புது.)

கூம்பாசி kūmpāci பெ. சோளத் தட்டையைப் போர் போடும்போது போரின் மேல் பகுதியில் நீர் இறங்காதவாறு கோபுர வடிவில் குறுக்கிக் கொண்டு வரும் அமைப்பு. (நா.)

கூம்பால நெல்லு kūmpāla nellu பெ. பழங்காலத்தில் சாகுபடி செய்யப்பட்ட ஆறு மாதப் பயிரான ஒருவகை நெல். (தஞ்.)

கூம்பு kūmpu பெ. பிடியில் சொருகுவதற்காக அரிவாளில் ஏற்படுத்தப் பட்டிருக்கும் சிறு கூறு (பார்க்க–அறப்பருவா). (நா.)

கூமாச்சி kūmācci பெ. (பார்க்க– கூம்பாசி). (நா.)

கூலம் kūlam பெ. நெல் தூற்றும்போது / சுத்தம் செய்யும்போது காற்றில்

பறக்கும் நொறுங்கிய வைக்கோல் மற்றும் தூசுகள். (கட.), (வே.), (தஞ்.), (தரு.), (தே.), (பெ.), (நாக.)

கூலம்புடி kūlamputi **வி.** கதிர் அடித்த பின் களத்தில் கிடக்கும் நெல்லில் உள்ள நொறுக்கிய வைக்கோலைக் கையால் அரித்து எடுத்தல். (ராம.)

கூலி kūli பெ. வேலை செய்யும் ஆட்களுக்குக் கொடுக்கப் படும் நாள் சம்பளம். (திருவ.)

கூலிகுப்பம் kūlikuppam பெ. நாற்றுப் பறிப்பதற்குக் கொடுக்கப்படும் ஒரு வகைக் கூலி. (எ.கா.) கூலிக் குப்பமாக பறிக்கும் ஆளை ஒப்பந்தம் செய்துகொண்டால் சிறிய முடியாகப் பறிப்பார்கள். (ம.)

கூலிபோடுதல் kūlipōṭutal **தொ.பெ.** அறுவடை செய்த வேலையாட்களுக்குக் கூலியாக நெல்லையே அளந்து கொடுத்தல். (விரு.)

கூலியாள் kūliyāḷ பெ. நாள்தோறும் சம்பளம் பெற்றுக்கொண்டு வேலை செய்யும் ஆள். (தரு.), (தஞ்.), (வே.)

கூவாபில்லு kūvāpillu பெ. நெற்பயிரில் முளைக்கும் ஒரு வகைக் களை. (தஞ்.)

கூழ் kūl̲ பெ. (வேலை செய்யும் ஆட்களுக்கு மதிய வேலையின் போது கொடுக்க) கம்பு மாவில் செய்யப்படும் கூழ்ம உணவு. (வே.)

கூழக்கோர kūl̲akkōra பெ. குறைவான அளவு வளர்ச்சி அடைந்த கோரை. (நா.)

கூழையாடு kūl̲aiyāṭu பெ. ஒரு வித வெண்மை நிற உரோமத்தைக் கொண்ட ஒரு வகை நாட்டு ஆடு. (தரு.)

கூறு[1] kūr̲u பெ. 1) (பார்க்க– கூம்பு). (நா.). 2) மண்வெட்டி இலையின் காம்பில் சொருகு வதற்காக ஏற்படுத்தியுள்ள சிறிய கூர்ப் பகுதி. (கட.)

கூறு[2] kūr̲u பெ. நெல் அறுவடை செய்யும்போது ஒவ்வொரு ஆள் அறுப்பதற்குப் போது மான அளவு பிரித்துக் கொள்ளும் பிரிப்பு. (தூ.), (திருநெல்.)

கூறுமொள kūr̲umoḷa பெ. தானியங்கள் முளைத்துக் கூறாகவெளிவரும் முளைப்பு. (கட.)

கூறுவடி kūr̲uvaṭi பெ. (அறுவடை செய்தல், நாற்றுப் பறித்தல் போன்ற வேலைகளுக்கு) ஒவ்வொரு ஆள் எவ்வளவு அகலம் பிடித்துக் கொண்டு அறுவடை செய்யவேண்டும் என்று அளவுகோல் வைத்து அளந்து பிரித்துக் கொடுக்கும் ஆள். (தூ.)

கூறுவவுதல் kūr̲uvavutal **தொ.பெ.** விளைச்சலை இடைவெளி விட்டு அறுவடை செய்யும் ஆட்களுக்குப் பிரித்தல். (திருநெல்.)

கூறுவை kūṟuvai **வி**. பெண்கள் நடவு நட வயலில் இறங்கும்போது, ஒவ்வொரு ஆள் எவ்வாறு அகலம் பிடித்துக்கொண்டு நடவேண்டும் என்று அளவுகோல் வைத்து அளந்து ஒவ்வொரு அளவுக்கும் மத்தியில் அடையாளமாக நாற்று நட்டுவைத்தல். *(தூ.)*

கூன kūṉa பெ. கமலஏற்றத்தின் பாகம். *(பார்க்க–கமலஏத்தம்). (தூ.)*

கூனு kūṉu பெ. சுடுமண்ணால் செய்யப்பட்ட தானியம் சேமிக்கும் கொள்கலன். **குதிர்** kutir *(தஞ்.)*

கெ

கெட்ட keṭṭa பெ. நிரந்தரமல் லாத சிறுவரப்பு. *(வே.)*

கெட்டஅணை keṭṭaaṇai **வி**. வாழைமரம் சாயாமல் மண் அணைத்தல். *(வே.)*

கெட்டஓட்டு keṭṭaōṭṭu **வி**. கரும்பு விதை நடுவதற்குக் கலப்பையால் நீண்ட பள்ளம் பறித்தல். *(வே.)*

கெட்டகாரு keṭṭakāru பெ. பழங்கால நெல்லின் ஒரு வகை. *(வே.)*

கெட்டிக்கல் keṭṭikkal பெ. கருங்கல்லில் ஒரு வகை. *(நா.)*

கெட்டு keṭṭu **வி**. களைந்த பொருளை ஒன்று சேர்த்துக் கயிற்றால் இறுக்கி முடிபோடுதல். *(தூ.)*

கெட keṭa பெ. கால்நடைகளின் கழிவை வயலில் விடச் செய்வதற்காகச் சேர்க்கப் படும் நூற்றுக்கும் மேற்பட்ட கால்நடைகள் கொண்ட ஒரு தொகுப்பு. *(நாக.), (ராம.), (ம.)*

கெடகட்டு keṭakaṭṭu **வி**. மண்வளத்தை மேம்படுத்த ஆடு/மாடுகள் கொண்ட தொகுப்பை இரவில் கட்டி, அதன் கழிவுகளை நிலத்தில் விடச்செய்தல். *(நாக.)*. **கெடபோடு** keṭapōṭu *(தஞ்.)*. **கெடஅமத்து** keṭaamattu *(ம.)*.

கெடங்கு[1] keṭaṅku பெ. (மூன்று முழம் அகலமும் எண்பது முழம் நீளமும்கொண்ட அளவில்) வெற்றிலைக்கொடி நடுவதற்காக ஏற்படுத்தப்பட் டிருக்கும் (நீர் நிற்பதற்காகப்) பள்ளமும் (வெற்றிலைக் கொடி நடுவதற்காக) மேடும் இணைந்த பகுதி. *(நா.)*

கெடங்கு[2] keṭaṅku பெ. பார்க்க– கானு. *(கட.)*

கெடங்குவெட்டு keṭaṅkuveṭṭu **வி**. வெற்றிலைக் கொடி நடுவதற்காக மூன்று முழம் அகலம், எண்பது முழம் நீளம்கொண்ட அளவில் மேடும் பள்ளமுமாக மண் வெட்டியில் ஏற்படுத்துதல். *(நா.)*

கெடபார keṭapāra பெ. வரப்பு இடிக்க/குழிபோடுவதற்காகப் பயன்படும் இரும்புத் தடி. *(வே.)*

கெடயமாடு keṭayamāṭu *பெ.* *1) மாடுகளின் கழிவுகளை நிலத்தில் விடுவதற்காகச் சேர்க்கப்பட்ட நூற்றுக்கு மேற்பட்ட மாடுகளில் ஒரு மாடு (கட.). 2) இனப் பெருக்கம், கழிவுகளை நிலத்தில் விடுவதற்காக பொதுமக்களிடமிருந்து சேர்க்கப்பட்ட நூற்றுக்கு மேற்பட்ட மாடுகளின் தொகுப்பு (தஞ்.), (நாக.).*

கெடாசு keṭācu *பெ. முறத்தால் பொலி நெல்லில் உள்ள தூசுகள் அகலுமாறு விசுறுதல். (கட.)*

கெடாவடி keṭāvaṭi *பெ. கதிர்களிலிருந்து தானியத்தை அடித்துப் பிரித்து எடுத்தப்பின் அதன்மேல் வரிசையாகப் பிணைத்து வட்ட வடிவில் சுற்றிவரும் மாடுகளின் தொகுப்பு. (கட.), (தஞ்.), (நா.)*

கெடாவடி அடக்கு keṭāvaṭi aṭakku *வி. கெடாவடி ஓட்டிய மாடுகளை அவிழ்த்து ஓய்வெடுக்க வைத்தல். (தஞ்.)*

கெடாவடி ஓட்டு keṭāvaṭi ōṭṭu *வி. தானியத் தட்டைகளின் கதிர்களில்உள்ள தானியங்கள் உதிரவும் வைக்கோலின் தாள் சுணை நீங்கவும் தாளை வட்ட வடிவில் பரப்பி மாடுகளைப் பிணைத்து மிதிக்கவிடுதல். (தஞ்.).* **கெடாவடிஉடு** keṭāvaṭiuṭu/ **தாம்புகட்டி ஓட்டு** tāmpukaṭṭi ōṭṭu *(கட.).* **தாம்பு ஓட்டு** tāmpu oṭṭu *(நா.)*

கெடாவடி பூட்டு keṭāvaṭi pūṭṭu *வி. கெடாவடி ஓட்டுவதற்காக மாடுகளை வரிசையாகப் பிணைத்தல். (தஞ்.)*

கெடாவலி keṭāvali *பெ. பார்க்க– கெடாவடி. (கட.)*

கெடேரி keṭēri *பெ. சினையாகாத (மாட்டின்) கன்றுக்குட்டி. (ராம.).* **கெடிரி** keṭiri *(ராம.)*

கெண்டகட்டுதல் keṇṭakaṭṭutal *தொ.பெ. நெற்பயிர் கருக் கொண்டு கதிர் வெளிவரா நிலை. (திருச்.)*

கெண்டிமுடி keṇṭimuṭi *பெ. (ஒரு பொருளைக் கயிறுகொண்டு கட்டும்போது) ஆண்கள் போடும் ஒருவகை முடிச்சு. (தரு.)*

கெணறு keṇaṟu *பெ. பாசனத்திற்குப் பயன்படும் வகையில் வட்ட வடிவில் வெட்டப்பட்ட ஒரு நீர்நிலை. (புது.), (கட.)* **கேணி** kēṇi *(கட.).* **கெண்த்து** keṇttu *(வே.)*

கெத்தலு kettalu *பெ. தேயிலைச் செடிகளுக்குக் களைகளை நீக்கி மண்ணைக் கொத்தும் ஒரு முறை. (நீ.)*

கெத்தலு வெட்டுதல் kettalu veṭṭutal *தொ.பெ. மண்வெட்டியால் மண்ணைக் கொத்துதல். (நீ.)*

கெதி keti பெ. பலம். கெதி உள்ள வரை ஏரை அழுத்தி உழுதல். (தூ.)

கெந்து kentu வி. மண்வெட்டியால் மண்ணை ஏந்தி எடுத்தல். (திருநெல்.)

கெர்ப்பம் வெடித்தல் kerppam veṭittal தொ.பெ. (கண்ணாடி) சோலையை விட்டு நெற்பயிரிலிருந்து கதிர் வெளியே வெடித்து வருதல். (கட.)

கெர்ச kerca பெ. தானியம் சேமிக்கப் பயன்படும் வகையில் மூங்கில் குச்சியால் பின்னப்படும் 5½ அடி உயரம் உள்ள ஒருவகைத் தானியச் சேமிப்புக் கலன். **கொர்ச** Koraca (வே.)

கெரகஞ்சம்பா kerakañcampā பெ. பழமையான நெல்லில் ஒரு வகை. (பெ.)

கெரசி keraci பெ. களஞ்சியம் போன்று சிறிதாகச் செய்துவைக்கப்படும் ஒரு வகைச் சேமிப்புக் கலன். (பார்க்க–களஞ்சியம்) (தரு.)

கெரயம் kerayam பெ. மற்றவர் நிலத்தை விலை கொடுத்துத் தன் உடமையாக்கிக் கொள்ளுதல். (தூ.)

கெலகோல் kelakōl பெ. (நீண்ட தடியின் நுனியில் இரும்பினால் ஒரு கவ்வைப் பொருத்தி) வைக்கோல் / தானியச் செடிகள் கிளறி விடுவதற்காக / உயரத்தில் உள்ள வைக்கோலை எடுப்பதற்காகப் பயன்படும் ஒரு கருவி. (தரு.)

கெலகோல் (தரு.)

கெலப்புமண்ட kelappumaṇṭa பெ. பருத்திச் செடியில் பிரிந்துவரும் கிளை. (வே.)

கெலவெத்தல kelavettala பெ. கொடியிலிருந்து வெடித்து வரும் ஒரு வகைச் சிறிய வெற்றிலை. (தஞ்.)

கெழங்கு எடு keḻaṅku eṭu வி. மண்ணில் புதைந்துள்ள கிழங்குச்செடி கிழங்குகளைப் பிடுங்குதல் / எடுத்தல். (நீ.)

கெழங்குபோடு keḻaṅkupōṭu வி. (மீண்டும் பயிராகும் பொருட்டு) முளைகட்டிய விதைக் கிழங்கை மண்ணில் பதித்தல். (நீ.). **கெலங்குபோடு** kelaṅkupōṭu (நீ.)

கெழட்டாடு keḻaṭṭāṭu பெ. பல தடவை குட்டிப்போட்ட வயதான ஆடு. (ராம.)

கெழமேல் keḻamēl பெ. கிழக்கிலிருந்து மேற்கு (எ.கா. கெழமேல் முகமாக ஏரினை உழுதல்). (விரு.)

கௌரிவிடு keḷarivitu **வி.** *(விதை தோன்றும்) நிலக்கடலைச் செடியில் மணிபிடிக்கும் தருணத்தில் களைக்கொட்டி னால் செடியின் வேர்ப் பகுதியில் மண் அணைத்தல். (**புது.**)*

கௌச்சிடு(ம்) keḷaccitu(m) **வி.** *ஓரிடத்திலிருந்து பறித்து நட்ட நாற்று, பச்சை பிடித்துப் புதிதாக வளர்தல். (**திருச்.**)*

கௌாய்கௌாயா வருதல் keḷāykeḷāyā varutal **தொ.பெ.** *செடியில் அதிகக் கிளை பிரிதல். (**வே.**)*

கௌைத்தல் keḷaittal **தொ.பெ.** *நட்ட நெற்பயிரில் பக்கக் குருத்து தோன்றுதல். (**வே.**)*

கே

கேடாதல் kēṭātal **பெ.** *நட்ட விதைக் கிழங்கு / பயிர் பழுதாதல். (**நீ.**)*

கேணி kēṇi **பெ.** *குடிப்பதற்கு / தோட்டப் பயிர்களுக்கு நீர் எடுக்க வெட்டப்படும் கிணறு. (**பெ.**). **கெணறு** keṇaṟu (**புது.**)*

கேப்ப kēppa *(பார்க்க–ஆரியம்) (**பெ.**).*

கேப்பத்திருவ kēppattiruva **பெ.** *கேழ்வரகு போன்ற காய்ந்த தானியங்களை மாவாக அரைக்க / உடைக்கப் பயன்படும் வகையில் இரு வட்ட வடிவ கருங்கல்லால் செய்து மனித முயற்சியால் இயங்கக்கூடிய ஒரு இயந்திரம். (**புது.**)*

கேரட்டு kēraṭṭu **பெ.** *(முள்ளங்கி போன்று) குறைவாக இனிப்புச் சுவையுடன் ஆரஞ்சு நிறமுடைய ஒரு வகைக் கிழங்கு. (**நீ.**)*

கை

கை[1] kai **பெ.** *இரு நாற்று முடிகள் இணைந்த தொகுப்பு. (**திருவ.**)*

கை[2] kai **பெ.** *மண்வெட்டியின் கைப்பிடிப் பகுதி (காம்பு). (பார்க்க–மம்டி). (**திருநெல்.**)*

கைஅப்பாது kaiappātu **வி.** *(நன்றாகப் பருவத்தில் பறித்து) நட்ட நாற்று தூருகட்டி ஒரு கைப்பிடிக்குள் அடங்காது வளர்ந்துபோதல். (**வே.**)*

கைஅருவா kaiaruvā **பெ.** *மரம், விறகு போன்றவை வெட்டப் பயன்படும் அரிவாள். (**தூ.**)*

கைஓடும் kaiōṭum **வி.** *ஆண்கள் நாற்றுப் பறிக்கும்போது வேகமாகப் பறித்தல். (**தஞ்.**)*

கைக்கள kaikkaḷa **பெ.** *(பார்க்க– நீர்க்கள.). (**தே.**)*

கைக்குப்பம் kaikkuppam **பெ.** *நாற்றுப் பறிப்பதற்குக் கொடுக்கப்படும் ஒரு வகைக் கூலி. (**எ.கா.**) கைக்குப்பமாக ஒப்புக்கொண்டு நாற்றுப் பறிப்பவர்கள் பருத்த முடியாகப் பறிப்பார்கள். (**ம.**)*

கைகதுரு kaikaturu **பெ.** அறுவடை செய்யும்போது கையில் வைத்துள்ள கதிர். *(ராம.)*

கைகயிறு kaikayiṟu **பெ.** களத்தில் நெற்கதிரை அடிப்பதற்காக எடுத்துப்பிடித்துக்கொள்ளும் சிறு கயிறு. *(திருச்.)*

கைகள எடு kaikaḷa eṭu **பெ.** இளம் நெற்பயிரில் முளைக்கும் களைகளைக் கைகளால் பிடுங்கி எடுத்தல். *(தே.)*

கைகெல கலக்குதல் kaikela kalakkutal **தொ.பெ.** நெற்பயிரில் மருந்து போட்ட பிறகு களை எடுத்துச் சேற்றை விரலால் கலக்கி விடுதல். *(வே.)*

கைநாட்டு kaināṭṭu **பெ.** மரப் பிரம்பில் / இரும்பு பெரம்பில் கைப்பிடித்துக் கொள்ளும் பகுதி. *(தரு.)*

கைநாட்டுகயிறு kaināṭṭukayiṟu **பெ.** மரப் பிரம்பில் கைப்பிடித்துக்கொள்ளும் பகுதியில் கட்டியிருக்கும் கயிறு. *(பார்க்க–இரும்பு பெரம்பு). (தரு.)*

கை நாத்து[1] kai nāttu **பெ.** *1)* பத்து நாற்று முடிகள்கொண்ட ஓர் அளவை / ஒரு தொகுப்பு. *(நா.). 2)* ஐந்து நாற்றுமுடிகள் கொண்ட தொகுப்பு. *(ம.)*

கைநாத்து[2] kaināttu **பெ.** *1)* பெண்கள் நடவு நடும் போது கையில் எடுத்த நாற்று தீர்ந்தவுடன் அவர்கள் கையில் கொண்டு கொடுக்கும் நாற்று முடிச்சு. *2)* நடும்போது ஒரு முடியைப் பிரித்து ஒரு பக்கக் கையில் வைத்துக்கொள்ளும் நாற்று. *(தே.), (புது.), (விரு.).* **புடிநாத்து** puṭināttu *(புது.), (வே.)*

கைநாத்துஎடு kaināttueṭu **வி.** நடவினை நடும் பெண் களுக்குக் கையில் நாற்றின் முடிச்சு கொண்டு கொடுத்தல். *(ம.)*

கைப்பாங்கு kaippāṅku **பெ.** *1)* பெண்கள் நடும்போது ஒரு பக்கக் கையில் வைத்துள்ள நாற்று. *(ம.).* **பாங்கு** pāṅku *(தஞ்.). 2)* நாற்றங்காலில் நாற்றுப் பறிக்கும்போது ஒரு பக்கக் கையில் பறித்து வைத்துள்ள நாற்று. *(புது.).* **பாங்கு** pāṅku *(திருநெல்.). (பார்க்க–கப்பாங்கு)*

கைப்பிடி kaippiṭi **பெ.** *1)* கலப்பையின் கைப்பிடிப் பகுதி. *(புது.) (பார்க்க–மரக்கலப்ப) (பார்க்க–மோழி). 2)* நீர் இறைக்கும் கருவியின் பகுதி *(பார்க்க–ஏறவமரம்) (ராம.)*

கைபடநட்டுவா kaipaṭanaṭṭuvā **வி.** பெண்கள் ஒரு பக்கமாக நட்டுக்கொண்டு வருதல். *(தரு.)*

கைபூ kaipū **பெ.** ஐந்து ரோஜாப் பூ அடங்கிய தொகுப்பு. *(வே.)*

கையகோத்து இழு kaiyakōttu iḻu **வி.** அள்ளும்போது வைக்கோல் நிறைய வருவதற்காகக் கைகொள்ளும்வரை விட்டு இழுத்தல். *(கட.)*

கையடிநெல் kaiyaṭinel பெ. கதிர்கட்டில் உள்ள அரிகளைக் கையால் அடித்துச் சுத்தப்படுத்தும் போது கிடைக்கும் நெல் (நா.)

கையாந்தர kaiyāntara பெ. வேளாண் நிலத்தில் முளைக்கும் ஒரு வகை மூலிகைச் செடி. (தஞ்.)

கையால ஒட kaiyāla oṭa வி. (உள்பகுதியிலுள்ள விதை உடையாதவாறு) நிலக்கடலையிலிருந்து விதை எடுப்பதற்காகக் கையால் எடுத்து நுனிப் பகுதியைத் தரையில் குத்தித் தோலை இரண்டாகப் பிளந்து எடுத்தல் (புது.)

கையாலு kaiyālu பெ. நடவு நடக்கூடிய பெண்கள். (ராம.)

கையாறுபொட்டி kaiyāṟu poṭṭi பெ. (பார்க்க–வெதக்கொட்டா). (சிவ.)

கையேத்தம் kaiyēttam பெ. கையால் இழுத்து இறைக்கும் ஏற்றம். (பெ.)

கைவரப்பு kaivarappu பெ. நிலத்தைப் பிரிப்பதற்காக/ அடையாளத்திற்காகக் கையால் ஏற்படுத்தும் சிறு தடுப்பு வரப்பு. (திருச்.)

கைவரிசம்பா kaivaricampā பெ. பழங்கால நெல்லில் ஒரு வகை. (பெ.)

கைவாய்க்கா kaivāykkā பெ. (சேற்று வயலில் தற்காலிக மாக) கையால் ஏற்படுத்தும் வாய்க்கால். (தே.)

கொ

கொக்கர kokkara பெ. வைக்கோல் போன்றவை அள்ளுவதற்காகப் பயன் படுத்தப்படும் ஒரு மரக் கவ்வை. (புது.)

கொங்காணி போடுதல் koṅkāṇi pōṭutal தொ.பெ. கதிர் வெளிவந்து பால் பிடிக்கும் நிலையில் கதிர் தலைசாய்தல். (திருநெல்.). **கொக்கிப் போடுதல்** kokkip pōṭutal (திருநெல்.)

கொங்கானி koṅkāṉi பெ. பனி/ மழையிலிருந்து தலை மற்றும் உடம்பின் பின் பகுதியைப் பாதுகாத்துக்கொள்ளக் குடையைப் போன்று தயார்செய்துள்ள கோணி யின் மடிப்பு. (நீ.)

கொங்கு koṅku பெ. 1) கேழ்வரகில் ஒட்டியிருந்து பிரியும் மெல்லிய தோல் மற்றும் தூசுகள். (வே.). 2) சோளக் கதிரில் சோளத்தோடு கீழ்ப் பகுதியில் ஒட்டியிருக்கும் தோல். (தரு.)

கொச்சக்கயிறு koccakkayiṟu பெ. பொருள்களை இணைத்துக் கட்டுவதற்காகத் தேங்காய் மட்டை நாரில் முறுக்கித் தயாரித்த கயிறு. (விரு.), (தே.)

கொசம் kocam பெ. ஆட்டின் தோள் பட்டை. (ராம.)

கொட்ட koṭṭa பெ. சோளம் போன்ற தானியங்கள் / விதை. (தரு.)

கொட்டம் koṭṭam பெ. கால்நடைகள் கட்டுவதற்காக உள்ள இடம். **கொட்டகை** koṭṭakai *(ம.)*

கொட்டமரம் koṭṭamaram பெ. விளக்கெண்ணெய் எடுக்கப் பயன்படும் கொட்டைமுத்து விதைச் செடியின் மரம். *(தஞ்.)*

கொட்டமுத்து koṭṭamuttu பெ. 1) விளக்கெண்ணெயைத் தரக்கூடிய ஒரு வகை எண்ணெய் வித்துப் பயிர். 2) அப்பயிரின் விதை. *(புது.)*, *(தஞ்.)*

கொட்டமுத்துதல் koṭṭamuttutal தொ.பெ. நெற்பயிரின் கதிர் முதிர்ந்த நிலையை அடைதல். *(தரு.)*

கொட்டமுத்து புண்ணாக்கு koṭṭamuttu puṇṇākku பெ. எண்ணெய் நீக்கப்பட்ட கொட்டைமுத்து விதையின் சக்கை. *(தஞ்.)*

கொட்டாபுலி koṭṭāpuli பெ. *(கால்நடைகளைக் கட்டிப் போடுவதற்காகத் தரையில் வைத்துக் குச்சியின் தலையில் அடிக்கப் பயன்படும்)* கைப்பிடியுள்ள தடித்த மரக்கட்டை. *(தே.)*

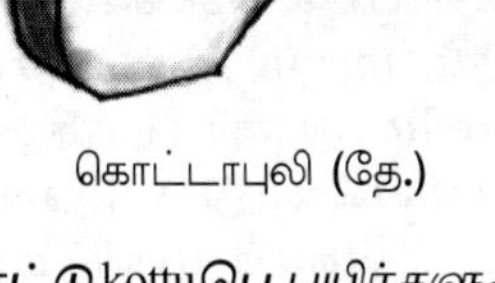

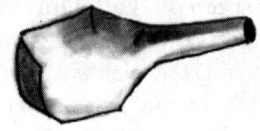

கொட்டாபுலி (தே.)

கொட்டு koṭṭu பெ. பயிர்களுக்குக் களை கொத்துதல், மண் அணைத்தல் போன்ற வேலைகளுக்குப் பயன்படும் ஒரு வகைச் சிறிய மணவெட்டி. *(விரு.)*

கொட்டை கரந்தை koṭṭai karantai பெ. பற்களுள்ள நறுமணமுள்ள இலையையும் பந்து போன்று உருண்டையான செந்நிறப் பூங்கொத்தினையும் உடைய மருத்துவப் பயனுடைய ஒரு செடி. *(மூ.)*

கொட அடித்தல் koṭa aṭittal வி. வண்டியோடு நுகத்தடி இணைந்த பகுதி மேலேயும் பின் பகுதி கீழேயும் இருக்கும்படி தலைகீழாகச் சாய்த்தல். *(பெ.)*

கொடங்கு koṭaṅku பெ. *(அறுவடை வயலில் கட்டு கட்டும்போது எடுத்த)* பல அரிகள் சேர்ந்த தொகுப்பு. *(ம.) (பார்க்க–அரி²)*

கொடங்குநெறயா அள்ளு koṭaṅkuneṟayā aḷḷu பெ. இரண்டு கைகளையும் விரித்து விரல்களைக்கோர்த்துக்கொள்ளும் அளவுக்கு மார்போடு சேர்த்து வைக்கோல்/அரியை அள்ளுதல். *(தே.)*

கொடங்கு பலக koṭaṅku palaka பெ. வயலில் மேடாக ஒதுங்கியிருக்கும் மண்ணை நீக்குவதற்காகப் பயன் படுத்தும் உள்பக்கம் குழிவாக உள்ள பலகை. *(திருச்.)*

கொடபூனு koṭapūṉu பெ. *(பார்க்க–நாட்டு வண்டி)*. *(திருநெல்.)*

கொடம் koṭam பெ. *(பார்க்க– நாட்டு வண்டி). (திருநெல்.), (தஞ்.), (நா.)*

கொடமிலகா koṭamilakā பெ. பெரியதாக உள்ள ஒரு வகை மிளகாய். *(நீ.)*

கொடாப்பு koṭāppu பெ. ஆட்டுக் குட்டிகளை அடைத்து வைப்பதற்காகக் குச்சிகளி னால் பின்னப்பட்ட ஒரு வகைப் பெரிய கூடை. *(தரு.)*

கொடி[1] koṭi பெ. *1)* வேலி, நாற்றுமுடி போன்றவை கட்டுவதற்காகத்தயார்செய்த காய்ந்த ஒருவகை படரும் கொடி. *2)* வைக்கோலில் கையினால் முறுக்கிய சிறு கயிறு. *(விரு.)*

கொடி[2] koṭi பெ. மிளகுப் பயிர். *(நீ.)*

கொடி[3] koṭi பெ. நிலக்கடலை யின் செடி. *(புது.)*

கொடிக்கா koṭikkā பெ. *1)* வெற்றிலைக் கொடி விளையுமிடம் / வெற்றிலை விளையுமிடம். *(நா.), (தூ.). 2)* வெற்றிலைப் பயிர் *(தஞ்.)*

கொடிக்காபயிறு koṭikkāpayiṟu பெ. *(வெற்றிலைக்கொடி)* மருந்துப் பொருளாக பாக்கு முதலியவற்றோடு சேர்த்து மெல்லுவதற்கு உரிய காரத் தன்மை கொண்ட இலை களைத் தரும் கொடி. *(நா.)*

கொடிகட்டு koṭikaṭṭu வி. வளர்ந்த வெற்றிலைக் கொடி கீழே சாயாமல் அகத்திக்கிளையில் படருமாறு கட்டுதல். *(நா.)*

கொடிகடல koṭikaṭala பெ. பூமிக்குமேல் படர்ந்து பூமிக்கடியில் விளையக் கூடிய ஒரு கடலை வகை. *(பார்க்க–கடலை[1]) (பெ.)*

கொடித்தட்டு koṭittaṭṭu பெ. *(மண் போன்றவை அள்ளப் பயன்படுத்தப்படும் கொடி களால் பின்னிய தட்டுக் கூடை. (கட.)*

கொடித்தண்டு koṭittaṇṭu பெ. வெற்றிலையைத் தருவதற் காக வளரும் வெற்றிலைக் கொடியின் தண்டு. *(நா.)*

கொடிதட்டுதல் koṭitaṭṭutal தொ.பெ. விதை வெற்றிலைக் கொடியை நிலத்தில் ஊன்றுதல். *(தஞ்.)*

கொடி பட்டுபோதல் koṭi paṭṭupōtal தொ.பெ. நட்ட வெற்றிலைக்கொடி முளைக்காமல் இறந்து போதல். *(தூ.)*

கொடிபழுத்தல் koṭipaḻuttal தொ.பெ. நட்ட நெற்பயிர் முழுவதும் கதிர் ஈன்று முற்றி பழுத்திருத்தல். *(திருச்.)*

கொடிமாடு koṭimāṭu பெ. பிணையல் ஓட்டும் போது வெளிப்பக்கமாகச் சுற்றி வரும் மாடு. *(தஞ்.), (கட.).* **வெளிமாடு** veḷimāṭu *(திருவ.).* **வெளியல்மாடு** veḷiyalmāṭu *(கட.).* **கொடியணி மாடு** koṭiyaṇi māṭu *(தஞ்.)*

கொடிய அறு koṭiya aṟu பெ. புதிதாக நட்டுப் பயிர் செய்யும் பொருட்டுக் கணு உள்ள விதை வெற்றிலைக் கொடியை அறுத்தல். (**தஞ்.**)

கொடியாடு koṭiyāṭu பெ. வீட்டில் வளர்க்கக் கூடிய ஆடுகளில் ஒரு வகை. (**ராம.**)

கொடிவெத்தல koṭivettala பெ. வெற்றிலைக் கொடியில் ஒரு வகை. (**தஞ்.**), (**நா.**)

கொடிவெளச்சல் koṭiveḷaccal பெ. நன்றாக வளர்ந்து, நீண்ட கதிரைத் தரும் நெற்பயிர். (**நா.**)

கொடிவேலி koṭi vēli பெ. பளபளப்பான பசிய இலைகளையும் உச்சியில் கொத்தான பூக்களையும் உடைய ஒரு மூலிகைச் செடி. (**மூ.**)

கொடுக்கருவா koṭukkaruvā பெ. காட்டிற்கு ஆடு மேய்க்கச் செல்பவர்கள் (இடுப்பில் செருகி) வைத்துக்கொள்ளும் ஒரு வகை அரிவாள். (**தூ.**)

கொடுவா koṭuvā பெ. 1) மரம், கிளைகளை வெட்டக்கூடிய ஒரு வகை அரிவாள். (**நா.**), (**வே.**). 2) மரவள்ளிக் கிழங்கின் செடியிலிருந்து கிழங்கைப் பிரிப்பதற்காகப் பயன்படும் ஒரு வகை அரிவாள். (**தரு.**)

கொண்ட koṇṭa பெ. 1) (பார்க்க–மம்பட்டி). 2) வெற்றிலை பறிக்கப் பயன்படும் ஒருவகை ஏணியின் தலை (மேல் பகுதியின்) பாகம். (**தஞ்.**)

கொண்டகடல koṇṭakaṭala பெ. (பார்க்க–கடல[2]). (**தூ.**)

கொண்டா கொலையா போடு koṇṭā kolaiyā pōṭu **வி.** நெற்கட்டு, வைக்கோலை முறையற்ற வகையில் போடுதல். (**பெ.**)

கொண்டி koṇṭi பெ. 1) கலப்பையில் இணைக்கப்பட்ட ஏர்கா கழலாமல் இருப்பதற்காக அதன் நுனித் துளையில் செருகப்படும் உருண்டை வடிவ மர ஆணி. 2) கலப்பையில் மாட்டப்பட்ட கொழு கழலாமல் இருப்பதற்காகக் கலப்பைக் கட்டையில் இணைக்கப்படும் ஆணி. (பார்க்க–மரக்கலப்ப). (**புது.**), (**விரு.**), (**தே.**), (**சிவ.**), (**ராம.**), (**திருவ.**), (**வே.**), (**நா.**), (**தஞ்.**), (**திருநெல்.**), (**தரு.**)

கொண்டி அறைதல் koṇṭi aṟaital **தொ.பெ.** கலப்பையின் கொழு அகலாதவாறு ஆணியைக் கோர்த்து இணைத்தல். (**விரு.**)

கொண்டி ஆணி koṇṭiāṇi பெ. (பார்க்க–கொண்டி). (**தஞ்.**)

கொண்டு koṇṭu பெ. (பார்க்க–கொண்டி). (**வே.**)

கொண்டைய மேயுதல் koṇṭaiya mēyutal **தொ.பெ.** சோளத் தட்டையைப் போர் போடும் போது அதன்மேல் பகுதியில் நீர் இறங்காதவாறு வைக்கோல் கொண்டு மூடுதல். (**நா.**)

கொண்ணக்காச்சல் தொ. koṇṇakkāccal பெ. கோரைப்

பயிரில் ஏற்படும் ஒரு வகை நோய். (நா.)

கொண்ணி konni பெ. சேற்று நிலத்தை உழும்போது கலப்பையின் கொழுவில் அடைத்துக்கொள்ளும் களை மற்றும் புல். (தஞ்.)

கொண்ணி கட்டுதல் konnikattutal தொ.பெ. சேற்று நிலத்தை உழும்போது கொழுவில் புல் மற்றும் களைகள் அடைத்துக் கொள்ளுதல். (தஞ்.)

கொண koṇa பெ. ஒருபொருளின் நுனிப் பகுதி. (திருவ.)

கொத்த கொத்தலா வருதல் kotta kottalā varutal தொ.பெ. பறித்து நட்ட நாற்றிலிருந்து அதிகமாகப்பக்கக்குருத்துகள் வெடித்து வருதல். (தரு.)

கொத்தச்சி kottacci பெ. (நடும்போது) சேற்று வயலில் நடும் ஒவ்வொரு ஆட்களுக்கும் குறிப்பிட்ட இடத்தை அளந்து பிரிக்கும் பெண் ஆள். (விரு.)

கொத்தப்புடித்தல் kottapputittal தொ.பெ. உழும்போது ஏரின் கொழுவில் புல் பூண்டுகள் அடைத்துக் கொள்ளுதல். (விரு.)

கொத்தம்படி kottampaṭi பெ. நில உரிமையாளருக்கும் கூலியாட்களுக்கும் இடைத் தரகராக உள்ளவருக்குக் கொடுக்கும் பணம். (தூ.)

கொத்தமல்லி kottamalli பெ. மணமுள்ள, பற்கள் நிறைந்த இலைகளையும் வெண்ணிற மலர்களையும் உடைய ஒரு மூலிகைச் செடி. (மூ.), (நீ.)

கொத்தமல்லிசம்பா kottamalli campā பெ. பழங்கால நெல்லில் ஒரு வகை. (தரு.)

கொத்தவரை kottavarai பெ. (செடியில் காய்க்கும்) விரல் போன்று மெல்லியதாக உள்ள ஒரு வகைக் காய்கறி. (நீ.). **கொத்தரங்கா** kottaraṅkā (தஞ்.)

கொத்தன் kottaṉ பெ. (அறுவடை செய்யும் போது) அறுக்கும் ஒவ்வொரு ஆளுக்கும் குறிப்பிட்ட அளவு பிரித்து அளந்து கொடுப்பவர். (விரு.)

கொத்தனார் kottaṉār பெ. வேளாண் வேலைக்கு ஆள் அமர்த்திக் கொடுப்பவர். (தூ.)

கொத்தாங்கு kottāṅku பெ. பறித்து நட்ட பல தனி நாற்றுகள் சேர்ந்த ஒரு தொகுப்பு. (பார்க்க–குத்து). (வே.)

கொத்தாளு kottāḷu பெ. நாள் கூலியாக வேளாண் வேலைக்குச் செல்பவர்கள். (தூ.)

கொத்தான் kottāṉ பெ. மஞ்சள் நிறக் கொடி மற்றும் பூக்களையும் உருண்டையான பழங்களையும் உடைய ஒரு மூலிகைக் கொடி. (மூ.)

கொத்திவுடுதல் kottivuṭutal தொ.பெ. வாழைக்கன்று நன்றாக வளரவும் களைகள் போகவும் மண்வெட்டியால் கொத்துதல். (தூ.)

கொத்து[1] kottu பெ. (**பார்க்க**–கொத்தாங்கு). (**வே.**)

கொத்து[2] kottu பெ. (வேலை செய்யும்) இரண்டு ஆட்கள் சேர்ந்த தொகுப்பு. (**திருநெல்.**)

கொத்து[3] kottu பெ. 1) களை எடுக்க, விதை நடுவதற்காக, குழிபோட போன்ற காரணங் களுக்காகப் பயன்படும் சிறிய களைக்கொட்டு. 2) **மண்வெட்டி** maṇvetti (**நீ.**)

கொத்து[4] kottu வி. 1) மண்வெட்டி யால் நிலத்தின் மண்ணைப் பெயர்த்துப் போடுதல். (**வே.**), (**தஞ்.**) 2) புழுதி நிலத்தில் பயிரிட்ட தானியப் பயிர்களுக்குக் களை எடுத்தல். (**திருவ.**)

கொத்துக்கள kottukkaḷa பெ. புழுதி நிலத்தில் பயிரிட்ட பயிர்களின் ஊடாக முளைத்த களைகள். (**தே.**)

கொத்துக்கார் kottukkār பெ. குறிப்பிட்ட தொகை பெற்றுக்கொண்டு அறுவடை செய்ய ஆள் நியமித்து மேற்பார்வை செய்தல், நெல் அளத்தல் போன்ற பணிகளைச் செய்பவர். (**ம.**)

கொத்துகாரங்க kottukāraṅka பெ. அறுவடை போன்ற வேலை களைச் செய்யும் கூலித் தொழிலாளி. (**நா.**)

கொத்துசேறு kottucēṟu பெ. சேற்று நிலத்தில், ஏர் உழுத பின் தெரியும் மேடு பள்ளங்களைச் சரிசெய்த சேறு. (**நாக.**)

கொத்துதண்ணி kottutaṇṇi பெ. கேழ்வரகு நாற்று போன்றவை நட்ட பதினைந்து நாட்களுக்குள் களை கொத்துவதற்காக வைக்கப்படும் தண்ணீர். (**வே.**)

கொத kota பெ. மாடுகளைப் பிணைப்பதற்காக உள்ள பொனையல்கட்டி கயிற்றில் ஒரு மாட்டின் கழுத்துக் கொள்ளும் அளவில் தயார் செய்யப்பட்ட துண்டுக் கயிறு. (**தஞ்.**). (**பார்க்க**–பொனைய கவுறு). (**கட.**)

கொதமுடிச்சி kotamuṭicci பெ. உருவி எடுப்பது போன்று போடும் முடிச்சு. (**கட.**)

கொதிப்பான் kotippāṉ பெ. ஒரு வகைப் பழங்கால நெல். (**திருநெல்.**)

கொந்தாலம் kontālam பெ. கடப்பாரை போன்று பாறைகளைப் பெயர்க்கக் கூடிய இரும்பினால் செய்த ஒரு கருவி. (**நா.**)

கொந்தாளமமுட்டி kontāḷama muṭṭi பெ. தடித்த காம்பையும் இலையையும் உடைய ஒரு வகை மண்வெட்டி. (**நீ.**)

கொந்துவேர் kontuvēr பெ. முட்டைகோஸ் செடியின் ஒரு வகை வேர். (**நீ.**)

கொப்பர[1] koppara பெ. 1) எட்டடி நிலம், எட்டடி அகலம் கொண்டு கரும்புச்

சாறு சேகரிக்கும் / வெள்ளம் காய்ச்சப் பயன்படும் இரும்புத் தகட்டாலான அகன்ற வாயை உடைய ஒரு பாத்திரம். 2) பானை போன்று அகலமான வாய்ப்பகுதியை உடைய மஞ்சள் வேக வைக்கும் ஒரு பாத்திரம். (நா.)

கொப்பர[2] koppara பெ. குப்பைகள், சாணம் போன்றவை இணைந்து மக்கிய நாட்டு எரு. (நீ.)

கொம்படித்தல் kompaṭittal தொ.பெ. விதைத்த விதை முளைத்து மேலெழும்புதல். (கட.)

கொம்பு[1] kompu பெ. (பார்க்க–பட்ர்[1]). (தரு.)

கொம்பு[2] kompu பெ. வெயிலில் காயவைத்த தானியங்களின் செடிகள், வைக்கோல்கள் போன்றவற்றைக் கிளறி விடப் படும் நீண்ட தடி. (திருவ.)

கொம்பு[3] kompu பெ. முளைகட்டிய விதை. (எ.கா.) மூனாங்கொம்பு நாத்து நல்லா மகசூல் தரும். (விரு.)

கொம்புஎடுத்துவிடு kompu eṭuttuviṭu வி. விதைவிட்ட நாற்றங்காலில் தேங்கி யிருக்கும் நீரை வெளியேற்று வதற்காகக் குச்சியால் பள்ளம் ஏற்படுத்துதல். **வாங்கிவுடு** vāṅkivuṭu (திருவ.)

கொம்புகெடாய் kompukeṭāy பெ. கொம்பு பெரியதாக உள்ள கிடாய் ஆடு. (ராம.)

கொம்புசுத்தி அடித்தல் kāmpucutti aṭittal வி. காற்று ஒரு பக்கமாக இல்லாமல் எல்லாத் திசைகளிலும் சுழன்று வீசுதல். (பெ.)

கொம்புதாள் komputāḷ பெ. நெல் அறுவடை செய்யும்போது அறுத்த அடித்தாளின் அமைப்பு நீட்டும் கட்டையு மாக இருப்பது. (நாக.)

கொம்ம[1] komma பெ. கம்பங்கதிரில் விதைப் பரப்பு மேல், மூடியிருக்கும் மெல்லிய தோல். (தூ.)

கொம்ம[2] komma பெ. பழுதான சோளத்தின் மணி. (தே.)

கொமுட்டிகோல் komuṭṭikōl பெ. காயவைத்த தானியச் செடிகளைக் கிளறிவிடுவதற் காக உள்ள நீண்ட தடி. (வே.)

கொய்தண்ணி koytaṇṇi பெ. (பகலில்) விதை தெளித்த நாற்றங்காலில் உள்ள நீர் சூடு ஏறிய நிலை. (திருநெல்.)

கொய்யா koyyā பெ. 1) சிறு விதைகள் நிறைந்த சதைப்பற்றுடன் கூடிய ஒரு வகைப் பழம். 2) வெண்ணிற மலர்களையும், சதைப் பற்றுள்ள உருண்டையான கனிகளையும் வழுவழுப் பான பட்டையையும் உடைய ஒரு மரம். (மூ.)

கொய்யாக்கட்ட koyyākkaṭṭa பெ. (பார்க்க–பாரவண்டி). (தஞ்.)

கொய்யாக்கா நெறம் koyyākkā neṟam பெ. பழுத்து

அறுவடைக்குத் தயாராக உள்ள நெல்லின் பதம். *(தரு.)*

கொய்யாப்பலம் koyyāppalam பெ. இனிப்புச் சுவையுடைய உருண்டை வடிவக் கொய்யாப்பழம். *(நீ.)*

கொரட்டு koraṭṭu பெ. வைக்கோலை அதிகமாக அள்ளுவதற்காகக் கையில் வைத்துக்கொள்ளப்படும் கவைக் குச்சி. *(சிவ.)*

கொராடு korāṭu பெ. *1) (பார்க்க–கருப்பாடு). (தரு.). 2)* மலைக் காடுகளுக்குச் செல்லாமல் வயல்வெளிப் புற்களையே மேயக்கூடிய நாட்டு ஆடு. *(வே.)*

கொல்ல[1] kolla பெ. நிலக்கடலை போன்றவை சாகுபடி செய்யக்கூடிய மேட்டுப்பாங் கான நிலப் பகுதி. *(புது.), (தஞ்.), (தரு.)*

கொல்ல[2] koḷḷa பெ. *1)* ஆற்று நீர் ஏறிப் பாய முடியாத, வயலைவிட உயரமான, பெரும்பாலும் மானாவாரிப் பயிர்கள் சாகுபடி செய்யக் கூடிய நிலப்பகுதி. *(பெ.). (பார்க்க–புஞ்சகாடு: புஞ்ச). (நாக.).* **கொல்லகால்** kollakāl *(தஞ்.). 2)* மழையை நம்பி, பயிர் செய்யப்படும் நிலம். (ஒரு பகுதியில் புஞ்சை நஞ்சையாகவே பயன்படு கிறது). *(கட.)*

கொல்லக்காட்டு வேல kollakkāṭṭu vēla பெ. மேட்டுப் பகுதியான திடல் பகுதியில் செய்யப்படும் வேளாண் வேலை. *(புது.)*

கொல்லக்கி போதல் kollakki pōtal தொ.பெ. மேட்டுப்பாங்கான திடல் பகுதியைப் பார்ப்பதற்காகச் செல்லுதல். *(புது.)*

கொல்ல கலப்ப kolla kalappa பெ. மேடான திடல் பகுதியை (புழுதி நிலத்தை) உழக்கூடிய ஒரு வகை இரும்புக் கலப்பை. *(தஞ்.–திருப்ப.). (தஞ்.)*

கொல[1] kola பெ. நெற்கதிர். *(தரு.), (தூ.)*

கொல[2] kola பெ. *1)* செடி/மரங்களின் தழைகள். *(தே.). 2)* குலை. மரம், செடி போன்ற வற்றின் இலைகளின் கொத்து. **கொலா** kolā *(திருநெல்.)*

கொல[3] kola பெ. வாழைக்குலை. *(வே.)*

கொலகுணிதல் kolakuṇital தொ.பெ. நெற்கதிர் முற்றித் தலைசாய்ந்த நிலை. *(நா.).* **கொல சாய்தல்** kola cāytal *(விரு.), (கட.), (வ.)*

கொலநடவு kolanaṭavu பெ. பட்டம் ஏதும் பிரிக்காமல் கலந்தவாறு நடும் நடவு. *(கட.)*

கொலம்பு kolampu பெ. ஆட்டின் கால் பாதம். *(ராம.)*

கொலமடங்குதல் kolamaṭaṅkutal தொ.பெ. நெற்கதிர் முற்றிக் கதிர் கீழ்நோக்கித் தொங்குதல். *(தே.)*

கொலமுறியுதல் kolamuriyutal **தொ.பெ.** *(அறுவடைக்கு) பதம் தவறிய நெற்பயிரின் கதிர் முறிந்து கீழே விழுதல். (**தஞ்.**)*

கொலயடுக்கித் தண்டவிரி kolayaṭukkit taṇṭaviri **வி.** *அறுவடை செய்து அரிபோடும் போது கதிர் பகுதியைக் குவித்துத் தண்டுப் பகுதியை விரித்துப்போடுதல். (**திருநெல்.**)*

கொலவால kolavāla **பெ.** *பழங்கால நெல்லில் ஒரு வகை. (**திருநெல்.**)*

கொலவு kolavu **பெ.** *வேலை தொடங்கும் போதும் முடியும் போதும் குலதெய்வத்தை நினைத்துப் பெண்கள் வாயால் கொடுக்கும் ஒரு வகை மங்கல ஒலி. (**தே.**)*

கொலவுபோடு kolavupōṭu **வி.** *நாற்று நட்டு வேலை தொடங்கும் போதும் முடியும் போதும் பெண்கள் வாயால் மங்கல ஒலி எழுப்புதல். (**தஞ்.**), (**ம.**).* **கொலவபோடு** kolavapōṭu *(**விரு.**).* **கொலுவு** koluvu *(**ராம.**)*

கொலு kolu **பெ.** *கொழு. கலப்பையில் உழுவதற்காகப் பொருத்தப்பட்டுள்ள கொழு. (**திருநெல்.**). (**சிவ.**), (**புது.**).* **கொழு** koḻu *(**தஞ்.**), (**கட.**), (**நா.**), (**விரு.**).* **கொழுவு** koḻuvu *(**திருநெல்.**), (**பார்க்க**–மரக்கலப்ப). (**தே.**)*

கொலுசு சங்கிலி kolucu caṅkili **பெ.** *கமல ஏற்றத்தின் பாகம். (**பார்க்க**–கமலஏத்தம்). (**தூ.**)*

கொலைத்தல் kolaittal **தொ.பெ.** *தானியப் பயிர்கள் கதிர் ஈனுதல். (**தூ.**)*

கொழவிகல் koḻavikal **பெ.** *(வட்ட வடிவில் குடைந்த கல்லில் ஆட்டி மாவு அரைக்கப் பயன் படும்) அடிப்பகுதி பருத்தும் கைப்பிடிப் பகுதி சிறுத்தும் உள்ள நீள் உருண்டை வடிவச் சிறு கல். (**வே.**)*

கொழா koḻā **பெ.** *நீர் செல்வதற் காக வரப்பு, சாலை போன்ற வற்றின் அடியில் அமைக்கப் படும் சிமெண்ட் குழாய். (**தஞ்.**)*

கொழுகம்பி koḻukampi **பெ.** *ஏர்க்கலப்பையின் பாகம். (**பார்க்க**–மரக்கலப்ப) (**பெ.**)*

கொழுகலப்ப koḻukalappa **பெ.** *(**பார்க்க**–மரக்கலப்ப). (**தஞ்.**)*

கொழுந்து koḻuntu **பெ.** *தேநீர்த் தூள் தயாரிப்பதற்குப் பயன்படக்கூடிய தேயிலைச் செடியின் கொழுந்து. (**நீ.**)*

கொழுந்து எடுத்தல் koḻuntu eṭuttal **தொ.பெ.** *பதப்படுத்து வதற்காகத் தேயிலை பறித்தல். (**நீ.**)*

கொழுந்து கொடிக்கா koḻuntu koṭikkā **பெ.** *விதைக்கொடி எடுப்பதற்குப் பயன்படக் கூடிய இளம் வெற்றிலைக் கொடிக்கால். (**தூ.**)*

கொழுந்துவெத்தல koḻuntu vettala **பெ.** *கொடி நட்டு ஆறு மாதங்கள் சென்றபின் பறிக்கக்கூடியமென்மையான வெற்றிலை. (**தூ.**)*

கொழுவாணி koḻuvāṇi பெ. 1) போஸ்டு கலப்பையின் கொழு அகலாமல் இருப்பதற் காக அக்கொழுவின் பின்பகுதியில் பொருத்தப் பட்டுள்ள ஆணி. (பார்க்க– போஸ்டு கலப்ப). (**புது**.). 2) ஏர்க் கலப்பையில் உழக்கூடிய கொழு விலகாமல் இருப்பதற் காக அறையப்படும் ஓர் ஆணி (பார்க்க–மரக்கலப்ப). (**நா**.)

கொள்ளிகொம்பு மாடு koḷḷikompu māṭu பெ. கொம்பு சரியாக அமையாத ஒரு வகை சுமை இழுக்கக்கூடிய மாடு. (**கட**.)

கொள்ளிபூச்சி koḷḷipūcci பெ. நெற்பயிரில் தோன்றும் ஒரு வகைப் பூச்சி. (**தரு**.)

கொள்ளு[1] koḷḷu பெ. உணவாகப் பயன்படக்கூடிய ஒரு வகைத் தானியம். (**சிவ**.), (**தரு**.), (**விரு**.), (**தூ**.), (**புது**.)

கொள்ளு[2] koḷḷu பெ. நீள் வட்டமாக மூன்றாய்ப் பிளந்த இலைகளையும் பசு மஞ்சள் நிறமான பூங்கொத்தினையும் நீண்டு வளர்ந்த காய் மற்றும் தட்டையான விதைகளை யும் உடைய ஒரு மூலிகைக் கொடி. (**மூ**.)

கொள்ளுக்காய்வேளை koḷḷukkāy vēḷai பெ. கொத்தான செந்நீல மலர்களையும் தட்டையான வெடிக்கக்கூடிய கனிகளை யும் உடைய ஒரு மூலிகைச் செடி. (**மூ**.)

கொளக்கூட koḷakkūṭa பெ. மூங்கில் குச்சியால் பின்னப் பட்ட (சோளம், நெல், மண் போன்றவை அள்ளப் பயன்படும்) ஒரு வகைக் கூடை. (**தே**.)

கொளச்சி koḷacci பெ. (பார்க்க– கூந்தல்). (**நா**.). (**திருநெல்**.). **கொளஞ்சி** koḷañci (**தூ**.), **கொளிச்சி** koḷicci (பார்க்க– மண்வெட்டி). (**தூ**.)

கொளச்சிமம்முட்டி koḷaccimam muṭṭi பெ. நீண்ட வெட்டும் தகட்டை உடைய ஒரு வகை மண்வெட்டி. (**தூ**.)

கொளஞ்சிபூண்டு koḷañci pūṇṭu பெ. வயலுக்கு எருத்தன்மையைக் கொடுக்கக்கூடிய ஒரு வகைச் செடி. (**தஞ்**.). (பார்க்க–காவால பூண்டு)

கொளம் koḷam பெ. குளிக்க / கால்நடைகள் நீர் அருந்த ஏற்படுத்தப்பட்ட வட்ட வடிவ நீர்நிலை. (**புது**.)

கொளரி koḷari பெ. (வயலில்) களைகளாக முளைக்கும் ஒருவகைச் செடி. (**திருநெல்**.)

கொளறிவிடு koḷaṟiviṭu வி. மண்ணை மேடு, பள்ளம் இல்லாமல் மண்வெட்டியால் மண்ணைச் சமப்படுத்துதல். (**நீ**.)

கொளறு koḷaṟu வி. மண்வெட்டி யால் மண்ணைக் கொத்திக் கிளறி விடுதல். (**கட**.)

கொளிஞ்சிகொல koḷiñcikola *பெ.* சேற்றிற்கு உரமாகப் போடப்படும் கொளிஞ்சிச் செடியின் தழை. *(விரு.)*

கொளைத்தல் koḷaittal **தொ.பெ.** பயிரை விட்டுக் கதிர் வெளித் தோன்றுதல். *(தூ.)*

கொறகெடத்தல் ko<u>r</u>akeṭattal *தொ.பெ.* உழுவதற்காகத் தயார்படுத்திய நிலத்தில் குறிப்பிட்ட அளவு உழுது மீதம் விடப்பட்ட நிலப் பகுதி. *(புது.)*

கொறத்திபூண்டு ko<u>r</u>attipūṇṭu *பெ.* வயலில் களையாக முளைக்கும் ஒரு வகைப் பூண்டு. *(வே.)*

கொன்றவச்சி புடுங்கு ko<u>nr</u>avacci puṭuṅku **வி.** போரில் வைக்கோல் எடுக்கும் போது போர் சரியாதவாறு, மேலிருந்து குறிப்பிட்ட பகுதியைப் பிரித்து அதிலிருந்து கீழ்நோக்கி எடுத்துவருதல். *(பெ.), (கட.).* **கன்றவச்சி புடுங்கு** ka<u>nr</u>avacci puṭuṅku *(நாக.).* **கொன்றுவை** ko<u>nr</u>uvai *(பெ.)*

கொன[1] ko<u>n</u>a *பெ.* தானிய சேமிப்புப் பெட்டியினுடைய கதவின் மேல் பக்கம். *(பார்க்க– பல்லப்பெட்டி). (நீ.)*

கொன[2] ko<u>n</u>a *பெ. 1)* கயிற்றின் நுனிப் பகுதி. *(தரு.). 2)* ஒரு பொருளின் நுனிப்பகுதி. *(வே.)*

கொனத்தண்டு ko<u>n</u>attaṇṭu *பெ.* நெற்பயிரில் கதிர் இருக்கின்ற நுனித் தண்டுப் பகுதி. *(வே.)*

கொனதாள் ko<u>n</u>atāḷ *பெ.* நெற்கதிர் நீக்கிய நுனிப் பகுதித் தாள். *(வே.)*

கொனநெல்லு ko<u>n</u>anellu *பெ.* நெற்கதிரில் முதலில் முற்றிப் பழுக்கக்கூடிய நுனி நெல். *(வே.)*

கொனபாகம் ko<u>n</u>apākam *பெ.* ஒரு பொருளின் நுனிப் பக்கம். *(வே.), (தரு.)*

கொனையகொனைய ko<u>n</u>aiya ko<u>n</u>aiya **வி.எ.** *(வளர்தல்)* நெற்பயிர் முளைக்க முளைக்க தண்ணீர் வை. *(தரு.)*

கோ

கோக்காலி kōkkāli *பெ.* வைக்கோல் போர்போடும் போது அடிப்பகுதியில் கல் மற்றும் மரத்தின்மேல் போடும் குறுக்குக் கழி *(கட.)*

கோக kōka *பெ.* மரக்கால். தானியங்கள் அளப்பதற்குப் பயன்படும் முகத்தல் அளவை. *(நீ.)*

கோங்கிலவு kōṅkilavu *பெ.* கைபோல் பிரிந்த இலைகளையும் செந்நிற மலர் மற்றும் வெண்ணிறப் பஞ்சில் பொதிந்த வழுவழுப்பான உருண்டை வடிவ விதைகளையும் உடைய ஒரு மூலிகை மரம். *(மூ.)*

கோங்கு kōṅku *பெ.* பயிரோடு முளைத்துவரும் களைகள். *(நீ.)*

கோசாரி kōcāri *பெ.* வெற்றிலை பறிப்பதற்காகப் பயன்படும்

ஏணியில் நெலமரம், வீசுகால், மேல்படி ஆகியவை இணைந்த பகுதி *(பார்க்க–ஏணி–3). (நா.)*

கோசால kōcāla பெ. வெற்றிலை பறிக்க, கொடி கட்டப் பயன் படும் ஏணியில் வீசுகால் இணைக்கப்பட்டுள்ள மேல்பகுதி. *(தூ.)*

கோஞ்சிகட்டு kōñcikaṭṭu **வி.** *(ஒரு பொருளைக் கயிற்றால் கட்டும்போது)* அவிழ்க்க முடியாமல் முடிச்சு போடுதல். *(நீ.)*

கோட்ட[1] kōṭṭa பெ. நெல் விதையைப் பாதுகாக்க, வைக்கோல் மற்றும் பிரிகொண்டு, நெல்மணிகளை உள்வைத்து மேற்புறம் சுற்றி அதன்மேல் சாணம்கொண்டு மெழுகிய உருண்டை வடிவான பெரியகட்டு. *(நாக.), (நா.), (ம.), (தஞ்.)*

கோட்ட[2] kōṭṭa பெ. *1)* ஒரு முகத்தல் அளவு. மரக்கால் / இரண்டு மூட்டைத் தானியங்களின் தொகுப்பு. *(பார்க்க–மூட்ட–9). (திருநெல்.) 2)* இருபத்து நான்கு மரக்கால்கள் சேர்ந்த தானியங்களின் தொகுப்பு *(ஜமீன்.). (தூ.). 3)* இருபத்தெட்டு மரக்கால்கள் சேர்த்துவைத்த தானியங்களின் தொகுப்பு *(ஸ்ரீவை.), (தூ.). 4)* வெற்றிலையை 100 கவுளிகளுக்கு மேல் வட்ட வடிவில் அடுக்கிக் கட்டிய தொகுப்பு. *(தஞ்.). 5)* பன்னிரண்டு மரக்கால்கள் சேர்ந்த ஒரு அளவையின் தொகுப்பு *(விளாத்தி.), (தூ.)*

கோட்டக்கட்டு[1] kōṭṭakkaṭṭu பெ. நாற்று முடியின் வேர்ப்பகுதி வெளிப்பக்கமாகவும் தோகை உள் பக்கமாகவும் நீள்வட்ட வடிவில் கட்டிய நாற்றுக் கட்டு. *(தஞ்.), (புது.), (நாக.)*

கோட்டக்கட்டு[2] kōṭṭakkaṭṭu **வி.** நெல் சேமித்து வைக்கக்கூடிய கோட்டையைக் கட்டுதல். *(பார்க்க–கோட்ட[1]) (ம.), (நா.), (தஞ்.)*

கோட்டக்கட்டு[3] kōṭṭakkaṭṭu **வி.** வாழையின் காய்ந்த சருகின்மேல் பறித்து அடுக்கிய வெற்றிலைகளை வட்ட வடிவில் தொடர்ச்சியாக அடுக்கிக் கட்டுதல். *(நா.)*

கோட்டகோட்டயாகடத்தல் kōṭṭakōṭṭayākaṭattal **தொ.**பெ. *(ஏர் உழும்போது)* உழுவாமல் கிடக்கும் தரிசு நிலம். *(ராம.)*

கோட்டம் kōṭṭam பெ. மருத்துவக் குணமுடைய மணமுள்ள ஒரு கிழங்கு வகை. *(மூ.)*

கோட்டாங்கி போடுதல் kōṭṭāṅki pōṭutal **தொ.**பெ. நெற்பயிரின் கதிரில் பால் தோன்றித் தலை சாய்தல். *(திருநெல்.)*

கோட்டாங்கை kōṭṭāṅkai பெ. அறுவடை செய்யும்போது முன்னே அறுத்துச் செல்லும் (சென்று இடம் ஒதுக்கிக் கொடுக்கும்) ஆள். *(தஞ்.)*

கோட்டாங்கோர kōṭṭāṅkōra பெ. கோரையின் ஒரு வகை. *(நா.)*

கோட்டான் kōṭṭāṉ பெ. *இரவில் நெற்பயிருக்குத் தீமை செய்யும் பூச்சிகள் எலிகள் போன்றவற்றைப் பிடித்துத் தின்பதற்கு வரும் ஒரு பறவை. (நா.)*

கோட்டிகா kōṭṭikā பெ. *விதைத்த நாற்றங்காலில் நீர் வடிவதற்காக ஏற்படுத்தும் சிறு வழி. (கட.)*

கோட்டு kōṭṭu பெ. *1) களத்தில் கையால் அடித்து நெல்மணிகள் நீக்குவதற்காக எடுக்கப்படும் சில அரிகள் சேர்ந்த தொகுப்பு. 2) (பார்க்க– அரி[1]). (தஞ்.), (புது.), (திருவா.), (கட.).* **கோடு** kōṭu *(ராம.). (பெ.).* **போட்டு** pōṭṭu *(கட.)*

கோட்டு கவுறு kōṭṭu kavuṟu பெ. *கையால் கட்டு அடிக்கும் போது கோட்டு அரியை உள்வைத்து இறுக்கிப் பிடித்துக் கொள்வதற்காக வைக்கோல் தாளில் திரித்து முறுக்கப்படும் ஒரு பக்கம் கொண்டையுள்ள சிறிய கயிறு. (தஞ்.), (கட.).* **கோட்டுபழுத** kōṭṭupaḻuta *(தஞ்.).* **கைத்திரி** kaittiri *(தே.).* **பழுத** paḻuta *(புது.).* **பழுதகயிறு** paḻutakayiṟu *(புது.), (திருச்.), (கட.), (பெ.).* **பழுதகவுறு** paḻutakavuṟu *(திருச்.). போட்டு கயிறு /* **போட்டுகவுறு** pōṭṭu kayiṟu / pōṭṭukavuṟu *(கட.), (திருவ.).* **பழுது** paḻutu *(திருநெல்.).*

கோட்டுதாள் kōṭṭutāḷ பெ. *தானிய மணிகள் நீக்கப்பட்ட பிறகும் சுணை போகாத வைக்கோல் தாள். (தஞ்.)*

கோட்டேரு kōṭṭēru பெ. *உழுவதற்குக் கலப்பை எடுத்துச் செல்லும் முறை. (உழுவதற்குக் கலப்பை மற்றும் பொருள்களை வயற்காட்டிற்கு எடுத்துச் செல்லும்போது மாட்டை வடக்கு முகமாக நிறுத்தி, அதன் கழுத்தில் நுகத்தடியைப் பூட்டி, அந்த நுகத்தடியின்மேல் கலப்பையைத் தலைகீழாக மாட்டி எடுத்துச்செல்லுதல். ஊரின் எல்லைக்குள் இவ்வாறு செய்தல் கூடாது). (தூ.)*

கோட்டேருபோடு kōṭṭērupōṭu *வி. (பார்க்க–கோட்டேரு). (தூ.)*

கோட்டேரு போடுதல் kōṭṭēru pōṭutal தொ.பெ. *மாட்டின் கழுத்தில் நுகத்தடி பூட்டி அதன்மேல் தலை கீழாகக் கலப்பையைக் கவிழ்த்து உழுகருவிகளை உழக்கூடிய இடத்திற்கு எடுத்துச்செல்லும் முறை. (ராம.)*

கோடஒழவு kōṭaoḻavu பெ. *கோடைக்காலத்தில் நிலத்தை உழும் உழவு. (தூ.)*

கோடமல kōṭamala பெ. *கோடைக்காலத்தில் பெய்யும் மழை. (நீ.)*

கோடாகாத்து kōṭākāttu பெ. *கோடைக் காலத்தில் அடிக்கும் ஒரு வகை வறண்ட காற்று. (நீ.)*

கோடாலி kōṭāli பெ. *1) மரம் வெட்ட/விறகினைப்பிளக்கப் பயன்படும் மரக் கைப்பிடியும் இரும்பாலான வெட்டும் பகுதியையும் உடைய கருவி.* (**தஞ்.**), (**திருநெல்.**), (**நீ.**). *2) வாழை மரத்தின் அருகில் தோன்றும் சிறிய கன்றை வெட்டுவதற்காகப் பயன்படும் ஒரு கருவி.* (**தூ.**)

கோடிக்காபுடி kōṭikkāpuṭi **வி.** *அறுவடை செய்வதற்காகக் குறிப்பிட்ட அளவுள்ள இடத்தை ஒதுக்கிப் பிரித்துக் கொள்ளுதல்.* (**தஞ்.**)

கோடிகா kōṭikā பெ. *நெற்பயிரை அறுத்துச் செல்லும் குறிப்பிட்ட அளவுள்ள பகுதி.* (**பார்க்க–**அரிப்பட்டம்). (**தஞ்.**)

கோடிமாடு kōṭimāṭu பெ. *ஏர் ஓட்டும்போது / தாம்பு அடிக்கும்போது வெளிப்பக்கமாகச் சுற்றிவரும் மாடு.* (**தரு.**)

கோடு அடி kōṭu aṭi **வி.** *நெல் மணிகள் நீங்குவதற்காகக் களத்தில் மூன்று / நான்கு அரிகள் சேர்ந்த தொகுப்பினைக் கையில் பிடித்து அடித்தல்.* (**பெ.**)

கோடுபுடிச்சிஅடி kōṭupuṭicciaṭi **வி.** *1) (கதிர் கட்டுகளிலிருந்து கோட்டை எடுத்து) கையால் அடித்து நெல் நீக்குதல்.* (**ராம.**), (**கட.**). **கோட்டு புடிச்சி அடி** kōṭṭu puṭicci aṭi (**பார்க்க–**கட்டடித்தல்). (**புது.**). *2) (களத்தில் கட்டு அடிக்கும்போது) பெண்கள் எடுத்துத்தரும் கோட்டைக் கோட்டுக் கயிற்றில் பிடித்து அடித்தல்.*

கோடுமடிச்சிவை kōṭumaṭiccivai **வி.** *கட்டு கட்டும்போது கயிற்றில் வைக்கும் முதல் அரியை கோட்டை மடித்து வைத்தல்.* (**கட.**), (**நா.**). (**பார்க்க–**தாளுமடிச்சிவை). (**பெ.**). **சூடுமடிச்சிவை** cūṭumaṭiccivai (**கட.**)

கோத்தகிடு kōttakiṭu பெ. *தரிசு நிலத்தில் முளைக்கும் களைகள்.* (**நீ.**)

கோத்தகிரிசெடி kōttakiriceṭi பெ. *மலைச் சரிவில் வளர்ந்து மண் அரிப்பைத் தடுக்கும் ஒரு வகைச் செடி.* (**நீ.**)

கோதாணி[1] kōtāṇi பெ. *பாரவண்டியின் மேல் மூன்று பக்கமும் அடைத்துள்ள கூடு* (**பார்க்க–**பாரவண்டி). (**நா.**)

கோதாணி[2] kōtāṇi பெ. *மாட்டிற்கு வைக்கோல் பாதுகாப்பாக வைக்கப் பலகையால் அடைத்த நீண்ட தொட்டி.* (**தரு.**), (**வே.**)

கோதான kōtāṉa பெ. *எரு அள்ளக்கூடிய கூடை.* (**நா.**)

கோதிவிடு kōtiviṭu **வி.** *காய்ந்த கோரையில் உள்ள தூசுகளை விரல்களால் நீவிவிட்டுப் போக்குதல்.* (**நா.**)

கோபுரந்தாங்கி kōpurantāṅki பெ. *நாற்பட்டையான தண்டுகளில் அடுக்கான, முழுமையான இலைகளையுடைய*

ஒரு வகை மூலிகைச் செடி. *(மூ.)*

கோம்பு[1] kōmpu பெ. உளுந்தை உதிர்த்து மிஞ்சிய காய்ந்த செடி. *(கட.)*

கோம்பு[2] kōmpu பெ. தக்காளியை யும், செடியையும் சேர்த்து இணைத்துள்ள காம்பு. *(நா.)*

கோ.முப்பத்திஏழு kō.muppattiēḻu பெ. சமைப்பதற்குப் பயன் படக்கூடிய ஒரு வகைப் புதிய சோளம். *(தே.)*

கோயம்புத்தூர் kōyamputtūr பெ. தற்காலத்தில் சாகுபடி செய்யப்பட்டு வரும் ஒரு வகை நெல். *(தஞ்.), (கட.)*

கோர[1] kōra பெ. 1) நெற்பயிரில் முளைக்கும் ஒரு வகைக் களை. *(வே.), (நா.), (தே.), (ராம.).* 2) வெற்றிலைக் கொடி கட்டுவதற்காகப் பதப்படுத்தித் தயார்செய்யப் பட்ட கோரையின் தண்டு. *(தஞ்.).* **கோரகள** kōrakaḷa *(திருநெல்.)*

கோர[2] kōra பெ. பாய் பின்னுவதற்காக வளர்க்கப் படும் (நீளமாக வளரக் கூடிய உருண்டை வடிவத் தண்டைக்கொண்ட) கோரை. *(புது.)*

கோரகாடு kōrakāṭu பெ. கோரைச் சாகுபடி செய்கின்ற இடம். *(நா.)*

கோரகூட kōrakūṭa பெ. நிலத்தில் கிடக்கின்ற புற்களை அள்ளுவதற்காகப்பயன்படும் ஒரு கூடை. *(நா.)*

கோரகெழங்கு kōrakeḻaṅku பெ. சாகுபடி செய்யக்கூடிய கோரையின் விதைக் கிழங்கு. *(நா.)*

கோரபொறுக்கு kōraporukku **வி.** நாற்றங்காலில் உள்ள புற்களைக் கைகளால் அரித்தல். *(தஞ்.)*

கோரைப்புல் kōraippul பெ. வளரும் பயிரில் களைகளாக முளைக்கும் ஒரு வகைப் புல். *(நீ.)*

கோல் kōl பெ. கால்நடைகளை ஓட்டுவதற்காக உள்ள சிறு கழி. *(வே.)*

கோலார்வண்டி kōlārvaṇṭi பெ. முழுவதும் மரத்தினாலே செய்யப்பட்டுச் சுமை ஏற்றி மாட்டைக்கொண்டு பயன்படுத்தக்கூடிய நாட்டுவண்டி (பார்க்க– பாரவண்டி). *(நா.)*

கோலியாஸ் kōliyās பெ. ஒரு வகை மூலிகைச் செடி. *(வே.)*

கோலு kōlu பெ. நீர் வெளியே றாதவாறு மண்வெட்டி யாலோ, கையாலோ போடும் அணை. *(கட.), (வே.)*

கோலுவை kōluvai **வி.** நீர் வெளியேறாதவாறு மண் வெட்டியாலோ கையாலோ அணை போடுதல். *(வே.)*

கோவை kōvai பெ. மடலான காம்புடைய இலைகளையும் வெள்ளை நிற மலர்களையும் கொண்டு நீண்ட முட்டை வடிவ காய்களையும் செந்நிறப்

பழங்களையும் உடைய ஒரு மூலிகைக் கொடி. (மூ.)

கோளாறான ஆள் kōḷāṟāṉa āḷ பெ. நன்கு வேலை செய்யக்கூடிய திறமையான ஆண் ஆள். (தூ.)

கோளியர kōḷiyara பெ. ஆண் ஆளைச் சுற்றி வட்ட வடிவில் நடும் நடவு. (உ.ம்.) முறை உள்ள ஆட்கள் நாற்று விசுறும்போது பெண்கள் கோளியர வந்து கொலவுச் சத்தம் போடுவார்கள். (தஞ்.)

கோனஞ்சம்பா kōṉañcampā பெ. பழங்கால் நெல்லில் ஒரு வகை. (வே.)

கோனசோளம் kōṉai cōḷam தொ.பெ. சோளத்தில் ஒரு வகை. (வே.)

கோனாகத்தி kōṉākatti பெ. மரம் போன்றவை வெட்டப் பயன்படும் ஒரு வெட்டுக் கருவி. (நா.)

கௌ

கௌளி kauḷi பெ. 100 வெற்றிலைகள் கொண்ட தொகுப்பு. (தஞ்.)

ச

சக்க[1] cakka பெ. (நாற்றைப் பறிக்கும்போது) நாற்றின் வேரில் ஒட்டியிருக்கும் சேறு. (திருவ.)

சக்க[2] cakka பெ. ஏர்க் கலப்பையில் இணைத்த சட்டங்கள் / பாகங்கள் விலகாமல் இருப்பதற்காகச் செருகப்படும் சிறு ஆப்பு / மரத்தால் செய்த ஆணி. (பார்க்க–ஆப்பு). (திருநெல்.), (வே.), (தரு.)

சக்க[3] cakka பெ. வெற்றிலையின் வகை. காம்பு நீளமாக, தடித்த அகலமான இலையைக் கொண்டு கொடியிலிருந்து வளரக்கூடிய கரும்பச்சை நிற வெற்றிலை. (தூ.), (நா.)

சக்க[4] cakka பெ. 1) எள் செடியின் காய்ந்த தழைகள். (ம.). 2) சூரியகாந்தி, சோளம் போன்ற பயிரின் கதிரிலிருந்து மணி உதிர்ந்த பின் எஞ்சி யிருக்கும் வெறுங்கூடு. (நா.)

சக்கபூண்டு cakkapūṇṭu பெ. நடவு நடக்கக்கூடிய சேற்று நிலத்திற்கு உரமாகப் போடப்படும் ஒரு வகைப் பூண்டு/செடி. (தூ.). **சக்கபூடு** cakkapūṭu (விரு.)

சக்கபெரட்டி cakkaperaṭṭi பெ. தானியக் கதிர்களின் தட்டை களைக் கிளறிவிடுவதற்காக உள்ள நீண்ட தடியில் வரிசை யாகப் பற்களை உடைய ஒரு வகைக் கருவி. (தூ.)

சக்கரபூசினி cakkarapūciṉi பெ. பூசனிக்காயில் ஒரு வகை. (பார்க்க–பூசனி). (ம.)

சக்கரபோர் cakkarapōr பெ. வட்ட வடிவில் உயரமாகப் போடப்படும் வைக்கோல் போர். (தரு.)

சக்கரம் cakkaram பெ. 1) கமல ஏத்தத்தின் ஒரு பாகம்

(பார்க்க—கவல ஏத்தம்). (பெ.). 2) மாட்டு வண்டியில் மரத்தால் / டயர், டியூப்பால் செய்த சக்கரம். *(தஞ்.), (நா.)*

சக்கரவள்ளிக் கெழங்கு cakkaravaḷḷik keḻaṅku *பெ.* படர்ந்த செடியில் விளையும் இனிப்புச் சுவையுடைய ஒரு வகைக் கிழங்கு. *(புது.), (நா.), (நீ.)*

சக்கையபுடி cakkaiyapuṭi *வி.* மாடு மிதித்துப் போட்ட தானியக் கதிர்களிலிருந்து கைகளால் சக்கையைப் பிரித்தெடுக்கும் ஒரு முறை. *(தூ.)*

சகதிக்கால் cakatikkāl *பெ.* குழைவாக உள்ள சேற்றுப் பகுதி. *(புது.)*

சங்காயம் caṅkāyam *பெ.* 1) களத்தில் நெல் சுத்தப் படுத்தும்போது / தூற்றும் போது காற்றில் பறக்கும் தூசுகள் மற்றும் நொறுங்கிய வைக்கோலின் தூள்கள். *(திருச்.), (நா.), (கட.).* 2) முற்றிய எள் செடியைக் காயவைத்து அதிலிருந்து எள்ளைத் தனியாகப் பிரிக்கும்போது ஒதுங்கும் செடியின் சக்கைகள். *(ம.)*

சங்கிபோதல் caṅkipōtal *தொ.பெ.* பயிர்கள் போதிய வளர்ச்சி இல்லாமல் போதல். *(நா.).* **சங்கிடுதல்** caṅkiṭutal *(நா.)*

சங்கிலி[1] caṅkili *பெ.* கலப்பை யையும் நுகத்தடியையும் இணைத்து கட்டுவதற்குப் பயன்படும் வகையில் ஒன்றோடு ஒன்று இணைந்த இரும்பு வலையங்களின் தொடர். *(தரு.). (பார்க்க—வடகவுறு). (கட.)*

சங்கிலி[2] caṅkili *பெ.* ஒரு பழங்கால நில அளவை. நான்கு குறுக்கம் / 360 செண்ட் நிலத்தின் தொகுப்பு. *(தூ.)*

சங்கிலி ஆவாரம் caṅkili āvāram *பெ.* வயலுக்கு உரத்தன்மை யைக் கொடுக்கக்கூடிய ஒரு வகைத் தழை. *(தரு.)*

சங்கிலி பிரி caṅkili piri *பெ.* இரண்டு பிரிகளை இணைத்து முறுக்கி உருவான பிரி. *(பெ.), (கட.)*

சங்கிலிவரி caṅkilivari *பெ.* பழங்காலத்தில் வசூலிக்கப் பட்ட ஒரு வகை நில வரி. *(தூ.)*

சங்கிலை caṅkilai *பெ.* பளப்பளப்பான இலை களையும் வெண்மையான உருண்டை வடிவப் பழங் களையும் உடைய ஒரு மூலிகைச் செடி. *(மூ.)*

சங்கு caṅku *பெ.* உளுந்தஞ்செடி யில் காய் உருவாகுவதற்காகத் தோன்றும் மொட்டு. *(கட.)*

சங்குவைத்தல் caṅkuvaittal *தொ.பெ.* உளுந்துச் செடியில் காய்ப்பதற்காகப் பூ தோன்றுதல். *(கட.)*

சச்சு caccu *பெ.* பூச்சி போன்ற வற்றால் வளர்ச்சி குறைந்த தரமல்லாத வெற்றிலை. *(நா.)*

சஞ்சாயம் cañcāyam *பெ.* நாள் கூலிக்கு (காலை 7 மணி முதல் 12 மணிவரை) செய்யும் வேலை. *(சிவ.)*

சட்ட caṭṭa பெ. 1) மரக் குச்சியின் சிறு கிளை. 2) மரவள்ளிக் கிழங்குச் செடியின் குச்சியில் முளைத்துப் பிரியும் சிறு கிளை. *(தரு.)*.

சட்டகலப்ப caṭṭakalappa பெ. சேற்றைச் சமப்படுத்த / சேற்றில் போட்ட தழைகளை மிதித்து மண்ணில் சேர்க்கப் பயன்படும், மாடு கட்டி இழுத்து உருண்டு செல்லக்கூடிய ஒரு வகைக் கலப்பை. *(நாக.)*, *(தஞ்.)*. **சட்ரஸ்** caṭras/ **சட்ரஸ் கலப்ப** caṭras kalappa / **பர்மாசெட்டு** parmāceṭṭu / **பரம்புசட்டு** parampucaṭṭu *(தஞ்.)*. **சேர்கலக்கி** cērkalakki *(சிவ.)* **தழமிறி கலப்ப** taḻamiṟi kalappa / **பட்லர் கலப்ப** paṭlar kalappa *(கட.)*. **தொளி பெரட்டி** toḷi peraṭṭi *(ம.)*. **பட்லார்கலப்ப** paṭlārkalappa *(தஞ்.)*. **பரம்புசட்டு** parampucaṭṭu *(புது.)*. **பொன்னி அமுக்குற கலப்ப** poṉṉi amukkuṟa kalappa *(புது.)*. **உருள** uruḷa *(கட.)*

சட்டம்[1] caṭṭam பெ. *(பார்க்க– குத்துச் சட்டம்)*. *(தஞ்.)*. **சட்டலு** caṭṭalu *(தரு.)*

சட்டம்[2] caṭṭam பெ. *(பார்க்க– கவல எத்தம்)*. *(புது.)*

சட்டிகலப்ப caṭṭikalappa பெ. புழுதி நிலத்தை மிகுந்த ஆழத்தில் உழுவதற்காகப் பயன்படும் (இருப்புச் சட்டி போன்று வட்ட வடிவில் உள்ள) கலப்பைக் கொழு. *(தஞ்.)*, *(தூ.)*

சட்டியானமாடு caṭṭiyāṉa māṭu பெ. மிகுந்த சோம்பேறித்தனமாக ஏரில் பொறுமையுடன் நடந்து செல்லக்கூடிய ஒரு வகை மாடு. *(தூ.)*

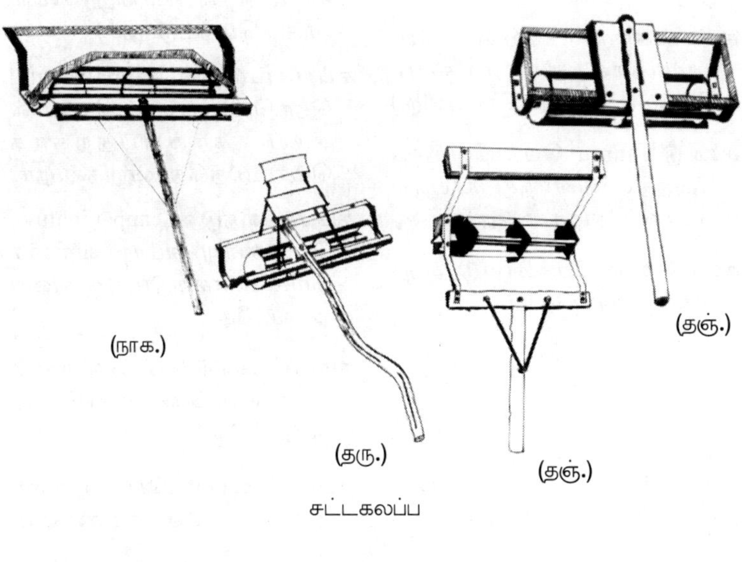

சட்டகலப்ப

சட்டு caṭṭu பெ. மூங்கில் குச்சியில் பின்னப்பட்ட அகலமான திறந்த வாயினை உடைய ஒரு வகைக் கூடை. (நா.)

சட்டுக்கல் caṭṭukkal பெ. கருங்கல்லில் ஒரு வகை. (நா.)

சட்ரஸ் caṭras பெ. ஆற்றில், வாய்க்காலில் செல்லும் நீரைத் தடுப்பதற்காகத் தேவைக்குத் தகுந்தவாறு ஏற்றி இறக்கும் தன்மையில் அமைக்கப்பட்ட இரும்புப் பலகை பொருத்தப்பட்ட மதகு. (தஞ்.)

சடாமாஞ்சில் caṭāmāñcil பெ. அழுத்தமான வேரின் புறத்தில் இழைகள் நிறைந்திருக்கும் ஒரு மூலிகைச் செடி. (மூ.)

சண்டாமலிஅவர caṇṭāmaliavara பெ. சமைப்பதற்கு விதை மட்டுமே பயன்படக்கூடிய தடித்த விதையைக் கொண்ட ஒரு வகை அவரை. (நீ.)

சண்டிகாரு caṇṭikāru பெ. பழங்காலத்தில் சாகுபடி செய்த ஒரு வகை நெல். (விரு.)

சண்டு[1] caṇṭu பெ. விவசாய நிலத்தில் வளர்ந்து காய்ந்து போன செடிகள். (தூ.)

சண்டு[2] caṇṭu பெ. உள்ளீடு அற்ற நெல் மணி. (தே.)

சண்டு[3] caṇṭu பெ. தானியம் தூற்றும்போது காற்றில் பறந்து ஒதுங்கும் நொறுங்கிய வைக்கோல். (திருநெல்.). **சண்டுவா** caṇṭuvā (ம.). **சாட்டுவா** cāṭṭuvā (தஞ்.)

சண்டுவாநெல் caṇṭuvānel பெ. போரடிநெல். (பார்க்க– பொனையபோடு[1]). (ராம.)

சணல் caṇal பெ. இஞ்சி, மஞ்சள் போன்றவற்றிற்கு நிழல் தரவும் மற்றும் ஊடுபயிராக (கோணி போன்றவை பின்னு வதற்குப் பயன்படும்) நார்த் தன்மை கொண்ட ஒரு வகைப் பயிர். (தஞ்.)

சத்திச்சாரனை catticcāraṇai பெ. நீள் வடிவச் சதைப் பற்றான இலைகளுடன் தரையோடு படர்ந்து வளரும் ஒரு மூலிகைக் கொடி. (மூ.)

சதரம் ஓட்டு cataram ōṭṭu வி. மேட்டுப் பகுதியில் உள்ள மண்ணைப் பள்ளத்தில் இட்டுச் சரிசெய்தல். (வே.)

சப்ப cappa பெ. பருத்திச் செடி யில் பூத் தோன்றுவதற்காக (சப்பையான மூன்று பகுதிகள் ஒட்டினால் போன்று) வெளி வரும் மொட்டு. (நா.)

சப்பகட்டுதல் cappakaṭṭutal தொ.பெ. பருத்திச் செடியில் காய் காய்ப்பதற்காக மொட்டுத் தோன்றுதல். (நா.)

சப்பாணிநடுவு cappāṇinaṭuvu பெ. கயிறு கட்டி வரிசை வரிசையாக நடும் ஒரு வகை நடவு. (தே.)

சம்பா[1] campā பெ. ஒரு வகை பழங்கால நெல். (திருநெல்.), (தஞ்.), (விரு.)

சம்பா[2] campā பெ. ஆவணி மாதம் வேளாண்மை

தொடங்கித் தை மாதத்திற்குள் அறுவடை முடிக்கும் காலம் / அக்கால நெற்பயிர். *(தஞ்.)*. **சம்பாபட்டம்** campāpaṭṭam *(கட.)*.

சம்மம்பில்லு cammampillu **பெ.** *நெற்பயிரில் முளைக்கும் ஒரு வகைக் களை. (**புது**.)*

சமப்படுத்து camappaṭuttu **வி.** *வயலில் உள்ள மேடு பள்ளங்களைச் சரிசெய்தல். (**கட**.)*

சமுக்கம் camukkam **பெ.** *வெற்றிலையைப் பறித்து மடியில் அடுக்கிவைப்பதற்காக இடுப்பில் உள்ள கைலியை மடித்துக்கட்டும் ஒரு வகைக் கட்டு. (**தூ**.)*

சர்கார்பூண்டு carkārpūṇṭu **பெ.** *சேற்று நிலத்திற்கு உரமாகப் பயன்படும் ஒரு வகைப் பூண்டு / செடி. (**தஞ்**.)*

சரக்கு[1] carakku **பெ.** *நிலக்கடலையின் உள்ளே இருக்கும் (முளைக்கக்கூடிய) விதை. (**பெ**.). **பருப்பு** paruppu (**புது**.), (**நா**.)*

சரக்கு[2] carakku **பெ.** *மரவள்ளிக் கிழங்கு/நெற்பயிரில்கிடைத்த மகசூல். (**நா**.)*

சரக்கொன்றை carakkoṉṟai **பெ.** *சரஞ்சரமாய்த் தொங்கும் மஞ்சள் நிறப் பூங்கொத்துகளையும் நீண்ட உருண்டை வடிவக் காய்களையும் கொண்ட மருத்துவக் குணமுடைய ஒரு மரம். (**மூ**.)*

சரடு[1] caraṭu **பெ.** *(**பார்க்க**– ஆக்க–1) கட்டுவதற்குப் பயன்படும் சிறு கயிறு. (**கட**.)*

சரடு[2] caraṭu **பெ.** *விவசாயத்திற்குப் பயன்படாத இடம். (**தரு**.)*

சரம் இழு caram iḻu **வி.** *ஓரிடத்திலிருந்து நாற்று முடியை நீரின்வழியாக வேறொரு இடத்திற்குக் கொண்டுசெல்வதற்குத் தடித்த கயிற்றில் நாற்று முடியைக் கோர்த்து ஆறு, வாய்க்கால் போன்றவற்றில் இழுத்துச் செல்லுதல். (**தஞ்**.)*

சரலமண் caralamaṇ **பெ.** *விவசாய நிலங்களில் காணப்படும் ஒரு வகை மணல். (**நா**.)*

சரவு caravu **பெ.** *நீர் பாய்ச்சுதற்கு வசதியாகப் புழுதி நிலத்தில் போட்ட பல பாத்திகள் கொண்ட ஒரு தொகுப்பு. (**நா**.), (**கட**.), (**தஞ்**.)*

சரிச்சண்ட cariccaṇṭa **பெ.** *வரப்பினைச் சுத்தம் செய்யும் பொருட்டுக் குத்திட்டு வெட்டாமல் சாய்வாக வெட்டும் ஒரு வித அண்டை (**பார்க்க**–அண்டவெட்டு). (**கட**.)*

சரிவாரம் carivāram **பெ.** *மற்றவர் நிலத்தைச் சாகுபடி செய்யும்போது கிடைக்கும் மகசூலில் ஆளுக்குப் பாதி பாதி என்று செய்து கொள்ளும் ஒப்பந்தம். (**சிவ**.)*

சருவு caruvu பெ. *1)* வாழை மரத்தின் காய்ந்த இலை மற்றும் பட்டைகள். **சருகு** caruku *(நா.)*, *(தூ.)*. **சரகு** caraku *(தரு.)*, *(வே.)*. **சரவு** caravu *(தஞ்.)*. *2)* காய்ந்த வெங்காயத்தின் தோல். *(நா.)*,

சல்லக்கத்தி callakkatti பெ. கைக்கு எட்டாத தூரத்தில் உள்ள வைக்கோல் / தழை போன்றவைகளை எடுப்பதற்கு உதவும் வகையில் நீண்ட தடியும் நுனியில் வளைந்த கத்தியும் கொண்ட ஒரு கருவி. *(நா.)*

சல்லட callaṭa பெ. (தானியங்களைத் தூய்மைப்படுத்தும் பொருட்டு) தானியங்களைத் தன்னுள்ளே அடக்கிக் கல், மண்ணைக் கீழே விடும்படியும் சிறிய துவாரங்களோடு அமைக்கப்பட்ட வட்ட வடிவ இரும்புச் சாதனம். *(தே.)*, *(பெ.)*. **சல்லடம்** callaṭam *(நா.)*. **ஜல்லட** jallaṭa *(வே.)*, *(தரு.)*

சல்லடம் callaṭam பெ. *(பார்க்க– சல்லட)* *(நா.)*

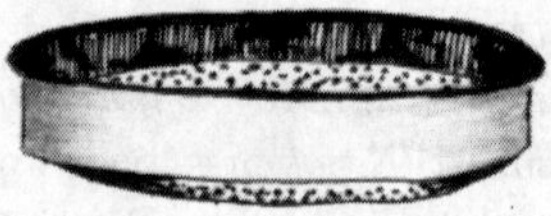

சல்லட

சல்லுசு callucu பெ. எளிமை / வேலை சுலபம். இந்த வயலில் கட்டுக் கட்ட சல்லுசா (எளிமையா) இருக்கும். *(பெ.)*

சலி cali வி. (தானிய வகைகளைச் சல்லடையில் போட்டுக்) கற்களை அகற்றுவதற்காகச் சல்லடையில் இட்டு வட்ட வடிவிலும் முன்னும் பின்னும் ஆட்டியும் சுத்தம் செய்தல். *(பெ.)*. **ஜல்லி** jalli *(வே.)*

சலிதண்ணி calitaṇṇi பெ. கேழ்வரகு / ஆரியம் பயிருக்கு முதல் களை கொத்துவதற்காக வைக்கப்படும் முதல் தண்ணீர். *(தரு.)*

சவுக்கு cavukku பெ. நீண்டு வளரக்கூடிய உறுதியான ஒரு வகை மரம். *(தஞ்.)*

சவுட்டுதல் cavuṭṭutal தொ.பெ. (மிளகைப் பிரித்தெடுக்க) காய்ந்த மிளகுக் கதிரை ஒன்றிணைத்துக் காலால் தேய்த்தல். *(நீ.)*

சவுடு cavuṭu பெ. வியாபாரிகள், தரகர்கள் இரண்டு, இருபது, இருநூறு போன்ற இனவர்க்கத்திற்குப்பயன்படுத்திய குழுக்குறிச் சொல். *(தூ.)*

சறுக்க caṟukka பெ. வாய்க்கால் நடுவே சிமெண்டினால் போடப்பட்ட பாலம். *(தஞ்.)*

சன்னமா இருத்தல் caṉṉamā iruttal தொ.பெ. *1)* தானியங்கள் போதிய வளர்ச்சி இன்மையால் சிறியதாக இருத்தல். *2)* கோரை தடிப்புத் தன்மை குறைவாக இருத்தல். *(நா.)*

சன்னமாஎடு caṉṉamāeṭu வி. வைக்கோல் போன்ற பொருளைக் குறைவாக எடுத்தல். *(பெ.)*

சன்னமாபோடு caṉṉamāpōṭu வி. புழுதி நிலத்தில்

சரிசெய்யப்பட்ட வேர்க் கடலையின் விதையை நெறுக்கிப் போடுதல். (திருவ.)

சனங்க caṉaṅka பெ. மக்கள். விவசாயிகள். வேலை யாட்கள். (தஞ்.)

சனம்பு caṉampu பெ. சேற்று நிலத்திற்கு உரமாகப் பயன்படும் ஒரு வகைச் செடி. (தே.)

சனிமூல caṉimūla பெ. 1) வேளாண் வேலைத் தொடங்கும் நிலத்தின் வடகிழக்குத் திசை. (தஞ்.). 2) விவசாயிகள் இஷ்ட தெய்வத்தை வேண்டி முதல் நாளன்று நிலத்தில் வேலையைத் தொடங்கும் வடகிழக்குத் திசை. (பெ.), (புது.), (சிவ.), (ம.), (ராம.), (கட.), (நா.)

சா

சாக்கு cākku பெ. தானியங்கள் நிரப்பி வைக்க, விதை முளைக் கட்டப் பயன்படுத்தப்படும் சணலால் பின்னப்பட்ட பெரிய பை. (புது.), (திருநெல்.). **கோணி** kōṇi (தஞ்.), (திருவ.), (கட.), (வே.). **கோணிபை** kōṇipai (வே.)

சாக்குகூட cākkukūṭa பெ. (பார்க்க–சட்டு). (நா.)

சாட்டக்கம்பு cāṭṭakkampu பெ. (கால்நடைளை ஓட்டுவ தற்குப் பயன்படும்) குச்சியின் நுனியில் தடித்த கயிறு கட்டிய ஒரு கருவி. (தூ.), **சாட்ட** cāṭṭa (நா.), (புது.). **சாட்டக்குச்சி** cāṭṭakkucci (தே.)

சாட cāṭa பெ. ஏர் கட்டி உழுது நன்றாகக் கலங்கிய சேற்றுப் பகுதி. (வே.)

சாடி cāṭi பெ. (பார்க்க–கவலசாடி). (கட.)

சாடு[1] cāṭu பெ. (பார்க்க–சட்டு). (நா.)

சாடு[2] cāṭu பெ. பொருளை அளப்பதற்குப் பயன்படும் வகையில் கட்டை விரலையும் சுண்டு விரலையும் அகட்டி வைத்த இடைப்பட்ட தூரம் (ஓர் அளவு). (கட.)

சாணஎருவு cāṇa eruvu பெ. (பார்க்க–சாணி எரு). (கட.)

சாணம்[1] cāṇam பெ. கால்நடை களின் (மாடு) கழிவு. (நீ.)

சாணம்[2] cāṇam பெ. நீர்ப் போக்குவரத்து குறைவாக உள்ள விவசாயக் காலம். (திருநெல்.)

சாணம்புடி cāṇampuṭi வி. கத்தி போன்ற கருவிகளைச் சுணை ஏற்றுவதற்காகச் சாணக் கல்லில் தேய்த்தல். (நா.)

சாணிஎரு cāṇieru பெ. ஆட்டு, மாட்டு சாணம் இணைந்து மக்கிய நாட்டு எரு. (கட.). **சாணிஒரம்** cāṇioram (திருநெல்.), (தூ.). **சாணிகுப்ப** cāṇikuppa (தஞ்.)

சாணிக்குழி cāṇikkuḻi பெ. கால்நடைக் கழிவுகள் சேமிக்கக்கூடிய இடம். (தூ.), (நீ.)

சாணிசவுறு cāṇicavuṟu பெ. எருக்குழியில் கிடக்கின்ற சாணம் கலந்து கிடக்கும் மக்கிய பொருள். *(கட.)*

சாணிப்பத்துப் போடுதல் cāṇippattup pōṭutal தொ.பெ. (விதை மஞ்சளை முளை கட்டுவதற்காக) வீட்டுச் சுவரின் மூளையில் மஞ்சளைக் கொட்டி மேல் பக்கம் வைக்கோல் மற்றும் தழைகள் வைத்துக் காற்று புகாதவாறு சாணத்தால் மெழுகி வைத்தல். *(நா.)*

சாணிப்பால் cāṇippāl பெ. 1) பருத்தி விதையை (நிலத்தில் ஊன்றுவதற்கு எடுக்கும்போது ஒன்றோடு ஒன்று ஒட்டிக்கொள்ளாமல் வருவதற்காக) நனைக்கத் தயார் செய்யப்படும் சாணக் கரைச்சல் *(நா.)*. 2) தூற்றிய நெல்லைக் குவியலாக வைக்கும்போது, அந்நெல்லினை எடுத்தால் தெரிந்திடும் வண்ணம் நெற்குவியலின் மேல் அடையாளம் இடுவதற்காக தயார் செய்யப்படும் மாட்டுச் சாணக் கரைசல். *(நாக.), (பெ.)*

சாணிபில்லு cāṇipillu பெ. நிலத்தில் களையாக முளைக்கும் ஒரு வகைக் கோரைப் புல். *(வே.)*

சாணிபுள்ளையார் cāṇipuḷḷaiyār பெ. வேளாண் வேலை தொடங்கும்போது பூசை செய்வதற்காக விநாயகரை நினைத்துச் சாணத்தில் பிடித்துவைக்கும் ஓர் உருவம். *(நா.)*

சாணிபோட்டுவழித்தல் cāṇipōṭṭu vaḻittal தொ.பெ. தானியங்கள் சுத்தப்படுத்தக்கூடிய களத்தில் மண் கிளம்பாமல் இருப்பதற்குச் சாணக் கரைசலைக்கொண்டு மெழுகுதல். *(நா.)*

சாத்தண்ட cāttaṇṭa வி. வயலைச் சுத்தம் செய்வதற்காக வரப்பின் ஓரத்தை வெட்டி அவ்வரப்பின் பக்கவாட்டில் அணைத்தல். *(கட.),*

சாத்துவரப்பு cāttuvarappu பெ. நீர் கசியாமல் இருக்க வயல்பக்கம் உள்ள வரப்பின் ஓரத்தைக்கொத்திச் சரிசெய்த வரப்பு. *(கட.), (திருநெல்.)*

சாத்துவைத்தல் cāttuvaittal தொ.பெ. (விதைப்பு வயலில் முளைத்த பயிரில்) அடர்த்தியாக முளைத்துள்ள பயிரைப் பிடுங்கி இடத் தரிசாக உள்ள இடத்தில் நடுதல். *(நா.)*

சாதாக்கட்டு cātākkaṭṭu பெ. ஒன்றன்மீது ஒன்றாக இரண்டு இரண்டு நாற்று முடிகளாக வைத்துக் கட்டும் ஒரு வகை நாற்றுக் கட்டு. *(தஞ்.)*

சாதா பீன்ஸ் cātā pīṉs பெ. பீன்ஸில் ஒரு வகை. *(பார்க்க– பீன்ஸ்). (நீ.)*

சாதிக்காய் cātikkāy பெ. மருத்துவக் குணமுடையதும் பாக்கு வடிவில் உள்ளதுமான ஒரு காய். *(மூ.)*

சாதிமல்லி cātimalli **பெ.** (பெண்கள்தலையில்வைத்துக் கொள்ளும்) வாசனைமிக்க ஒரு வகை மலர். (**வே.**)

சாந்தியத்திக்கு கொண்டு வருதல் cāntiyattikku koṇṭu varutal **தொ.பெ.** வருடத்தின் முதல் முறை அறுவடை செய்யும் போது நல்ல நாள் பார்த்து, சனிமூலையில், கைப்பிடிக்குக் கொள்ளும் அளவு கதிர்களை அறுவடை செய்து வீட்டிற்குக் கொண்டு வருதல். (**தே.**)

சாம்பஎரு cāmpaeru **பெ.** அடுப்பின் சாம்பலும் தழைகளும் சேர்ந்து மக்கிய ஒரு வகை நாட்டு எரு. (**நாக.**)

சாம்பல் cāmpal **பெ.** *1)* நெற் பயிறுக்கு உரத் தன்மையைக் கொடுக்கக்கூடிய அடுப்பின் சாம்பல் (**பெ.**), (**திருநெல்.**). *2)* கரையானிடமிருந்து தானிய மூட்டைகளைப் பாதுகாக்க அதன் அடிப் பகுதியில் போடுவதற்காகப் பயன்படும் அடுப்பின் சாம்பல். (**புது.**)

சாம்பல் அடி cāmpal aṭi **வி.** நெற்பயிரில் தோன்றும் இலை தொடர்பான பூச்சிகளை அழிப்பதற்காக அதிகாலை பனிபடர்ந்த சூழலில் அடுப்பின் உள் சாம்பலைக் காற்றில் பரப்பிப் பயிரில் படுமாறு விசுறுதல். (**நா.**)

சாம்பல்மண் cāmpalmaṇ **பெ.** வேளாண் நிலத்து மண்ணில் ஒரு வகை. (**நா.**)

சாம்ராணிமரம் cāmrāṇimaram **பெ.** நீலகிரி மலைகளில் வளரக்கூடிய ஒரு வகை மரம். (**நீ.**)

சாம cāma **பெ.** உணவாக உட்கொள்ளும் ஒரு வகைத் தானியம். (**தரு.**), (**வே.**), (**பெ.**), (**நீ.**). **சாமபில்லு** cāmapillu (**வே.**)

சாமிநெல் cāminel **பெ.** களத்தில் நெல் அளக்கும்போது முதலில் குல தெய்வத்திற்காக எடுத்துவைக்கும் நெல். (**கட.**)

சாயங்காலம் cāyaṅkālam **பெ.** முளை கட்டிய விதைகளைத் தெளிப்பதற்கு உகந்த மாலை நேரம். (**திருநெல்.**). **சாயந்திரம்** cāyantiram (**தூ.**)

சாயா cāyā **பெ.** தேயிலை. (**பார்க்க–சாயாத் தோட்டம்**). (**நீ.**)

சாயாத்தோட்டம் cāyāttōṭṭam **பெ.** தேயிலை சாகுபடி செய்யக்கூடிய இடம். (**நீ.**)

சார்போடுதல் cārpōṭutal **தொ.பெ.** (**பார்க்க–படப்பு மேயுதல்**). (**தூ.**)

சாரக்கட்டு cārakkaṭṭu **பெ.** (வேலி போன்றவை கட்டும் போது) இணைத்துக் கட்டிய மரம் கீழே இறங்காதவாறு கட்டப்படும் ஒரு வகைக் கட்டு. (**நீ.**)

சாரி cāri **பெ.** நேர். (**நா.**)

சாரிசாரியாக ஓட்டு cāricāriyāka ōṭṭu **வி.** (ஏர் உழும்போது நேர் நேராகப் பட்டம் போட்டு) நேராக உழுதல். (**நா.**)

சாரி நடவு cāri naṭavu **பெ.** *(நடவினை நடும்போது) கயிறு கட்டி நேர் நேராகத் தனித் தனி வரிசையாக நடும் நடவு. (**நா.**), (**புது.**)*

சால்[1] cāl **பெ.** *1) நிலத்தில் ஏர் உழும்போது குறிப்பிட்ட அளவு பிரித்துக்கொள்ளும் பிரிப்பு. 2) ஏர் உழும்போது நிலத்தில் கொழு கிழிக்கும் நீண்ட பள்ளம். (**தூ.**), (**நாக.**), (**தரு.**). **படசால்*** paṭacāl *(**நா.**), (**கட.**), (**திருவா.**), (**திருநெல்.**). **சாலு*** cālu *(**எ.கா.**) சால நல்லா அழுத்திப்புடி. 3) (ஏர் பூட்டி) உழுத உழவு. (**விரு.**). (**எ.கா.**) எத்தனசால் ஓட்டி இருக்கே? (**ம.**). 4) உழுதுபோட்ட குறிப் பிட்ட அளவுள்ள பிரிப்பு. (**தரு.**), (**வே.**). **மென*** mena *(**தரு.**)*

சால்[2] cāl **பெ.** *நிலத்தை ஒரு முறை உழும் உழவு. (**திருவ.**), (**வே.**), (**தரு.**)*

சால்[3] cāl **பெ.** *ஒரு ஆள் தன் கைக்கு எட்டிய அளவு வேலைசெய்வதற்காகப் பிரித்துக் கொள்ளும் பிரிப்பு. (**தரு.**)*

சால்ஓட்டு[1] cālōṭṭu **வி.** *ஏர் ஓட்டுதல் / நிலத்தை உழுதல். (**வே.**), (**கட.**), (**நா.**)*

சால்ஓட்டு[2] cālōṭṭu **வி.** *மரவள்ளிக் குச்சிநடுவதற்குஏற்றாற்போல் மண்வெட்டியால் பள்ளம் பறித்தல். (**நா.**)*

சால்பான cālpāṉa **பெ.** *வீட்டில் நெல் / தானியங்கள் சேமித்து வைக்கும் பாத்திரம். (**கட.**)*

சால்புடி cālpuṭi **வி.** *(வேலை செய்யும்போது) வேலை செய்யும் இடத்தை ஒரு ஆள் தன் கைக்கு எட்டிய அளவு பிரித்துக்கொள்ளுதல். (**தரு.**)*

சால்போடு cālpōṭu **வி.** *ஏர் உழும்போது குறிப்பிட்ட அளவு பிரித்துக்கொள்ளும் சிறு பிரிப்பு. (**தரு.**)*

சாலடித்தல்[1] cālaṭittal **தொ.பெ.** *(ஏர் உழும்போது) உழுவதற்காகப் பிரித்துக் கொள்ளும் சிறு பிரிப்பு. (**சிவ.**), (**தே.**)*

சாலடித்தல்[2] cālaṭittal **தொ.பெ.** *ஏர் ஓட்டுதல், / நிலத்தை உழுதல். (**ராம.**)*

சாலநடவு cālanaṭavu **பெ.** *கயிறு கட்டி வரிசை வரிசையாக நடும் புது முறை நடவு. (**கட.**)*

சாலு[1] cālu **பெ.** *(**பார்க்க**–நெற*[2]*). (**நீ.**), (**திருநெல்.**)*

சாலு[2] cālu **பெ.** *கவல ஏற்றத்தில் நீர் மொள்ளுவதற்காக உள்ள இரும்பில் செய்த பெரிய பாத்திரம். (**புது.**), (**தரு.**). (**கட.**). (**பார்க்க**–கவலஏத்தம்).*

சாலு அடி[1] cālu aṭi **வி.** *(**பார்க்க**–சாலுபோடு–1). (**தூ.**), (**திருநெல்.**)*

சாலு அடி[2] cālu aṭi **வி.** *நிலத்தில் ஏர் கட்டி உழுதல். (**தூ.**)*

சாலுஉடு cāluuṭu **வி.** *பயிர் களுக்குத் தக்கவாறு குறிப் பிட்ட அளவு நிலத்தைப் பிரித்துக்கொண்டு கரைபோடுதல். (**வே.**)*

சாலுஎடு cāluetu **வி**. *(பார்க்க–சாலு எழுப்பு). (தூ.)*

சாலுஎழுப்பு cālueḻuppu **வி**. *(பார்க்க–சாலுபோடு–2). (தூ.)*

சாலு ஓட்டு cālu ōṭṭu **வி**. *நிலத்தை உழுதல். (கட.), (ம.)*

சாலுகரைதல் cālukaraital **தொ.பெ**. *ஏர் உழும்போது குறிப்பிட்ட அளவு பிரித்துக் கொள்ளும் பிரிப்பு உழுவதால் குறைந்து கொண்டு வருதல். (திருநெல்.)*

சாலுகுழி cālukuḻi **பெ**. *(பார்க்க–சாலு). (விரு.), (தூ.)*

சாலுகொட்ட cālukoṭṭa **பெ**. *ஏரினால் உழுத சாலில் போடப்படும் விதை. (தரு.)*

சாலுபிரி cālupiri **வி**. *(பார்க்க–சாலு வச்சி ஓட்டு). (தரு.)*

சாலுபுடி cāluputi **வி**. *1) ஏர் உழுதல். 2) (பார்க்க–சாலு அடி). (திருநெல்.)*

சாலுபுடித்தல் cāluputittal **தொ.பெ**. *ஏர் உழும்போது பிரித்துக்கொண்ட சிறுபகுப்பு முடிந்தவுடன் நீர் தங்குவதற்காக, உழும் கலப்பையை அழுத்திப் பிடித்துப் பள்ளம் ஏற்படுத்துதல். (தூ.)*

சாலுபோட்டுஅடி cālupōṭṭuaṭi **வி**. *(உழும் பகுதி குறைவதால்) ஏர் உழும்போது புதிதாகக் குறிப்பிட்ட அளவு பிரித்துக் கொண்டு உழுதல். (விரு.)*

சாலுபோடு cālupōṭu **வி**. *1) (வயல் முழுவதும் ஏர் உழும்போது) குறிப்பிட்ட அளவு பிரித்துக்கொண்டு உழுதல். (தஞ்.). (திருநெல்.). 2) (ஏர் உழும்போது) குறிப்பிட்ட அளவு பிரித்துக் கொண்டு உழுத உழவு தேய்ந்துபோன பின்பு மீண்டும் அதுபோன்று பிரித்துக்கொள்ளுதல். (தூ.), (விரு.). (பார்க்க–சாலடித்தல்[1]). (சிவ.), (ராம.). 3) (உழுவாத பகுதியில்) ஏர் உழும்போது குறிப்பிட்ட அளவு பிரித்தல். (தஞ்.)*

சாலுமடக்கி ஓட்டு cālumaṭakki ōṭṭu **வி**. *ஏரினால் உழுது போட்ட பள்ளத்தை வளைத்து மடக்கித் திருப்புதல். (தரு.)*

சாலுவச்சிஓட்டு cāluvacciōṭṭu **வி**. *ஏர் உழும்போது குறிப்பிட்ட அளவு உழுவாத பகுதியில் பிரித்துக் கொள்வதற்காக உழுதல். (தரு.)*

சாவட்டை cāvaṭṭai **வி**. *அ. நெற்கதிரில் பால் தோன்றாமல், கதிர் வெள்ளை நிறமாதல். (எ.கா.) "இந்த வருட நெல் எல்லாம் சாவட்டையா போயிடுச்சி". (தஞ்.)*

சாவடிக்கு விட்டுவிடுதல் cāvaṭikku viṭṭuviṭutal **தொ.பெ**. *சொந்த நிலத்தைத் தான் பயிர் செய்யாமல் குறிப்பிட்ட அளவு பணத்தைப் பெற்றுக் கொண்டு மற்றவரிடம் சாகுபடி செய்ய விட்டு விடுதல். (திருவா.)*

சாவி cāvi **பெ**. *பதர் உள்ளீடு அற்ற நெல்மணி. (திருநெல்.) (பார்க்க – கர்கா).*

சாவியாதல் cāviyātal **தொ.பெ.** *நெற்கதிரில் நோய் தாக்கிய காரணத்தால் உள்ளீடற்ற நெல் மணியாதல். (**புது.**)*

சாவியாபோதல் cāviyāpōtal **தொ.பெ.** *1) (நெற்பயிரின் கதிர், நோய்த் தாக்கத்தால்) உள்ளீடு அற்ற நெல்மணியாதல். (**தஞ்.**). 2) சோளக் கதிர் வெளிவரும்போது மழை பெய்வதால் கருகி மணி தோன்றாமல் பயனற்றுப் போதல். (**தே.**)*

சாவுதாங்காது cāvutāṅkātu **வி.மு.** *நீர் வறட்சியைத் தாங்கும் சக்தி குறைவாக உள்ள பயிர். (**புது.**)*

சாறு cāṟu **பெ.** *(நீர் மிகுதியால் வழியும்போது நிலத்தில் பாயும்படி) குச்சியால் பின்னப்பட்டு நீரினை அடைத்து அமைத்த தடுப்பு. (**தஞ்.**)*

சாறுவேளை cāṟuvēḷai **பெ.** *சதைப்பற்றுள்ள இலைகளுடன் தரையோடு வளரக் கூடிய ஒரு மூலிகைக் கொடி. (**மூ.**)*

சானபோர் cāṉapōr **பெ.** *கதிரடிக்கின்றபோது தற்காலிகமாகப் போடும் போர். (**தரு.**)*

சி

சிக்குபொடியா மசிதல் cikkupoṭiyā macital **தொ.பெ.** *தானியக் கதிர்களை மாடு விட்டு மிதிக்கும்போது நன்றாகத் தானியம் உதிர்ந்து தாள் மசிதல் / பிரிதல். (**வே.**)*

சிங்கப்பூர் ராணி ciṅkappūr rāṇi **பெ.** *பழங்காலத்தில் சாகுபடி செய்யப்பட்ட ஒரு வகை நெல். (**தஞ்.**)*

சிங்கம் ciṅkam **பெ.** *முற்றிய வாழை மரத்தின் வேர்ப் பகுதியிலிருந்து கிளைத்து வளரும் சிறிய வாழைக் கன்று. (**தஞ்.**). **எடகட்ட** eṭakaṭṭa (**நா.**)*

சிட்டுஅடி ciṭṭuaṭi **வி.** *தானியங்களைத் தூற்றும் போது விரைவாகக் காற்று வீசுவதற்காக வாயால் ஒரு வகை ஒலி எழுப்புதல். (**தஞ்.**). **சீட்டிஅடி** ciṭṭuaṭi. (**நாக.**)*

சித்த citta **பெ.** *மண்வெட்டியில் அள்ளும்போது வராத கருங்கல் தூள். (**வே.**)*

சித்தகத்தி cittakatti **பெ.** *சிறிய இலைகளையும் மஞ்சள்நிற மலர்களையும் நீண்ட மெல்லிய தட்டையான காய்களையும் உடைய சிறிய வகை மூலிகை மரம். (**மூ.**)*

சித்தர cittara **பெ.** *தமிழ் மாதத்தின் முதல் மாதம். (**வே.**)*

சித்திரக்காரு cittirakkāru **பெ.** *பழங்காலத்தில் சாகுபடி செய்யப்பட்ட ஒரு வகை நெல். (**புது.**), (**தஞ்.**), (**சிவ.**)*

சித்திரமாசத்து ஒழவு cittiramācattu oḻavu **பெ.** *சித்திரை மாதத்தில் உழுத உழவு. (**பழ.** சித்திரை மாசத்து ஒழவு பத்தரைமாசத்து தங்கம்). (**தூ.**)*

சித்தாமுட்டி cittāmuṭṭi பெ. பல்லுள்ள சிறு மடலான இலைகளையும், உருண்டை வடிவக் காய்களையும் உடைய சிறு செடி. (மூ.)

சிப்புலித்தட்டு cippulittaṭṭu பெ. (தானியக் கதிர்/ நெல் போன்றவை அள்ளப் பயன்படும்) மூங்கில் குச்சியால் பின்னப்பட்ட ஒரு வகைச் சிறிய கூடை. (தே.)

சிம்மாடு cimmāṭu பெ. சுமை சுமக்கும்போது தலையை அழுத்தாதவாறு தலையைப் பாதுகாக்க வைக்கோலில் வட்டமாகச் சுருட்டித் தயாரிக்கப்படும் தலைக்கவசம். (பெ.)

சியார் ciyār பெ. பழங்கால நெல்லில் ஒரு வகை. (புது.)

சிர்மெனி cirmeṉi பெ. பழங்கால நெல்லில் ஒரு வகை. (திருநெல்.)

சில்ல cilla பெ. கலப்பையில் கைப்பிடித்திருக்கும் நெடுக்குச் சட்டம். (பார்க்க– ஏர்கலப்ப / போஸ்டுகலப்ப). (திருவ.)

சில்லுபூட்ட cillupūṭṭa பெ. திரட்சி இல்லாத தானியக் கதிர். (தூ.)

சில்லுமொளைத்தல் cillumoḷaittal தொ.பெ. காபி / தேயிலை போன்ற பயிர்கள் துளிர் விடுதல். (நீ.)

சில்வர் cilvar பெ. மிளகுக் கொடி படர்வதற்காக நடப்படும் மரம். (நீ.)

சில்வர் ரோக் cilvar rōk பெ. தேயிலை, காபி போன்றவை பயிரிடப்படும் நிலப் பகுதி சரிந்துவராமல் இருப்பதற்காகவும் மண் அரிமானத்தைத் தடுக்கவும் நடப்படும் மரம். (நீ.)

சில்வரஸ் cilvaras பெ. (பார்க்க– சில்வர்). (நீ.)

சிலந்தி நாயகம் cilanti nāyakam பெ. எதிர் அடுக்கில் அமைந்த ஈட்டி வடிவ இலைகளையுடைய தரையில் படரும் சிறு செடி. (மூ.)

சிலாக்கியம் cilākkiyam பெ. நன்முறை, சுலபம். (பெ.)

சிலாப்பு தட்டுதல் cilāppu taṭṭutal தொ.பெ. நிலத்தைச் சமப்படுத்துதல். (நீ.)

சிலுக்க ஒதறு cilukka otaṟu வி. வைக்கோலை நன்றாக ஒதறுதல். (கட.)

சிலுக்கு சொப்பு cilukku coppu பெ. இலைகள் மென்மையாக உடைய ஒரு வகைக் கீரை. (நீ.)

சிலுப்பசோளம் ciluppacōḷam பெ. சோளத்தின் ஒரு வகை. (வே.)

சிலுவுதண்ணி ciluvutaṇṇi பெ. நடவுநட்ட வயலிலோ/விதை விதைத்த நாற்றங்காலிலோ அப்பயிருக்குத் தகுந்தவாறு குறைவாக வைக்கும் நீர். (தஞ்.). **சிலுவாடு தண்ணி** ciluvāṭu taṇṇi (திருச்.)

சிவகரந்தை civakarantai பெ. நீண்ட மணமுள்ள

இலைகளையும் சிவந்த பந்துபோன்ற உருண்டை யான மலர்களையும் உடைய ஒரு மூலிகைச் செடி. (மூ.)

சிவப்புக்கல்ல civappukkalla பெ. (பார்க்க–குங்குமக்கல்ல). (புது.)

சிவப்புசோளம் civappucōḷam பெ. உணவாகப் பயன்படக்கூடிய சிவப்பு நிறச் சோளம். (விரு.)

சிவனார் வேம்பு civaṉār vēmpu பெ. சிறிய முட்டை வடிவ இலை மற்றும் சிவப்பு நிறப் பூக்களையும் கொண்டு கொத்தான காய்களை உடைய சிறு மூலிகைச் செடி. (மூ.)

சிற்றரத்தை ciṟṟarattai பெ. இஞ்சி இனத்தைச் சேர்ந்த கிழங்குடைய ஒரு மூலிகைச் செடி. (மூ.)

சிற்றீச்சு ciṟṟīccu பெ. நுனியில் முள்ளுள்ள கூட்டிலை களையும் கொத்தான மலர் களையும் கருமை நிறப் பழங்களையும் உடைய சிறு மரம் (மூ.)

சிறுகீரை ciṟukīrai பெ. சிறிய இலைகளையுடைய ஒரு வகை மூலிகைக் கீரை. (மூ.)

சிறுகுறிஞ்சா ciṟukuṟiñcā பெ. எதிரடுக்கில் அமைந்த இலைகளையும் இலைக் கோணத்தில் அமைந்த பூங்கொத்துகளையும் வெடித்த காயிலிருந்து பஞ்சோடு பறக்கக் கூடிய விதைகளையும் உடைய ஒரு வகைச் சுற்றுக் கொடி. (மூ.)

சிறுகெழங்கு ciṟukeḻaṅku பெ. (உருளைக்கிழங்குவடிவத்தில்) உணவுக்குப் பயன்படும் ஒரு வகைக் கிழங்கு. (தஞ்.), (நீ.)

சிறுசெறுப்படை ciṟuceṟuppaṭai பெ. வற்றிய குளம், குட்டை களில் தரையோடு படர்ந்து வளரும் வட்டமான இலைகளையுடைய ஒரு மூலிகைச் செடி. (மூ.)

சிறுநெருஞ்சில் ciṟuneruñcil பெ. மஞ்சள் நிற மலர்களை யுடையதும் (மலர்கள் சூரியத் திசையோடு திரும்பும் தன்மை கொண்டதும்) முள்ளுள்ள காய்களை உடையதுமான ஒரு மூலிகைச் செடி. (மூ.)

சிறுபூளை ciṟupūḷai பெ. சிறிய இலைகளையும், இலைக் கோணங்களில் வெண்மை யான மலர் கதிர்களையும் உடைய நேராக வளரும் ஒரு மூலிகைச் செடி. (மூ.)

சிறும ciṟuma பெ. இருமல். ஆட்டிற்குத் தோன்றும் ஒருவித நோய். (ராம.)

சிறுமணியம் ciṟumaṇiyam பெ. பழங்காலத்தில் சாகுபடி செய்த நெல்லில் ஒரு வகை. (ம.)

சிறுமுக்கால்நடுவு ciṟumukkāl naṭuvu பெ. நடவு நடும்போது ஒவ்வொரு முதலுக்கும் உள்ள முக்கோண இடைவெளி யைக் குறைவாக வைத்து நடுதல். (பார்க்–பெருமுக்கால் நடவு. (ம.)

சின்னகொத்து cinnakottu **பெ.** கிழங்கு வகைப் பயிர்களுக்கு மண் அணைத்தல், களை எடுத்தல் போன்ற காரணங் களுக்காகப் பயன்படுத்தப் படும் களைக்கொட்டு. *(நீ.)* **சின்னக்கலக் கொட்டு** cinnakkalak koṭṭu *(வே.)*

சின்னப்படி cinnappaṭi **பெ.** தானியங்கள் அளக்கப் பயன்படும் (படியில் ஒரு வகை) சிறிய அளவை. *(தஞ்.)*

சின்னவெங்காயம் cinna veṅkāyam **பெ.** சிறிய அளவில் உள்ள ஒரு வகை நாட்டு வெங்காயம். *(நீ.)*

சின்னி cinni **பெ.** மணமுடைய இலைகளையுடைய குற்றுச் செடி. *(மூ.)*

சீ

சீக்கு cīkku **பெ.** தேயிலை, காப்பி போன்ற பயிர்களில் ஏற்படும் நோய். *(நீ.)*

சீகநாறு cīkanāṟu **பெ.** *(பார்க்க– சீகப்பட்ட). (நீ.)*

சீகப்பட்ட cīkappaṭṭa **பெ.** (காட்டில் படர்ந்து வளரக் கூடிய) ஒரு வகைக் கொடி யின் நார். *(நீ.)*

சீகமரம் cīkamaram **பெ.** நீலகிரி மலையில் வளரும் ஒரு வகை மரம். *(நீ.)*

சீட்ட cīṭṭa **பெ.** தரம் குறைந்த ஒரு வகைச் சிறிய சோளக் கதிர். *(தஞ்.)*

சீட்டபயிறு cīṭṭapayiṟu **பெ.** கதிர் வெளித்தோன்றும் நிலையில் உள்ள நெற்பயிர். *(தஞ்.)*

சீத்தா cīttā **பெ.** நீண்ட நீள்வட்ட இலைகளையுடைய சிறு மரம். *(மூ.)*

சீத்தாப்பலம் cīttāppalam **பெ.** உணவாகப் பயன்படக்கூடிய ஒரு வகைப் பழம். *(நீ.)*

சீத்து பூத்துன்னு இருத்தல் cīttu pūttunnu iruttal **தொ.பெ.** நன்கு வளர்ச்சியடையாமல் இருக்கும் நெற்பயிர். *(திருச்.)*

சீதேவி செங்கழுநீர் cītēvi ceṅkaḻunīr **பெ.** தனித்த பல வடிவ முழு இலைகளையும் மூக்குத்தி வடிவில் அரக்குநிற மலர்க் கொத்தினையும் உடைய ஒரு சிறிய மூலிகைச் செடி. *(மூ.)*

சீதேவிபான cītēvipāna **பெ.** செல்வம் வளரும் பொருட்டு வருடத்தின் தொடக்கமாக அறுவடை செய்து எடுத்த தானியத்தை / நெல்லை நல்லநாளில் நல்ல நேரத்தில் போட்டு வைக்கப்படும் இராசியான பானை. *(ம.)*

சீந்தி cīnti **பெ.** *1)* நாற்றுப் பறிக்கும்போது குறிப்பிட்ட அளவு பிரித்துக்கொள்ளும் பிரிப்பு. *2)* விதை விடும்போது குறிப்பிட்ட அளவு பிரித்துக் கொள்ளும் பிரிப்பு. *(புது.)*

சீந்திஎடு[1] cīntieṭu **வி.** விதை தெளித்த நாற்றங்காலில் நீர் வடிகட்டிய பின் பள்ளத்தில்

உள்ள நீர் மீண்டும் வடியும் பொருட்டு நான்குபுறமும் நடுவிலும் சிறியதாகப் பள்ளம் தோண்டுதல். (புது.)

சீந்திஎடு[2] cīntieṭu வி. தண்ணீரில் மிதக்கும் பொருளைக் கை யால் ஏந்தி எடுத்தல். (ராம.)

சீந்திகால் cīntikāl பெ. விதை தெளித்த நாற்றங்காலில் உள்ள நீர் வடிவதற்காக ஏற்படுத்திய பள்ளம். (புது.)

சீந்தில் கொடி cīntil koṭi பெ. இதய வடிவ இலைகளையும் தக்கையான சாறுள்ள தண்டுகளையும் காகிதம் போன்ற புறத்தோலையும் உடைய ஏறுகொடி. (மூ.)

சீப்பு cīppu பெ. வாழைத்தாரில் பல தனிப் பழங்கள் இணைந்த ஒரு தொகுப்பு. (வே.), (நா.), (தூ.)

சீம்ப பருப்பு cīmpa paruppu பெ. முளைப்புத் திறனற்றுச் சிறியதாக உள்ள பருப்பு. (புது.)

சீம்பால் cīmpāl பெ. (குட்டி போட்ட ஆட்டிற்கு) குட்டி பிறந்தவுடன் சில மணி நேரம் வெளிர் மஞ்சள் நிறமாக அடர்த்தியாக வரும் பால். (ராம.)

சீமக்கலப்ப cīmakkalappa பெ. பெரிய கொழுவை உடைய ஒரு வகை நாட்டுக் கலப்பை. (திருநெல்.)

சீமகொண்ணா cīmakoṇṇā பெ. வெண்ணிலா என்ற பயிரின் கொடி படர்வதற்காக நடப்படும் மரம். (நீ.)

சீமகொழு cīmakoḻu பெ. சீமைக் கலப்பையின் கொழு. (பார்க்க–சீமக்கலப்ப) (திருநெல்.)

சீமப்பில்லு cīmappillu பெ. நெற்பயிரில் முளைக்கும் ஒரு வகைக் களை. (ம.)

சீமையகத்தி cīmaiyakatti பெ. நீண்ட பெரிய இலைகளையும் மஞ்சள் நிறப் பூங்கொத்தினை யும் கொண்டு இறகுள்ள விதைகளையும் உடைய ஒரு மூலிகைக் குறுஞ்செடி. (மூ.)

சீர்தண்ணி cīrtaṇṇi பெ. பயிரின் வளர்ச்சிக்கேற்ப வைக்கும் அளவான தண்ணீர். (திருநெல்.), (விரு.)

சீரகச்சம்பா cīrakaccampā பெ. பழங்கால நெல்லில் ஒரு வகை. (திருநெல்.), (ம.), (தஞ்.), (கட.)

சீல cīla பெ. கலப்பையில் இணைத்திருக்கும் பாகங்கள் பிரியாமல் இருப்பதற்காகச் செருகப்படும் மரத்தால் செய்த ஆணி. (பார்க்க–போஸ்டுகலப்ப). (திருவ.)

சீலப்பில்லு cīlappillu பெ. நெற்பயிரில் முளைக்கும் களைகள். (விரு.), (தே.), (புது.)

சீவுவரப்பு cīvuvarappu பெ. விவசாயம் செய்ய வயல் பக்கம் உள்ள வரப்பின் ஓரத்தை மண்வெட்டியால் கழித்து எடுத்த வரப்பு. (திருநெல்.)

சீனாச்சட்டி cīṉāccaṭṭi பெ. (குப்பை போன்றவற்றை அள்ளுவதற்காகப் பயன்படும்) இருப்புச் சட்டி. **பாண்டு** pāṇṭu (தே.)

சீனாச்சட்டி (தே.)

சீனிவெரகா cīṉiverakā பெ. உணவுக்குப் பயன்படும் வகையில் சாகுபடி செய்யப்படும் ஒரு வகைக் காய்கறி. (ம.) **சீனிவெர** cīṉivera (ம.)

சீனுகரிக்க cīṉukarikka பெ. களையாக முளைக்கக்கூடிய ஒரு வகைப் புல். (நீ.)

சு

சுக்காட காய்தல் cukkāṭa kāytal தொ.பெ. நன்றாக ஒரு பொருளைக் காயவைத்தல். (நா.)

சுக்கா மண்ணு cukkā maṇṇu பெ. நிலத்தில் மிகுதியாகச் சுண்ணாம்புச் சத்து கலந்திருப்பதால் நெற்பயிரை விளைவிக்கவியலாத நிலம். (திருச்.)

சுட்டகத்திரிகா cuṭṭakattirikā பெ. வெற்றிலைக் கொடியைத் தாக்கக்கூடிய ஒரு வகை நோய். (நா.)

சுட்டகுலும cuṭṭakuluma பெ. சுடுமண் குலுமை. சுடுமண்ணால் செய்த ஒரு சேமிப்புக் கொள்கலன். (பார்க்க–குலும) (ராம.)

சுடுகாட்டு சாம்ப cuṭukāṭṭu cāmpa பெ. பயிரில் தோன்றும் ஒரு வகைப் பூச்சியை அழிப்பதற்குப் பயன்படும் பிணம் எரிக்கப்பட்ட சாம்பல். (தஞ்.)

சுடுகுருது cuṭukurutu பெ. சுடுமண்ணால்செய்யப்பட்ட தானியம் சேமிக்கும் கொள்கலன். (பார்க்க–குருது). (புது.)

சுண்டதள cuṇṭataḷa பெ. வயலுக்கு உரத்தன்மையைக் கொடுக்கக்கூடிய ஒரு வகைச் செடியின் தழை. (தரு.)

சுண்டிக்கயிறு cuṇṭikkayiṟu பெ. (பார்க்க–கவலஏத்தம்). (புது.)

சுண்டுகயிறு cuṇṭukayiṟu பெ. (பார்க்க–சுண்டிக்கயிறு). (புது.)

சுண்டை cuṇṭai பெ. அகன்ற சீராக உடைந்த இலைகளையும், வெண்ணிறப் பூங்கொத்துகளையும் கொத்தான உருண்டை வடிவக் காய்களையும் உடைய முள்ளுள்ள சிறு மூலிகைச் செடி. (மூ.)

சுண்ணாம்பு சரடு cuṇṇāmpu caraṭu பெ. எதற்கும் பயன்படாத மண். (தரு.)

சுண்ணாம்பு செட்டு cuṇṇāmpu ceṭṭu பெ. சுண்ணாம்புத் தன்மை கலந்த மண். (தரு.)

சுண்ணாம்பு நீர் cuṇṇāmpu nīr பெ. *நெற்பயிரின் பூச்சியை அழிப்பதற்காகப் பயன்படும் ஒரு வகைச் சுண்ணாம்பு நீர். (நா.)*

சுத்திமிறி cuttimiṟi வி. *தேயிலைக் கன்று நட்டபின் அதன் அடிப் பகுதியில் காற்று புகாதவாறு சுற்றி மிதித்தல். (நீ.)*

சுத்துசெம cuttucema பெ. *வைக்கோலை பிரிபோட்டு உருட்டித் திரைக்கும் ஒரு வகைத் திரை. (திருவ.)*

சுத்துபிரி cuttupiri பெ. *(வைக்கோலை உருட்டித் திரைப்பதற்குப் பயன்படும் வகையில்) வைக்கோலில் முறுக்கிய பிரி. (வே.)*

சுத்துமாடு cuttumāṭu பெ. *பிணையல் ஓட்டும் போது வெளிப்பக்கமாக (வலது பக்கம்) சுற்றிவரும் மாடு. (புது.)*

சும்மாடு cummāṭu பெ. *1) நாற்றுக்கட்டைத் தலையில் தூக்கும்போது தலையைப் பாதுகாக்க வைக்கோலைச் சுருட்டிச் செய்த ஒருவித தலைப் பாகை. (நாக.).* **சீம்மாடு** cīmmāṭu *(வே.). 2) தலையில் சுமை தூக்கும்போது தலையைப் பாதுகாக்கவும் சுமையின் பாரம் குறைவாகத் தெரியவும் வைக்கோலில் முறுக்கித் தயார்செய்த தொகுப்பு. (புது.).* **சுருமாடு** curumāṭu *(ராம.). 3) தலையில் சுமை தூக்கும்போது தலையைப் பாதுகாக்க வைக்கோல், துணியில் வட்ட வடிவில் சுருட்டிய தலைப்பாதுகை. (தூ.), (வே.), (நா.). 4) சுமை தூக்கும்போது துணியால் தலையை மறைத்துக் கட்டும் ஒரு வகைக் கட்டு. (தஞ்.)*

சுரக்காய் curakkāy பெ. *கொடியில் விளைவதும் அதிக நீர்ச் சத்துள்ளதுமான ஒரு வகைக் காய். (நீ.)*

சுரண curaṇa பெ. *சுமை தூக்கும்போது வைக்கோலில் சுருட்டித் தலையில் வைத்துக் கொள்ளும் ஒரு சுமை தாங்கி. (கட.)*

சுருக்காசெய் curukkācey வி. *ஒரு வேலையை விரைவாகச் செய்தல். (புது.)*

சுருக்குமுடி curukkumuṭi பெ. *(சுமைகளைக் கட்டும்போது) கயிற்றில் போடப்படும் ஒரு வகை முடிச்சு. (வே.)*

சுருக்குவை curukkuvai வி. *வளர்ந்த வெற்றிலைக் கொடி சாயாமல் இருக்க அக்கொடியை மடக்கி அவுத்திக் கிளையின் மேல் கட்டுதல். (நா.)*

சுருட்டக்கொம்பு curuṭṭakkompu பெ. *ஆட்டிற்குத் தோன்றும் வளைவான கொம்பு. (ராம.)*

சுருட்டநோவு curuṭṭanōvu பெ. *நெற்பயிரின் இலையில் தோன்றும் ஒரு வகை நோய். (தஞ்.)*

சுருண curuṇa பெ. *பிணையல் ஓட்டும்போது மாடு போடும்*

சாணத்தைப் பிடிக்க வைக்கோலால் செய்த சிறிய தட்டு. (**தஞ்.**)

சுரும்பு curumpu பெ. கயிற்றின் முனை. (**பெ.**)

சுருளி curuḷi பெ. முட்டைக்கோஸ் செடியில் கோஸ் தோன்று வதற்காக இறுகி உள்பக்க மாகச் சுருளும் இலை. (**நீ.**)

சுரை curai பெ. சுணையுடைய பெரிய மூன்றாய்ப் பிரிந்த இலைகளையும் வெண்ணிற மலர்களையும் சமைத்து உண்ணக்கூடிய காய்களை யும் உடைய ஒரு கொடி. (**மூ.**)

சுள்ளாணி cuḷḷāṇi பெ. நாட்டுக் கலப்பையின் பகுதி. (**திருநெல்.**). (**பார்க்க–மரக்கலப்ப**). **சுள்ளாணிக்குச்சி** cuḷḷāṇikkucci (**தே.**)

சூ

சூட்டாப்பாவேல முடித்தல் cūṭṭāppāvēla muṭittal **தொ.பெ.** தொடங்கிய வேலையை விரைவாக முடித்தல். (**ராம.**)

சூட்டா வேலசெய் cūṭṭā vēlacey **வி.** (வேலையாட்கள்) சுறுசுறுப்பாக வேலை செய்தல். (**விரு.**)

சூடு cūṭu பெ. போர். வைக்கோல் / தானியத் தட்டைகளின் உள்ளே நீர் இறங்காதவாறு முறையாக அமைக்கப்பட்ட தொகுப்பு. (**திருநெல்.**)

சூடுஅடி[1] cūṭuaṭi **வி.** கையால் அடித்து நெல் நீக்கும்போது விழாத நெல்லை உதிரச் செய்வதற்காக (நெல் நீக்கப் பட்ட வைக்கோல்) தாளை ஒன்றிணைத்துச் சூடு ஏற வைத்தல். (**தூ.**)

சூடுஅடி[2] cūṭuaṭi **வி.** (கதிரடித்த தாளில் உள்ள நெல் மீண்டும் உதிரும் பொருட்டு) போர் போட்டு, குறிப்பிட்ட நாள் சூடு ஏற வைத்த தாளை வட்டவடிவில் பரப்பி மாட்டைப் பிணைத்து மிதிக்கவிடுதல். (**பார்க்க– தாம்புசுத்து**). (**ம.**). **போரடி** pōraṭi (**தஞ்.**).

சூடுபோடு cūṭupōṭu **வி.** தானியத் தட்டை வைக்கோல்களைப் போர்போடுதல். (**திருநெல்.**)

சூணு cūṇu பெ. கோணல். வரப்பு போடும்போது வரப்பில் தோன்றும் கோணல். (**தஞ்.**)

சூத்து cūttu பெ. (பறித்த) நாற்று முடிச்சின் அடிப் பகுதி / வேர்ப் பகுதி. (**தஞ்.**)

சூரிகத்தி cūrikatti பெ. மரத்தின் கிளை, தழைகளை வெட்டு வதற்குப் பயன்படும் சிறிய கருவி. (**வே.**). **சூரு** cūru (**நா.**)

சூரியக்காந்தி cūriyakkānti பெ. கருப்புநிற விதையையும் சூரியனைப்போன்று மஞ்சள் நிறப் பூவையும் தரக்கூடிய ஒரு வகைச் செடி. (**தூ.**), (**நா.**)

சூல் cūl பெ. கரு. நெற்பயிர் (கதிர் தோன்றுவதற்காக) கருக்கொள்ளுதல். (**தஞ்.**)

சூல்கட்டுதல் cūlkaṭṭutal **தொ.பெ.** *நெற்பயிர் கருக்கொள்ளுதல். (நா.)*

சூல்பயிறு cūlpayiṟu **பெ.** *நெற்கதிரை வெளிவிடாமல் கருக்கொண்டிருக்கும் பயிர். (நா.), (தஞ்.), (கட.)*

சூல்பிடி cūlpiṭi **வி.** *நெற்பயிரில் கதிர் தோன்றுவதற்காகக் கருக்கொள்ளுதல். (தஞ்.)*

சூலம் cūlam **பெ.** *வேளாண் வேலை தொடங்குவதற்காகப் பார்க்கும் முக்கிய நாழிகைக் குறிப்பு. (சூலத்திற்கு எதிர் திசையில் எந்த வேளாண் வேலையையும் துவங்கக் கூடியது). (தூ.), (திருநெல்.), (ராம.)*

சூலம்பார் cūlampār **வி.** *விவசாய வேலை துவங்கும்போது பஞ்சாங்கத்தில் நல்ல நேரம் பார்த்தல். (திருநெல்.)*

சூறு அடித்தல் cūṟu aṭittal **தொ.பெ.** *நெற்பயிரில் நோய்த் தாக்குதல். (திருச்.)*

செ

செக்க cekka **பெ.** *உழும் சேற்றில் கிடக்கும் மக்கிய குச்சிகள் மற்றும் தழைகள். (திருவ.)*

செங்கரும்பு ceṅkarumpu **பெ.** *தமிழ்த் திருநாளான பொங்கல் திருநாளில் உண்பதற்காகப் பயன்படும் மென்மையான கருமை நிறக் கரும்பு. (நா.)*

செங்கல் ceṅkal **பெ.** *(வேறொரு இடத்தில் நடுவதற்காக) நாற்றங்காலில் உள்ள நாற்றுகளைப் பறிக்கும்போது நாற்றுகளில் உள்ள சேற்றை அடித்து நீக்குவதற்காகப் பயன்படும் செங்கல். (திருவ.)*

செங்கல்பட்டு ceṅkalpaṭṭu **பெ.** *பழங்காலத்தில் சாகுபடி செய்யப்பட்ட ஒரு வகை நெல். (தஞ்.), (ம.)*

செங்காஞ்சியாடு ceṅkāñciyāṭu **பெ.** *ஆட்டின் ஒரு வகை. (ராம.)*

செங்காமட்ட ceṅkāmaṭṭa **பெ.** *தென்னங்கன்று போன்றவை நடும்போது வேர் அழுகல் நோயைத் தடுப்பதற்குத் தயாரிக்கப்படும் செங்கல்லின் தூள். (திருநெல்.)*

செங்காயம் ceṅkāyam **பெ.** *(பார்க்க–சங்காயம்). (கட.)*

செங்கொன்றை ceṅkoṉṟai **பெ.** *இளம் சிவப்பு நிறப் பூங்கொத்துகளையும் உருளை வடிவக் காய்களையும் உடைய ஒரு மூலிகை மரம். (மூ.)*

செஞ்சோளம் ceñcōḷam **பெ.** *உணவாகப் பயன்படும் ஒரு வகைச் சிவப்பு நிறச் சோளம். (நா.)*

செடி குட்டானா இருத்தல் ceṭi kuṭṭāṉā iruttal **தொ.பெ.** *பருத்திச் செடி போன்றவை அடர்த்தியாக/நெருக்கமாக முளைத்திருத்தல். (நா.)*

செடிபழுத்தல் cețipaluttal தொ.பெ. உருளைக் கிழங்கு முற்றியவுடன் அதன் கொடி வாடிப் பழுப்பு நிறமடைதல். *(நீ.)*

செண்ட் cenț பெ. நிலத்தைக் குறைந்த அளவு மதிப்பீடு செய்யக்கூடிய ஒரு வகை அளவு. *(ம.), (நா.), (தஞ்.), (வே.), (திருநெல்.), (விரு.), (புது.), (சிவ.).* (நூறு செண்ட் ஒரு ஏக்கர்) *(தரு.)*

செண்டு[1] cențu பெ. (தலையில் சுமைதூக்கும் போது) தலையைத் துணியால் மறைத்துக் கட்டும் ஒரு வகைக் கட்டு. *(நீ.)* **முண்டாசு** muṇṭācu *(நாக.).* **தலப்பா** talappā *(தஞ்.), (தூ.), (ராம.), (வே.).* **தலப்பாக்கு** talappākku *(பெ.)*

செண்டு[2] cențu பெ. வயல்வெளியில் தானாக முளைக்கும் செடி. *(தூ.)*

செண்டுகட்டு cențukațțu வி. சுமையைத் தலையில் தூக்கும்போது தலையைப் பாதுகாக்கத் துணியால் மறைத்துக் கட்டுதல். தலையில் முண்டாசு கட்டுதல். (பார்க்க—செண்டு[1]). *(நீ.).* **உருமாகட்டு** urumākațțu *(புது.).* **தலப்பாகட்டு** talappākațțu / **தலப்புக்கட்டு** talappukkațțu *(பெ.), (தூ.).* **முண்டாசுக் கட்டு** muṇṭācuk kațțu *(நாக.).*

செண்டுமல்லிபூ cențumallipū பெ. வாசனைத் தரக்கூடியதும் அம்மாவட்டத்தில் மிகுதியாகப் பயிரிடக்கூடியதுமான ஒரு வகை மலர். *(தரு.)*

கெணறு keṇaru பெ. ஏற்றம் போன்றவை வைத்து நீர் இறைப்பதற்காக ஆழமாக வட்ட வடிவில் வெட்டப் படும் நீர்நிலை. *(தூ.)*

செத்த[1] cetta பெ. நிலத்தில் காணப்படும் சிறிய கருங்கல் தூள். *(வே.)*

செத்த[2] cetta பெ. காய்ந்த தாவரப் பயிர்களின் தழை. *(தஞ்.)*

செத்தகபில்லு cettakapillu பெ. நெற்பயிரில் முளைக்கும் ஒரு வகையான புல் / களை. *(நா.)*

செத்தவேறு cettavēru பெ. பயிரில் களைகளாக முளைக்கக் கூடிய செடிகள். *(திருநெல்.)*

செதறிவுடுதல் cetarivuțutal தொ.பெ. ஒன்றாகக் கிடக்கும் பொருள்களைப் பல இடங்களில் விழுமாறு விசிறிவிடுதல். *(தூ.)*

செதறுதல் cetarutal தொ.பெ. பயிருக்கு இரசாயன உரத்தை விசிறித் தெளித்தல். *(திருநெல்.)*

செந்தாமரை centāmarai பெ. பெரிய வட்ட வடிவ மிதக்கும் இலைகளையும் நீண்ட குழலான தண்டினையும் பெரிய மலர்களையும் உடைய நீர்க் கொடி. *(மூ.)*

செந்தால centāla பெ. நெற்பயிரில் தோன்றும் நோய். *(திருநெல்.)*

செந்தி centi பெ. பழங்கால நெல்லில் ஒரு வகை. (திருநெல்.)

செந்தூர்க்கப் பொட்டு centūrkkap poṭṭu பெ. நெற்றியில் வைத்துக்கொள்ளும் / சிறுதெய்வ வழிபாட்டின் தெய்வங்களுக்குச் சார்த்தப் படும் ஒரு வகைச் சிவப்பு நிறப் பொடி. (தூ.)

செம்பங்கீர cempaṅkīra பெ. வயலுக்கு உரமாகப் பயன்படும் ஒரு வகைக் கீரை இனச் செடி. (தஞ்.)

செம்பரத்தை cemparattai பெ. கூர்நுனி ஈட்டி வடிவ இலைகளையும், செந்நிற மலர்களையும் உடைய ஒரு வகை மூலிகைச் செடி. (மூ.)

செம்பவெத cempaveta பெ. வெற்றிலைக் கொடி படர் வதற்காக வளர்க்கப்படும் செம்பங்கீரை மரத்தின் விதை. (தஞ்.)

செம்பளி செந்தாள cempaḷi centāḷa பெ. நெற்பயிருக்கு உரத்தன்மை கொடுக்கக் கூடிய ஒரு வகைச் செடியின் தழை. (தரு.)

செம்பாட்டுமண்ணு cempāṭṭu maṇṇu பெ. மேட்டுப் பகுதி நிலத்தில் இருக்கக்கூடிய ஈரத்தன்மை காக்காத ஒரு வகை மண். (தரு.)

செம்பாம்பூச்சி cempāmpūcci பெ. வெற்றிலை இலையைத் தாக்கும் ஒரு வகை நோய். (நா.)

செம்புள்ளி cempuḷḷi பெ. கோரைப் பயிரில் ஏற்படும் ஒருவித நோய். (நா.)

செம்புளி ஆடு cempuḷi āṭu பெ. வெண்மையான ரோமத்தைக் கொண்ட ஒரு வகை ஆடு. (தரு.). **செம்மரிஆடு** cemmariāṭu (வே.)

செம்புளிகடாபூச்சி cempuḷikaṭā pūcci பெ. நெற்பயிருக்குத் தீமை செய்யும் உரோமங்கள் நிறைந்த ஒரு வகைப் பூச்சி. (புது.)

செம்புளிச்சந்தழ cempuḷiccantaḻa பெ. (பார்க்க–செம்பளி செந்தாள). (தரு.)

செம்மண் cemmaṇ பெ. நிலத்தில் உள்ள மண்ணின் ஒரு வகை. (வே.)

செம்மண்ணுகட்டுதல் cemmaṇṇukaṭṭutal தொ.பெ. சுத்தப்படுத்திய துவரையில் புழுக்கள் தோன்றாமல் இருப்பதற்குச் செம்மண் கலந்த கலவையைத் தெளித்துக் காயவைத்துப் பாதுகாத்தல். (வே.)

செம்மலியாடு cemmaliyāṭu பெ. 1) வெளிர் பழுப்புநிற ரோமத்தை உடைய ஒரு வகை ஆடு. (ராம.).

செம[1] cema பெ. 1) (வைக்கோல், தழைகள் போன்றவை) கட்டிய தொகுப்பு. (திருவ.). 2) நாற்றுமுடிகளை இணைத்துக் கட்டிய தொகுப்பு. (நாக.), (ம.). **செமக்கட்டு** cemakkaṭṭu

(திருவ.), **(வே.)**. **3)** கட்டிவைத்த பொருளின் தொகுப்பு. **(தஞ்.)**. **4)** பல அரிகளைச் சேர்த்துக் கட்டிவைத்த தொகுப்பு **(வே.)**, **(தரு.)**. **சொம** coma **(தரு.)**

செம[2] cema **வி.** நாற்றுக்கட்டு கதிர்கட்டைத் தலையில் சுமத்தல். **(ம.)**

செம[3] cema பெ. (பார்க்க–கட்டு[5]). **(திருவ.)**

செமஅடித்தல் cemaaṭittal **தொ.பெ.** (நெற்களத்தில்) நெற்கதிரில் உள்ள நெல்மணி களை நீக்குவதற்காகக் கதிர்த் தொகுப்பைக்கையால்தூக்கி அடித்தல். **(திருவ.)**, **(வே.)**. **சொம அடித்தல்** coma aṭittal **(வே.)**

செமக்கட்டு[1] cemakkaṭṭu **பெ.** (பார்க்க–செம[1]–4). **(தரு.)**

செமக்கட்டு[2] cemakkaṭṭu **பெ.** (பார்க்க–செம[1]–1). **(வே.)**

செமக்கட்டு[3] cemakkaṭṭu **வி.** **1)** அறுவடை செய்த நெற்கதிரை ஒரு பொருளைக் கயிறு கொண்டு சேர்த்துக் கட்டுதல். **(தரு.)**. **2)** நாற்றுமுடி / அரிகளைச் சேர்த்துத் தொகுத்துக் கயிறு கொண்டு கட்டுதல். **(திருவ.)**

செமந்துட்டு வருதல் cemantuṭṭu varutal **தொ.பெ.** பொருள் களைத் தலையில் சுமந்து வருதல். **(தூ.)**

செமத்தூக்குரவன் cemattūk kuravaṉ **பெ.** சேர்த்துக் கட்டிவைத்த அரிக்கட்டின் தொகுப்பைத் தலையில் தூக்கிச் சுமந்து வருபவன். **(வே.)**

செமித்தல் cemittal **தொ.பெ.** (நிலத்தை உழுவதால்) உழுவாத பகுதி குறைந்து கொண்டு வருதல். **(ம.)**

செர்மணி cermaṇi பெ. (பார்க்க–செர்மணியம்). **(தஞ்.)**, **(கட.)**

செர்மணியம் cermaṇiyam **பெ.** பழங்காலத்தில் சாகுபடி செய்யப்பட்ட ஒரு வகை நெல். **(தஞ்.)**

செர்மனியன் cermaṉiyaṉ **பெ.** (பார்க்க–செர்மணியம்). **(தஞ்.)**

செரச்சிவிடுதல் ceraccivituṭal **தொ.பெ.** மண்வெட்டியால் நிலத்தைக் கொத்திவிடுதல். **(நீ.)**

செரப்புலி cerappuli **பெ.** பழங்காலத்தில் சாகுபடி செய்த ஒரு வகை நெல். **(தே.)**

செரவு ceravu **பெ.** **1)** பல பாத்திகள் கொண்ட ஒரு தொகுப்பு. **(நா.)**. **2)** பல பாரு / கானு சேர்ந்த ஒரு தொகுப்பு. **(நா.)**

செல்லஏரு cellaēru **பெ.** சித்திரை மாதத்தின் நல்ல நாளில் குல தெய்வத்திற்குப் படைத்துக் கட்டி உழும் ஏர். **(விரு.)**

செல்லப்பொன்னி cellappoṉṉi **பெ.** தற்காலத்தில் சாகுபடி செய்யும் ஒரு வகை நெல். **(ம.)**

செல்லு cellu பெ. கரையான். (வே.)

செலாவுதண்ணி celāvutaṇṇi பெ. பயிரின் தன்மைக்கு ஏற்ப வைக்கப்படும் அளவான தண்ணீர். (நா.)

செவ்வாடு cevvāṭu பெ. சிவப்பு நிற ரோமத்தை உடைய ஒரு வகை ஆடு. (ராம.)

செவ்வாழ cevvāḻa பெ. 1) சிவப்பு நிறப் பழத்தைத் தரக்கூடிய ஒரு வகை வாழை மரம். 2) அம்மரத்தின் பழம். (தஞ்.)

செவ்வி cevvi பெ. கமல ஏற்றத்தின் பாகம் (பார்க்க– கமல ஏத்தம்). (தூ.)

செவட்ட cevaṭṭa பெ. வெற்றிலைக் கொடியில் தோன்றும் ஒரு வகை நோய். (நா.)

செவப்பு சோளம் cevappu cōḷam பெ. சிவப்பு நிறமுடைய ஒரு வகைச் சோளம். (தூ.)

செவப்புதட்டுதல் cevapputaṭṭutal தொ.பெ. கதிர்முற்றி நிறம் மாறுதல். (ராம.)

செவல cevala பெ. சிவப்பு நிறமுடைய மாடு. (ராம.)

செவிஓட்டுதல் ceviōṭṭutal வி. (பார்க்க–செவியடித்தல்). (புது.)

செவியடித்தல் ceviyaṭittal தொ.பெ. ஏரில் கடலை விதை போட்ட மூன்றாம் நாள் மண் கட்டி பிடிக்காமலும் உழுத மேடு, பள்ளம் சமமாக இருக்கவும் முளைத்த விதை விரைவாக வெளித்தோன்றவும் முள் கலப்பையில் மாடு பூட்டி உழுதல். (புது.)

செவுரு cevuru பெ. 1) சரிவான மலைப் பகுதி நிலத்தில் போடப்படும் வரப்பு. 2) படிப்படியாக அமைந்துள்ள நிலத்தின் தடுப்பு. (நீ.)

சென்னாய் ceṉṉāy பெ. வயல்வெளியில் முளைக்கக் கூடிய ஒரு வகைச் செடியின் இலை. (தூ.)

செனப்பயிர் ceṉappayir பெ. கதிர் ஈனும் பக்குவத்திலுள்ள நெற்பயிர். சினைப் பயிர். (தே.)

செனப்புவருதல் ceṉappuvarutal தொ.பெ. நெற்பயிரில் கதிரின் நுனிப் பகுதி தோன்றுதல். (கட.)

செனறு ceṉaṟu பெ. (பார்க்க– செக்க). (திருவ.)

செனிகிகுழி ceṉikikuḻi பெ. (பார்க்க–குண்டி[1]). (நீ.)

சே

சேட[1] cēṭa பெ. 1) நிலத்தைக் காயவிட்டு வைக்கப்படும் நீர். (தஞ்.). 2) குழம்பிய சேறு. 3) நிலத்திற்கு வைக்கப்படும் முதல் நீர். (கட.)

சேட[2] cēṭa பெ. நீர்வைத்து உழுது போட்ட சேற்றுப் பகுதி. (தரு.), (வே.)

சேடஉழு cēṭauḻu வி. சேற்று வயலை ஏர் கட்டி உழுதல். (திருவ.)

சேடஓட்டிவை cēṭaōṭṭivai **வி**. *நிலத்தில் ஏர் உழுது சாகுபடி செய்யும் பக்குவத்திற்குச் சேற்றைத் தயார்படுத்தி வைத்தல்*. *(**வே.**)*

சேடஓட்டு cēṭaōṭṭu **வி**. சேற்றினை உழுதல். *(**தரு.**)*

சேடக்கட்டு cēṭakkaṭṭu **வி**. *ஏர் உழுவதற்காக முதன்முதலில் வைக்கப்படும் நீர்*. *(**நா.**)* *(**பார்க்க**–சேட பாச்சு)*

சேடக்கலக்கு cēṭakkalakku **வி**. *(**பார்க்க**–சேடஉழு)*. *(**திருவ.**)*

சேடகலக்கு cēṭakalakku **வி**. *வயலில் நீர்விட்டு ஏர் உழுதல்*. *(**வே.**)*

சேடதண்ணி cēṭataṇṇi **பெ**. *(**பார்க்க**–சேட[1])*. *(**தஞ்.**)*

சேட பாச்சு cēṭa pāccu **வி**. *1) தண்ணியை நிலத்தில் பாய்ச்சுதல்*. *(**தஞ்.**)*. *2) தரிசு நிலத்தில் ஏர் உழுவதற்காக முதன்முதல் விடும் தண்ணீர்*. *(**திருச்.**)*. *3) நிலத்தைச் சேறடிப்பதற்காக நீர்வைத்தல்*. **சேடவை** cēṭavai *(**வே.**)*. *4) வயலில் விவசாயம் செய்ய, முதல் உழவு உழுவதற்குமுன், முதன்முதல் வயலுக்கு நீர் வைத்தல்*. *(**கட.**)*, *(**பெ.**)*, *(**நாக.**)*

சேடமண்ணு cēṭamaṇṇu **பெ**. *குளம், ஏரி போன்ற நீர்நிலைகளின் அடியில் இருக்கும் வண்டல் மண்*. *(**நா.**)*

சேடவேல cēṭavēla **பெ**. சேற்றில் செய்யப்படும் வேலை. *(**வே.**)*

சேடி[1] cēṭi **பெ**. *1) உழுது சேறாக்கிய நிலப் பகுதி*. *(**கட.**)*. *2) நடவு நடும் பக்குவதற்கு உழுதுபோட்ட சேறு*. *(**நா.**)*

சேடி[2] cēṭi **வி**. நடவு நடும் பக்குவதற்கு வயலை உழுது சேறாக்குதல். *(**நா.**)*, *(**பெ.**)*, *(**கட.**)*.

சேத்துகலப்ப cēttukalappa **பெ**. *(**பார்க்க**–மரக்கலப்ப)*. *(**தஞ்.**)*

சேத்துக்கெழங்கு cēttukkeḻaṅku **பெ**. கோரை வளர்வதற்கு *(விதையாகச்) சேற்று நிலத்தில் நடப்படுகின்ற கோரைக் கிழங்கு*. *(**நா.**)*

சேத்துவச்சிநடு cēttuvaccinaṭu **வி**. *(வயலில் நடும் முதலில்) நாற்று சேர்த்துவைத்து நடுதல்*. *(**ம.**)*

சேந்தி cēnti **பெ**. வீட்டின் சுவர் ஓரம் பலகையால் அடைத்துத் தயார்செய்யப் பட்டதானியங்கள் சேமிக்கும் கொள்கலன். *(**ம.**)*

சேப்ப cēppa **பெ**. களைக்கொத்தில் உள்ள காம்புப் பகுதியின் அடி. *(**பார்க்க**–களகொத்து)*. *(**நீ.**)*

சேப்பங்கெழங்கு cēppaṅkeḻaṅku **பெ**. உணவாகப் பயன்படக் கூடிய ஒருவகைக் கிழங்கு. *(**நீ.**)*

சேப்பு செர்மணியம் cēppu cermaṇiyam **பெ**. பழங்காலத்தில் சாகுபடி செய்யப்பட்ட ஒரு வகை நெல். *(**தஞ்.**)*

சேப்பு மக்காட்டன் cēppu makkāṭṭaṉ **பெ**. *முத்து சோளத்தின் ஒரு வகை (**பார்க்க**–முத்துசோளம்)*. *(**தஞ்.**)*

சேம்பு[1] cēmpu **பெ**. *பெரிய இலைகளையும் வேரில் கிழங்குகளையும் கொண்டு, நீர் வளமுள்ள இடங்களில் விளையும் ஒரு மூலிகைச் செடி. (**மூ.**)*

சேம்பு[2] cēmpu **பெ**. *ஒரு வகைக் கிழங்கு. (**நீ.**)*

சேர் cēr **பெ**. *1) ஒன்றரைக் கிலோ எடை கொண்ட பழங்கால ஒரு முகத்தல் அளவை. 2) பூக்களை மதிப்பீடு செய்வதற்காக உள்ள ஒரு நிறுத்தல் அளவை. (**வே.**)*

சேர்கட்டி வைத்தல் cērkaṭṭi vaittal **தொ.பெ**. *தானியங் களை ஒன்றுதிரட்டி முட்டு ஆக்குதல். (**புது.**)*

சேர்கட்டு[1] cērkaṭṭu **பெ**. *தாள் கத்தையால் வட்ட வடிவில் பெட்டியாகக் கட்டி அதன் உள்ளே உளுந்து நீக்கியத் தோல்களைக் கொட்டி அதன் தலையில் வைக்கோல் இட்டு மாடு தின்பதற்காகப் பாதுகாத்து வருவது. (**கட.**)*

சேர்கட்டு[2] cērkaṭṭu **வி**. *தானியங்கள் சேமிப்பதற்காக வட்ட வடிவில் மூங்கில் படல் சுற்றி உள்ளே தானியம் இட்டு வெளிப்புறத்தில் வைக்கோல் பிரியால் சுற்றிச் சாணம் / மண் போட்டு மெழுகுதல். (**தஞ்.**)*

சேர்நாழி cērnāḻi **பெ**. *பக்காவை விடச் சிறியதாக உள்ள ஒரு முகத்தல் அளவை. (**தூ.**)*

சேர்வ cērva **பெ**. *இரு கான்களில் உள்ள வெற்றிலைக் கொடி படர்ந்த அகத்திச் செடியை இணைத்துக் கட்டிய தொகுப்பு. (**தூ.**)*

சேரநடு cēranaṭu **வி**. *(நாற்றினை வயலில் நடும்போது) நாற்றுக்களைக் குறைவாக வைத்து நடுதல். (**திருவ.**)*

சேரபுடிச்சி ஓட்டு cērapuṭicci ōṭṭu **வி**. *முன்னால் செல்லும் ஏர் உழுத பள்ளத்தை மூடியும் உழுவாத பகுதியைக் குறைவாகவும் பிடித்து உழுதல். (**பெ.**), (**கட.**), (**வே.**)*

சேறடி[1] cēṟaṭi **பெ**. *1) உழுது சேறாக்கிய நிலப் பகுதி. (**கட.**). 2) நடவு நடும் பக்குவதற்கு உழுதுபோட்ட சேறு. (**நா.**)*

சேறடி[2] cēṟaṭi **வி**. *நடவு நடும் பக்குவதற்கு வயலை உழுது சேறாக்குதல். (**நா.**), (**பெ.**), (**கட.**)*

சேறு இஞ்சுதல் cēṟu iñcutal **தொ.பெ**. *சேற்றில் உள்ள நீர் வற்றிப்போதல். (**திருச்.**)*

சேறுஉழு cēṟuuḻu **வி**. *(**பார்க்க**– சேடக்கலக்கு). (**திருவ.**)*

சேறுஎடுத்து ஓட்டு cēṟueṭuttu ōṭṭu **வி**. *ஏர் உழும்போது கொழுவில் அடைத்துக் கொள்ளும் சேற்றுப் பகுதி மற்றும் புற்களைக் காலால் தள்ளிவிட்டு ஏர் உழுதல். (**வே.**)*

சேறுஓட்டு cēṟuōṭṭu **வி**. *நிலத்தில் நீர்வைத்து (ஏர் பூட்டி) உழுது சேறாக்குதல். (**தஞ்.**). (**பார்க்க**– சேடஒட்டு). (**தரு.**)*

சேறு கசங்குதல் cēṟu kacaṅkutal **தொ.பெ.** சேறு ஒன்றோடு ஒன்று கலத்தல். *(கட.)*

சேறு பதம் இல்ல cēṟu patam illa **பெ.** பயிர் செய்யக்கூடிய பக்குவத்திற்குச் சேறு பதமாக இல்லாதிருத்தல். *(வே.)*

சேறுவெட்டி cēṟuveṭṭi **பெ.** *(பார்க்க–சட்டக்கலப்ப). (ம.)*

சேனகிழங்கு cēṉakiḻaṅku **பெ.** உணவாகப் பயன்படக்கூடிய ஒரு வகைக் கிழங்கு. *(நீ.)*

சை

சைடுவெட்டு caiṭuveṭṭu **பெ.** வரப்பின் ஓரத்தை மண்வெட்டியால் சுத்தம் செய்தல். *(நீ.)*

சொ

சொங்கு[1] coṅku **பெ.** தானியங்கள் தூய்மை செய்யும்போது / தூற்றும்போது காற்றில் பறக்கும் தானியத்தின் தோல். *(தே.), (நா.)*

சொங்கு[2] coṅku **பெ.** முழு வளர்ச்சி அடையாத சோளம். *(நா.)*

சொங்கு சோளம் coṅku cōḷam **பெ.** தடித்த தனித்தனி மணிகள் நிறைந்த மஞ்சள் நிறத் தானியக் கதிர். *(விரு.)*

சொசைட்டி cocaiṭṭi **பெ.** வேளாண் மக்களுக்கு விதை கொடுக்கவும் மகசூலைக் கொள்முதல் செய்யவும் அரசால் ஏற்படுத்தப் பட்டுள்ள வேளாண்மைக் கூட்டுறவுச் சங்கம். *(திருநெல்.)*

சொட்ட coṭṭa **பெ.** தரிசாக இருக்கும் விவசாய இடம். *(நா.)* *(எ.கா. சொட்ட சொட்டயா)*

சொட்டகாடு coṭṭakāṭu **பெ.** பயிரிட்டும் விதை முளைக்காத இடம். *(நா.)*

சொட்டவிழாம ஓட்டு coṭṭaviḻāma ōṭṭu **வி.** ஏர் உழும்போது எடத் தரிசு இல்லாமல் உழுதல். *(திருச்.)*

சொட்டை coṭṭai **தொ.பெ.** விதைபோட்டு முளைக்காத இடம் / விதை. *(வே.)*

சொடரா வருதல் coṭarā varutal **தொ.பெ.** விதைத்த கடலை முளைத்துத் தாமாக வருதல். *(புது.)*

சொடலவைத்தல் coṭalavaittal **தொ.பெ.** வெற்றிலைக்கொடி படர்ந்து நீளமாக போகாத வாறு மடித்துக் கட்டுதல். *(நா.)*

சொத்த cotta **பெ.** பூச்சி போன்ற வற்றால் தாக்குண்ட கிழங்கு. *(நீ.)*

சொத்தப்பஞ்சி cottappañci **பெ.** பூச்சிகளால் தாக்குண்டு வெண்மை நிறம் குறைவான பஞ்சு. *(நா.)*

சொத்தப்பருப்பு cottapparuppu **பெ.** (முளைப்புத் திறனற்ற நிலக்கடலையின்) பழு தடைந்த விதை. *(புது.)*

சொப்பு coppu பெ. *(பூச்செடிகள் பதியம் போடுவதற்காக) சுடுமண்ணால் செய்த சிறு பாத்திரம்/மண்குவளை. (வே.)*

சொப்புக்கத்தி coppukkatti பெ. *புல் அறுப்பது போன்ற பயன்பாட்டிற்காக உள்ள அரிவாள் (நீ.)*

சொம்மலா commalā பெ. *மிளகுப் பயிரில் ஒரு வகை. (நீ.)*

சொயட்டி அடி coyaṭṭi aṭi வி. *களத்தில் கதிர் அடிக்கின்ற போது கோட்டில் இருக்கும் எல்லா நெல்லும் விழுமாறு ஓங்கியடித்தல். (பெ.)*

சொர்டர் corṭār பெ. *தெளிவு. (எ.கா.) இந்தப் பயிர் சொர்டராவே தெரியல. (தஞ்.)*

சொர்னவெள்ள corṉaveḷḷa பெ. *நீர் வறட்சியிலும் வளர்ந்து மகசூல் தரக்கூடிய ஒரு வகை பழங்கால நெல். (சிவ.)*

சொரட்ட coraṭṭa பெ. *போரிலிருந்து வைக்கோலை எடுப்பதற்காகப் பயன்படும், நீண்ட கம்பும் தலைப்பகுதியில் சிறிய அரிவாளும் இணைந்த ஒரு கருவி. (பெ.)*

சொரம் coram பெ. *மண்ணின் வளம். (நா.)*

சொரம்வை coramvai வி. *இரசாயன உரம் வைத்தல். (நா.)*

சொல்பம் colpam பெ. *குறைவு. (எ.கா. இந்த வருடம் மகசூல் ரொம்ப சொல்பம்). (திருநெல்.)*

சொலகு colaku பெ. *தானியங்கள் புடைக்க / கல் பிரித்தல் போன்ற காரணங்களுக்குப் பயன்படும் வகையில் நுனிப் பகுதி குறுகலாகவும் அடிப்பகுதி விரிந்தும் (ஓலை முதலியவற்றால்) பின்னப்பட்ட தடித்த விளிம்புடைய ஒரு புழங்கு பொருள். (தூ.), (ம.), (புது.), (ராம.)*

சொலகுபொலி colakupoli பெ. *பொலி. (பார்க்க–பொலி^{2}–1). (ராம.)*

சொலகுவீசு colakuvīcu வி. *தூற்றும் தானியங்களில் உள்ள தூசு அகலும் பொருட்டுச் சொலகால் முன்னும் பின்னும் ஆட்டிக் காற்று ஏற்படுத்தித் தூசியை அகலவைத்தல். (புது.)*

சொலருவை colaruvai வி. *(பார்க்க–சொடல வைத்தல்). (நா.)*

சொலவட colavaṭa பெ. *பழமொழி. (வேளாண் வேலையில்) அனுபவத்தின் வாயிலாக வெளிப்படும் பொருள் பொதிந்த சொல்லடைவு. (தூ.)*

சொலவு colavu பெ. *(பார்க்க–சொலகு). (தூ.), (சிவ.), (திருநெல்.), (விரு.)*

சொறண்டி coṟaṇṭi பெ. *மண்வெட்டி போன்ற மிகச் சிறிய கருவி. (தூ.)*

சொனங்குதல் coṉaṅkutal தொ.பெ. *நீரின்றிப் பயிர் வாடுதல். (ம.)*

சொனப்பயிர் conappayir பெ. கதிர் வரும் தருணத்தில் சுணைத் தன்மை ஏறிய நெற்பயிர் / முற்றிய நெற்பயிர். *(தஞ்.)*

சோ

சோ cō பெ. ஏர் உழும்போது உள்பக்கமாகச் சுற்றிவரும் மாடு/இடது பக்கமாகச் சுற்றிவரும் மாடு. *(தரு.)*

சோக cōka பெ. *1)* நெற்பயிரின் / சோளச் செடியின் பச்சையான சோலை. *(வே.).* **சோவ** cōva *(நா.).* **சோல** cōla *(கட.).* *2)* காய்ந்த தழைகள். *(தே.), (தஞ்.).* *3)* பாக்குமரத்தின் விரிந்த இலை. *(நா.)*

சோகமலிதல் cōkamalital தொ. பெ. நெற்பயிரின் சோலை நன்றாக வளர்தல். *(வே.)*

சோட[1] cōṭa பெ. விதைத்துப் பழுதான தானியம். *(தே.)*

சோட[2] cōṭa பெ. *(சோடை)* வழி. மாட்டு வண்டி / மனிதர்கள் நடந்து செல்லுவதால் ஏற்படும் வழித் தடம். *(திருநெல்.), (தஞ்.), (நாக.)*

சோடவெட்டு cōṭaveṭṭu வி. வண்டி / மனிதர்கள் செல்வதற்காக வரப்பு போன்றவற்றை வெட்டி வழி ஏற்படுத்துதல். *(திருநெல்.)*

சோடவுடு cōṭavuṭu வி. விதை விதைத்து நீர் வடிகட்டிய நாற்றங்காலைக் காயவைத்தல். *(பெ.)*

சோடி cōṭi பெ. இரு பொருள்கள் சேர்ந்த தன்மை. *(நா.)*

சோடிமாடு cōṭimāṭu பெ. இரு காளை மாடுகள் மற்றும் கலப்பை இணைந்த ஒரு தொகுப்பு. *(நா.)*

சோடுப்புத்தும்பு cōṭupputtumpu பெ. *(ஏரினைப் பூட்டப் பயன்படும்)* கலப்பையும் நுகத்தடியும் இணைக்கக் கூடிய வடகயிறும், மாடு பூட்டக்கூடிய பூட்டாங் கயிறும் இணைத்த தொகுப்பு. *(புது.)*

சோடுபாத cōṭupāta பெ. நாற்றங்காலில் நடந்து சென்று விதை விடுவதற் காகவும் மற்றும் சில பயன்பாட்டிற்காகவும் ஏற்படுத்தும் சிறு வழி. *(திருச்.)*

சோடு போடு cōṭu pōṭu வி. விதை விடுவதற்காகச் சிறு சிறு பாத்திகளாகப் பிரிக்கும் அடையாளம். *(திருச்.)*

சோடையா இருத்தல் cōṭaiyā iruttal தொ.பெ. உள்ளீடு அற்ற தானிய மணி. *(தே.)*

சோத்தங்கை cōttaṅkai பெ. *(மங்கல வேலைகளுக்குப் பயன்படுத்தும்)* உணவு உண்ணுதல் போன்ற காரணங்களுக்காக மனித உடலில் உள்ள வலப் பக்கக் கை. *(சிவ.),(புது.).* **சோத்தங்கையி** cōttaṅkaiyi *(ராம.).* **சோத்தாங்கை** cōttāṅkai *(தஞ்.)*

சோத்துமுருங்க cōttumuruṅka பெ. *முருங்கை மரத்தில் ஒரு வகை. (நா.)*

சோரம் cōram பெ. *(பார்க்க– சொரம்). (நா.)*

சோலஅடி cōlaaṭi **வி.** *பார்க்க–* சோல எடு. *(கட.)*

சோல எடு cōla eṭu **வி.** *பனிக் கரும்பின் வளர்ச்சிக்காகக் கரும்பின்மேல் உள்ள* சோலையை உரித்தல். *(கட.)*

சோலப்பூச்சி cōlappūcci பெ. நெற்பயிரின் சோலையில் தோன்றும் தீமை செய்யும் ஒரு வகைப் பூச்சி. *(கட.)*

சோலி cōli பெ. வேளாண் வேலை. *(திருநெல்.)*

சோளக்கருது cōḷakkarutu பெ. சோளச்செடியின் மேல்பகுதி யில் இருப்பதும் சோளத்தைத் தாங்கியுள்ளதுமான தண்டுப் பகுதி. *(நா.)*

சோளக்குழி cōḷakkuḻi பெ. *(வீட்டு வாசலின் ஒதுக்குப்புறமாக) மண் தரையில் அடிப்பக்கம்* அகலமாகவும் மேல்பக்கம் குறுகியதாகவும் பள்ளம் தோண்டி, *தழைகளால் மூடிப் பாதுகாக்கப்பட்ட* தானியங்கள் சேமிக்கும் கொள்கலன் / மண் குழி. *(தே.)*

சோளகிச்சிடி cōḷakicciṭi பெ. பழங்கால நெல்லில் ஒரு வகை. *(தரு.)*

சோளச்சோறு cōḷaccōṟu பெ. சோளத்தில் சமைத்த சோறு. *(நா.)*

சோளப்பூட்ட cōḷappūṭṭa பெ. வெளிவந்த / விரியாத சோளக் கதிர். *(தரு.)*

சோளம் cōḷam பெ. *1)* உருண்டை *யான தனித் தனி மணிகள் நிறைந்த நீள் உருண்டை* வடிவக் கதிரை உடைய ஒரு வகைத் தானியப் பயிர். *2) அப்பயிரின் மணிகள். (புது.), (நா.). 3)* சமைத்து உணவாகப் பயன்படுத்தக்கூடிய உருண்டை வடிவத்தானியம். *4)* அத்தானியத்தைத் தரக் கூடிய செடி. *5)* மணிகள் நிறைந்த அச்செடியின் கதிர். *(விரு.). (ம.), (தே.), (தூ.), (தரு.), (தஞ்.), (சிவ.), (ராம.)*

சோளம் பாவு cōḷam pāvu **வி.** சோளம் நாற்று உருவாக்கு வதற்காகப் பாத்தி கட்டி அதில் தரமான சோளவிதை யைத் தெளித்தல். *(தே.)*

சோனியாடு cōṉiyāṭu பெ. திரட்சியும் சுறுசுறுப்பும் இல்லாத ஆடு. *(ராம.)*

சௌ

சௌலர் caular பெ. படர்ந் துள்ள அருகம்புல்லைப் பெயர்த்தெடுக்கப்பயன்படும் ஒரு கருவி. *(தூ.)*

சௌவுண்டிவெத cauṇṭiveta பெ. வெற்றிலைக்கொடியை நோய் தாக்காமல் பாதுகாக்க, *நிழல் தர, விதைக்கப்படும்* சௌண்டி மரத்தின் விதை. *(தஞ்.)*

சௌதி cauti பெ. 1) நீரில் குழம்பிய வண்டல் சேறு. **மௌளி** mauḷi *(தூ.).* 2) பறித்த நாற்றின் வேர்ப் பகுதியில் ஒட்டி யிருக்கும் சேறு. *(தூ.)*

ட

டர்னப்ஸ் ṭārṉaps பெ. நீலகிரிப் பகுதியில் விளையக்கூடிய ஒரு வகைக் காய்கறி. *(நீ.)*

டி

டியமல்லி ṭiyamalli பெ. பழங்கால நெல்லில் ஒரு வகை. *(திருநெல்.)*

டில்லிசம்பா ṭillicampā பெ. பழங்கால நெல்லில் ஒரு வகை. *(வே.)*

டொ

டொப்பி ṭoppi பெ. பழங்கால நெல் வகை. *(தே.), (ம.)*

த

தக்க takka பெ. ஒன்றில் செருகப்பட்ட பொருளின் பிடிப்புத் தன்மைக்காக / கழன்று வராமல் இருப்பதற் காக இணைக்கப்படும் எசப்பு / ஆப்பு. *(நா.)*

தக்கப்பூடு takkappūṭu பெ. சேற்று நிலத்திற்கு உரமாகப் பயன்படும் ஒரு வகைச் செடி. *(தே.)*

தக்காரி takkāri பெ. 1) தானியங்கள் அள்ளுவதற்காகப் பயன்படும் (குச்சிகளால் பின்னப்பட்ட) கூடை. 2) **இருப்புச்சட்டி** iruppuccaṭṭi *(வே.)*

தக்காளி takkāḷi பெ. செடியில் காய்ப்பதும் உணவுக்குப் பயன்படக்கூடியதுமான உருண்டை வடிவ சிவப்பு நிறப் பழம். *(ம.), (தே.), (புது.)*

தக்காளிகீர takkāḷikīra பெ. உணவாகப் பயன்படக்கூடிய ஒரு வகைக் கீரை. *(நீ.)*

தகறு takaṟu பெ. பீன்ஸ். உணவாகப் பயன்படக்கூடிய ஒரு வகைக் காய். *(நீ.)*

தகுடு takuṭu பெ. மண்வெட்டி யின் இலை. *(நா.). (தூ.).* **தகடு** takaṭu பெ. *(பார்க்க– மண்வெட்டி). (புது.)*

தங்கஏரு taṅkaēru பெ. வருடத்திற்கு ஒரு முறை சித்திரை மாதத்தில் அவரவர்கள் நிலத்தில் குல தெய்வத்திற்குப் படைத்து உழும் உழவு. *(தூ.)*

தங்கசம்பா taṅkacampā பெ. பழங்காலத்தில் சாகுபடி செய்யப்பட்ட ஒரு வகை நெல். *(தஞ்.)*

தங்கமணி taṅkamaṇi பெ. பழங்கால நெல்லில் ஒரு வகை. *(தே.)*

தச்சுமூலம் taccumūlam பெ. ஒன்றரை அடி நீளம் கொண்ட ஓர் அளவை. *(தூ.)*

தட்ட[1] taṭṭa பெ. ஐந்து, ஐம்பது, ஐநூறு போன்ற இன வர்க்கத்திற்கு வியாபாரிகள், தரகர்கள் பயன்படுத்திய குழுக்குறிச் சொல். (தூ.)

தட்ட[2] taṭṭa பெ. கதிர் நீக்கப்பட்ட தானியங்களின் (சோளம்) செடி ceṭi. (தஞ்.), (தே.), (ம.)

தட்டஉருளுதல் taṭṭauruḷutal தொ.பெ. நெற்பயிர் முற்றிக் கதிர் தோன்றும் நிலையில் பயிரின் தண்டுப் பகுதி திரண்டு உருண்டிருத்தல். (விரு.)

தட்டகூட taṭṭakūṭa பெ. எரு, குப்பைகள் போன்றவை அள்ளுவதற்காகப் பயன்படும் (குச்சியால் பின்னப்பட்ட) ஒரு தட்டு. (நா.) (பார்க்க– தட்டுகூட (நாக.)

தட்டங்கய்யா வீசு taṭṭaṅkayyā vīcu வி. நடவு நடும் பெண்களுக்கு நாற்றுமுடி தீர்ந்தபோது அவர்கள் அருகில் விழுமாறு நாற்றுமுடியைக் கையில் எடுத்து இலாவகமாக வீசுதல். (ம.)

தட்டங்கூட taṭṭaṅkūṭa பெ. பார்க்க–தட்ட கூட. (நா.)

தட்டடிஓதுக்கு taṭṭaṭiotukku வி. அறுவடை செய்யும்போது / நடவு நடும்போது ஒவ்வொரு ஆட்களுக்கும் குறிப்பிட்ட அளவுள்ள பகுதியைப் பிரித்தல். (தஞ்.)

தட்டடிபோடு taṭṭaṭipōṭu வி. விதை விடும்போது நடந்து செல்வதற்காகவும் மருந்து தெளிக்க, நாற்றுப் பறித்தல் போன்ற வசதிகளுக்காகவும் நாற்றங்காலில் குறிப்பிட்ட அளவு பிரித்தல். (பெ.).

தடம்மிதித்தல் தொ.பெ. பதப்படுத்திய நாற்றங்காலில், உள்ளே நடந்து சென்று விதை தெளிக்க ஏற்படுத்தும் வழி / பிரிப்பு. (தூ.)

தட்டடிமிதி taṭṭaṭimiti வி. முளைகட்டிய விதை தெளிப்பதற்கு நாற்றங்காலில் சிறு சிறு அளவு பிரித்தல். (தஞ்.)

தட்டபடப்பு taṭṭapaṭappu பெ. தானியப் பயிர்களின் தட்டைகளைக் கொண்டு வேய்ந்த போர். (தூ.)

தட்டபயிறு taṭṭapayiṟu பெ. பழுப்பு நிறத் தோலையுடைய துவரை இனத்தைச் சார்ந்த உருண்டை வடிவப் பயிறு. (நா.). தடனி taṭaṉi (தரு.), (நீ.)

தட்டம் taṭṭam பெ. பார்க்க– தட்டிகா. (கட.)

தட்டறுத்தல் taṭṭaṟuttal தொ.பெ. (பார்க்க–தட்டுவெட்டுதல்). (நா.)

தட்டாங்கு பருவம் taṭṭāṅku paruvam பெ. நெற்பயிர் தண்டு உருளும் பருவம். (பார்க்க– தட்ட உருளுதல்). (விரு.)

தட்டாம்பயிறு taṭṭāmpayiṟu பெ. காராமணி போன்ற வடிவத்தில் வெளிர் பழுப்பு நிறம் கொண்ட ஒரு வகைத் துவரை இனத்தைச் சார்ந்த ஒரு தானியம். உணவாகப்

பயன்படக்கூடிய ஒரு வகைத் தானியப் பயிர். (தூ.), (விரு.)

தட்டி[1] taṭṭi பெ. (பார்க்க–மக்காரி–1). (தரு.)

தட்டி[2] taṭṭi பெ. மண் மற்றும் குப்பைகள் / தானியக் கதிர் அள்ளுவதற்குப் பயன்படும் (குச்சியால் பின்னப்பட்ட) ஒரு வகைக் கூடை. (தரு.)

தட்டிகா taṭṭikā பெ. நாற்றங்காலில் விதை விடும்போது நாற்றுப் பறித்தல், மருந்து தெளித்தல் போன்ற வேலைகளை எளிமைப்படுத்த ஒரு நாற்றங்காலைத் தேவைக்கேற்பப் பிரித்துக்கொள்ளும் பிரிப்பு. (கட.). **தட்டடி** taṭṭaṭi (கட.), (தஞ்.)

தட்டி நடவு taṭṭi naṭavu பெ. தற்காலப் புதிய முறைப்படி நடவினைக் கயிறுகட்டி இடைவெளி விட்டு, ஐந்து அடி / எட்டு அடி அகலத்தில் பட்டம் போட்டு நடும் நடவு. (தஞ்.)

தட்டிவுட்டு ஓட்டு taṭṭivuṭṭu ōṭṭu வி. ஏர் உழும்போது நிலத்தில் தோன்றும் சிறு சிறு கட்டிகளைக் காலால் தடவி விடுதல். (தஞ்.)

தட்டிவுடு taṭṭivuṭu வி. உழுத நிலத்தில் தோன்றும் மண் முட்டுகளைச்சமப்படுத்துதல். (தஞ்.)

தட்டு[1] taṭṭu பெ. (வாய்க்கால் இணைந்து) பல பாத்திகளை உள்ளடக்கிய நீண்ட பகுதி. (தே.)

தட்டு[2] taṭṭu பெ. கதிர் நீக்கப்பட்ட சோளத்தின் காய்ந்த செடிகள். (நா.)

தட்டு[3] taṭṭu பெ. குலுமையின் மூன்றுபாகங்கள் / அடுக்குகள். (பார்க்க–குலுமை). (ராம.)

தட்டு[4] taṭṭu பெ. புழுதி நிலத்தில் தானியங்கள் விதைக்கும்போது, ஒரு கை அளவு தானியத்தை அள்ளி விதைக்கும் தூரம். (தூ.)

தட்டு[5] பெ. கொடி வகைகளால் பின்னப்பட்ட மண் போன்றவை அள்ளப் பயன்படும் ஒரு வகைக் கூடை. (பெ.)

தட்டுகூட taṭṭukūṭa பெ. மண், குப்பைகளைத் தலையில் சுமந்து கொட்டுவதற்காகக் குச்சியால் தட்டு வடிவில் பின்னப்பட்ட கூடை. (திருச்.). **கூட** kūṭa (புது.), (சிவ.), (தூ.). (பார்க்க–கொடித்தட்டு). (கட.). **வெட்டுக்கூட** veṭṭukkūṭa (புது.), (சிவ.), (தூ.)

தட்டுப்பலக taṭṭuppalaka பெ. கதிர்களிலிருந்து தானியத்தை அடித்துப் பிரிப்பதற்காகப் பயன்படும் நீண்ட மெல்லிய தடி. (தரு.)

தட்டுப்பாடு taṭṭuppāṭu பெ. தொடர்ந்து கிடைத்த ஒரு பொருள், உற்பத்தி குறைவால் கிடைக்காமல் போதல். (புது.)

தட்டுப்பாத்தி taṭṭuppātti பெ. 1) விதை தெளிப்பதற்காகப் புழுதி நிலத்தில் சதுரமாக

வரப்புக் கட்டிப் பிரித்த பகுதி. 2) முளைகட்டிய விதையைத் தெளிப்பதற்குச் சேற்று நாற்றங்காலில் வரப்பு அமைக்காமல் பிரித்த பாத்தி. (திருநெல்.)

தட்டுபோடுதல் taṭṭupōṭutal தொ.பெ. புழுதி நிலத்தில் பல பாத்திகளை உள்ளடக்கிய ஒரு பெரிய தொகுப்பைப் பிரித்தல். (பார்க்க–தட்டு[1]). (தே.)

தட்டுமேய்தல் taṭṭumēytal தொ.பெ. சோளத்தின் தட்டையை (தண்டு) மாடுகள் தின்பதற்காகப் பாதுகாப்பாக வைக்கோல் போர் போன்று அடுக்குதல். (நா.)

தட்டுவெட்டுதல் taṭṭuveṭṭutal தொ.பெ. முதிர்ந்த சோளச் செடிகளை அறுவடை செய்தல். (நா.)

தட்டுவைத்தல் taṭṭuvaittal தொ.பெ. விதை தெளிக்கும் போது நாற்றங்காலில் பிரித்துக் கொள்ளும் அடையாளம். (ராம.)

தட taṭa பெ. (பார்க்க–சருவு[1]). (தூ.)

தடதடன்னு இருத்தல் taṭataṭaṉṉu iruttal தொ.பெ. சேறு, நடுவதற்குத் தகுந்தாற்போன்று பதமாக இருத்தல். (கட.)

தடபோடு taṭapōṭu வி. நாற்றங்காலில் விதை விடும்போது நடந்து செல்வதற்காக நீண்ட சிறு பள்ளமும் விதைவிடுவதற்காகச் சிறு பகுப்பும் பிரித்துக் கொள்ளுதல். (பார்க்க–பிட்டுபோடு) (தரு.)

தடவுபழம் பறித்தல் taṭavupaḻam paṟittal தொ.பெ. முதன் முதலில் மிளகாய்ச் செடியில் அங்கொன்றும் இங்கொன்றுமாகத் தோன்றும் பழத்தை எடுத்தல். (தூ.)

தடவுபெரம்புவை taṭavuperam puvai பெ. விதை தெளிக்கத் தயார்படுத்தும் சேற்றைப் பரம்புப் பலகையால் சமப்படுத்திய பின், மீண்டும் ஒரு முறை விட்டுப்போன இடங்களை மேலாகச் சமப்படுத்துதல். (தே.)

தடனி taṭaṇi பெ. (பார்க்க–காராமணி) (தரு.)

தடி[1] taṭi பெ. (ஏர்கால்) கலப்பையில் நுகத்தடி இணைப்பதற்காக உள்ள நீண்ட தடி. (தரு.)

தடி[2] taṭi பெ. முற்றிப் பழுத்துக் காய்ந்த தானியக் காய்களிலிருந்து (நெத்து) பயறுகளை நசுக்கி நீக்கப் பயன்படும் நீண்ட தடி. (நா.) (பார்க்க–தட்டுப்பலக (தரு.))

தடி[3] taṭi பெ. (பார்க்க–மரக்கலப்ப). (தே.)

தடிகுச்சி taṭikucci பெ. (பார்க்க–தடி[2]). (நா.)

தடிப்புவருதல் taṭippuvarutal தொ.பெ. தார் போடும்

சமயத்தில் வாழைமரம் தடித்ததன்மையை அடைதல். *(தஞ்.)*

தடுக்கு[1] taṭukku பெ. (இரண்டாகக் கிழித்த) வாழை இலையின் பாதி. *(நா.)*

தடுக்கு[2] taṭukku பெ. திறந்த சிறு வழியை அடைக்கக்கூடிய தட்டுப் பலகை. *(வே.)*

தண்டகட்டு taṇṭakaṭṭu பெ. பழங்காலத்தில் ஏற்றத்தின் தோல் பை மற்றும் செருப்பு தைத்துத் தரும் ஆட்களுக்குக் களத்தில் கிடக்கும் ராசி நெல்லில் ஒதுக்கிக்கொடுக்கப்படும் ஒரு வருடத்திற்குரிய கூலி. *(தரு.)*

தண்டகாரன் taṇṭakāraṉ பெ. ஜமீன்தார்களுக்கு உட்பட்ட பகுதியில் விளைந்த தானியங்களை அளப்பதற்காகவும் மேற்பார்வை இடவும் நியமிக்கப்பட்ட ஆள். *(சிவ.)*

தண்டயம் கட்டு taṇṭayam kaṭṭu வி. வெற்றிலைக்கொடி படர்வதற்கு, இரு கான்களில் வளர்த்த அகத்திச் செடியை இணைத்துக் கட்டிய முதல் கட்டிற்குப் பிறகு, கம்பை நீளவாக்கில் கொடுத்துக் கட்டும் இரண்டாவது கட்டு. *(தூ.)*

தண்டு taṇṭu பெ. தேயிலைச் செடியின் பாகம். *(பார்க்க– தேயில), (நீ.)*

தண்டு உருளுதல் taṇṭu uruḷutal தொ.பெ. கதிர் ஈனும் தருணத்தில் நெற்பயிரின் தண்டுப்பகுதி திரட்சியாக உருண்டிருத்தல். *(நாக.), (பெ.), (கட.), (தஞ்.), (தஞ்.)*

தண்டு தெரலுதல் taṇṭu teralutal தொ.பெ. நெற்பயிரில் கதிர் தோன்றும் நிலையில் அதன் தண்டுப் பகுதி திரட்சியாக இருத்தல். *(புது.)*

தண்டுபழுத்தல் taṇṭupaḻuttal தொ.பெ. நெற்கதிரில் நெல்மணிகள் முற்றிய பிறகு அதன் தண்டு, தோகை பழுப்பு நிறத்தில் மாறுதல். *(திருவா.)*

தண்ணி இஞ்சுதல் taṇṇi iñcutal தொ.பெ. நிலத்தில் உள்ள நீர் வற்றிப்போதல். *(நா.), (விரு.)*

தண்ணி இஸ்காமஇருத்தல் taṇṇi iskāmairuttal தொ.பெ. வயலில் வைக்கப்படும் நீர் வெளியேறாமல் / உறிஞ்சப் படாமல் இருத்தல். *(வே.)*

தண்ணி எடுத்துவுடுதல் taṇṇi eṭuttuvuṭutal தொ.பெ. மடையைத் திறந்து வயலுக்கு நீர் வைத்தல். *(தே.)*

தண்ணிஎற taṇṇieṟa வி. வயலுக்கு நீர் பாய்ச்சுதல். *(திருநெல்.)*

தண்ணிஓட்டு taṇṇiōṭṭu வி. நிலத்திற்குத் தண்ணீர் பாய்ச்சுதல். *(வே.)*. **தண்ணிக் காட்டு** taṇṇik kāṭṭu *(புது.)*.

தண்ணிகாட்டு வெள்ளாம taṇṇikāṭṭu veḷḷāma பெ. 1) நீர்ப் பாய்ச்சிச் சாகுபடிசெய்யும் வேளாண்மை / பயிர். *(நீ.)*

தண்ணிகெழங்கு taṇṇikeḻaṅku பெ. நீர்ப்பிடிப்பில் விளையக் கூடிய கிழங்கு வகைகள். (நீ.)

தண்ணி சீராவை taṇṇi cīrāvai **வி**. நெற்பயிருக்குத் தக்கவாறு நீர் வைத்தல். (திருவா.)

தண்ணி பாய்ச்சு taṇṇi pāyccu **வி**. பயன்கருதி நீர் வைத்தல், தேக்குதல். (தூ.), (நா.). (பார்க்க–தண்ணி ஏற). (திருநெல்.)

தண்ணிபுடுங்கிவுடு taṇṇi puṭuṅkivuṭu **வி**. வயலில் அடைத்திருக்கும் நீரைத் திறந்து விடுதல். (தரு.)

தண்ணிபோகம் taṇṇipōkam பெ. (பார்க்க–தண்ணிகாட்டு வெள்ளாமை). (நீ.)

தண்ணியக்கட்டு taṇṇiyakkaṭṭu **வி**. நிலத்தில் நீர் நிற்குமாறு தேங்கவைத்தல். (நா.). **தண்ணிக்கட்டு** taṇṇikkaṭṭu (திருவ.), (சிவ.), (பெ.), (புது.), (வே.)

தண்ணியகட்டிபோடுதல் taṇṇiyakaṭṭipōṭutal **தொ.பெ**. பயிரின் தேவைக்கேற்ப வயலில் நீரைத் தேக்கி வைத்தல். (ராம.)

தண்ணியதிருப்பு taṇṇiyatiruppu **வி**. அடைத்த மடையைத் திறந்து வயலுக்கு நீர்வைத்தல். (வே.)

தண்ணிய பாச்சிக்கட்டு taṇṇiya pāccikkaṭṭu **வி**. புழுதி நிலத்தில் விளைவிக்கும் தானியப் பயிர்களுக்கு நீரைப் பாய்ச்சித் தேக்கிவைத்தல். (திருவ.)

தண்ணிய பெறுக்கிவை taṇṇiya peṟukkivai **வி**. பயிருக்கு நீர் பாய்ச்சுதல் / நீர்வைத்தல். (ம.)

தண்ணியவெட்டுதல் taṇṇiya veṭṭutal **தொ.பெ**. வயலில் / வாய்க்காலில் தேக்கியுள்ள நீரைப் பயன்கருதி மடையைத் திறத்தல். (ராம.)

தண்ணியவெரட்டு taṇṇiya veraṭṭu **வி**. (பார்க்க–தண்ணியவெட்டுதல்). (ராம.)

தண்ணிய வெளியகாட்டு taṇṇiya veḷiyakāṭṭu பெ. தேவைக்கு அதிகமாகத் தேங்கியுள்ள நீரை வயலைவிட்டு வெளியேற்றுதல். (கட.)

தண்ணிவடிகட்டு taṇṇivaṭikaṭṭu **வி**. நிலத்திற்குப் பயன்படாத நீரை வெளியேற்றுதல். (வே.). **தண்ணிவடி** taṇṇivaṭi (நா.)

தண்ணிவுடு taṇṇivuṭu **வி**. (பார்க்க–தண்ணிய திருப்பு). (வே.)

தண்ணீர்விட்டான் taṇṇīrviṭṭāṉ பெ. வளைந்த கூரான முட்களையும் முக்கோண இலைகளையும் கொண்டு கிழங்குகளையுடைய ஒரு மூலிகைக் கொடி. (மூ.)

தத்துகட்டுதல் tattukaṭṭutal **தொ.பெ**. பழுத்த மிளகு (கதிரை) பறித்து வைத்துக் கொள்ளத் துணியால் பைப்போன்று இடுப்பில் கட்டிக் கொள்ளுதல். (நீ.)

தப்புசெடி tappuceṭi பெ. முளைத்துப் பழுதான பருத்திச் செடி. (நா.)

தம் tam பெ. நீரின் வேகம். (எ.கா.) தண்ணீர் தம்மா வருதா? (நா.)

தம்புடி tampuṭi பெ. கால் பாதத்தின் ஒரு மிதியடி அளவு. (கட.)

தம்புடி அருவா tampuṭiaruvā பெ. வெட்டுவதற்குப் பயன்படும் மரப்பிடி இல்லாத அரிவாள். (ராம.)

தர tara பெ. மண் தரை. பூமி. (ம.)

தரம் taram பெ. (பார்க்க–பூட்ட[2]). (தரு.)

தரா tarā பெ. சிறு இலைகள் மற்றும் உருண்டையான விதைகளை உடைய தரையில் படர்ந்துவளரும் ஒரு செடி. (மூ.)

தரிசு taricu பெ. உழுது பக்குவப்படுத்தாத நிலப் பகுதி. (தஞ்.). **உட்ட** uṭṭa (தரு.). **சரடு** caraṭu (தரு.), (தஞ்.), (புது.), (ராம.), (திருநெல்.), (ம.), **தரிசுநெலம்** taricunelam (நாக.)

தருவித்தல் taruvittal தொ.பெ. பொருளை மற்றவரிடமிருந்து வாங்குதல் / பெறுதல். (வே.)

தல[1] tala பெ. 1) (தழை) தாவரங்களின் இலை. (நா.). 2) சேற்று வயலுக்கு உரமாகப் பயன்படும் தாவரங்களின் தழைகள். (தஞ்.). **தழ** taḻa (தரு.)

தல[2] tala பெ. 1) நிலம். 2) வயலின் சேற்றுப் பகுதி. (திருநெல்.)

தல[3] tala பெ. நிலத்தில் தற்காலிகப் பயன்பாட்டிற்காகப் போடப் படும் சிறு வரப்பு. (வே.)

தல[4] tala பெ. பதப்படுத்திய நாற்றங்காலில் விதை தெளிக்க, நடந்து செல்ல எனும் பல வசதிகளுக்காகப் பிரித்துக்கொள்ளும் பிரிப்பு. (தூ.)

தலஉருள talauruḷa பெ. கமல ஏற்றத்தின் பாகம். (பார்க்க– கவல ஏத்தம்). (பெ.)

தலக்கட்டு[1] talakkaṭṭu பெ. தலையில் சுமந்த நெற்கதிர்க் கட்டு. (புது.)

தலக்கட்டு[2] talakkaṭṭu பெ. கணவன், மனைவி அடங்கிய ஒரு குடும்பம். (புது.)

தலக்கட்டுவரி talakkaṭṭuvari பெ. மனைவி, கணவனுமாக இருக்கின்ற ஒரு குடும்பத்திற்கு விதிக்கப்படும் வரி. (தூ.)

தலக்கூட்டு talakkūṭṭu வி. தானியத்தட்டை/வைக்கோல் போர் போடும்போது போரின் தலைப் பகுதியில் நீர் இறங்காதவாறு / காற்றில் பறக்காதவாறு காலால் மிதித்துக் கோபுர வடிவில் மட்டப்படுத்துதல். (நா.), (தஞ்.), (புது.), (கட.), (வே.), (பெ.). **போர்கூட்டு** pōrkūṭṭu (தரு.). **போர்மேயுதல்** pōrmēyutal (நா.). **மோடுகூட்டு** mōṭukūṭṭu (திருநெல்.). **மோடுமுறித்தல்** mōṭumuṟittal (தே.)

தலக்கொடி talakkoṭi பெ. (பயிர் செய்வதற்காக எடுக்கப்படும்) கணுவுடைய வெற்றிலைச் செடியின் நுனிக் கொடி. (தஞ்.)

தலக்கொடிநடு talakkoṭinaṭu **வி**. ஐந்து கணுக்களுடைய வெற்றிலையின் நுனிக் கொடியை நடுதல். (**தஞ்**.)

தலகத்திரடித்தல் talakattiraṭittal **தொ.பெ**. மரம் / செடிகளில் உள்ள தழைகளைச் சேற்றில் போட்டு மிதிப்பதற்காகக் கழித்தல் / நறுக்குதல். (**வே**.)

தலகாவா talakāvā **பெ**. பல கிளை வாய்க்காலுக்கு நீர் தரக்கூடிய தலைமையான வாய்க்கால். (**தரு**.)

தலகாவாக்கா talakāvākkā **பெ**. (**பார்க்க–தலகாவா**). (**தரு**.)

தலகுனிதல் talakuṉital **தொ.பெ**. நெற்கதிர் முற்றிக் கதிரின் நுனிப் பகுதி கீழ்நோக்கிச் சாய்த்தல் / காய்த்தல். (**தஞ்**.). **தலவணங்குதல்** talavaṇaṅkutal (**பார்க்க–கொலசாய்தல்**). (**விரு**.)

தலகெழங்கு talakeḻaṅku **பெ**. (உருளைக்கிழங்கு செடியில்) பெரியதாக உள்ள தரமான கிழங்கு. (**நீ**.)

தலகோலு talakōlu **வி**. நீர் செல்லும் பகுதியைத் தடுப்பதற்காகக் கைகளால் போடும் சிறு வரப்பு. (**வே**.)

தலசாய்தல் talacāytal **தொ.பெ**. சேற்றில் நட்ட நாற்று சில மணி நேரங்களில் பிடிப்பற்றுச் சாய்ந்துபோதல். (**வே**.)

தலத்தோவ talattōva **பெ**. கரும்பின் நுனித் (தலை) தோகை. (**நா**.)

தலப்படச்சா talappaṭaccā **பெ**. (ஏரில் நிலக்கடலை போடும்போது) இறுதியாக ஏரினால் மூடமுடியாத படசால். (**புது**.)

தலப்புமாத்திபோடு talappumātti pōṭu **வி**. கட்டு அடிக்க எடுக்கும்போது சுலபமாக இருப்பதற்காகக் கோட்டை (அரித்தொகுப்பை) தலைப்பு மாற்றிப் போட்டுக் கட்டுதல். (**பெ**.)

தலபரசுதல் talaparacutal **தொ.பெ**. (சேற்று நாற்றங்காலில்) சமப்படுத்தியப்பின், தோண்டுகால் போடும் போது ஏற்படும் சேற்றைக் குச்சியால் சமப்படுத்துதல். (**திருநெல்**.)

தலபுடிப்பு talapuṭippu **பெ**. உழுது போட்ட மண் ஈரத்தின் காரணமாக இறுகியிருத்தல். (**கட**.)

தலபோடு[1] talapōṭu **வி**. ஒரு பெரிய வயலில் நிர்வாக வசதிக்காகத் தடுத்துச் சிறு வரப்பு போடுதல். (**வே**.)

தலபோடு[2] talapōṭu **வி**. சேற்றில் உரத் தன்மைக்காகத் தழைகளைப் போடுதல். (**தரு**.)

தலமாடு talamāṭu **பெ**. திரைக்கப் பிரிபோடும் போது மூன்று பிரிக்கும் இணைந்த பகுதி / வைக்கோல் அதிகமாக வைத்து உருட்ட ஆரம்பிக்கும் முதல் பகுதி. (**எதிர்–கால்மாடு**). (**பெ**.), (**நா**.). **தலமோடு** talamōṭu (**கட**.)

தல மெறுக்கடித்தல் tala meṟukkaṭittal **தொ.பெ.** நடவு சேற்றில் தழைகளைப் போட்டு, உருண்டு செல்லும் கலப்பையை விட்டுச் சேற்றுக்குள் அழுத்துதல். **(வே.)**

தல வவுறுதல் tala vavuṟutal **தொ.பெ.** (நாற்றங்கால் / நிலத்தில் உள்ள) சேற்று நீர் வடிவதற்காக மண்வெட்டியால் பள்ளம் பறித்தல். **(திருநெல்.)**

தலவாலஎல talavālaela **பெ.** 1) கிழியாத புதிய நுனிப் பகுதியை உடைய வாழை இலை. **(வே.)**. 2) கிழியாத குருத்து வாழையின் முழு இலை. **(நா.)**. **தாட்டுஎல** tāṭṭuela **(தஞ்.)**

தலவு talavu **பெ.** 1) மண்வெட்டி / கடப்பாரை போன்றவற்றின் கைப்பிடிப் பகுதி. **(நா.)**. 2) பயிர்களின் தலைப் பகுதி / நுனிப் பகுதி. **(நா.)**

தலவுகாம்பு talavukāmpu **பெ.** (பார்க்க–மண்வெட்டி). **(நா.)**

தலைதல் talaital **தொ.பெ.** (நிலத்தில் போட்ட விதை/ நட்ட செடி) முளைத்தல். **(நா.)**. **தலுத்தல்** taluttal **(தூ.)**

தலையடி talaiyaṭi **வி.** நெற்கதிர் தொகுப்பைக் (கோட்டு) கயிற்றில் பிடித்துத் தரையில் அடித்து, நெல்மணிகள் நீக்குதல். **(தஞ்.)**

தலையடி நெல் talaiyaṭi nel **பெ.** (களத்தில் கதிரடித்து) கையால் கட்டு அடித்துப் போட்ட நெல்மணிகள். **(ராம.)**

தவக்கம் tavakkam **பெ.** நீர் செல்லும்போது தடைபடும் நிலை. **(நா.)**

தவசம்[1] tavacam **பெ.** 1) (பார்க்க–கம்பு[2]). **(தூ.)**. 2) தானியங்களுக்கு அடைமொழியாகக் கூறப்படும் சொல். **(எ.கா.)** வீட்டில் குத்துரது நெல்லு தவசமா, கம்பு தவசமா. **(புது.)**

தவசம்[2] tavacam **பெ.** வேலை செய்பவர்களுக்குக் கூலியாகப் பணம் கொடுக்காமல் தானியங்களாகக் கொடுக்கும் கூலி. **(தூ.)**

தவசம்புல் தானியம் tavacampul tāṉiyam **பெ.** (பொதுச் சொல்) தானியம். **(தூ.)**

தவசிமுருங்கை tavacimuruṅkai **பெ.** வட்ட வடிவமான இலைகளையும் கொத்தான மலர்களையும் உடைய ஒரு மூலிகைக் கொடி. **(மூ.)**

தவள tavaḷa **பெ.** நிலத்தில் தாவியும், நீரில் நீந்தியும் வாழ்வதுடன், நெற்பயிருக்கு நன்மை செய்யக் கூடிய ஒரு வகை விலங்கு. **(நா.)**

தவன tavaṉa **பெ.** (பார்க்க–கவன). **(தஞ்.)**

தவாகட்டு tavākaṭṭu **வி.** (பார்க்க–விட்டம் கட்டு). **(நா.)**

தவுடு tavuṭu **பெ.** மாட்டிற்குச் சத்துணவாகப் பயன்படும் நெல்லின் உமி. **(தரு.)**

தவுனுமட tavuñumṭa பெ. தன் நிலத்திற்கும் நீர் பாய்ந்து மற்றவரின் நிலத்திற்கும் நீர் பாயும் பொருட்டு அமைக்கப்படும் / திறக்கப் படும் ஒரு வகை மடை. (**தஞ்.**)

தழகட்டுதல் ta̱lakaṭṭutal **தொ.பெ.** நிலக்கடலை முளைத்துச் செடியில் தழை விரிந்து தோன்றுதல். (**கட.**)

தழத்தாம்பு ta̱lattāmpu பெ. ஏரியின் அடியில் தங்கி யிருக்கும் மக்கிய தழைகள், தூசுகள். (**நா.**) 2) எள்செடி யிலிருந்து எள்ளைச் சுத்தம் செய்யும்போது ஏற்படும் தழை மற்றும் குச்சிகள். (**கட.**)

தழுதாழை ta̱lutā̱lai பெ. வெளிர் பச்சை நிற இலைகள் உள்ள ஒரு குறு மூலிகைச் செடி. (**மூ.**)

தள்ளுகெழங்கு taḷḷuke̱laṅku பெ. (உருளைக் கிழங்கில்) சிறியதாக வளர்ச்சி குறைந் துள்ளதால் வியாபாரிகளால் ஒதுக்கப்படும் கிழங்கு. (**நீ.**)

தள்ளுகோஸ் taḷḷukōs பெ. (முட்டைக்கோஸ்) வளர்ச்சி குறைவு, பூச்சித் தாக்குதல் போன்ற காரணங்களால் (நல்ல விலைக்கு) வியாபாரிகளால் ஏற்றுக்கொள்ளப்படாத முட்டைக்கோஸ். (**நீ.**)

தள்ளுமுடி taḷḷumuṭi பெ. பெண்கள் நடும்போது அவர்கள் தேவைக்கு அதிக மாக விழுந்த நாற்றுமுடி. (**தஞ்.**), (**நாக.**)

தளைதல் taḷaital **தொ.பெ.** 1) மேல் பகுதியை வெட்டி விடப்பட்ட தேயிலைச் செடிகள் புதிதாகக் கிளை விடுவதற்காக முளைத்தல். (**நீ.**). 2) வேர் முளைத்தல். விதைத்த விதை / நட்ட நாற்று வேர் விடுதல். (**ம.**)

தறுக்கு ta̱rukku **வி.** நீர் செல்வதற் காகத் திறந்த வழியை அடைத்தல். (**திருநெல்.**)

தனிசு ta̱nicu பெ. நிலத்தை மேலாக உழும் பொருட்டுக் கலப்பையில் ஏர்க்கால் பொருத்தப்பட்ட அடிப் பகுதியில் ஆப்பை வைத்து எளிதாக்குதல். (**தஞ்.**).

தா

தாணம் tāṇam பெ. இரண்டு பட்டங்கள் இணைத்துக் கட்டப்பட்ட வெற்றிலைக் கொடியின் பிரிப்பு. (**தஞ்.**)

தாத்து tāttu **வி.** தானியங்களைத் தூசு மற்றும் கல் நீக்குவதற்காக முறத்திலிட்டுப் புடைக்கும் ஒரு வகை. (**வே.**)

தாத்துகோலு tāttukōlu பெ. ஏர் இழுத்துச் செல்லும் மாட்டை ஓட்டக்கூடிய சிறு கம்பு. (**வே.**)

தாம்பு அடி tāmpu aṭi **வி.** அறுவடையான நெற்கட்டு களை அடுக்குவதற்காகக் களத்தை மாடுகொண்டு சமப்படுத்தும் செயல். (**திருச்.**)

தாம்பு கட்டிஓட்டு tampu kaṭṭiōṭu பெ. பார்க்க–கெடவடி ஓட்டு.

தாம்புகால் tāmpukāl பெ. கதிர் களைப் பரப்பி, மாடுகளைப் பிணைத்து ஓட்டக்கூடிய இடம். *(பார்க்க–தாம்பு கட்டி ஓட்டு) (தரு.)*

தாம்புசுத்து tāmpucuttu **வி.** *(கதிரில் உள்ள தானியங்கள் உதிரும்பொருட்டு) வட்ட வடிவில் பரப்பிய வைக்கோல் தாள்கள் /கதிர்களின்மீது பிணைத்த மாடுகளை வட்ட வடிவில் சுற்றி ஓட்டுதல். (ம.) (பார்க்க–கெடாவடி ஓட்டு)*

தாம்புபுல்லு tāmpupullu பெ. தாம்பு அடித்த வைக்கோல். *(நா.)*

தாமனிபோடு tāmaṉipōṭu **வி.** கட்டிய கதிர் கட்டுகளை வரிசையாக அடுக்குதல். **தாமுனிபோடு** tāmuṉipōṭu *(வே.), (திருவ.)*

தாமஸ்சமா tāmascamā **வி.அ.** பொருளின் சமத் தன்மை யைக் குறித்தல். *(எ.கா.)* பிணையலில் போகும் மாடு தாமஸ்சமா (ஒன்றுக்கொன்று பெரியது சிறியதாக இல்லாமல்) இருக்கனும். *(திருவ.)*

தாமுனி tāmuṉi பெ. பொருள் களை அடுக்கும் நேர் வரிசை. *(வே.)*

தாய்க்குச்சி tāykkucci பெ. *(இலைகள் பிரிந்து வளர் வதற்குக் காரணமாக இருந்த) மரவள்ளிக் குச்சியின் விதைக் குச்சி. (நா.)*

தாய்கருது tāykarutu பெ. *(பக்கக் குருத்துக் கதிர் இல்லாமல்)* நட்ட நாற்றிலிருந்து வரும் கதிர். *(புது.)*

தாய்குருத்து tāykuruttu பெ. நட்ட தேயிலைச் செடியில் வளரும் குருத்து. *(பார்க்க–தேயில). (நீ.)*

தாய்சக்க tāycakka பெ. முதன்முதலாக வெளிவரும் தடிமனான வெற்றிலை *(பார்க்க–சக்க^{3}). (நா.)*

தாய்சோல tāycōla பெ. *(பார்க்க–கண்ணாடி எல). (கட.)*

தாயம் tāyam பெ. ஒன்பது, தொண்ணூறு போன்ற இனவர்க்கத்திற்கு வியாபாரிகள், தரகர்கள் பயன்படுத்தும் குழூக்குறிச் சொல். *(தூ.)*

தார் tār பெ. வாழை மரத்தின் *(காய்கள் நிறைந்த) குலை. (தூ.).* **தாரு** tāru *(தஞ்.).* **மோத்த** mōtta *(தஞ்.)*

தார்கம்பு tārkampu பெ. உழும்/வண்டி இழுக்கும் மாட்டை விரைவுபடுத்தி ஓட்டுவதற்காக நுனிப் பகுதியில் ஆணி பதித்த கம்பு. *(சிவ.), (விரு.), (புது.), (தே.), (திருநெல்.).* **தார்குச்சி** tārkucci *(தூ.).* **தாருகம்பு** tārukampu *(தஞ்.)*

தார்தண்டு tārtaṇṭu பெ. வாழைப்பழச் சீப்புகளைத் தாங்கியுள்ள தண்டு. *(நா.)*

தார்போடு tārpōṭu **வி.** மாடு வேகமாக நடக்கும் பொருட்டுத் தார்க்குச்சியில்

உள்ள ஆணியால் மாட்டைக் குத்துதல். (தூ.)

தாரபோட்ட நடவு tārapōṭṭa naṭavu பெ. கயிறு கட்டிப் பட்டம்பட்டமாகப் பிரித்து நடும் நடவு. (புது.)

தாரம் tāram பெ. நுகத்தடியில் பூட்டாங்கயிறு மாட்டுவதற்காக இருக்கும் ஓட்டை. (ராம.)

தாரிவருதல் tārivarutal தொ.பெ. சேற்றைப் பரம்புப் பலகையால் இழுக்கின்ற போது சரியாகச் சமமாக இழுக்காததால் ஏற்படும் இடைவெளி. (வே.)

தாருகுச்சி tārukucci பெ. (பார்க்க– தார்கம்பு). (தஞ்.)

தாலி[1] tāli பெ. (சதைப்பற்று இல்லாமல்) சில ஆட்டிற்குப் பிறவிலேயே முகவாய்த் தாடைக்குக் கீழே கழுத்துப் பகுதியில் தொங்கும் இரு மணிகள். (ராம.)

தாலி[2] tāli பெ. தானியங்கள் சேமிப்பதற்காகச் சுடு மண்ணால் செய்த ஒரு வகைப் பெரிய பானை. (தே.)

தாலி[3] tāli பெ. (பார்க்க– குலுக்க–1). (தூ.)

தாலுகாச்ச tālukācca பெ. (பார்க்க–அரிகாச்ச). (நா.)

தாவணிபோடு tāvaṇipōṭu வி. (பார்க்க–தாமனிபோடு). (வே.)

தாவாய்க்கா tāvāykkā பெ. 1) வயலுக்கு நீர் செல்வதற்காக ஏற்படுத்தியிருக்கும் தலைமையான பெரிய வாய்க்கால். **மாராணிவாக்கா** māṟāṇivākkā (கட.). 2) கிளை வாய்க்காலுக்கு நீரைத் தரக்கூடிய தலைமையான பெரிய வாய்க்கால் (நா.)

தாவுமேடு tāvumēṭu பெ. வயலில் ஏற்படும் மேடு பள்ளம். (ராம.)

தாள்[1] tāḷ பெ. 1) பயிரை அறுவடை செய்து நெல் நீக்கி, சுனைபோகாத வைக்கோல். (பெ.), (திருநெல்.), (திருச்.). **தாளு** tāḷu (வே.). **தாளுவைக்க** tāḷuvaikka (திருவ.). 2) நெற்பயிர் அறுவடையான பின்பு வயலில் எஞ்சியிருக்கும் அடித்தண்டு. (நா.)

தாள்[2] tāḷ பெ. 1) வெங்காயச் செடியின் தோகை. 2) வெங்காயத்தின் தோல். 3) காய்ந்துபோன மஞ்சளின் தழைகள். (நா.)

தாள் கத்த tāḷ katta பெ. நெல்மணிகள் நீக்கிய தாள் (வைக்கோல்) / போரடிக்காத வைக்கோல். (கட.)

தாள ஓடச்சி போடு tāḷa oṭacci pōṭu வி. அறுத்த நெற்கதிர் கைப்பிடித் தாளை, அரி போடும்போது நன்றாகக் காயும்பொருட்டு விரித்துப் போடுதல். (பெ.), (கட.)

தாளடி[1] tāḷaṭi பெ. 1) (தாம்பு ஓட்டுவதற்காக) வட்ட வடிவில் உதறப்பட்ட நெற்பயிர்கள்.

தாளடி[2] tāḷaṭi பெ. 1) அறுத்து விடப்பட்ட வயல். 2) ஒரு வேளாண் மாதம். (ம.). 3) (வயலில்) அறுவடை செய்துகொண்டு இருக்கின்ற இடம். (நா.). 4) நெற்பயிரை அறுத்த பிறகு வயலில் இருக்கும் அடிக்கட்டை. (வே.)

தாளபதிய அற tāḷapatiya aṟa வி. நெற்பயிரை அறுவடை செய்யும்போது வயலில் அதிகத் தாள்கள் விடாது அடியோடு அறுவடை செய்தல். (நா.)

தாளி tāḷi பெ. கால்நடைகள் நீர் அருந்துவதற்காக உள்ள சிமெண்ட் / மண்ணால் செய்த தொட்டி. (நா.)

தாளுகத்தகவுறு tāḷukattakavuṟu பெ. (பார்க்க–ஆக்க[1]). (கட.)

தாளுமடிச்சிவை tāḷumaṭiccivai வி. கதிர் கட்டைத் தலையில் தூக்கும்போது கண்களை மறைக்காமல் இருக்கக் கட்டுக் கட்டப் போட்ட கயிற்றின் மேல் (ஆக்கை) வைக்கும் முதல் கோட்டை மடித்துவைத்தல். (பெ.)

தாளை அழுத்திபுடிச்சி அற tāḷai aḻuttipuṭicci aṟa வி. நெற்பயிர், அறுவடை செய்யும்போது வயலில் அடித்தாள்கள் அதிகம் விடாமல் அறுத்தல். (பெ.)

தாளை தூக்கிபுடுச்சி அற tāḷai tūkkipuṭucci aṟa வி. அடித்தாளை நிலத்தில் அதிகமாக விட்டுச் சமமாக அறுவடை செய்தல். (எதிர். – தாளை அழுத்தி புடுச்சி அற) (பெ.)

தான்றி tāṉṟi பெ. அகன்ற நீள்வட்ட வடிவ இலைகளையும், சதைப் பற்றுடைய உருண்டையான காய்களையும் உடைய ஒரு மூலிகை மரம். (மூ.)

தானக்கம்பு tāṉakkampu பெ. மிளகாய்ச் செடி நடுவதற்காகக் குழி போடக்கூடிய சிறு கம்பு. (தூ.)

தானம்[1] tāṉam பெ. சிறு குழி. (தூ.)

தானம்[2] tāṉam பெ. வெற்றிலைக் கொடி நட்ட இடம். (நா.)

தானம்போடு tāṉampōṭu வி. குழி மிளகாய்க் கன்று நடுவதற்காகக் குழிபோடுதல். (தூ.)

தி

திட்டு tiṭṭu பெ. 1) கிழங்கு வகைப் பயிர்கள் நடும் போது, மண்வெட்டியால் ஏற்படுத்தப்படும் பட்டத்தின் கரை. (நீ.). 2) வெண்டை விதை நடுவதற்குப் பள்ளம் மேடு இணைந்து போடப்பட்ட கரை. (தரு.). 3) நாற்றங்கால் / வயலுக்குள் போடும் நிரந்தரமல்லாத சிறு தடுப்பு கரை. (தரு.)

திட்டுபோடு tiṭṭupōṭu வி. (பார்க்க–கால் போடு). (தரு.)

திடல் tiṭal பெ. நீர்த் தன்மையில் சாகுபடி செய்யக்கூடிய வயலிலிருந்து மேடானப் பகுதி (**புது**.). (**பார்க்க**–காடு^{3}–1)

திண்டு tiṇṭu பெ. நீர் தேங்கி நிற்கும் பள்ளம் (பட்டம்) (**பார்க்க**–திட்டு). (**நீ.**)

திப்பிலி tippili பெ. ஏழு கூறுகளாய்ப் பிளந்த இலைகளையும் மிகச் சிறிய பூக்களையும் சிவப்பு நிறப் பழங்களையும் உடைய ஒரு மூலிகைக் கொடி. (**மூ.**)

திமிறடியாபோகுதல் timiṟaṭiyā pōkutal தொ.பெ. வண்டி / ஏர் போன்ற கடினமான வேலையிலும் மாடு சோர்வடையாது போதல். (**கட.**)

திமுசுகட்டை timucukaṭṭai பெ. ஒரு பொருளை வைத்து நசுக்கிச் சமப்படுத்தக்கூடிய அளவில் தயார் செய்யப் பட்ட கைப்பிடியோடு கூடிய தடித்த மரக்கட்டை. (**நாக.**).

திராட்ச tirāṭca பெ. 1) கொடியில் கொத்துக் கொத்தாகக் கருநீலம் / பச்சை நிறத்தில் காய்க்கும், புளிப்பு மற்றும் துவர்ப்புச் சுவையுடைய ஒரு வகைப் பழம். 2) அவ்வகைப் பழத்தைத் தரக்கூடிய கொடி. (**நீ.**)

திராவு tirāvu வி. புழுதி நாற்றங்காலைச் சிறிய மட்டைகொண்டு கையால் சமப்படுத்துதல். (**நாக.**)

திரி tiri பெ. மிளகுக் கொடியில் (நீளமான சிறுதண்டில் மஞ்சள் மகரந்தம் ஒட்டி) தோன்றும் பூ. (**நீ.**)

திரிபோடுதல் tiripōṭutal தொ.பெ. மிளகுக் கொடியில் திரிபோன்று தண்டு, தண்டாகப்பூதோன்றுதல். (**நீ.**)

திருநீற்றுப் பச்சிலை tirunīṟṟup paccilai பெ. செறிந்த மணமுடைய இலைகளையும் வெளிறிய கருஞ்சிவப்பு மலர்க் கதிர்களையும் உடைய ஒரு வகை மூலிகைச் செடி. (**மூ.**)

திருப்பு tiruppu வி. வயலுக்கு நீர் செல்வதற்காக மடை மாற்றி நீர் வைத்தல். (**வே.**)

திருவுபலக tiruvupalaka பெ. (**பார்க்க**–தேங்கா துருவி). (**புது.**)

தில்லக்கட்ட tillakkaṭṭa பெ. பழங்கால நெல்லில் ஒரு வகை. (**கட.**)

தினுசு tiṉucu பெ. வகை. (**எ.கா.**) நாற்றுக் கட்டை ரெண்டு தினுசா கட்டலாம். (**தஞ்.**)

திஷ்டிகழி tiṣṭikaḻi வி. மற்றவர்கள் ஒரு பொருளைப் பார்த்து இவ்வளவு இருக்கின்றதே என்று ஏக்கம் ஏற்படாதவாறு வேப்பிலை போன்றவற்றை வைத்துக் குல தெய்வத்தை வணங்கும் ஒருவித நம்பிக்கை. (**தஞ்.**)

தீ

தீட்டு tīṭṭu **வி.** உரலில் தானியங்களை இட்டு உலக்கையால் குத்தித் தோல் நீக்குதல். **(தஞ்.)**

தீவனத்தட்ட tīvaṉattaṭṭa **பெ.** சோளச் செடியின் இன வகையைச் சார்ந்ததும் மாட்டிற்கு உணவாகப் பயன்படக்கூடியதுமான ஒரு வகைத் தாவரம். **(நா.)**

தீனி[1] tīṉi **பெ.** மாட்டிற்கு வைக்கப்படும் உணவு. **(நா.)**, **(தஞ்.)**

தீனி[2] tīṉi **பெ.** பயிர்களுக்குச் சத்துப் பொருளாகப் பயன்படும் உரம். **(நா.)**

தீனிபொட்டி tīṉipoṭṭi **பெ.** மாடுகளுக்கு உணவு கிளறி வைக்கப் பயன்படும் மரத்தாலான சிறு பெட்டி. **(தஞ்.)**

து

துண்டு[1] tuṇṭu **பெ.** (**பார்க்க–** பட்ட[2]). **(நீ.)**

துண்டு[2] tuṇṭu **பெ.** 20 கவுளி வெற்றிலை கொண்ட ஒரு தொகுப்பு. **(தஞ்.)**

துண்டு[3] tuṇṭu **பெ.** 1) வெட்டப்பட்ட மரத்தின் துண்டு. **(வே.)**. 2) விதை மரவள்ளிக் குச்சியை நறுக்கிய சிறுதுண்டு. **(தரு.)**

துண்டுகட்டி ஓட்டு tuṇṭukaṭṭi ōṭṭu **வி.** சேற்றைச் சமப்படுத்துவதற்காக வழவழப்பான மரத்தைக் கட்டி இழுத்தல் / மாடுபூட்டி ஓட்டுதல். **(வே.)**

துண்டுபிரி tuṇṭupiri **பெ.** நீட்டுப்பிரியின் பாதியளவு முறுக்கிய பிரி. **(கட.)**

துண்டுபோடு tuṇṭupōṭu **வி.** கிழங்குப் பயிர் நடுவதற்குப் பொருத்தமாக நீளமான சிறு சிறு பாத்தி அமைத்தல். **(நீ.)**

துண்டுவை tuṇṭuvai **வி.** (**பார்க்க–** துண்டுபோடு). **(நீ.)**

துணுக்குதுணுக்கா வருதல் tuṇukkutuṇukkā varutal **தொ.பெ.** கரும்பில் வட்ட வடிவில் கணு தோன்றுதல். **(கட.)**

துத்தி tutti **பெ.** 1) இதய வடிவ இலைகளையும் மஞ்சள் நிறச் சிறு பூக்களையும் தோடு வடிவக் காய்களையும் உடைய ஒரு மூலிகைச் செடி. **(மூ.)**. 2) சேற்றின் மண் வளத்தை மேம்படுத்துவதற்காக இடப்படும் துத்திச் செடியின் தழை. **(விரு.)**

தும்பசெடி tumpaceṭi **பெ.** வயல்களில் முளைக்கும் ஒரு வகை பூண்டு (செடி). **(கட.)**

தும்பப்பூடு tumpappūṭu **பெ.** கோடை காலத்தின்போது வயலில் முளைக்கும் ஒரு வகைப் பூண்டு. **(நா.)** (**பார்க்க–** பூண்டு[1])

தும்பு[1] tumpu பெ. *1) நுகத்தடியில் மாட்டை இணைப்பதற்காகப் பயன்படும் (ஒரு பக்கம் கொண்டையுள்ள) தடித்த சிறு கயிறு. 2) ஒரு பொருளை இணைத்துக் கட்டுவதற்கான கயிறு.* **(சிவ.), (தே.), (புது.)**

தும்பு[2] tumpu பெ. *புதைத்த விதைக் கரும்பிலிருந்து வரும் சிறு முளைப்பு.* **(கட.)**

தும்பை tumpai பெ. *எதிரடுக்கில் அமைந்த கூரான நீண்ட கரும்பச்சை இலைகளையும் நாற்கோண வடிவிலமைந்த தண்டுகளையும் பாத வடிவிலான தேன் நிறைந்த வெண்ணிறச் சிறு மலர்களையும் உடைய ஒரு சிறு மூலிகைச் செடி.* **(மூ.)**

துமுறடி tumuraṭi வி.அ. *நெல் நன்றாக விளைந்துள்ளதைக் குறிக்கும் ஒரு சொல். (எ.கா. இவ்வருடம் நெல் துமுறடியா இருக்கு).* **(தஞ்.)**

துலுக்கம் மல்ல tulukkam malla பெ. *நெற்பயிரில் தோன்றும் களை.* **(புது.)**

துளசி tuḷaci பெ. *கற்பூர மணம் பொருந்திய இலைகளையும் கதிராக வளர்ந்த பூங்கொத்துகளையும் உடைய ஒரு சிறு மூலிகைச் செடி.* **(மூ.)**

துளிர் tuḷir பெ. *1) செடி. 2) இலையின் கொழுந்து.* **(வே.)**

துளிரி tuḷiri பெ. *கைப்பிடி இணைந்த வட்ட வடிவ குச்சியில் வலை பொருத்தப்பட்டு ஆறு, ஏரி, குளம், கண்மாய் போன்றவற்றில் மீன்பிடிக்கக் கூடிய ஒரு வகை சாதனம்.* **(புது.)**

துளுக்கந்தாடிகீர tuḷukkantāṭikīra பெ. *மலைச் சரிவுகளில் வளரும் (உணவாகப் பயன் படக்கூடிய) ஒரு வகைக் கீரை.* **(நீ.)**

துளுரு tuḷuru பெ. *நட்ட பயிரிலிருந்து புதிதாகத் தோன்றும் பயிர்.* **(வே.)**

தூ

தூக்கிகட்டு tūkkikaṭṭu வி. *வெற்றிலைக் கொடி குறிப்பிட்ட அளவு வளர்ந்தபின் அதை நிமிர்த்துக் கட்டுதல்.* **(தஞ்.)**

தூங்குரகுச்சி tūṅkurakucci பெ. *சரியாக வளராத மரவள்ளிக் கிழங்கின் குச்சி.* **(நா.)**

தூசி tūci பெ. *(தானியங்களைச் சுத்தம் செய்யும் போது தூற்றும்போது) காற்றில் பறக்கும் நொறுங்கிய வைக்கோல் மற்றும் கூலம்.* **(புது.)**

தூத்து tūttu வி. *(தானியங்களைச் சுத்தப்படுத்தும் பொருட்டு) கூடை / முறத்தில் அள்ளிய தானியங்களை முன்னும் பின்னும் ஆட்டிக் காற்றில் பறக்க விடுதல்.* **(நா.), (பெ.), (தூ.), (தே.), (வே.). எடுத்துவுடு** eṭuttuvuṭu **(திருநெல்.)**

தூதுவேளை tūtuvēḷai பெ. சிறகாக உடைந்த முள்ளுள்ள இலைகளையும் ஊதா நிறப் பூக்களையும் உருண்டையான பச்சை நிறக் காய் மற்றும் சிவப்பு நிறப் பழங்களையும் கொண்ட வளைந்த முட்கள் நிறைந்த தண்டு உடைய ஏறு கொடி வகை மூலிகைச் செடி. *(மூ.)*. **தூதுவளை** tūtuvaḷai *(நாக.)*

தூரு[1] tūru பெ. நாற்று முடியின் வேர். *(எ.கா.)* நாற்றுமுடி கட்டாகக் கட்டும்போது தோக மேல வச்சி, தூரு கீழவச்சி கட்டனும். *(புது.)*

தூரு[2] tūru பெ. வயலில் நட்ட மூன்று/நான்கு தனி நாற்றுகள் கொண்ட ஒரு தொகுப்பு. *(திருச்.)*, *(தஞ்.)*

தூரு[3] tūru பெ. வாழைக் கன்றின் சிறு தண்டு *(தூ.)*

தூரு[4] tūru பெ. கம்புத்தட்டையை அறுவடை செய்த பிறகு நிலத்தில் தங்கியிருக்கும் அடிக் கட்டை. *(தூ.)*

தூரு[5] tūru பெ. வாய்க்கால், குளம் போன்றவற்றில் தங்கும் வீழ் படிவு. *(தூ.)*

தூரு[6] tūru பெ. நட்ட நெற்பயிரில் வெடித்துத் தோன்றும் கிளை. *(திருவா.)*. பக்கக்குருத்து *(ராம.)*

தூருஎடு tūrueṭu வி. வாய்க்கால், குளம் போன்றவற்றைச் சுத்தம் செய்தல். *(நா.)*

தூருகட்டு turukaṭṭu வி. நட்ட முதலிலிருந்து புதிதாக நெற்பயிர் கிளைவெடித்துத் தோன்றுதல். *(திருவா.)*

தூருகணமாதல் tūrukaṇamātal தொ.பெ. நட்ட நாற்றின் முதல், பக்கக்குருத்து வெடித்துப் பரவலாக வளர்தல். *(ராம.)*

தெ

தெக்குவடக்கு tekkuvaṭakku பெ. *(கிழக்கு, மேற்கிற்கு எதிர்த் திசையான)* தெற்கும் வடக்கும் சேர்ந்த திசை. *(தூ.)*

தெங்கு teṅku பெ. தேங்காய். *(நீ.)*

தெடகால் teṭakāl *(கட.)*. **தெடல்** teṭal *(தஞ்.)*

தெடகால் தடு teṭakāl taṭu வி. புழுதி நிலத்தில் பாத்தி பிரித்தல். *(கட.)*

தெண்ணு teṇṇu வி. தோண்டு. நிலத்தில் பள்ளம் பறித்தல். *(திருநெல்.)*

தெப்பக்கட்ட teppakkaṭṭa பெ. *(பார்க்க – நாட்டுவண்டி)*. *(திருநெல்.)*. *(தஞ்.)*

தெம்பட ஒழவு tempaṭa oḻavu பெ. தெற்கு நோக்கி உழும் உழவு. *(திருநெல்.)*

தெம்மடல் temmaṭal பெ. தெற்கு வடக்கு. (தெற்கு வடக்காக ஏரினை ஓட்டுதல்). *(விரு.)*

தெம்மல் temmal பெ. தெற்குத் திசை. *(திருநெல்.)*

தெர[1] tera பெ. முப்பிரிகளைக் கொண்டு திரட்டிக் கட்டப் பட்ட வைக்கோல்களின் தொகுப்பு. *(நா.)*

தெர[2] tera **வி.** நாற்று முடியை வரிசையாக அடுக்கி வட்ட வடிவில் சுருட்டிக் கட்டுதல். *(திருநெல்.)*

தெரஉருட்டு terauruṭṭu **வி.** *(வைக்கோல் அதிகம் உள்ள)* மூன்று/இரண்டு வரிகளாகப் போட்ட பிரியின் மேல் வைக்கோலை வைத்துத் தலைமாடு பக்கத்திலிருந்து உருட்டித் திரையாக்குதல் *(பார்க்க–தெர[1]). (நா.)*

தெரடு teraṭu **பெ.** பெரிய வரப்பு. *(தூ.)*

தெரயஓடச்சிவிடு terayaoṭacciviṭu **வி.** உருட்டி வைத்துள்ள வைக்கோல் திரையைப் பிரித்துப் பழைய நிலைக்குக் கொண்டு வருதல். *(நா.), (பெ.)*

தெரிப்பா இருத்தல் terippā iruttal **தொ.பெ.** நெற்கதிரில் நெல்மணி முற்றியிருத்தல். *(நாக.)*

தெரைய ஓட teraiya oṭa **வி.** உருட்டி வைத்துள்ள வைக்கோல் திரையைப் பிரித்தல். *(கட.)*

தெளிதண்ணி teḷitaṇṇi **பெ.** *(முளைகட்டிய விதை தெளிப்பதற்குத் தயார் படுத்தும்போது)* பரம்பு வைத்த சேற்றில் உள்ள நீரைத் தெளிய வைப்பதற்காக விடும் குழம்பல் அல்லாத புதிய நீர். *(புது.).* **தெளிவுதண்ணி** teḷivutaṇṇi *(பெ.), (நாக.), (கட.), (தஞ்.), (ராம.).* **மொளத்தண்ணி** moḷattaṇṇi *(தரு.)*

தெளிநாத்து teḷināttu **பெ.** சேற்றில் விதைக்காமல் புழுதியில் விதைத்து முளைத்த நாற்று. *(தஞ்.)*

தென்காஞ்சியாடு teṉkāñciyāṭu **பெ.** குள்ளமாக உள்ள ஒரு வகை ஆடு. *(ராம.)*

தென்னம்மஞ்சி teṉṉammañci **பெ.** தேங்காய் நார்க் கயிறு. *(புது.)*

தென teṉa **பெ.** உணவுக்குப் பயன்படக்கூடிய ஒரு வகைத் தானியம். *(தஞ்.)*

தென்னல் teṉṉal **பெ.** தென்மேற்கு மூலையிலிருந்து வீசும் இதமான காற்று. *(பெ.)*

தென்னை teṉṉai **பெ.** சிறகுக் கூட்டிலைகளையும், பாளையோடு பூங்கொத்தையும் உடைய உயரமான தண்டுள்ள *(தேங்காய்)* காய்க்கும் மரம். *(மூ.).* **தென்ன** teṉṉa *(ம.), (விரு.), (நா.), (தஞ்.)*

தே

தேங்கா tēṅkā **பெ.** *(பார்க்க–தெங்கு). (நீ.)*

தேங்காதுருவி tēṅkāturuvi **பெ.** உடைத்த தேங்காயைத் துருவி எடுப்பதற்காகப் பயன்படும் வகையில் மரக்கட்டையில் செங்குத்தாகப் பொருத்தப்பட்ட சிறு பற்களையுடைய ஒரு கருவி. *(புது.)*

தேங்காநாரு tēṅkānāru பெ. *(பார்க்க–தென்னம்மஞ்சி). (புது.)*

தேங்காபலம் tēṅkāpalam பெ. குலதெய்வத்திற்குப் படைக்க வைக்கப்படும் தேங்காய், வாழைப்பழம் முதலியன கொண்ட தொகுப்பு. *(நா.)*

தேச்சிடு tēcciṭu வி. *(உழும்போது)* இறுதியாக உள்ள பகுதியை உழுது முடித்தல். *(தரு.)*

தேட்கொடுக்கு tēṭkoṭukku பெ. சுறசுறப்பான இலைகளையும் தேள் கொடுக்கு போன்ற பூங்கொத்தினையும் வெளிரிய நீல நிற மலர்களையும் உடைய சிறு மூலிகைச் செடி. *(மூ.)*

தேய்வெளா tēyveḷā பெ. உழுது முடிக்கும்போது இறுதியாகப் போடப்படும் விளா. *(பார்க்க–வெலா).* **வெளா** veḷā *(தஞ்.)*

தேயில tēyila பெ. *1)* குளிர் பிரதேசத்தில் விளைவதும் தேனீர் தயாரிக்கப் பயன் படுவதுமான ஒரு வகைக் குற்று மரம். *2)* அக்குற்று மரத்தில் இருந்து பறித்துப் பதப்படுத்திய இலை. *(பாகம்–மொக்கு, குருத்து, தண்டு, தாய் குருத்து, ரெக்கு, கரட்டுஎல) (நீ.)*

தேயிலைஎடு tēyilaieṭu வி. தேநீர் தயாரிப்பதற்குப் பயன்படும் தேயிலைக் குற்றுமரத்தின் கொழுந்து இலையைக் கிள்ளி எடுத்தல். *(நீ.)*

தேர்ச்சியாஇருத்தல் tērcciyā iruttal தொ.பெ. மரவள்ளிக் குச்சி நன்றாக வளர்ந்து பருவத்தை அடைதல். *(நா.)*

தேவசானம் பூமி tēvacāṉam pūmi பெ. தேவஸ்தானத்திற்கு உரிமையான / அதன் கட்டுப் பாட்டில் உள்ள நிலம். *(திருநெல்.)*

தேவளா tēvaḷā பெ. நிலக்கடலை போடும் போது இறுதியாக ஒவ்வொரு விளாவிலும் (ஏரினால்) தோன்றும் மூடாத பள்ளம். *(பெ.)*

தேற்றான் tēṟṟāṉ பெ. சற்று நீண்ட, பளபளப்பான கரும்பச்சை இலைகளையும் உருண்டை வடிவ விதைகளையும் உடைய குறு மூலிகை மரம். *(மூ.)*

தை

தைப்பட்டம் taippaṭṭam பெ. *1)* தை மாதம் வேளாண்மை செய்யக்கூடிய பருவம். *(வே.), (பெ.). 2)* இரண்டு வருடம் பயிரிடக்கூடிய வெற்றிலையின் காலம். *(நா.)*

தைப்புக்கட்ட taippukkaṭṭa பெ. சீமைக் கலப்பையில் கொழு மாட்டுவதற்காக அடிப்பகுதியில் உள்ள கட்டை. *(திருநெல்.)*

தொ

தொக்கு[1] tokku பெ. *1)* பருத்திச் செடியின் காய். *2)* வெடித்த பஞ்சைத் தாங்கியிருக்கும் காய்ந்த சருகு. *(வே.)*

தொக்கு[2] tokku பெ. சோளக்கதிர் அடித்துத் தூய்மை செய்யும் போது காற்றில் பறக்கும் / ஒதுக்கப்படும் சோளக் கதிரின் சக்கை / தோல். (தே.)

தொக்குகாய் tokkukāy பெ. (பார்க்க–தொக்கு[1]). (வே.)

தொக்குநோய் tokkunōy பெ. நெற்பயிரில் தோன்றும் ஒரு வகை நோய். (திருநெல்.)

தொட்டாற்சிணுங்கி toṭṭāṟci ṇuṅki பெ. உணர்வுள்ள கூட்டிலைகளையும் இளஞ்சிவப்பு மலர்களையும் வளைந்த தட்டையான காய்களையும் கொண்டு, நீர் வளமுள்ள இடங்களில் தரையோடு படர்ந்து வளரும் முள்ளுள்ள மூலிகைச் செடி. (மூ.)

தொட்டி[1] toṭṭi பெ. 1) வயலில் நீர் தேங்கி நிற்கும் இடம். (தரு.). 2) (பருத்திப் பட்டத்தில்) நீர் ஓடும் பள்ளம். (வே.)

தொட்டி[2] toṭṭi பெ. (பார்க்க–குலுத்தி). (வே.)

தொட்டிஓட்டு toṭṭiōṭṭu வி. (கரும்பு போன்றவை நடும் பொருட்டு) அகலமான கொழு இணைத்த கலப்பையால் வாய்க்கால் போல் புழுதி நிலத்தில் பட்டம் கிழித்தல். (வே.)

தொட்டிகட்டு toṭṭikaṭṭu வி. இரு பக்கக் கரைகள்கொண்டு, பூச்செடிகள் நடும் பகுதி பள்ளமாக நீள் அமைப்பில் பாத்தி அமைத்தல். (வே.)

தொட்டு toṭṭu பெ. தானிய விதைகளின் காய்ந்த தோல். (தரு.)

தொடக்கயிறு toṭakkayiṟu பெ. (பார்க்க–மோத்தடிக்கயிறு). (புது.)

தொடப்பம் toṭappam பெ. சிதறிக்கிடக்கும் தானியத்தை ஒன்று திரட்டுவதற்காக / சுத்தம் செய்வதற்காகத் தென்னை ஓலையின் வலுவான நடு நரம்பினால் செய்த தொகுப்பு. (தரு.), (திருவ.). **தென்னந்தொடப்பம்** teṉṉantoṭappam/ **தொடப்பம்** toṭappam (வே.)

தொடுவ toṭuva பெ. நீர் இறைக்கும் கருவியின் பகுதி (பார்க்க–எறவமரம்). (ராம.)

தொடுவுகம்பு toṭuvukampu பெ. காயவைக்கும் வைக்கோல் / தானியத் தட்டைகளைக் கிண்டி/ கிளறிவிடப் பயன் படும் நீண்ட மூங்கில் கம்பு. **தொரண்டிகம்பு** toraṇṭikampu (திருநெல்.). **தொலுகம்பு** tolukampu (தே.)

தொண்ட கதுரு toṇṭa katuru பெ. நட்ட பயிரில் நெற்கதிர் தோன்றி வெளிவராமல் இருக்கும் நிலை. (நாக.)

தொண்டபயிறு toṇṭapayiṟu பெ. நெற்பயிரில் கதிர் வெளிவராத நிலை. (கட.)

தொம்ப[1] tompa பெ. நாற்று பறிக்கும்போது அதன் வேர்ப் பகுதியில் இருக்கும் சேர். (ராம.), (ம.)

தொம்ப[2] tompa பெ. 1) மூங்கில் குச்சியால் பின்னிச் சாணம் போட்டு மெழுகித் தயார் செய்த தானியம் சேமிக்கும் கொள்கலன். **தொம்ப கூடு** tompa kūṭu *(தஞ்.), (தரு.), (தரு.).* **கெர்சி** kerci *(பார்க்க–கொர்ச). (வே.).* **மூங்கிகூடு** mūṅkikūṭu *(தஞ்.). 2)* மண், வைக்கோல், பதர் போன்ற கலவையால் சதுர/வட்ட வடிவில் அடுக்கடுக்காகச் செய்து கோர்க்கப்பட்ட தானியங்கள் சேமிக்கும் கொள்கலன். *(கட.), (பெ.)*

தொம்ப கட்டுதல் tompa kaṭṭutal தொ.பெ. நடுவதற்காகப் பறித்த நாற்றின் வேர்ப் பகுதியில் அதிகமாகச் சேறு பிடித்திருத்தல். *(திருச்.)*

தொம்பநாத்து tompanāttu பெ. பறிக்கும்போது வேர்ப் பகுதியில் அதிகச் சேற்றுப் பிடிப்பினைக் கொண்டுள்ள நாற்று. *(தஞ்.), (ம.)*

தொய்யாகிர toyyākīra பெ. நெற்பயிரில் முளைக்கும் ஒரு வகைக் களைச் செடி. *(வே.)*

தொரகிடு torakiṭu பெ. பயிர்களில் முளைக்கும் பயிர்கள் அல்லாத செடி, புல், உள்ளிட்ட களைகள். *(நீ.)*

தொரவுகட்டுதல் toravukaṭṭutal பெ. ஏர் உழும்போது கொழுவில் புல், பூண்டுகள் போன்றவை அடைத்துக் கொள்ளுதல். *(நா.)*

தொல tola பெ. 1) மண்வெட்டியின் இலை (தகடு) மாட்டக் கூடிய துளை. *(பெ.).*

தொலவிவிடு tolaviviṭu வி. காயவைக்கும் நெல்லைக் காலால் கிண்டி / கிளறி விடுதல். *(தரு.)*

தொலாகுழி tolākuḻi பெ. ஏற்றத்தின்கால் நீர் மொள்ளக்கூடிய இடம். *(பார்க்க–கவலஏத்தம்). (புது.)*

தொலி toli பெ. குழம்பிய சேறு. *(தூ.)*

தொலி அடித்தல் toli aṭittal தொ.பெ. நீர்விட்ட நிலத்தில் ஏர்கட்டிச் சேறாக்குதல்/உழுதல். *(தூ.)*

தொலும்பு tolumpu பெ. தட்டையின் தோல். தடணி taṭaṇi *(தரு.)*

தொவச்சிவுடு tovaccivuṭu வி. நெற்பயிரில் தோன்றும் களைகளைப் பிடுங்கி ஒன்றிணைந்துவிட்ட ஒவ்வொரு பயிரின் வேரைக் காலால் மிதித்து அறுத்து விடுதல். *(தஞ்.)*

தொவர tovara பெ. செடியில் விளைவதும் உணவாகப் பயன்படக்கூடியதுமான பழுப்பு நிறப் பயறில் இருந்து பெறப்படும் மஞ்சள் நிறப் பருப்பு. *(விரு.), (தூ.), (புது.), (பெ.), (தரு.)*

தொவரமண்ட அடித்தல் tovaramaṇṭa aṭittal தொ.பெ. காய்ந்துபோன துவரையோடு

கூடியசெடியை,துவரைக்காய் வெடித்து உதிரும் வண்ணம் தரையில் அடித்தல். *(வே.)*

தொழுஓரம் toḻuoram பெ. *(தாவரங்களுக்குச் சத்துண வாகப் பயன்படக்கூடிய)* குப்பைகள், கால்நடைகளின் கழிவுகள் உள்ளிட்டவை சேர்ந்து மக்கிய கூட்டுப் பொருள். *(தூ.), (ம.), (நாக.), (பெ.), (தஞ்.)*

தொழுவம் toḻuvam பெ. கால்நடைகள் கட்டுவதற் குரிய இடம். *(ம.)*

தொள்ளிகீர toḷḷikīra பெ. வயலில் களையாக முளைக்கும் ஒரு வகைக் கீரை. *(நா.)*

தொள toḷa பெ. *(பூட்டாங்கயிறு மாட்டுவதற்காக)* நுகத்தடி யில் இரு பக்கங்களிலும் ஏற்படுத்தப் பட்டிருக்கும் துளை. *(பார்க்க–நோக்கா). (திருநெல்.), (பெ.), (தரு.).* **தொல** tola *(வே.)*

தொளி toḷi பெ. உழுது பக்குவப்படுத்திய சேறு. *(விரு.), (ம.)*

தொளிஅடி toḷitaṭi வி. நிலத்தில் நீர்வைத்து ஏர் உழுது, சேற்றை உருவாக்குதல். *(திருநெல்.), (ம.), (புது.), (தே.)*

தொளிஞ்சிடுதல் toḷiñciṭutal தொ.பெ. குழம்பிய சேற்றில் புதிய நீர் வைப்பதால் சேறு தெளிதல். *(வே.)*

தொளித்தல் toḷittal தொ.பெ. நிலக்கடலையில் இருந்து விதையை எடுப்பதற்கு அக்கடலையைத் தரையில் குத்தி உடைத்தல் / நசுக்குதல். *(நா.)*

தொளிதல் toḷital தொ.பெ. பெண்கள் நடவினை நடுதல். *(தூ.)*

தொளிநாத்து toḷināttu பெ. சேற்று நாற்றங்காலில் வளர்த்துப் பறித்த நாற்று. *(திருநெல்.)*

தொளியாக்குதல் toḷiyākkutal தொ.பெ. நிலத்தை நீர்வைத்து உழுது சேறாக்குதல். *(விரு.)*

தொளியிடம் toḷiyiṭam பெ. ஒரு பெண் ஆள் நடவு செய்து கொண்டு செல்லும் இடம். *(தூ.)*

தொளிவைத்தல் toḷivaittal தொ.பெ. *(பார்க்க– தொளிஅடி). (ம.)*

தொளுக்கம்பு toḷukkampu பெ. நீளமான கம்பில் *(நுனிப் பகுதியில் கவை பொருத்தி)* வைக்கோல், தட்டை போன்றவை அள்ளுவதற் காகப் பயன்படும் கருவி. *(ம.)* **தொரட்டி** toraṭṭi *(புது.)*

தோ

தோக tōka பெ. *1)* நாற்றின் / பயிரின் தோகை. *(புது.), (தூ.).* **தோவ** tōva *(விரு.), (ராம.). 2)* சோளம் போன்ற செடி களின் தழை. *(நா.)*

தோட்டக்காடு tōṭṭakkāṭu பெ. மழையை நம்பிச் சாகுபடி

செய்யக்கூடிய மேட்டு நிலப் பகுதி. *(விரு.)*

தோட்டகால் tōṭṭakāl பெ. காய்கறி விளையக் கூடிய இடம். *(வே.)*

தோட்டசால் tōṭṭacāl பெ. *(சேற்று நாற்றங்காலில்)* விதை தெளித்துப் பின் தேங்கியிருக்கும் நீரை வடிகட்டும் பொருட்டு நான்கு புறங்கள் மற்றும் நடுவில் பறித்த பள்ளம். *(தஞ்.)*

தோட்டசால் எடு tōṭṭacāl eṭu வி. விதை விதைத்த நாற்றாங் காலில் இரண்டாம் நாள் நீர் வடிவிப்பதற்காக மண் வெட்டியாலோ கையாலோ சிறுவழி ஏற்படுத்துதல். **தோண்டிகா போடு** tōṇṭikā pōṭu *(தஞ்.)*. **தோண்டுகா போடு** tōṇṭukā pōṭu *(கட.)*

தோட்டம் tōṭṭam பெ. *1)* நெல் பயிரிடக்கூடிய இடம். *(தூ.)*. *2) (பார்க்க–திடல்)*. *(புது.)*. *3)* கம்பு போன்ற தானியப் பயிர் சாகுபடி செய்யக்கூடிய இடம். *(தே.)*. *4)* தேயிலை, காபி போன்றவை விளையக்கூடிய இடம். *(நீ.)*. *5)* பூச்செடிகள் மற்றும் காய்கறிகள் பயிரிடக் கூடிய வீட்டைச் சுற்றியுள்ள திடல் பகுதி. *(பெ.)*. *6)* வீட்டைச் சுற்றியுள்ள பகுதி. *(தரு.)*

தோண்டி tōṇṭi பெ. நீர் எடுப்பதற்குப் பயன்படும் சுடுமண்ணால் செய்த சிறு பானை. *(வே.)*. **தோண்டிகா** tōṇṭika *(தஞ்.)*

தோண்டுகா tōṇṭukā பெ. நாற்றங்கால் / வயலில் தேங்கி யுள்ள நீரை வடிவிப்பதற் காகப் பயிர் சேதமில்லாமல் ஏற்படுத்தும் வழி. *(கட.)*

தோத்தோ tōttō பெ. தானியம் தூற்றும்போது காற்று விரைவாக வீசுவதற்காக வாயால் கொடுக்கும் சப்தம் / ஒலிக் குறிப்பு. *(தஞ்.)*

தோப்பு tōppu பெ. பழ வகைகள் விளைகின்ற இடம். *(வே.)*

தோராயம் tōrāyam பெ. ஒரு பொருள்மீது மனதுக்குள் போடும் தற்காலிக மதிப்பீடு. *(வே.)*

தோலடிகிழங்கு tōlaṭikiḻaṅku பெ. தோல் உரிந்த ஒரு வகை உருளைக் கிழங்கு. *(முற்றாத கிழங்கை அறுவடை செய்வதால் அக்கிழங்கின் தோல் உரிதல்.)* *(நீ.)*

தோலுஉடு tōluuṭu வி. *(பார்க்க–ராசிஉடு)*. *(வே.)*

தோவஉரி tōvauri வி. கரும்பு வளர்வதற்காக / காற்றோட்ட மாக இருப்பதற்காகத் தோகையை உரித்தல். *(நா.)*

தோவபூச்சி tōvapūcci பெ. நெற்பயிற்றின் தோகையில் தோன்றும் ஒரு வகை (பூச்சி) நோய். *(திருவா.)*

தோளி tōḷi பெ. நிலக்கடலை யின் தோல். *(நா.)*

ந

நஞ்ச nañca **பெ.** நெல், வாழை, வெற்றிலை போன்றவை விளையக்கூடிய அதிக நீர்த் தன்மையுள்ள தாழ்வான வயல் பகுதி. **(தூ.)**, (பெ.). (பார்க்க–வய). **(நா.)**, **(வே.)**, **(கட.)**, **(திருநெல்.)**. **நஞ்சகாடு** nañcakkāṭu **(ம.)**

நஞ்சறுப்பான் nañcaṟuppāṉ **பெ.** முட்டை வடிவ இலைகள் மற்றும், பஞ்சுடன் கூடிய முட்டை வடிவ விதைகளுடன் வேலியில் படரும் ஒரு மூலிகைக் கொடி. **(மூ.)**

நட்டகலம் naṭṭakalam **பெ.** கதிர் அடித்து தூய்மை செய்கின்ற களத்தின் ஒரு வகை. **(நா.)**

நட்டம் வருதல் naṭṭam varutal **தொ.பெ.** சாகுபடி செய்யப்பட்ட பயிரிலிருந்து எதிர்பார்த்ததைவிட மகசூல் குறைதல். **(புது.)**

நட்டமாநில் naṭṭamānil **வி.** வேலை இருந்தும் செய்யாமல் சும்மா நிற்றல். **(எ.கா.)** அவ வேலை செய்ரா இவ நட்டமா நிற்கிறாளே ! **(ம.)**

நட்டமாவெட்டு naṭṭamāveṭṭu **வி.** பொருளை/ மண்ணை, மண் வெட்டியால் (சாய்வாக வெட்டாமல்) நேராக வெட்டுதல். **(தூ.)**

நட்டமாவைத்தல் naṭṭamā vaittal **தொ.பெ.** பொருளின் உரத்தினை நேராக வைத்தல். **(தூ.)**

நட்டுக்கட்ட naṭṭukkaṭṭa **பெ.** (பார்க்க–சீமக்கலப்ப). **நட்டுக்காலு** naṭṭukkālu. சீமக்கலப்பையின் பாகம். **(திருநெல்.)** (பார்க்க–போஸ்டுகலப்ப)

நட்டுக்காலு naṭṭukkālu **பெ.** சீமக்கலப்பையில் ஏர்காவைத் தாங்கியிருக்கும் சட்டம். (பார்க்க–சீமக்கலப்ப) **(திருநெல்.)**

நடவ அண்ணாத்திபோடு naṭava aṇṇāttipōṭu **வி.** நடவினை நேராக நடுதல். **(தஞ்.)**

நடவ தொவச்சிவிடு naṭava tovaccivitu **வி.** நடவு நட்ட முப்பது நாட்களுக்குப் பிறகு ஆட்கள் (பெண்கள்) ஒவ்வொரு முதலின் வேர் மற்றொரு முதலின் வேரோடு பிணைந்தில்லாமல் காலால் மிதித்து அறுத்து விடுதல். **(திருவா.)**

நடவரப்பு naṭavarappu **பெ.** வயல்களுக்கு நடுவே போக்குவரத்திற்காக அகலம் மற்றும் உயரமாகப் போடப்பட்டிருக்கும் வரப்பு. **(நா.)**

நடவாள் naṭavāḷ **பெ.** நடவு நடும் வேலையைச் செய்யக்கூடிய பெண்கள். **(திருநெல்.)**, **(தஞ்.)**

நடவு அண்ணாந்து போதல் naṭavu aṇṇāntu pōtal **தொ.பெ.** வயலில் நட்ட முதல் வேர் பிடித்து நிமிர்ந்து இருத்தல், போதல். **(திருவா.)**

நடவுசால் ஓட்டு naṭavucāl oṭṭu **வி.** நடவு நடுவதற்கு முன்பு (சட்டக் கலப்பையால்) சேற்றைச் சமப்படுத்தி உழுதல். *(**தஞ்.**)*

நடவுசாலு naṭavucālu **பெ.** நடவு நடுவதற்கு முன்பு சேற்றைச் சமப்படுத்தி உழும் உழவு. *(**தஞ்.**)*

நடவுதண்ணி naṭavutaṇṇi **பெ.** நடவு நடும்போது இருந்த தண்ணீர் வற்றியபிறகு முதன் முதலில் வைக்கும் புதிய தண்ணீர். *(**ராம.**)*

நடவுநடு naṭavunaṭu **வி.** மீண்டும் வளரும் பொருட்டுப் பறித்த இளம் நாற்றுகளைச் சேற்று வயலில் இரண்டு / மூன்று தனி நாற்றுகளாகப் பிரித்து வயலில் முக்கோண அமைப்பில் ஊன்றுதல். *(**நா.**)*, *(**வே.**)*. **நடு** naṭu *(**ம.**)*

நடுதட்டு naṭutaṭṭu **பெ.** குலுமத்தின் நடுப்பாகத்தில் உள்ள அடுக்கு *(**பார்க்க**–* குலுமம்). *(**ராம.**)*

நடுபார் naṭupār **பெ.** பாரவண்டியின் பாகம் *(**பார்க்க**–* பாரவண்டி). *(**நா.**)*

நண்டு naṇṭu **பெ.** வயலில் பொந்திட்டு வாழக்கூடிய கடின ஓட்டை உடையதும் பக்கவாட்டில் இடப் பெயர்ச்சி செய்யும் ஒருவகை பத்துக்கால் உயிரினம். *(**நா.**)*

நண்டுகாபில்லு naṇṭukāpillu **பெ.** கடலைப் பயிரில் களைகளாக முளைக்கும் ஒரு வகைச் செடி. *(**புது.**)*

நத்தைச்சூரி nattaiccūri **பெ.** நான்கு பட்டையான தண்டுகளையும் எதிரடுக்கில் அமைந்த காம்பற்ற இலைகளையும் மிகச் சிறிய பூக்களையும் உடைய சிறு மூலிகைக் கொடி. *(**மூ.**)*

நந்தியாவட்டை nantiyāvaṭṭai **பெ.** கரும் பச்சை நிற இலைகளையும் வெள்ளை நிற மலர்களையும் உடைய ஒரு மூலிகைச் செடி இனம். *(**மூ.**)*

நமர்தல் namartal **தொ.பெ.** நிலம் ஈரத் தன்மைக்கு மாறுதல். *(**கட.**)*

நயம் nayam **பெ.** *(சரியான)* நேர்மை. *(**ராம.**)*

நருவுசுபண்ணு naruvucu paṇṇu **பெ.** சேறு/புழுதி மண்ணை மண்வெட்டியால் சரிசெய்தல். *(**நா.**)*

நல்லவேளை nallavēḷai **பெ.** நீண்ட காம்புடன் விரல்கள் போல விரிந்து மணமுடைய இலைகளையும் வெண்மை, கருஞ்சிவப்பு கலந்த மலர்களையும் உடைய சிறு மூலிகைச் செடி. *(**மூ.**)*

நல்லாவாக்குதல் nallāvākkutal **தொ.பெ.** *(**பார்க்க**–நல்லா* வாச்சிடுதல்). *(**ராம.**)*

நல்லாவாச்சிடுதல் nallā vāccituṭal **தொ.பெ.** விதைத்த தானியம் / நட்ட நாற்று நன்றாக முளைத்தல். *(**ராம.**)*

நல்லேறுகட்டு nallēṟukaṭṭu **வி.** *(பார்க்க–பொன்னேறு கட்டு).* ***(தஞ்.)***

நவ்வால் navvāl **பெ.** *இரு நான்கு எண்ணிக்கை சேர்ந்த தொகுப்பு. (நாலு + நாலு = நவ்வால்).* ***(திருநெல்.)***

நவப்பு navappu **வி.** *(உளுந்தின் செடி) ஈரமாக இருத்தல்.* ***(கட.)***

நவமி navami **பெ.** *முதன்முதலில் வேளாண் வேலை தொடங்குவதற்கு ஆகாத நாள் / மங்களமல்லாத தேதியை உடைய நாள். (பார்க்க– அஷ்டமி).* ***(ம.), (புது.)***

நவரப்பட்டம் navarappaṭṭam **பெ.** *கார்த்திகை மாதத்தில் நாற்றுவிட்டுப் பயிரிடப் படும் நிலம்.* ***(கட.)***

நறுந்தாளி naṟuntāḷi **பெ.** *மும்முனைகளையும் உடையதாகவும் இதய வடிவ இலைகளை மாற்றடுக்கில் கொண்ட சுற்றுக் கொடி.* ***(மூ.)***

நறுமுன்னை naṟumuṉṉai **பெ.** *மணமுள்ள இலைகளையும் மணிவடிவ வெள்ளை நிறக் கொத்தான பூக்களையும் உடைய சிறு மூலிகைச் செடி.* ***(மூ.)***

நறுவிலி naṟuvili **பெ.** *நீள் வட்ட இலைகளையும் வழுவழுப்புள்ள ஆரஞ்சு வண்ணப் பழங்களையும் உடைய ஒரு மூலிகை மரம்.* ***(மூ.)***

நன்னாரி naṉṉāri **பெ.** *எதிரடுக்கில் அமைந்த குறுகி நீண்ட இலைகளையும் கம்பி போன்ற தண்டுப் பகுதிகளையும் உடைய ஒரு மூலிகைக் கொடி.* ***(மூ.)***

நா

நாகமரம் nākamaram **பெ.** *நீலகிரி மலைத் தொடரில் வளரக்கூடிய ஒரு வகை மரம்.* ***(நீ.)***

நாகமல்லி nākamalli **பெ.** *சுணையுள்ள தளிர்களையும் நீள்வட்ட வடிவ இலைகளையும் வெண்ணிற மலர்களையும் உடைய மூலிகைச் செடி.* ***(மூ.)***

நாட்டுஎரு nāṭṭueru **பெ.** *மக்கிய மாட்டுச் சாணம்.* ***(நீ.)***

நாட்டுக்கம்பு nāṭṭukkampu **பெ.** *உள்ளூரிலேயே விளையும் கம்புப் பயிரிலிருந்து விதையைத் தயார் செய்த தரமான கம்பு.* ***(தூ.)***

நாட்டுகரிக்க nāṭṭukarikka **பெ.** *ஒரு வகைப் புல்.* ***(நீ.)***

நாட்டுசக்கர nāṭṭucakkara **பெ.** *ஆலைக் கரும்பின் பாகிலிருந்து உதிரியாகத் தயாரிக்கக் கூடிய ஒரு வித சர்க்கரை.* ***(நா.)***

நாட்டுசோளம் nāṭṭucōḷam **பெ.** *சமைத்து உணவாகப் பயன்படுத்தக்கூடிய, உள்ளூரிலேயே விளையக் கூடிய சோளம்.* ***(புது.), (தஞ்.)***

நாட்டுத்தக்காளி nāṭṭuttakkāḷi **பெ.** *(பழங்காலத்திலிருந்து)*

உள்ளூரிலேயே விதை தயார் செய்து விளைவிக்கக்கூடிய ஒரு வகைத் தக்காளி. *(நீ.)*

நாட்டுதென்ன nāṭṭuteṉṉa **பெ.** நெடியதாக வளர்ந்து, நீண்ட நாட்களுக்கு மகசூல் தரக்கூடிய (உள்ளூரிலேயே விதை எடுத்துப் பயிர் செய்யப்படும்) ஒரு வகைத் தென்னை. *(தஞ்.)*

நாட்டுமாடு nāṭṭumāṭu **பெ.** உள்ளூரிலே இனப்பெருக்கம் செய்து (நல்ல உடல் வலிமை யுடன் வளர்ந்து) உழவுக்குப் பயன்படக்கூடிய மாடு. *(தரு.)*

நாட்டுமொந்தன் nāṭṭumontaṉ **பெ.** விவசாய ஆராய்ச்சிப் பண்ணையிலிருந்து விதைக் கன்று பெறாமல் வழி வழியாக உள்ளூரிலேயே விதைக் கன்று எடுத்துச் சாகுபடி செய்யக்கூடிய ஒரு வகை வாழை மரம். *(தஞ்.)*

நாட்டுவண்டி nāṭṭuvaṇṭi **பெ.** உள்ளூரிலேயே முழுவதும் மரத்தால் செய்து மாடுபூட்டி இழுக்கக் கூடிய ஒரு வகை மாட்டு வண்டி. *(பாகம்– **குறியடி, புள்ளச்சட்டம், தெப்பக்கட்ட, இருக்கப்பட்ட, அச்சி, அச்சாணி, காலு, பைதா, கொடபூனு, கொடம், பட்ட, போலு, மோதாக்கட்ட, நோக்கா**) (திருநெல்.).* **பாரவண்டி** nāṭṭuvaṇṭi *(தஞ்.), (நாக.)*

நாடு nāṭu **பெ.** நன்றாக விளையக் கூடிய வாழையின் ஒரு வகை இனம். *(தூ.)*

நாணாகரும்பு nāṇākarumpu **பெ.** ஆலைக்குச் சென்று சர்க்கரை எடுக்கப் பயன்படும் கரும்பு. *(கட.)*

நாத்த ஈஞ்சிவை nātta īñcivai **வி.** நடும்போது நாற்றுகளைக் குறைவாக வைத்து நடுதல். *(ராம.)*

நாத்த ஒலப்பு nātta olappu **வி.** நாற்று முடியை (பெண்கள் எடுத்து நடுவதற்கு ஏற்றாற்போல்) பரவலாக விழுமாறு விசுறுதல். *(ம.).* **நாத்தஒலம்பு** nāttaolampu *(சிவ.).* **நாத்த விலாம்பு** nātta vilāmpu *(திருச்.).* **நாத்தவீசு** nāttavīcu *(பெ.), (தஞ்.).* **நாத்து வெலம்பு** nāttu velampu *(ராம.)*

நாத்தடி nāttaṭi **வி.** 1) நாற்றங்காலில் முளைத்துள்ள நாற்றுகளை வேறொரு இடத்தில் நடுவதற்காகப் பறித்து, வேரில் உள்ள சேற்றை அடித்து நீக்குதல். *(நாக.), (கட.), (பெ.).* **நாத்துபறி** nāttupaṟi **பெ.** *(விரு.).* **நாத்துப்பறி** nāttuppaṟi *(தே.).* **நாத்தப்பறி** nāttappaṟi *(தரு.), (திருச்.).* **நாத்து அரி** nāttu ari *(ராம.).* **நாத்துபுடுங்கு** nāttupuṭuṅku *(திருவ.), (வே.), (ம.), (விரு.), (நா.).* 2) (வேறொரு இடத்தில் நடும்பொருட்டு) வேர் அறுபடாமல் பெண்கள் மட்டும் நாற்றங்காலில் உள்ள நாற்றுகளைப் பறித்தல். *(நா.)*

நாத்தவெலம்பு nāttavelampu **வி.** *(பார்க்க–நாத்த ஒலப்பு). (ம.)*

நாத்தாங்கா nāttāṅkā **பெ.** (பறித்து வேறொரு இடத்தில்

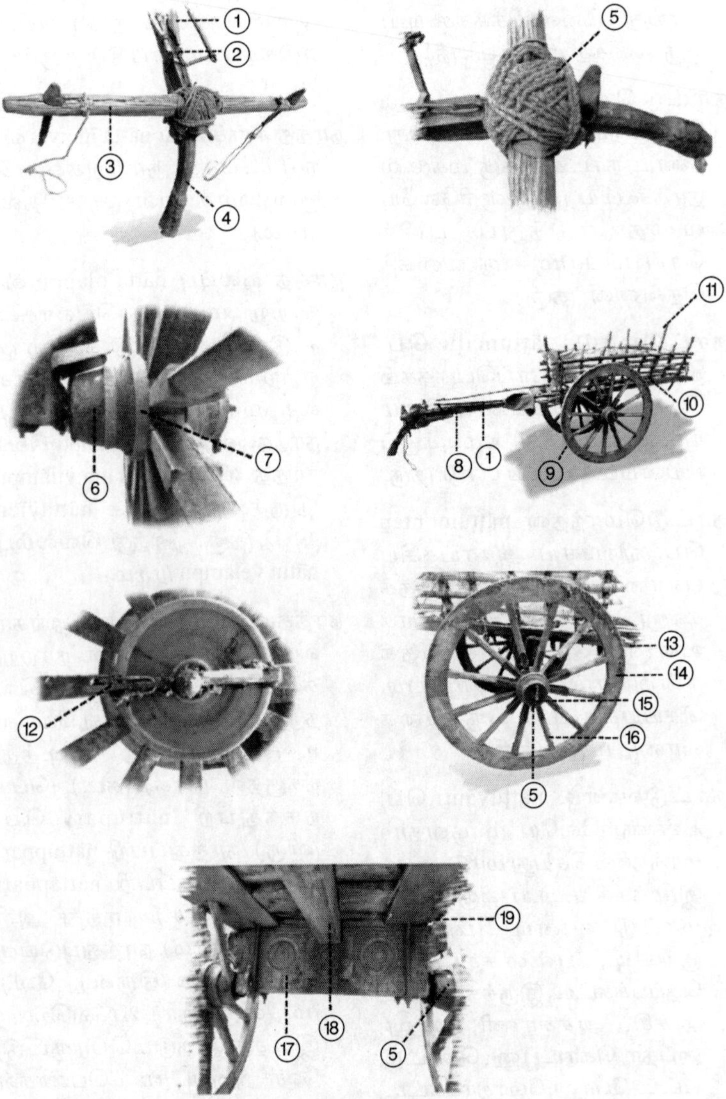

நாட்டுவண்டி (திருநெல்.):

பாகம் – 1. இருக்கப்பட்ட (திருநெல்.), 2. போலு, 3. நோக்கா, 4. மோதா கட்ட, 5. கட்டு (தஞ்.), 6. கொடம், 7. கொடபூனு, 8. போல்மரம் (தஞ்.), 9. பட்ட, 10. கோதாணி (நாக.), 11. ஊனு கம்பு (கட.), 12. அச்சாணி (கடையாணி), 13. புள்ளச்சட்டம், 14. பைதா கட்டு (தஞ்.), 15. அச்சு, 16. காலு, 17. தெப்பக்கட்ட (வண்டிதப்ப), 18. நடுபார் (நாக.), 19. குறியடி.

நடும் பொருட்டு) விதை தெளித்து இளம் நாற்றுகள் வளர்க்கக்கூடிய இடம். (சிவ.), (திருநெல்.), (நா.), (தரு.), (விரு.), (தூ.), (ராம.), (நாக.), (திருவ.), (ம.), (வே.), (தஞ்.), (கட.)

நாத்து nāttu **பெ.** நாற்று. பிடுங்கி வேறிடத்தில் நடுவதற்காக வளர்க்கப்பட்டுள்ள இளம் பயிர். (நா.), (திருவா.), (நீ.)

நாத்துஉடு nāttuuṭu **வி.** (ஒன்றின்மீது ஒன்று விழாமல்) தயார்படுத்திய சேற்று நாற்றங்காலில் பரவலாக விழுமாறு முளை கட்டிய விதையைத் தெளித்தல். (தரு.). **நாத்துப்பாவு** nāttuppāvu (ம.), (புது.), (விரு.), (ராம.), (திருநெல்.). **நெல்லுபாவு** nellupāvu (திருச்.)

நாத்துகத்த nāttukatta **பெ.** (வேறொரு இடத்தில் நடும் பொருட்டு) நாற்றுகளைப் பறித்து இரு கைக்குள் அடங்கும் அளவு சேர்த்துக் கட்டிய தொகுப்பு. (வே.). **நாத்துமுடி** nāttumuṭi (நா.)

நாத்துசாவுதல் nāttucāvutal **தொ.பெ.** நாற்று அழிதல். (ராம.)

நாத்துதல nāttutala **பெ.** (நாற்று வளர்க்கும் பொருட்டு) விதை தெளித்துள்ள இடம். (தூ.)

நாத்துநடு nāttunaṭu **வி.** பறித்த இளம் நாற்றினை நிலத்தில் நடுதல். (பார்க்க–நடவுநடு) (வே.), (ராம.)

நாத்துபடப்பு nāttupaṭappu **பெ.** வைக்கோல் போர். (தூ.)

நாத்துபாவிநடு nāttupāvinaṭu **வி.** (நேரடி விதைப்பில்லாமல்) முளை கட்டிய விதையைத் தெளித்து, நாற்று வளர்த்து அதைப் பறித்து நடுதல். (தூ.)

நாத்துமுடிபோடு nāttumuṭipōṭu **வி.** இரு கைப்பிடிக்குள் அடங்கும் அளவு நாற்றுகளைப் பறித்து, அதன் இடைப்பட்ட பகுதியில் அந்நாற்றுகளாலேயே முடிபோட்டுக் கட்டுதல். (பெ.)

நாத்துவச்சிநடு nāttuvaccinaṭu **வி.** (நடவு வயலில் நாற்றுகள் நடும்போது) ஒவ்வொரு முதலிலும் நாற்று சேர்த்து வைத்தல். (திருவ.)

நாத்துவாங்கிநடு nāttuvāṅkinaṭu **வி.** (பெண்கள் நாற்றை நடும்போது) இயல்புக்கு அதிகமாகச் சேர்த்து நடுதல். (வே.)

நாத்து வாய்க்குதல் nāttu vāykkutal **தொ.பெ.** முளைகட்டித் தெளித்த விதை நன்றாக நன்றாக முளைத்தல். (விரு.)

நாதர்ஷன்தழ nātarṣan̲tal̲a **பெ.** வயலுக்கு உரமாகப் பயன்படும் ஒரு வகைச் செடியின் தழை. (வே.)

நாம்ப nāmpa **பெ.** நாற்றுகளை நடும்போது ஒரு கையில் எடுத்துவைத்துக் கொள்ளும் குறிப்பிட்ட அளவுள்ள நாற்றுத் தொகுப்பு. (நீ.)

நாம்பு nāmpu **பெ.** (பார்க்க–நாம்ப). (நீ.)

நாய்த்துளசி nāyttuḷaci பெ. செறிந்த மணமுடைய இலைகளையும் கதிர் வடிவப் பூங்கொத்தினையும் உடைய சிறு மூலிகைச் செடி. *(மூ.)*

நாய்வேளை nāyvēḷai பெ. நாய்க்கடுகு. கூட்டிலைகளையும் மஞ்சள் நிற மலர்களையும் உடைய பிசுபிசுப்புத் தன்மை கொண்ட ஒரு மூலிகைச் செடி. *(மூ.)*

நாயுருவி nāyuruvi பெ. காம்புள்ள முழுமையான இலைகளையும் நீண்ட கதிர்களையும் உடைய சிறு மூலிகைச் செடி. *(மூ.)*

நாரி[1] nāri பெ. நெற்பயிரில் முளைக்கும் ஒரு வகைக் களை. *(தஞ்.)*

நாரி[2] nāri பெ. பாய் முடையும் கோரையில் ஒரு வகை. *(நா.)*

நாரு nāru பெ. பனம் மட்டையின் தோலை உரித்தெடுத்து முறுக்கிக் கட்டு கட்டப் பயன்படுத்தும் ஒரு கயிறு. *(திருவ.)*

நாருகொடி nārukoṭi பெ. பனம் நாரால் முறுக்கிய கயிறு. *(ராம.)*

நாலுஎலபயிர் nāluelapayir பெ. (நான்கு இலைகள் மட்டுமே வெளிவந்த) வாழைக் கன்றின் ஒரு வகைப் பருவம். *(தஞ்.)*

நாலுகட nālukaṭa பெ. ஒரு வயலின் நான்கு பக்க (திசை) மூலை mūlai *(கட.)*

நாலுபடி மரக்கா nālupaṭi marakkā பெ. நான்கு படித் தானியங்கள் கொள்ளளவு கொண்ட ஒரு வகை மரக்கால். *(தே.)*

நாலுபடி மரக்கா (தே.)

நாலுபார்த்தல் nālupārttal வி. வேளாண் வேலை முதன் முதலாகத் தொடவங்குவதற்காக நல்ல நாள் பார்த்தல். *(வே.)*

நாலுவெரக்கட nāluverakkaṭa பெ. வேளாண்மையில் மிகக் குறைவாக நான்கு விரல் இணைந்த அளவு குறிப்பிடப்படும் ஓர் நீட்டல் அளவை. *(வே.)*

நாலுவெரக்கட தண்ணி nāluverakkaṭa taṇṇi பெ. பயிரின் குறிப்பிட்ட பருவத்திற்குக் கட்டை விரல் நீக்கிய நான்கு விரல்களை அடுக்கிய உயரத்திற்குத் தேக்கும் நீர். *(தூ.)*

நாவல் nāval பெ. கருஞ்சிவப்புக் கனிகளையுடைய பெருமரம். *(மூ.)*

நாவாப்பூச்சி nāvāppūcci பெ. நெற்பயிருக்குத்தீமைசெய்யும் ஒரு வகைப் பூச்சி. *(கட.)*

நாழி nāḻi பெ. இரண்டு உழக்குத் தானியங்கள் கொள்ளளவு

கொண்ட ஒரு முகத்தல் அளவை. (திருநெல்.), (விரு.)

நாள்கும்பிடுதல் nāḷkumpiṭutal **தொ.பெ.** வேளாண் வேலைக்கு நல்ல நாள் பார்த்துச் சாமி கும்பிடுதல். (கட.)

நாளி(ழி) nāḷi(ḻi) **பெ.** இரண்டு கால்படி சேர்ந்த கொள்ளளவு கொண்ட ஒரு அளவை. (ஸ்ரீவை.), (தூ.)

நாற்றைக்கிள்ளிவை nāṟṟaik kiḷḷivai **வி.** நடவு நடும்போது, நாற்றின் இறுக்கத்திற்குத் தக்கவாறு எண்ணிக்கை குறைவாக வைத்து நடுதல். (திருவா.)

நாறுகுச்சி nāṟukucci **பெ.** பயிரில் தோன்றும் களைகள். (நீ.)

நாளேருவைத்தல் nāḷēruvaittal **தொ.பெ.** சித்திரை ஒன்றாம் தேதி பூஜை போட்டு உழும் உழவு. (சித்திரை ஒன்றாம் தேதி ஊர் உழவு மாடுகள், கலப்பை மற்றும் கருவிகள் அனைத்தையும் சுத்தப்படுத்தி, மாலைபோட்டு ஊர்ப் பொது இடத்தில் / சாலையில் வைத்துப் பூசை நடத்தி அன்று ஏர்கொண்டு அவரவர் நிலத்தில் உழுதுவிட்டு, வீடு திரும்பும்போது பெண்கள் குலவுபோட்டு வரவேற்கும் நிகழ்ச்சி). (தூ.)

நாளேறு nāḷēṟu **வி.** ஒரு வருடத்தின் முதலில் வேளாண் வேலை தொடங்கும்போது நல்ல நாள் பார்த்து அவரவர்களின் குல தெய்வத்திற்குப் படைத்து ஏர்பூட்டி உழுதல். (திருநெல்.)

நி

நித்தியகல்யாணி nittiyakalyāṇi **பெ.** ஐந்து இதழ்களையுடைய வெண்மை / இளஞ்சிவப்பு நிற மலர்களையும் மாற்றடுக்கில் அமைந்த இலைகளையும் உடைய குறுஞ்செடி. (மூ.)

நிலப்பனை nilappaṉai **பெ.** நீண்ட இலைகளும் உருளை வடிவான நீண்ட கிழங்கும் உடைய சிறு மூலிகைச் செடி. (மூ.)

நிலவேம்பு nilavēmpu **பெ.** மிகவும் கசப்புச் சுவையுடைய நீண்ட இலைகளையும் நாற்கோண வடிவிலமைந்த தண்டுகளையும் உடைய சிறு செடி. (மூ.)

நிலாவாரை nilāvārai **பெ.** ஆவாரை போன்று வெளிறிய இலைகளையும் மஞ்சள் நிறப் பூக்களையும் கொண்டு தரையோடு படர்ந்து வளரும் சிறு மூலிகைச் செடி. (மூ.)

நின்னாலுசம்பளம் niṉṉālu campaḷam **பெ.** ஒரு கூலியாள் செய்யக்கூடிய முழுமையான வேலைக்குக் கொடுக்கும் தகுந்த ஊதியம். (தூ.)

நீ

நீட்டுபிரி nīṭṭupiri **பெ.** திரைக்கும்போது மடித்து இரண்டாகப் போடப்

பயன்படும் வகையில் முறுக்கித் தயாரிக்கும் பிரி. (கட.)

நீட்டுபொலி nīṭṭupoli பெ. (சுத்தம் செய்வதற்காகத் தானியங்களைத் தூற்றும்–போது) நீளமான வாக்கில் விடும் பொலி. (தே.)

நீட்டுபோர் nīṭṭupōr பெ. தானியங்களின் தாள்/தட்டைகளை (பாதுகாப்பாக) நீள்சதுர வடிவில் உயரமாகச் சேர்த்த பெரும் குவியல். (தரு.)

நீர்க்கள nīrkkaḷa பெ. அதிகமான நீர்ப் பிடிப்பில் சாகுபடி செய்யும் (நெல்) பயிர்களில் முளைத்துள்ள களைகள். (தே.)

நீர்கோத்தல் nīrkōttal தொ.பெ. நிலம் / கோரை நீரை அதிகமாக உள்ளிழுத்து வைத்துக் கொள்ளுதல். (நா.)

நீர்ப்பிரம்பி nīrppirampi பெ. சாறுள்ள மிகச் சிறிய இலைகளையும் சிறிய நீலநிற மலர்களையும் உடைய சிறு மூலிகைச் செடி. (மூ.)

நீர்ப்புடிப்பு nīrppuṭippu பெ. நிலத்தில் எப்போதும் ஈரக் கசிவு இருக்கும் நிலை. (கட.)

நீர்முள்ளி nīrmuḷḷi பெ. குறுகலான ஈட்டி வடிவ இலைகளையும் நீலக் கருஞ்சிவப்பு நிற மலர்களையும் கொண்டு, கணுக்கள்தோறும் நீண்ட முட்களையுடைய சிறு மூலிகைச் செடி. (மூ.)

நீர்வெத nīrveta பெ. ஊறவைத்து முளை கட்டாத விதை. (ராம.)

நீர்வெத பாவுதல் nīrveta pāvutal தொ.பெ. ஊறவைத்து, முளை கட்டாமல் நேரடியாக நாற்றங்காலில் விதைத்தல். (ராம.)

நீரோட்டத்துசோளம் nīrōṭṭattucōḷam பெ. (பார்க்க–காங்கேயத்து சோளம்). (நா.)

நீலஅமரி nīlaamari பெ. சாயம் எடுப்பதற்குப் பயன்படும் ஒரு வகைச் செடி. (அவுரி). (நீ.)

நீளநாக்குநோய் nīḷanākkunōy பெ. ஆட்டின் நாக்கு முழுவதும் நீல நிறமாகத் தோன்றும் ஒருவித நோய். (ராம.)

நு

நுணா nuṇā பெ. எதிரடுக்கில் அமைந்த இலைகளையும் சிறிய வெண்ணிற மலர்களையும் கொண்டு முடிச்சு போன்ற பச்சை நிறக் காய் மற்றும் கருமை நிறப் பழங்களையுடைய ஒரு மூலிகை மரம். (மூ.)

நுனி பழுத்தல் nuṉi paḻuttal தொ.பெ. தானியக் கதிரில் நுனிப்பகுதி முதலில் முற்றிப் பழுப்பு நிறமாதல். (தூ.)

நூ

நூல்கோல் nūlkōl பெ. நீலகிரிப் பகுதியில் விளையக்கூடிய ஒரு வகைக் காய்கறி. (நீ.)

நூலு அடி nūlu aṭi வி. விதை வாழைக் கன்றை வரிசையாக

நடுவதற்காக அளவு பிரித்து (நூல் கட்டப்பட்ட குச்சியை) நடுதல். (தஞ்.)

நெ

நெட்டகுட்ட neṭṭakuṭṭa பெ. ஒரு வகை புதிய தென்னை மர இரகம். (தஞ்.)

நெட்டசோளம் neṭṭacōḷam பெ. வெள்ளை நிறத்தில் உள்ள ஒரு வகைச் சோளம். (தூ.)

நெட்டாபோடு neṭṭāpōṭu வி. நேராகப் போடுதல். நெற்கதிரை அறுவடை செய்து அரியை வரிசையாகப் போடுதல். (ம.)

நெட்டாய ஒழவு neṭṭāya oḻavu பெ. நேராகச் சென்று உழுத உழவு. (தூ.)

நெட்டிஓட்டு neṭṭiōṭṭu வி. ஏரினை வேகமாக ஓட்டுதல். (நா.)

நெட்டிதூக்கு neṭṭitūkku வி. நெல்மூட்டையை இரண்டு ஆள் தனியாக நின்று தூக்குதல். (கட.)

நெட்டிலிங்கம் neṭṭiliṅkam பெ. முனை கூர்மையாகவும் விளிம்பு நெளிநெளியாகவும் உள்ள நீண்ட இலைகளுடன் செங்குத்தாக வளரக்கூடிய ஒரு மரம். (மூ.)

நெட்டு neṭṭu பெ. வளைவு ஏதும் இல்லாதது. நேர். (எ.கா.) இந்தப் பாத்தி ஒரே நெட்டாக (நேர்) இருக்கிறது. (எ.கா.) நெட்டு நெட்டாக பாத்திபோடு. (நீ.), (நா.)

நெட்டுஓல neṭṭuōla பெ. (பார்க்க– கண்ணாடி சோல). (கட.)

நெட்டுகாவா neṭṭukāvā பெ. நீர் செல்வதற்காகப் போட்ட நீண்ட பெரிய வாய்க்கால். (நீ.)

நெட்டுப்பொலி neṭṭuppoli பெ. எதிரும் புதிருமாக இரு ஆட்கள் நின்றுகொண்டு நீளமான வாக்கில் தூற்றிய நெற்குவியல். (புது.), (சிவ.), (ராம.). **நெடும்பொலி** neṭumpoli (திருநெல்.)

நெட்டுபோர் neṭṭupōr பெ. உயரம் குறைவாக நீளம் மிகுதியாகவும் (நீள்சதுர வடிவில்) போடும் போர். (நா.), (திருச்.), (புது.)

நெட்டுவரப்பு neṭṭuvarappu பெ. நீளமான வாக்கில் பெரியதாகப் போடப்பட்ட ஒரு வகை வரப்பு. (தஞ்.)

நெட்டுவரிச neṭṭuvarica பெ. நேரான வரிசை (எதிர்–குறுக்கு வரிசை). (நா.)

நெட்டுவேர் neṭṭuvēr பெ. தாவரத்தின் அடிப்பாகத்தில் தொடர்ச்சியாக நேராக மண்ணில் இறங்கும் தலைமையான வேர். (நா.)

நெடுதல் neṭutal தொ.பெ. நடுதல். இளம் நாற்றினை மண்ணில் செருகுதல் (தரு.)

நெடுமாத்து neṭumāttu பெ. உழுத உழவின் மேலே, குறுக்காக இரண்டாவது முறை உழும் உழவு. (தூ.)

நெத்தி netti பெ. தானியத் தட்டைகளைப் படப்பு (போர்) போடும்போது (குறுக்கு,நெடுக்காக) அடுக்கும் வரிசைமேல் எதிர்ப்பதமாக அடுக்கும் அடுக்கு. (தூ.)

நெத்திக்கட்ட nettikkaṭṭa பெ. (பார்க்க—போஸ்டுகலப்ப). (விரு.)

நெத்திகட்டு nettikaṭṭu வி. தானியத் தட்டைகளைப் போர் போடும்போது மாற்றி, மாற்றி அடுக்கும் ஒரு வகை அடுக்கு. (தூ.)

நெத்திகால் nettikāl பெ. நீர் இறைக்கும் கருவியின் பாகம் (பார்க்க—எறவமரம்). (ராம.)

நெத்திமுட்டும் nettimuṭṭum வி. (சேற்று நாற்றங்காலில் நெல் விதைகள் தெளிக்கும்போது) ஒரு தட்டிகாவில் தெளித்த நெல்லில் (மறு) எதிர்ப் பக்க தட்டிகாவிலிருந்து தெளிக்கும் நெல் ஒன்றோடு ஒன்று கலந்து விழுதல். (தஞ்.)

நெத்து[1] nettu பெ. பயறு, உளுந்து போன்ற பயிர்களின் முற்றிக் காய்ந்த காய். (நா.), (கட.)

நெத்து[2] nettu பெ. தடணி / அவரைத் தோலோடு முற்றிக் காய்ந்துபோன விதை. (தரு.)

நெத்துபறி nettupaṟi வி. பழுத்து, முற்றிக்காய்ந்து போன தடணி/அவரைக்காய்களைப் பறித்தல். (தரு.)

நெர nera பெ. வெற்றிலைக் கொடி நட்ட நான்கு கால்கள் சேர்ந்த ஒரு தொகுப்பு. (நா.)

நெரப்பத்தட்டு nerappattaṭṭu வி. ஏர் உழுதபின் தோன்றும் சேற்றுக் கட்டியைக் காலால் தட்டிச் சமப்படுத்துதல். (திருநெல்.)

நெரவு neravu வி. முட்டாகக் கிடக்கின்ற மண் /சேற்றினை மண்வெட்டியால் கலைத்தல். (நா.), (கட.), (பெ.)

நெருக்கிஓட்டு nerukkiōṭṭu வி. ஏரினை உழும்போது இடத் தரிசு இல்லாமல் நெறுக்கி உழுதல். (நா.)

நெருக்கப்பிடி nerukkappiṭi வி. ஏர் உழும்போது இடத்தரிசு இல்லாமல் நெருக்கப் பிடித்து உழுதல். (தூ.)

நெருக்கிநடு nerukkinaṭu வி. பறித்த நாற்றை நிலத்தில் ஊன்றும்போது அதிக இடைவெளி விடாமல் நெறுக்கி ஊன்றுதல். (திருநெல்.), (தூ.)

நெல்அள nelaḷa பெ. நெல்லினை அளவைக் கருவிகொண்டு அளத்தல். (வே.)

நெல்ல காச்சபோடு nella kāccapōṭu வி. விதை நெல்லைப் பதமாகக் காயவைத்தல். (நா.)

நெல்லகூட்டு nellakūṭṭu **வி.** பரவலாகக் கிடக்கின்ற நெல்லைச் சுருட்டி வைத்துள்ள வைக்கோல் பிடியால் ஒன்று திரட்டுதல். **(பெ.)**

நெல்லதூத்து nellatūttu **வி.** நெல்லைச் சுத்தப்படுத்துதல் *(பார்க்க–தூத்து).* **(நா.)**

நெல்லபுடி nellapuṭi **வி.** கதிரடித்து, களத்தில் கிடக்கின்ற நெல்லில் உள்ள வைக்கோல் மற்றும் கூளங்களைக் கையால் கிண்டி அறித்தல். **(கட.)**

நெல்லி nelli **பெ.** சிறிய இலைகளையும் இளம் மஞ்சள் நிறக் காய்களையும் உடைய ஒரு மூலிகை மரம். **(மூ.)**

நெல்லிக்காபதம் nellikkāpatam **பெ.** இளம் நெற்கதிர். **(கட.)**

நெல்லிகாபருவம் nellikāparuvam **பெ.** கதிர்களில் உள்ள தானியம் நன்றாக முற்றியுள்ள பருவம். **(தூ.)**

நெல்லு nellu **பெ.** **1)** பொன்நிறத் தோலையும் உள்ளே வெண்மையான அரிசியை உடையதும் உணவாகப் பயன்படக்கூடியதுமான ஒரு வகைத் தானியம். **(கட.), (ம.), (பெ.), (புது.), (சிவ.), (விரு.), (திருநெல்.), (தூ.), (ம.).** **2)** *(முளைகட்டி விதைத்து)* முளைத்த ஒரு தனி நாற்று. **(தூ.)**

நெல்லு உட்காருதல் nellu uṭkārutal **தொ.பெ.** நெற் பயிர் நோய் தாக்குதல்/சத்துக் குறைவினால் வளர்ச்சி குன்றுதல். **(தரு.)**

நெல்லு உட்டதள்ளுதல் nellu uṭṭataḷḷutal **தொ.பெ.** களத்தில் கிடக்கும் நெல்மணிகளை முட்டாக ஒன்றுசேர்த்தல். **(திருவ.)**

நெல்லு ஊரப்போடு nelluūrappōṭu **வி.** *(நாற்றங்காலில் விதைப்பதற்காக)* விதை நெல்லை முளை கட்டுவதற்காக நீரில் நனைத்தல். **(தரு.)**

நெல்லுக்குப் பில்லுபுடுங்கு nellukkup pilluppuṭuṅku **வி.** நெற்பயிருடன் முளைத்துள்ள களைகளை வேரோடு பிடுங்குதல். **(புது.)**

நெல்லுகதுரு nellukaturu **பெ.** முற்றித் தலைசாய்ந்த நெற்கதிர். **(தரு.)**

நெல்லுகருதருத்தல் nellu karutaruttal **தொ.பெ.** முற்றிய நெற்பயிரை அறுவடைசெய்தல். **(புது.)**

நெல்லுகாடு nellukāṭu **பெ.** நெற்பயிர் விளையும் நிலம். **(நா.)**

நெல்லுகுருது nellukurutu **பெ.** *(வீட்டின் வெளியில்)* வட்ட வடிவில் மண்ணால் செய்து மேல் பகுதியில் பனமட்டைகளால் கூரை வேயப்பட்ட ஒரு வகைத் தானியம் சேமிக்கும் கொள்கலன். **(புது.)**

நெல்லுகுருது (புது.)

நெல்லுகூறுவரும் nellukūṟuvarum **வி.** விதைத்து முளைகட்டிய நெல் முளைத்து முளை வெளியே தோன்றுதல். *(பெ.)*

நெல்லுகொக்கி விடுதல் nellukokki viṭutal **தொ.பெ.** நெற்கதிர் முற்றித் தலை சாய்தல். *(ராம.)*

நெல்லுகொலவிடுதல் nellukola viṭutal **தொ.பெ.** *(பார்க்க–நெல்லுகொக்கி விடுதல்). (ராம.)*

நெல்லுகோட்ட nellukōṭṭa **பெ.** *1)* சுத்தம் செய்த விதை நெல்லைப் பரப்பிய வைக்கோல் தாளில் கொட்டி, பிரியால் மேற்புறத்தில் சுற்றிக் கட்டிய தொகுப்பு. **(தஞ்.)**. *(பார்க்க–கோட்ட[1]). 2)* வீட்டின் வாசலில் வைக்கோல் தாளை வட்ட வடிவில் அடுக்கி உள்பகுதியில் நெல்லைக் கொட்டி வெளிப்புறத்தில் கோபுரவடிவில் பிரியால் சுற்றி மேற்புரத்தில் கூரை அமைத்துத் தானியம் சேமிக்கப் பாதுகாக்கும் ஒரு முறை. *(தஞ்.)*

நெல்லுதூத்து nellutūttu **வி.** நெல்லைத் தூய்மை செய்யும்பொருட்டு முறம் / கூடையில் அள்ளி முன்னும் பின்னும் ஆட்டிக் காற்றில் பறக்கவிடுதல். *(வே.)*

நெல்லுபயிர் பன்னு nellupayir paṉṉu **பெ.** நெற்பயிர் சாகுபடி செய்தல். *(வே.)*

நெல்லுபயிறு nellupayiṟu **பெ.** நாற்றங்காலில் முளைத்த இளம் நெல் நாற்று. *(தரு.)*

நெல்லுருசம்பா nellurucampā **பெ.** *156* நாள் சாகுபடி செய்யக்கூடிய ஒரு வகை பழங்கால நெல் இரகம். *(ம.), (தஞ்.), (நா.)*

நெல்லுவுடு nelluvuṭu **வி.** *(பார்க்க–நெல்லு தூத்து). (வே.)*

நெல்வாலிப்பா இருத்தல் nelvālippā iruttal **தொ.பெ.** நெற்கதிரின் நெல்மணிகள் தரமானதாக இருத்தல். *(நாக.)*

நெலதண்ணி nelataṇṇi **பெ.** பயிரின் தேவைக்கு அதிகமாக வைக்கும் தண்ணீர். *(திருநெல்.)*

நெலம் nelam **பெ.** சாகுபடி செய்யக்கூடிய இடம். *(வே.)*

நெலமரம்[1] nelamaram **பெ.** வெற்றிலைக் கொடிக்காலில் பயன்படுத்தக்கூடிய ஏணி செய்வதற்காக வெற்றிலைக் கொடிக்கால் அழிக்கும்போது

தனித்ததாக விட்டுவைக்கும் அகத்தி மரம். (தூ.)

நெலமரம்[2] nelamaram பெ. வெற்றிலைப் பறிக்கப் பயன் படும் ஏணியில் படியைத் தாங்கியுள்ள இரு மரங்கள். (நா.)

நெலைக்கபோடு nelaikkapōṭu வி. நடவினை நேராக நடுதல். (கட.)

நெற[1] neṟa பெ. (பார்க்க–பாரு–2). (திருவா.)

நெற[2] neṟa பெ. 1) நெற்பயிர் அறுவடை செய்யும்போது ஒரு ஆள் கை எட்டிய தூரம் வரை அறுத்துச் செல்லும் குறிப்பிட்ட அளவு. (தூ.). 2) பெண்கள் நடும்போது நாற்றுப் பறிக்கும்போது / அறுவடை செய்யும்போது ஒவ்வொரு ஆளும் பிரித்துக் கொள்ளும் குறிப்பிட்ட அளவுள்ள இடப் பகுதி. (விரு.), (தே.), (ராம.), (திருநெல்.), (தஞ்.), (ம.), (நீ.), (தஞ்.), (புது.)

நெறடு neṟaṭu வி. (பெண்கள் நடும்போது) வலக் கை நாற்றை, ஊன்றுவதற்காக இடப் பக்கக் கை குறிப்பிட்ட அளவுள்ள நாற்றை விரல் களால் பிரித்தல். (தஞ்.)

நெறநாழி வைத்தல் neṟanāḻi vaittal தொ.பெ. சுத்தம் செய்த நெல்மணிகளை அளப்பதற்கு முன்பு நாழியில் நிறைவாக அவற்றை அள்ளிச் சூலத்திற்கு எதிராக வைத்தல். (பார்க்க–சூலம்) (தூ.)

நெறப்பு பார்த்தல் neṟappu pārttal தொ.பெ. விதை தெளிக்கக்கூடிய புழுதி நிலம் சமமாக இருக்க மண்வெட்டியால் சமப் படுத்துத்தல். (தூ.)

நெறப்போடு neṟappōṭu வி. ஒவ்வொரு ஆளுக்கும் வேலை செய்வதற்காக/நடும்போது உரிய இட அகலத்தை அளவுக் குச்சியால் பிரித்துப் போடுதல். (ம.)

நெறபுடி neṟapuṭi வி. 1) பெண்கள் வயலில் வேலை செய்யும் போது ஆட்கள் தமக்குஎட்டிய அளவு பிரித்துக் கொள்ளுதல். (தூ.). 2) (நாற்றுகள் பறிக்கும் போது) பறிக்கும் ஆள் தன் கை எட்டிய அளவு இடத்தைப் பிடித்துக்கொள்ளுதல். (ராம.)

நெறவிடு neṟaviṭu வி. அறுத்துச் செல்லும் அரி பட்டத்தை நிறைவாக முடித்தல். (எ.கா.) என் நெறய விட்டுட்டேன். உன் நெறதான் பாக்கி. (ம.)

நெறவு neṟavu வி. நிலத்தைப் பயிர் செய்யும் பொருட்டுச் சமப்படுத்துதல். (தஞ்.)

நெறிச்சிபோடு neṟiccipōṭu வி. நடவு வயலில் பெண்கள் நடும்போது கையில் வைத்துள்ள குறிப்பிட்ட அளவுள்ள நாற்றை நெருக்க மாக ஊன்றுதல். (பெ.) (பார்க்க–மொதல்)

நே

நேத்திரப்பூண்டு nēttirappūṇṭu பெ. ஒவ்வொரு தண்டுப் பகுதி கணுவில் நான்கு இலைகளையும்கம்பிபோன்ற கொடியையும் உடைய ஒரு மூலிகைக் கொடி. *(மூ.)*

நேம்பு nēmpu **வி**. தானியத்தில் உள்ள கல், மண் போன்ற வற்றைப் பிரிப்பதற்காக முறத்திலிட்டுப் புடைக்கும் ஒரு வகை. *(வே.)*

நேறும் கூறுமா நடு nēṟum kūṟuma naṭu **வி**. பட்டம் பிரிக்காமல், கலந்தவாறு நாற்றை ஊன்றுதல். *(தே.)*

நை

நைவு naivu பெ. நடுவதற்கு ஏற்றவாறு சேறு பதமாக இருத்தல். *(எ.கா.)* "சேறு ரொம்ப நைவா இருக்கு." *(திருவா.)*

நைவுசேர் naivucēr பெ. நன்றாகப் பதப்பட்டிருக்கும் சேறு. *(கட.)*

நொ

நொங்குநொங்கா போதல் noṅkunoṅkā pōtal **தொ.பெ.** வெற்றிலையில் நோய்கள் தாக்கிச் சிறுத்துப் போதல். *(நா.)*

நொச்சடிமறிச்சி noccaṭimaṟicci பெ. *1)* நிலத்தின் வகை. *2)* காற்றினால் மண் கரைவதைத் தடுக்க நொச்சிக் குச்சியினை நட்டுவைத்த நிலப் பகுதி. *(கட.)*

நொச்சி nocci பெ. கூட்டிலை களை எதிரடுக்கில் இலைகள் பெற்ற சிறு மூலிகை மரம். *(மூ.)*

நொட்டிக்காபில்லு noṭṭikkāpillu பெ. நெற்பயிரில் முளைக்கும் ஒரு வகைக் களை. *(புது.)*

நொய் noy பெ. தூளான உடைந்த அரிசி. *(வே.)*

நொகத்தடி nokattaṭi பெ. வண்டி/ஏர் முதலியவற்றை இழுப்பதற்காக மாட்டின் கழுத்தில் பொருத்தப் பயன்படும் இரு பக்கங்களும் துளையுள்ள உருண்டை வடிவ நீண்ட தடி. *(தஞ்.)*. **நொவத்தடி** novattaṭi *(தரு.)*, *(வே.)*, *(புது.)*, *(தரு.)*, *(திருவ.)*, *(நா.)*, *(வே.)*. **நோக்கா** nōkkā *(திருநெல்.)*, *(ராம.)*, *(தூ.)*. **நோக்கம்** nōkkam *(தூ.)*. **நோத்தடி** nōttaṭi *(தஞ்.)*. **மோத்தடி** mōttaṭi *(தஞ்.)*. **மொகத்தடி** mokattaṭi / **மொகம்** mokam / **நெவம்** nevam *(நா.)*. **நெவத்தடி** nevattaṭi *(புது.)*, *(சிவ.)*, *(நாக.)*, *(பெ.)*, *(தரு.)*, *(திருவ.)*. **நொகத்தடி** nokattaṭi *(வே.)*. **நொகத்தடி** nokattaṭi / **நொகம்** nokam *(நா.)*, *(தரு.)*. **நொகம்** nokam *(நா.)*. **மேக்கா** mēkkā *(ராம.)*, *(தே.)*, *(விரு.)*, *(தூ.)*. **மோக்கா** mōkkā *(தூ.)*

நொரம்புகயனி norampukayaṉi பெ. *(பார்க்க–நொரம்பு கழனி)*. *(வே.)*

நொரம்புகழனி norampukaḻaṉi பெ. நிலத்தில் அதிக ஆழமான,

சேறு ஏற்படாமல் உள்ள ஒரு வகை நிலம். *(வே.)*

நொனாதழ nonātaḻa பெ. சேற்று வயலுக்கு உரத் தன்மையைக் கொடுக்கக்கூடிய நுனா மரத்தின் தழைகள். *(நா.), (தஞ்.).* **நொனா** nonā *(ராம.)*

நோ

நோக்கா nōkkā பெ. *1)* ஏர் கலப்பையில் மாடுகளைப் பூட்டுவதற்குப் பயன்படும் வகையில் இரு முனைகளிலும் துளை உள்ள உருண்டை வடிவத் தடி *(திருநெல்.). 2)* நாட்டு வண்டியில் மாடு பூட்டுவதற்குப் பயன்படும் வகையில் நிரந்தரமாக அமைக்கப்பட்ட மரத் தடி *(திருநெல்.).*

நோக்காதொள nōkkātoḷa பெ. பூட்டாங்கயிறு இணைப் பதற்காக நுகத்தடியின் இரு பக்க நுனிகளிலும் ஏற்படுத்தப்பட்டிருக்கும் துளை. *(திருநெல்.)*

நோச்சாரியாடு nōccāriyāṭu பெ. உயரம் குறைவாக/பருமனாக உள்ள ஒரு வகை ஆடு. *(ராம.)*

நோபயிறு nōpayiṟu பெ. நோய் தாக்கிய தானியப் பயிர். *(தூ.)*

நோய்அடித்தல் nōyaṭittal தொ.பெ. நெற்பயிரை நோய் தாக்குதல். *(திருநெல்.).* **நோவுதட்டுதல்** nōvutaṭṭutal *(நா.)*

ப

பக்ககண்ணு pakkakaṇṇu பெ. வாழை மரத்தின் இனவிருத்திக்காக அதன் அருகில் புதிதாய் முளைக்கும் சிறு கன்று. **பக்குகண்ணு** pakkukaṇṇu *(தூ.).* **பக்கக்கட்ட** pakkakkaṭṭa / **எடகட்ட** eṭakaṭṭa *(நா.)*

பக்ககுருத்து pakkakuruttu பெ. பறித்து நட்ட நாற்றிலிருந்து புதிதாக வெடித்து வளரும் புதிய நெற்பயிர். *(ராம.).* **குத்துலு** kuttulu *(தரு.).* **கெலப்பு** kelappu *(பார்க்க–குத்துலு) (தரு.), (வே.).* **கொளக்கு** koḷakku *(திருவ.).* **சட்ட** caṭṭa *(தரு.).* **பக்கக்கட்ட** pakkakkaṭṭa *(தரு.).* **பக்கக்குருத்து** pakkakkuruttu *(பெ.).* **கோமாலி** kōmāli *(கட.).* **பக்ககுத்தல்** pakkakuttal *(பெ.), (தரு.).* **பக்ககெள** pakkakeḷa *(ராம.).* **பக்கசட்டு** pakkacaṭṭu *(தரு.).* **பக்கநாத்து** pakkanāttu *(திருநெல்.)*

பக்கசிம்பு அடித்தல் pakkacimpu aṭittal தொ.பெ. பறித்து நட்ட நாற்றுப் பயிரிலிருந்து கிளை வெடித்துப் புதிதாகப் பயிர் தோன்றுதல். *(விரு.).* **கெளவைத்தல்** keḷavaittal *(விரு.).* **கெளவெடித்தல்** keḷaveṭittal *(புது.).* **தூருக்கட்டுதல்** tūrukkaṭṭutal *(புது.), (தே.), (ம.), (தஞ்.).* **கெளப்பு வருதல்** keḷappu varutal *(கட.).* **பக்குப் புடிச்சிவருதல்** pakkup puṭiccivarutal / **தூருகட்டி**

வருதல் tūrukaṭṭi varutal *(நா.)*. **தூருவருதல்** tūruvarutal *(நா.)*. **சிம்பு வெடித்தல்** cimpu veṭittal *(ம.)*. **சிம்படித்தல்** cimpaṭittal *(திருச்.)*, *(தே.)*.

பக்கவெட்டு அடித்தல் pakkaveṭṭu aṭittal **தொ.பெ.** நெற்பயிரை அறுவடை செய்தபின் அப்பயிரிலிருந்து மறுமுறை புதிதாகப் பயிர் முளைத்தல். *(விரு.)*. **பொடங்கடித்தல்** poṭaṅkaṭittal *(தஞ்.)*, *(திருச்.)*. **மூடுகட்டி வருதல்** mūṭukaṭṭi varutal/ **மூடுகட்டுதல்** mūṭukaṭṭutal *(தூ.)*, *(திருநெல்.)*

பக்கம் pakkam **பெ.** கையில் பிடித்துக் கொள்வதற்காக உழவு மாட்டின் கழுத்தில் கட்டப்பட்டிருக்கும் கயிறு. *(வே.)*

பக்கா pakkā **பெ.** *1)* இரண்டு நாழி சேர்ந்த ஒரு முகத்தல் அளவை. *(தூ.)*. *2) (பார்க்க–படி*[1]*)*. *(தரு.)*. *3) (பார்க்க–மானம்)*. *(தரு.)*. *4)* நான்கு படிகள் / ஒரு மரக்கால் கொள்ளளவு கொண்ட ஓர் அளவை. *(நா.)*. *5)* ஒன்றரை நாழித் தானியங்கள் பிடிக்கும் ஒரு அளவை). *6)* ஒன்றரை கிலோ தானியங்கள் பிடிக்கும் ஒரு அளவை. *(திருநெல்.)*. *7)* தானியங்கள் அளக்கப் பயன்படும் ஒரு வகை முகத்தல் அளவைக் கருவி. *(புது.)*

பக்காப்படி pakkāppaṭi **பெ.** படியில் நான்கில் ஒரு பகுதி கொள்ளளவு கொண்ட ஒரு முகத்தல் அளவைக் கருவி. *(புது.)*

பக்குபிரிதல் pakkupirital **தொ.பெ.** தக்காளி போன்ற செடியில் கிளைகள் பிரிதல். *(நா.)*

பக்குவமாகாய்தல் pakkuvamā kāytal **தொ.பெ.** தானியங்கள் / நிலங்களைத் தேவைக்கேற்பப் பதமாகச் சூரிய ஒளியில் ஈரம் குறைதல். *(வே.)*

பக்குவமாவருதல் pakkuvamāvarutal **தொ.பெ.** நெற்பயிரிலிருந்து கதிர் சமமாகத் தோன்றி வெளி வருதல். *(பெ.)*

பக paka **பெ.** பதக் காய்ச்சல் போடும் நாற்றங்காலில், அப்போதைக்குத் திடீரென்று மழை வரும் சூழல். *(நாக.)*

பகட pakaṭa **பெ.** தானிய விளைச்சலைப் பாதுகாப்பதற்காக வேலை செய்பவன். *(தூ.)*

பகல்பறி pakalpaṟi **பெ.** வளர்ந்தபின் முதன் முதலாகப் பறிக்கும் வெற்றிலை. *(பார்க்க–மூட்டுபறி)*. *(தூ.)*

பங்கு paṅku **பெ.** நிலம் என்ற சொல்லுக்கு இணையான சொல். *(திருவா.)*

பச்சஉழுதல் paccauḻutal **தொ.பெ.** *(பார்க்க–கருப்பு உழுதல்)*. *(திருநெல்.)*

பச்சகட்டுதல் paccakaṭṭutal **தொ.பெ.** பறித்து நட்ட

நெற்பயிரில் பச்சை நிறம் தோன்றுதல். (வே.), (தரு.), (கட.). **பச்சகுடுத்தல்** paccakuṭṭutal (தூ.), (ராம.)

பச்சகொடி paccakoṭi பெ. (வெற்றிலைக் கொடியில்) ஒரு வகை. (தஞ்.)

பச்சகொல paccakola பெ. செடி, மரங்களிலிருந்து எடுக்கப் பட்ட பச்சைத் தழைகள். (விரு.)

பச்சடித்தல் paccaṭittal தொ.பெ. நாற்றங்காலில் விட்ட விதை முளைத்து அதிலிருந்து முதன்முதலாகத் தோன்றும் பச்சைநிறம். (நாக.)

பச்சப்பூச்சி paccappūcci பெ. நெற்பயிரைத் தாக்கும் ஒரு வகை பச்சை நிறப் பூச்சி. (விரு.)

பச்சபசேல் paccapacēl பெ. முழு வளர்ச்சியில் உள்ள பயிர்களின் பசுமை நிறம். (நா.)

பச்சமொச்ச paccamocca பெ. 1) உணவுக்குப் பயன்படக் கூடிய ஒரு வகைத் தானியம். 2) அத்தானியத்தைத் தரக் கூடிய பயிர். (நீ.)

பச்சமொளகு paccamoḷaku பெ. தோல் சுருங்காத ஈரத்தன்மை கொண்ட மிளகு. (நீ.)

பச்சலாடன் paccalāṭaṉ பெ. பச்சை நிறத்தில் பழங்களைத் தரக்கூடிய ஒரு வகை வாழை மரம். (தஞ்.)

பச்சவெத்தல paccavettala பெ. வெற்றிலையில் ஒரு வகை. (நா.)

பச்சைப்பயறு paccaippayaṟu பெ. மூன்று இலைகொண்ட கொத்துகளையும் மஞ்சள் நிறப் பூக்களையும்கொண்டு, பச்சை நிற விதைகளைத் தரக்கூடிய ஒரு பயறு வகைச் செடி. (மூ.). **பச்சபயிறு** paccapayiṟu (நா.)

பச்சைமிளகாய் paccaimiḷakāy பெ. பச்சை நிறம் உடைய (மிகுந்த காரத்தன்மை கொண்ட) மிளகாய். (நீ.)

பசப்படித்தல் pacappaṭittal தொ.பெ. முளைத்த நாற்றில் பச்சை நிறம் போலத் தோன்றுதல். (விரு.)

பசப்புதட்டுதல் pacapputaṭṭutal தொ.பெ. (பறித்து நட்ட நாற்று வேர்விட்ட பின்) புதிதாகப் பச்சை நிறம் தோன்றுதல். (ராம.)

பசலி pacali பெ. வருடத்திற்கு ஒரு முறை விவசாயம் செய்தல். (நாக.)

பசலிகொல pacalikola பெ. நெற்பயிரில் களைகளாக முளைக்கும் செடி. (விரு.)

பசு pacu பெ. 1) ஏரில் பூட்டி உழக்கூடிய உழவு மாடு. 2) வீட்டில் பால் பயன்பாட்டிற்கு வளர்க்கப்படும் பெண் இன மாடு. (பார்க்க–எருது) (வே.)

பஞ்சாரக்கூட pañcārakkūṭa பெ. (பார்க்க–பஞ்சாரம்). (தே.)

பஞ்சாரம் pañcāram பெ. கோழிகளை அடைத்து வைக்கும் கூண்டு/கூடை. (தூ.)

பஞ்சி pañci பெ. முற்றிய பருத்திச் செடியின் காயிலிருந்து வெடித்து வெளிவரும் நுண்ணிய இழைகளான பொருள். (பார்க்க–பருத்தி) (வே.)

பஞ்சிபொட pañcipoṭa பெ. பயிருக்குள் இருக்கும் வெளிவராத/பால்பிடிக்காத நெற்கதிர். (நா.). **பஞ்சுபொதி** pañcupoti (ராம.)

பட்ட[1] paṭṭa பெ. (பார்க்க–நாட்டுவண்டி). (திருநெல்.)

பட்ட[2] paṭṭa பெ. 1) (குறிப்பிட்ட அளவாகப் பிரிக்கப்பட்ட) பாத்தியின் கரை. 2) சிறு அளவாகப் பிரிக்கப்பட்ட பாத்தி. (நீ.)

பட்ட[3] paṭṭa பெ. (முள்ளுமுருங்கை மரத்தால் திருவோடு போன்ற அமைப்பில் செய்யப் பட்டுள்ள) வெற்றிலைக் கொடிக்கு நீர் இறைக்கும் தட்டு. (தஞ்.)

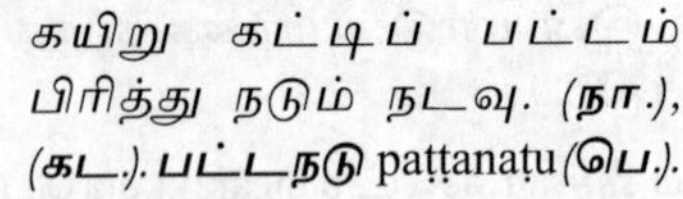

பட்ட (தஞ்.)

பட்டநடவு paṭṭanaṭavu பெ. கயிறு கட்டிப் பட்டம் பிரித்து நடும் நடவு. (நா.), (கட.). **பட்டநடு** paṭṭanaṭu (பெ.). **பட்டம்நடவு** paṭṭamnaṭavu (தஞ்.)

பட்டம்[1] paṭṭam பெ. 1) நாற்புறக் கரையோடு நிலத்தில் பிரித்த பிரிப்பு. 2) நடவு நடுவதற்காகக் கயிறு கட்டி நேர் நேராகப் பிரிக்கும் பிரிப்பு. (கட.), (தூ.). 3) கரும்பு, தக்காளி போன்றவை நடுவதற்காக ஏற்படுத்தும் பள்ளம். (நா.). 4) விதைக் கரும்பு நடுவதற்காகக் கிழிக்கப்பட்ட பள்ளம். 5) கயிறு கட்டிப் பிரித்துச் சிறு சிறு இடைவெளிவிட்டு நடப்பட்ட இடம். 6) வெற்றிலைக் கொடி நடுவதற்காக நீள் சதுரமான வடிவில் ஏற்படுத்தப்பட்ட பள்ளம். (தஞ்.). 7) வெற்றிலைக் கொடி நடுவதற்காக ஏற்படுத்திய (பள்ளமும், மேடும் இணைந்த) மேட்டுப் பகுதி. (தூ.)

பட்டம்[2] paṭṭam பெ. ஒரு பயிர் சாகுபடி செய்யக்கூடிய கால அளவு. (எ.கா.) ரெண்டு பட்டமும் கடலதான் போடுவோம். (புது.)

பட்டம் நெரவு paṭṭam neravu வி. வெற்றிலைக் கொடி நடுவதற்காக வெட்டிய கிடங்கின்மேல் உள்ள மண்ணைப் பாய்விரித்தாற்போன்று சமன் செய்தல். (நா.)

பட்டம்புடிச்சிநடு paṭṭam puṭiccinaṭu வி. (வயல் முழுவதும் நிரந்தரமாக நடாமல்) கயிறு கட்டிச் சிறு சிறு இடைவெளிவிட்டுப் பிரித்த பட்டத்தின் உள்ளே நடுதல். (தஞ்.). **பட்டம்போட்டுநடு** paṭṭampōṭunaṭu (தே.)

பட்டம்போடு paṭṭampōṭu **வி.** உரம்போட / மருந்து தெளிக்க மற்றும் ஆட்கள் நடப்பதற்கு வசதியாக நடவு நடும்போதே கயிறுகட்டிப் பட்டம் பட்டமாக இடைவெளி விட்டுப் பிரிப்பது. *(திருச்.)*

பட்டம்வெட்டு paṭṭamveṭṭu **வி.** 1) வெற்றிலைக் கொடி நட்டதன் அருகில் நீர் நிற்க / கரும்புப் பயிர் நடுவதற்காக நீளவாக்கில் பள்ளம் வெட்டுதல். *(தஞ்.)*. 2) வாழைக் கன்று நடுவதற்காக நாற்சதுர வடிவில் பட்டம் வெட்டுதல். *(தூ.)*

பட்டர paṭṭara **பெ.** 1) நெல் போன்ற தானியம் / தானியக் கதிர்களைப் பாதுகாப்பாக மூடிவைத்த இடம். 2) ஒரு பொருளை அடுக்குவதற்குக் கீழே போடப்படும் பாதுகாப்பு. *(வே.)*. **பட்ர** paṭra *(தரு.)*

பட்டரகட்டு paṭṭarakaṭṭu **வி.** நெல்லை / நெற்கதிரை ஓரிடத்தில் குவித்து வைத்தல். *(வே.)*

பட்டாநாவா paṭṭānāvā **பெ.** நெற்பயிரின் கதிர், பால்பிடிக்கும் தருணத்தில் தோன்றும் நோய். *(நா.)*

பட்டானி paṭṭāṉi **பெ.** வெளிர் பச்சைநிறத்தோலை உடைய ஒரு வகை உருண்டை வடிவப் பயறு. *(நீ.)*

பட்டானிசம்பா paṭṭāṉicampā **பெ.** நெல்லில் ஒரு வகை. *(நா.)*

பட்டி paṭṭi **பெ.** விவசாயப் பண்ணையிலிருந்து இன்றைய பொருளின் விலை, இலாபம், கமிஷன் போன்றவற்றை குறித்து அனுப்பும் கைச் சீட்டு. *(வே.)*

பட்டிதிருப்புதல் paṭṭi tirupputal **தொ.பெ.** வயலுக்கு உரமாக ஆட்டின் கழிவு இடுவதற்காக இரவில் பல ஆடுகள் சேர்ந்து அடைத்தல். *(தரு.)*

பட்டிபோடு paṭṭipōṭu **வி.** நிலத்தில் கால்நடைகளின் கழிவுகள் இடுவதற்காகப் பல மாடுகளை இரவில் தொகுப்பாகக் கட்டுதல். *(வே.)*

பட்டிமாடு paṭṭimāṭu **பெ.** வயலில் கழிவினை இடுவதற்காகப் பல மாடுகள் இணைந்த தொகுப்பு. *(தரு.)*

பட்ர[1] paṭra **பெ.** *(முட்டுக்கட்டி)* நெற்குவியல். *(ம.), (தூ.), (நாக.), (பெ.), (தஞ்.), (கட.)*

பட்ர[2] paṭra **பெ.** வீட்டின் வெளியே மணலைப் பரப்பி, அதன்மேல் அரித்தாளை அடுக்கி உள் பகுதியில் தானியங்களைக் கொட்டி, ஓரத்தில் அரித்தாள் மற்றும் குச்சியால் வேலிபோன்று கூம்பு வடிவில் அமைத்து மேற்பகுதியில் கூரை போட்டுப் பாதுகாக்கும் நெற்குவியலின் தொகுப்பு. *(புது.)*

பட்ர[3] paṭra **பெ.** *(பார்க்க–பரணி போடுதல்)*. *(புது.)*

பட்ரகட்டுதல் paṭrakaṭṭutal **தொ.பெ.** வீட்டின் வெளியே மணலைப்பரப்பி, அதன்மேல் அரித்தாளை அடுக்கி, உள் பகுதியில் தானியங்களைக் கொட்டி, ஓரத்தில் அரித்தாள் மற்றும் குச்சியால் வேலிபோன்று கூம்பு வடிவில் அமைத்து, மேல் பகுதியில் கூரைபோட்டுப் பாதுகாத்தல். *(**புது**.)*

பட்ர (புது.)

பட்ரபலக paṭrapalaka **பெ.** கமல ஏற்றத்தின் பாகம். *(**தூ**.)*

பட்ரபுடி paṭraputi **வி.** வைக்கோல் போர் போடும்போது தரையில் பாதுகாப்பாகச் செங்கல் மற்றும் மரம் கொண்டு தடுக்கும் ஒரு தடுப்பு. *(**தரு**.)*

பட்ரபோடு[1] paṭrapōṭu **வி.** 1) நெல் போன்ற தானியம் / தானியக் கதிர்களைப் பாதுகாப்பாக மூடிவைத்தல். அப்பொருளை அடுக்குவதற்குக் கீழே தடுக்குப் போடுதல். *(**வே**.)*. 2) கோபுர வடிவில் ஒரே முட்டாக நெல்லை / தானியங்களைக் குவித்தல். *(**தஞ்**.)*, *(**கட**.)*. 3) சோளத்தட்டையைப் போர் போடும்போது அப்போரின் அடிப் பகுதி மண்ணில் வீணாகாமல் இருப்பதற்காக மரம், செங்கல் கொண்டு போடும் பாதுகாப்பு. *(**நா**.)*. 4) கோரையைக் காயவைத்துக் வட்டமாகக் கூம்பு வடிவில் அடுக்குதல். *(**நா**.)*

பட்ரபோடு[2] paṭrapōṭu **வி.** பறித்த எள் செடியை, சூட்டில் தழை உதிரவும் காய்கள் பழுக்கவும் வேர்கள் வெளியில் தெரியும்படி வட்டவடிவில் ஒன்றன்மீது ஒன்றாக அடுக்கி மூடுதல். *(**பெ**.)*. **மூட்டம்போடு** mūṭṭampōṭu. *(**நாக**.)*

பட்ரபோடுதல் paṭrapōṭutal **தொ.பெ.** 1) *(பார்க்க–பரணிபோடுதல்)*. 2) போர் போன்றவை போடும்போது அடிப்பகுதியில் நீர், கரையான் போன்றவற்றால் பாதிப்பு ஏற்படாதவாறு மரம், கருங்கற்களால் தடுப்புப் போடுதல். 3) தானியங்களை ஓரிடத்தில் குவியலாக ஒன்று சேர்த்தல். *(**புது**.)*

பட்ரவை paṭravai **வி.** வயலில் போட்ட நாற்றுக் கட்டின் முடியைப் பிரித்து வட்ட வடிவில் அடுக்குதல். *(**தஞ்**.)*

பட்னஆடு paṭṉaāṭu **பெ.** வீட்டில் வளர்க்கப்படும் ஆட்டின் ஒரு வகை. *(**ராம**.)*

படகட்டி இழு paṭakaṭṭi iḻu **வி.** விதைத்த புழுதி நிலத்தின்மீது, மண்ணைச்

சமப்படுத்தவும் அதன் உள் ஈரம் காக்கவும் விதைத்ததற்கு அடையாளமாகவும் முள் தழைகளை ஒன்றாகக் கட்டி இழுத்தல். (பெ.)

படகட்டி இழுத்தல் paṭakaṭṭi iḻuttal **தொ.பெ.** நடுவதற்கு / விதை விடுவதற்கு முன்பு அச்சேற்றினை மூங்கில் முள்ளைக்கட்டி இழுத்துச் சமன் செய்தல். (கட.)

படச்சா paṭaccā **பெ.** 1) ஏர் உழுத பள்ளம். 2) நிலக்கடலை விதையைக்கைகளால் போட (நேராக, சமமாக, அகலமாக) கலப்பைக் கொழுவால் ஏற்படுத்தப்படும் பள்ளம். (**புது.**), (நா.), **படசா** paṭacā (**தஞ்.**), (கட.), (பெ.), (நா.)

படசால்கட்டி paṭacālkaṭṭi **பெ.** ஏர் உழும்போது கரையாமல் இருக்கும் சிறு சேற்று முட்டு. (நாக.). **அணகட்டி** aṇakaṭṭi

படல் paṭal **பெ.** 1) நெற்பயிர் களைப் பாதுகாக்கப் பருத்திக் குச்சியால் அடைத்து வைக்கும் தட்டி. (**தூ.**). 2) ஆடு மாடுகள் தின்னாதவாறு நெற்பயிரைச் சுற்றி அடைக்கும் தடுப்பு. (**தரு.**)

படி[1] paṭi **பெ.** 1) இரண்டு பாசேர் கொள்ளளவு கொண்ட ஓர் அளவை. 2) அவ்வளவு கொள்ளளவு கொண்ட ஒரு கருவி. 3) ஒரு கிலோ கொள்ளளவு கொண்ட ஒரு கருவி. 4) அக்கருவி கொள்ளளவு கொண்ட ஒரு அளவை. (**கரு.**). 5) (**பார்க்க**–பக்கா). (**தரு.**). 6) தானியங்கள் அளக்கும் ஒரு முகத்தல் அளவை. (**தஞ்.**), (ராம.), (**புது.**), (**திருநெல்.**), (**தே.**), (**சிவ.**), (**தூ.**). 7) நாலு ஒழக்குகள் சேர்ந்த கொள்ளளவு கொண்ட ஒரு முகத்தல் அளவை. 8) அக் கொள்ளளவு கொண்ட ஒரு கருவி. (**தூ.**). 9) விதைப்பதற்குப் பயன்படும் ஒரு கருவி. (நா.), (**வே.**). 10) நான்கு கால் படி கொள்ளளவு கொண்ட ஒரு அளவு. 11) அவ்வளவு கொண்ட கருவி (**நாக.**).

> 16 மாகாணி ஒரு படி, 8 மாகாணி ஒரு அரைப் படி, 2 கால் படி ஒரு அரைப் படி, 4 கால் படி ஒரு படி, 2 அரைப் படி ஒரு படி, 6 படி ஒரு மரக்கால், 15 மரக்கால் ஒரு கலம், 10 மரக்கால் ஒரு மூட்டை. (ராம.). (**பார்க்க**–மூட்ட)

படி[2] paṭi **பெ.** (**பார்க்க**–ஏணி). (நா.)

படிமுடிச்சி paṭimuṭicci **பெ.** (ஏர் கட்டும்போது) கலப்பை யையும், நுகத்தடியையும் இணைத்து, வடகயிற்றால் (தோல் கயிறு) கட்டும்போது போடப்படும் ஒரு வகை முடிச்சு. (நா.)

படுவமண் paṭuvamaṇ **பெ.** மண்ணில் ஒரு வகை. (நா.)

பண்ண[1] paṇṇa **பெ.** நெற்பயிரில் முளைக்கும் புல் இனத்தைச் சேர்ந்த ஒரு வகைக் களை. (நா.)

பண்ண[2] paṇṇa பெ. 1) வைக்கோலை மார்போடு அணைத்து இரு கைகளால் கொள்ளும் அளவு அள்ளும் வைக்கோல். *(எ.கா.)* வண்டி மாட்டிற்கு ஒரு பண்ண வைக்கோல் போடு. *(பார்க்க–கத்த–3)*. **(திருவ.)**, *(பெ.)*. 2) குறைந்த அளவு, *(எ.கா.* எனக்கு ஒரு பண்ண வைக்கோல் மாட்டுக்கு வேண்டும், போரிலிருந்து பண்ண பண்ணையா வைக்கோல் எடு). **(கட.)**

பண்ண[3] paṇṇa பெ. 1) அதிகமான நிலத்திற்கு உரிமையுடையவர். **(நா.)**.

பண்ண[4] panna பெ. நெல் விளையக்கூடிய நிலம். **(ராம.)**

பண்ணகீர paṇṇakīra பெ. நெற்பயிரோடு களையாக முளைக்கும் ஒரு வகைச் செடி. **(வே.)**

பண்ண பண்ணையா வருதல் paṇṇa paṇṇaiyā varutal தொ.பெ. போரில் வைக்கோல் எடுக்கும்போது கத்தையாக, குறிப்பிட்ட அளவு சேர்ந்து வரும் வைக்கோல் தொகுப்பு. *(பெ.)*

பண்ணருவா paṇṇaruvā பெ. 1) வளைந்த உள்பக்கத்தில் கருக்கைகொண்டு நெற்கதிர் மட்டும் அறுவடை செய்யப் பயன்படும் ஒரு அரிவாள். **(தூ.)**. 2) வளைந்த உள்பக்கத்தில் கருக்கைகொண்டு தானியங்களின் தட்டை அறுவடை செய்யப் பயன்படும் அரிவாள். **(தூ.)**.

பண்ணருவா paṉṉaruvā **(தே.)**, **(திருநெல்.)**, **(விரு.)**, **(ம.)** *(பார்க்க–அறப்பருவா)*.

பண்ணீர் paṇṇīr பெ. அதிக மகசூல் கிடைக்கக் கூடிய மிளகில் ஒரு வகை. (இவ்வகை மிளகுச் செடிக்கு ஆண் பூ தனிப் பூவாகவும், பெண் பூ தனிப் பூவாகவும் பூப்பதால், மழை பெய்தால் மட்டுமே அது காய் காய்க்கும்). **(நீ.)**

பண்ணையம் பண்ணுதல் paṇṇaiyam paṇṇutal தொ.பெ. வேளாண்மை செய்தல். **(தரு.)**

பண்ணையருவா paṇṇaiyaruvā பெ. *(பார்க்க–பண்ணருவா)*. **(தூ.)**

பண்த paṇta பெ. *(பார்க்க–பனத்த)*. **(திருவ.)**

பணத்துக்குஉடுதல் paṇattukku uṭutal தொ.பெ. *(பார்க்க–கண்துக்கு உடுதல்)*. **(வே.)**

பணைத்தல் paṇaittal வி. நெற்பயிர் கிளைப்பதற்காகத் தூர் கட்டுதல். **(கட.)**

பத்த patta பெ. மண்வெட்டியால் வெட்டி எடுக்கப்பட்ட குறிப்பிட்ட அளவுள்ள மண் பகுதி. **(தஞ்.)**

பத்தக்கட்ட pattakkaṭṭa பெ. நீர் செல்லக்கூடிய மடையில் வைத்து மீன் பிடிக்கப் பயன்படும்துளைகள் உடைய ஒரு வகை மரக்கட்டை. **(புது.)**

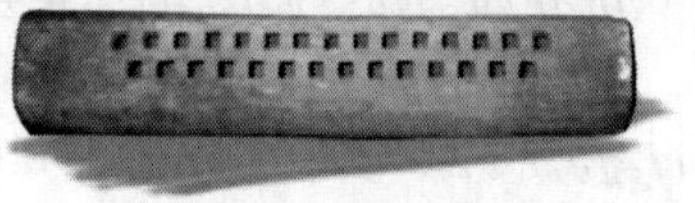

பத்தக்கட்ட (புது.)

பத்தகோல் pattakōl **பெ.** கையால் இழுத்து நீர் இறைக்கும் ஏற்றத்தின் பாகம். *(**பார்க்க**– ஏத்தம்–1) (**கட.**)*

பத்தாயம் pattāyam **பெ.** *1)* நெல் சேமிப்பதற்காகச் சதுர வடிவில் மரப்பலகையால் அடுக்கடுக்காகச் செய்து கோர்க்கப்பட்ட கொள்கலன். *(**கட.**).* **குருது** kurutu *(**தஞ்.**). 2)* வீட்டின் சுவர் ஓரம் செங்கல்லால் தடுத்துச் செய்யப்பட்ட தானியம் சேமிக்கும் அறை. **குதுரு** kuturu *(**தஞ்.**).* **பத்தாயப்பெட்டி** pattāyappeṭṭi *(**புது.**)*

பத்திநடவு pattinaṭavu **பெ.** கயிறுகொண்டு ¼ அடி அகலம் இடைவெளிவிட்டு, நேர் வரிசையில் தனித்தனிப் பத்தியாக நடும் நடவு. *(**திருவா.**)*

பத்து pattu **பெ.** *(**பார்க்க**–கவல ஏத்தம்).* **பத்த** patta *(**புது.**)*

பத்து ஐம்பது pattu aimpatu **பெ.** நெல்லின் ஒரு வகை. *(**கட.**)*

பத்துதல் pattutal **தொ.பெ.** பறித்து நட்ட நாற்று வேர்விட்டு முளைத்தல். *(**திருநெல்.**)*

பதக்கு patakku **பெ.** எட்டுப் படித் தானியங்கள் சேர்ந்த ஒரு அளவை. *(**தே.**)*

பதக்குவெரடி patakkuveraṭi **பெ.** ஒருவகை நில அளவை. இரண்டு மரக்கால் விதை நாற்றை நட்டுப் பயிர் செய்யக் கூடிய நிலத்தின் தொகுப்பு. *(**ராம.**)*

பதகாச்ச patakācca **வி.** *1)* நாற்று நட்ட வயலை நட்ட பதினைந்து, இருபது நாட்களுக்குள் மூன்று நாள் நீரின்றிக் காயவைத்தல். *2)* விதைவிட்டு நாற்றங்காலிலிருந்து நீரை வடிகட்டிய பின், விதைத்த விதையைச் சூரிய ஒளியில் ஒரிரு நாட்கள் காயவைத்தல். *(**நாக.**), (**தஞ்.**).* **மொளக் காச்சல்** moḷak kāccal *(**திருநெல்.**), (**பெ.**)*

பதம்பண்ணு patampaṇṇu **வி.** நிலத்தை (சேற்றை) சாகுபடி செய்யும் பொருட்டுப் பதப்படுத்துதல். *(**புது.**)*

பதராபோதல் patarāpōtal **தொ.பெ.** நோய்த் தாக்கத்தால் நெற்கதிர் உள்ளீடற்ற நெல் மணியாதல். *(**புது.**) (**பார்க்க**– பதுராபோதல்)*

பதரு pataru **பெ.** நோய் காரணமாகவோ/வேகமாகக் காற்று வீசுவதாலோ நெற்கதிர் பால் பிடிக்காமல் காய்ந்து பயனற்றுப் போதல். *(**பெ.**), (**தரு.**), (**திருவ.**), (**தூ.**), (**கட.**), (**நா.**) (**பார்க்க**–ஜல்லு)*

பதிகயனி patikayaṉi **பெ.** அதிகமாக, ஆழமான சேற்றுப் பகுதியை உடைய ஒரு வகை நிலம். *(**வே.**)*

பதிகழனி patikaḻaṉi பெ. *(பார்க்க– பதிகயனி). (வே.)*

பதித்தல் patittal **தொ.பெ.** *விதைக் கரும்புத் துண்டை, நிலத்தில் ஊன்றுதல். (நா.)*

பதிபோடுதல் patipōṭutal **தொ.பெ.** *காட்டில் மேயும் ஆடு, மாடு களை வேட்டையாடிப் பிடிப்பதற்காக நுனிவாலை ஆட்டிக் கொண்டு புலி படுத்திருத்தல். (விரு.)*

பதிமுகம் patimukam **பெ.** *சாயம் எடுப்பதற்குப் பயன்படும் ஒரு வகை மரம். (நீ.)*

பதிய அறு patiyaaṟu **வி.** *நெற்பயிரை அறுவடை செய்யும்போது நிலத்தில் அடித்தாள் அதிகமாக விடாமல் அறுவடைசெய்தல். (திருச்.), (நாக.)*

பதியம்போடு patiyampōṭu **வி.** *1) (செடியின் கிளையிலிருந்து இனப்பெருக்கம் செய்யும் நோக்கத்தில்) பூச்செடியின் கிளையை வளைத்து மண்ணில் புதைத்து அக்கிளை வேர்விட்டபின் முதல் செடியிலிருந்து அக்கிளையைத் துண்டித்து விடுதல். (வே.). 2) மரவள்ளிக் கிழங்கின் விதைக் குச்சியை வேறு இடத்தில் நடுவதற்காக முளைப்புக் கட்டுதல். (நா.)*

பதியம் வைத்தல் patiyam vaittal **தொ.பெ.** *(நடும் நாற்று நன்றாக வேர் பிடித்து வளர்வதற்காக) பறித்த நாற்றை ஒரு நாள் முழுவதும் நீர் படாத இடத்தில் வைத்தல். (நா.)*

பதுராபோதல் paturāpōtal **தொ.பெ.** *பூச்சியின் காரணமாக நெற்கதிரின் நெல்மணி உள்ளீடற்ற நெல்மணியாதல். (பார்க்க–பொட்டா போதல்). (வே.)*

பந்தல் போடுதல் pantal pōṭutal **வி.** *(நாற்று வளர்க்க) விதைத்த விதைமேல் பனித்துளி விழாத வாறு பந்தல் போடுதல். (நீ.)*

பந்து pantu **பெ.** *வெற்றிலையைத் தாக்கக்கூடிய ஒரு வகைப் பூச்சி. (நா.)*

பந்துபந்தாவருதல் **தொ.** pantupantāvarutal **பெ.** *பஞ்சி நன்றாக வெடித்துப் பூத்து வருதல். (நா.)*

பப்பாளி pappāḷi **பெ.** *நீண்ட குழல் வடிவக் காம்புகளில் பெரியகைவடிவ இலைகளை உச்சியில் மட்டும்கொண்ட, மென்மையான தண்டுப் பகுதியை உடைய பாலுள்ள மூலிகை மரம். (மூ.)*

பயித்தபுடுங்கு payittapuṭuṅku **வி.** *நெற் பயிரையோ / களைப் பயிரையோ திரும்பப் பயன்படா வண்ணம் எடுத்தல். (திருச்.)*

பயிர் payir **பெ.** *1) நெற்பயிர். 2) சாகுபடி செய்யப்பட்ட வெற்றிலைக் கொடி. (தஞ்.). 3) தானியங்கள் வளர்ந்து கதிர் தோன்றாமல் இருக்கும் இடைப்பட்ட பருவம். (பொதுச் சொல்) (பெ.)*

பயிர் அறித்தல் payir arittal **தொ.பெ.** முளைத்த கம்பு பயிரின்மீது ஏர் உழுத பிறகு காய்ந்த அப்பயிரைக் கைகளால் அரித்தல். *(பார்க்க–பயிரடித்தல்). (தூ.)*

பயிர் இருட்டா இருத்தல் payir iruṭṭā iruttal **தொ.பெ.** வளர்ந்த நெற்பயிர் குறிப்பிட்ட நாட்களுக்குப் பிறகு கரும்பச்சை நிறமாகஇருத்தல். *(தஞ்.)*

பயிர் ஓரங்குதல் payir oraṅkutal **தொ.பெ.** நோய் தாக்கியதாலோ/மண்ணில் சத்து குறைந்ததாலோ பயிர் வளர்ச்சி அடையாமல் இருத்தல். *(ம.)*

பயிர் குணமாவருதல் payir kuṇamāvarutal **தொ.பெ.** பயிர் திரட்சியாகக் கரும்பச்சை நிறம் கொண்டு தரமாக வளருதல். *(புது.)*

பயிர்கட்டு payirkaṭṭu **வி.** (அவ்விடத்தில் வளர்க்கப்பட்ட மரத்தில்) நட்டுப் படர்ந்த வெற்றிலைக் கொடி கீழே சாயும் தருணத்தில் கட்டுதல். *(தஞ்.)*

பயிர்கொடிக்கா payirkoṭikkā **பெ.** நல்ல மகசூல் தந்துகொண்டிருக்கும் வெற்றிலைக் கொடிக்கால். *(தூ.)*

பயிர்தலைதல் payirtalaital **தொ.பெ.** வயலில் நட்ட நெற்பயிரிலிருந்து புதிதாகக் கிளை வெடித்துத் தோன்றுதல். *(திருச்.)*

பயிர் தாக்கத்தோடு வருதல் payir tākkattōṭu varutal **தொ.பெ.** *(பார்க்க–பயிர் குணமா வளருதல்). (புது.)*

பயிர் மடிதல் payir maṭital **தொ.பெ.** நெற்பயிரில் கதிர் முற்றித் தண்டும் பழுத்து வேரோடு கீழே சாய்தல். *(திருநெல்.)*

பயிரடித்தல் payiraṭittal **தொ.பெ.** முளைத்து வளர்ந்த கம்புப் பயிர்மேல் ஏர் கட்டி உழுதல். (முளைத்த கம்புப் பயிரை உழுது இடமாறச் செய்வதால் புதிதாகக் கிளைகளை வெடித்து அதிக மகசூல் தரும்.) *(தூ.)*

பயிரதொவ payiratova **வி.** பெண்கள் நெற்பயிருக்குக் களை எடுக்கும்போது ஒவ்வொரு பயிருக்கும் வேர் பிணைப்பு இல்லாமல் காலால் மிதித்து வேரினை அறுத்து விடுதல். *(திருநெல்.)*

பயிறு[1] payiṟu **பெ.** 1) வேளாண்மை செய்யக்கூடிய சாகுபடிப் பயிர்கள். *(நா.).* 2) அறுவடைசெய்த பருப்புவகைத் தானியங்கள். *(வே.).* 3) *(பார்க்க–கொடிக்கா பயிறு.) (நா.)*

பயிறு[2] payiṟu **பெ.** நிலக்கடலையின் உள்ளிருக்கும் (முளைக்கக்கூடிய) இரு விதைகள். *(கட.)*

பயிறு எவ்வுதல் payiṟu evvutal **தொ.பெ.** நெல், வெற்றிலைக்

கொடி நன்கு வளர்ச்சி பெற்று மேலெழும்புதல். *(தஞ்.)*

பயிறு வெத்தல payiṟu vettala பெ. கொடியிலிருந்து பறித்த புதிய வெற்றிலை . *(தூ.)*

பர்மா pārmā பெ. மரவள்ளிக் கிழங்கின் ஒரு வகை. *(தரு.)*

பரக்கத்தள்ளுதல் parakkat taḷḷutal தொ.பெ. தானியங் களைப்பரவலாகப்பரப்புதல். *(தரு.)*

பரசு paracu வி. 1) சேற்றினைக் கைகளால் சமப்படுத்துதல். 2) (சோளக் கதிரை) தாம்பு (பொனையல்) ஓட்டும்போது மேலெழும்பும் தோல் மற்றும் சக்கைகளைக் கைகளால் அரித்தல். *(தே.)*

பரசுதல் paracutal தொ.பெ. பினையல் ஓட்டிய கம்பு கதிர்மேல் விளக்குமாற்றால் முன்னும் பின்னும் ஆட்டிக் கம்பு கீழே செல்லவும் அதன் சக்கைகள் மேலெழும்பவும் செய்யும் ஒரு செயல். *(தூ.)*

பரணி paraṇi பெ. (பார்க்க– பரணிபோடுதல்) *(புது.)*

பரணிபோடுதல் paraṇipōṭutal தொ.பெ. ஆறடி உயரத்திற்கு மேலாக உள்ள கருங்கல் தூணை நட்டு அதன் மேற்பரப்பில் பரண் அமைத்துத் தானிய மூட்டை களை அடுக்கி அதன் மேல் பகுதியில் வைக்கோல் போர்போட்டு (தானியங்கள்) பாதுகாக்க அமைத்தல். *(புது.)*

பரணி (புது.)

பரப்பிவிடு parappiviṭu வி. வயலில் முட்டாக கொட்டிய மாட்டுச் சாண எருவை வயல் முழுவதும் மண்வெட்டியால் பரப்புதல். *(தஞ்.)*

பரப்பு உள்ள ஆள் parappu uḷḷa āḷ பெ. அதிக நிலத்தை உடைய விவசாயி. *(பெ.)*

பரம்படி parampaṭi வி. 1) விதை, / நடவு நடுவதற்கு முன் அச்சேற்றில் தழைகள்/உரம் போட்டுப் பலகை கட்டி இழுத்துச் சமப்படுத்துதல். *(நாக.), (விரு.), (ராம.), (நா.).* **துண்டுஇழு** tuṇṭuiḻu *(தரு.), (வே.).* **பரம்புஇழு** parampuiḻu *(தஞ்.).* **பெரம்புவை** perampuvai *(தஞ்.).* **பரம்படிச்சிவுடு** parampaṭiccivuṭu *(தரு.), (நா.), (ராம.), (வே.), (நாக.), (கட.), (பெ.).* **பரம்படி** parampaṭi / **பரம்புதடவு** paramputaṭavu *(தரு.).* **மரம்அடி** maramaṭi / **பரம்பு அடி** parampu aṭi *(விரு.), (தூ.), (திருநெல்.).* **மரம் இழு** maram iḻu / **மரம் ஓட்டு** maram ōṭṭu *(திருவ.).* **மரம்தடவு** maramtaṭavu *(திருநெல்.).* (இந்த ஊரில் பரம்புப் பலகையை மாடு இழுப்பதால் ஏறி

நின்று சேற்றைச் சமப்படுத்து வார்கள்–நெடு.). **பரம்படி** parampaṭi (ம.). 2) நிலக்கடலைச் சரக்கு போட்ட பிறகு அதன் மேல் உள்ள புழுதியைச் சமப்படுத்துதல். 3) நாற்று நடுவதற்குத் தயார்ப்படுத்திய சேற்றைச் சமப்படுத்தும் பொருட்டு உருண்டை வடிவ வழுவழுப்பான மரம்/தடித்த பலகையைக் கட்டி இழுத்தல். **பெரம்பு ஓட்டு** perampu ōṭṭu (திருவ.). **பெரம்படி** perampaṭi (திருச்.). 4) சேற்றினைச் சமப்படுத்தும் பொருட்டு மரம், இரும்பாலான தடித்த பலகையில் மாட்டினைப் பூட்டி ஓட்டுதல். (தரு.). **பரம்புஓட்டு** parampuōṭṭu 5) சேற்றினைச் சமப்படுத்து வதற்காகத் தடித்த பலகை / மரத்தில் மாட்டைப் பூட்டி ஓட்டுதல். (வே.). **பரம்புகட்டி ஓட்டு** parampukaṭṭi ōṭṭu / **பரம்புகட்டு** parampukaṭṭu (வே.).

பரம்பு பலக parampu palaka பெ. 1) சேற்றினைச் சமப்படுத்து வதற்காக உள்ள தடித்த பலகை. (கட.), (புது.), (தஞ்.). **பரம்பு** parampu / **பெரம்பு** perampu (வே.). 2) (மாடுகட்டி இழுத்து) சேற்றைச் சமப்படுத்த உதவும் ஒரு வகைப் பலகை. (தே.), (சிவ.). **பரம்பு** parampu. 3) விதை விடுவதற்காக நாற்றங்கால் சேற்றினைச் சமப்படுத்தும் ஒருவகைப் பலகை. (திருச்.). **பரம்புபலவ** parampupalava (தஞ்.), (தரு.), (நாக.), (நா.). **பெரம்புபலவ** perampupalava (கட.). 4) மாடுகட்டி இழுத்துச் சேற்றைச் சமப்படுத்தும் பொருட்டுக் கனமான நீள்வடிவச் சதுர மரக்கட்டை (நாக.). 5) கையால் இழுத்துச் சேற்றைச் சமப்படுத்தக் கூடிய ஒரு வகைப் பலகை (ஆலங்.) **பரம்பு** parampu (புது.). 6) வயலின் சேற்றினைச் சமப்படுத்தும் பொருட்டுப் பயன்படும் தடித்த இரும்பு / மரத்தாலான பலகை. **பரம்பு** parampu (தரு.). 7) (சேற்றைச் சமப்படுத்தும்) உள்பக்கம் குடைந்து வடிவமைக்கப் பட்ட ஒரு வகை பரம்புப் பலகை. (பத்த.) **மரம்** maram / **பரம்பு அடிக்கிற மரம்** parampu aṭikkiṟa maram (திருநெல்.), (தூ.)

மரம் (திருநெல்.)

பரசு paṟacu **வி**. (பார்க்க– வெலம்பு). (தே.)

பரவலாவிழுதல் paravalāviḻutal **தொ.பெ**. விதை, உரம் விதைக்கின்றபோது எல்லா இடங்களிலும் விழுதல். (பெ.)

பரவலா வீசு paravalā vīcu பெ. விதையையோ உரத்தையோ நிலத்தில் எல்லா இடத்திலும் விழும்படி பரவலாக வீசுதல். (திருவா.)

பரவு paravu **வி**. சேற்றை/புழுதி மண்ணைக் கையால் கிளறிச் சமப்படுத்துதல். (தஞ்.)

பரவுசெடி paravuceṭi பெ. நிலத்தில் போட்ட விதை பழுதின்காரணமாக இடம் அதிகமாக விட்டு முளைத் திருக்கும் பருத்திச் செடி. (நா.)

பரவுதண்ணி paravutaṇṇi பெ. நிலம் நனையும்படி வைக்கும் நீர். (நா.)

பரவுபூட்ட paravupūṭṭa பெ. நெற்பயிரில் அங்கொன்றும் இங்கொன்றுமாக வெளி வரும் நெற்கதிர். (நா.)

பரனி paraṉi பெ. சுடுமண்ணால் செய்யப்பட்டுச் சுத்தப் படுத்திய தானியம், அரிசி போன்றவை சேமிப்பதற்காக உள்ள கொள்கலன். (திருநெல்.)

பராகுதல் parākutal தொ.பெ. மிளகு இனப்பெருக்கம் அடைந்து, பூ காயாக மாறுதல். (நீ.)

பராய் parāy பெ. சுரசுரப்பான கரும்பச்சை இலைகளை யுடைய வெள்ளை நிறமான ஒரு மூலிகை மரம். (மூ.)

பரினாமம் செய்தல் pariṉāmam ceytal தொ.பெ. (இனப்பெருக்கம் அடைய வைத்தல். வெண்ணிலாச் செடியில் ஆண் பூவும் பெண் பூவும் தனித் தனியாக மலர்ந் திருப்பதால் (ஒவ்வொரு நாளும்) எட்டு மணிக்குள் (பூ மூடுவதற்குள்ளாக) பூத்த எட்டு நாட்களுக்குள் ஆண் பூவில் உள்ள மகரந்தத் தூளைப் பெண் பூவில் வைத்தல். (நீ.)

பருங்கயிறு paruṅkayiṟu பெ. கட்டுவதற்கு உதவும் தடித்த கயிறு. (திருநெல்.)

பருத்தி parutti பெ. 1) ஐந்தாய்ப் பிரிந்த பசிய இலைகளையும் தனித்த மஞ்சள் நிற மலர் களையும் பஞ்சு சூழ்ந்த நீள் உருண்டை வடிவ விதை களையும் உடைய செடி. 2) அச்செடியில் பூத்து வெளிவரும் பஞ்சு. (மூ.), (தூ.), (தஞ்.), (ம.), (தே.), (வே.), (விரு.)

பருத்திஎடு parutti eṭu வி. பருத்திச் செடியின் காயில் வெடித்துள்ள பஞ்சை எடுத்தல். (வே.), (தே.)

பருத்திகாடு paruttikāṭu பெ. அடர்ந்த பருத்திச் செடிகள் கொண்ட வயல். (நா.)

பருத்திகுச்சி paruttikucci பெ. பருத்திச் செடி. (நா.)

பருத்திகொட்ட paruttikoṭṭa பெ. பருத்திச் செடியின் விதை. மாட்டிற்குத் தீவனமாகப் பயன்படும் பஞ்சு நீக்கிய பருத்திச் செடியின் விதை. (வே.)

பருத்திநாத்து paruttināttu பெ. பழுதான இடத்தில் நடும் தேயிலை நாற்று. (நீ.)

பருத்திபட்டம் paruttipaṭṭam பெ. இரண்டு / மூன்று அடிகள் இடைவெளியில் வரிசை வரிசையாகக் கயிறுகட்டி முளைக்கச் செய்த பருத்திச் செடிகள். (நா.)

பருத்திபோடு paruttipōṭu **வி.** *பழுது ஏற்பட்ட இடத்தில் புதிதாக நடுதல். (**நீ.**)*

பருத்திமாறு paruttimāṟu **பெ.** *இடத்தைச் சுத்தம் செய்வதற்குப் பருத்திக் குச்சியால் செய்த விளக்குமாறு. (**தூ.**)*

பருத்திவெர paruttivera **பெ.** *பருத்திச் செடியின் விதை. (**நா.**)*

பருநெல்லு parunellu **பெ.** *சிவப்பு நிற அரிசியை உடைய பழங்கால நெல். (**விரு.**)*

பருப்பு paruppu **பெ.** *விதைக் கரும்பில் முளைப்பதற்காக ஒவ்வொரு கணுவிலும் இருக்கும் சிறு முட்டு. (**நா.**)*

பருப்பு ஒட paruppu oṭa **வி.** *நிலக்கடலையிலிருந்து விதை எடுப்பதற்காக (விதை உடையாதவாறு) கடலையைக் கையில் எடுத்துத் தரையில்குத்தி உடைத்துக் கெட்டியான மேல் ஓட்டைப் பிரித்தல். (**புது.**)*

பருப்புகீர paruppukīra **பெ.** *உணவாகப் பயன்படக்கூடிய ஒரு வகைக் கீரை. (**நீ.**)*

பருப்புபோடு paruppupōṭu **வி.** *இயந்திரம் / ஏர் / களைக்கொட்டின் உதவியால் வேர்க் கடலையின் விதையை நிலத்தில் போடுதல்.* **கலக்கா போடு** kalakkā pōṭu *(**திருவ.**).* **பருப்புபோடு** paruppupōṭu *(**புது.**).* **கல்லபோடு** kallapōṭu *(**நாக.**)*

பருமுடிச்சி parumuṭicci **பெ.** *அதிகமாக நாற்று வைத்துக் கட்டிய பெரிய நாற்று முடிச்சு. (**திருநெல்.**)*

பருவம்காணுதல் paruvamkāṇutal **தொ.பெ.** *முளைத்துள்ள நாற்று பறிப்பதற்கு உரிய வயதை அடைதல்.* **பருவத்துக்கு வருதல்** paruvattukku varutal *(**திருநெல்.**).*

பருவம்செய் paruvamcey **வி.** *விதை பழுதில்லாமல் முளைத்தல். (**திருச்.**)*

பருவம் தப்புனபயிர் paruvam tappuṉapayir **பெ.** *(கதிர் முற்றியும் அறுவடை செய்யாமல்) அறுவடைப் பருவத்தைத் தாண்டிய நெற்பயிர். (**திருநெல்.**)*

பருவம்தாண்டுதல் **தொ.** paruvamtāṇṭutal **பெ.** *1) கால மாற்றம். 2) வயது முதிர்தல். (**நா.**)*

பருவளித்தல் paruvaḷittal **தொ.பெ.** *1) நட்ட நாற்று, தெளித்த விதை நெல் வேர் விடுதல். (**ம.**). 2) நாற்றங்காலில் விதைத்த விதை முளைத்து நன்றாக வெளியே வருதல். (**நாக.**)*

பருவாலித்தல் paruvālittal **தொ.பெ.** *வெற்றிலைக் கொடியிலிருந்து வெற்றிலை நன்றாகத் துளிர்விட்டு வருதல். (**தூ.**)*

பருவு paruvu **பெ.** *கரும்பின் ஒவ்வொரு கணுவில்*

இருக்கும் முளைக்கக்கூடிய சிறு முளைப்பு / பருவு (நா.), (கட.)

பல்லப்பெட்டி pallappeṭṭi பெ. தானியங்கள் சேமித்து வைக்கக்கூடிய அளவிற்கு இரண்டு அறைகளைக் கொண்டு மரத்தால் செய்த ஒரு வகைப் பெட்டி. (நீ.)

பல்லாரி pallāri பெ. தடினமான தோலையுடைய ஒரு வகை பெரிய வெங்காயம். (நா.)

பல்லுனி கலப்ப palluṉi kalappa பெ. விதை விதைத்த புழுதி நிலத்தின் மேற்பகுதியைச் சமப்படுத்தப் பயன்படும் வகையில், கையால் இழுக்கக் கூடிய பல்போன்ற ஒரு வகைக் கலப்பை. (பெ.). 2) புழுதி நிலத்தில் விதை விதைத்த பின் மண்ணைச் சமப்படுத்தவும் ஈரம் வெளியேறாமல் பாதுகாக்கவும் அம்மண்ணின் மீது ஒட்டப்படும் பல பற்களை யுடைய ஒரு கலப்பை. (கட.)

பலங்கொடம் palaṅkoṭam பெ. (தானியங்கள் சேமித்திட) ஒன்றன்மீது ஒன்று வரிசை யாக அடுக்கப்பட்ட சுடுமண் பானைகள். (வே.)

பலத palata பெ. கோணி போன்ற வற்றின் வாயை இறுக்கிக் கட்டுவதற்கு வைக்கோலில் கையால் முறுக்கிச் செய்த சிறிய கயிறு. **பழுத** paḻuta (ம.)

பலம் palam பெ. ஒரு வகை பழங்கால நிறுத்தல் அளவை. (தூ.)

பலம்பறித்தல் palampaṟittal தொ.பெ. தானியக் கதிர் அறுவடை செய்தல். (தூ.)

பலா palā பெ. சுவை மிகுந்த பலாச்சுளையைத்தரக்கூடிய மரம். (நீ.)

பலானகொள்ள palāṉakoḷḷa பெ. பல வகையான சாகுபடிப் பயிர்கள் பயிரிடக்கூடிய திடல் பகுதி. (வே.)

பவுடர் pavuṭar பெ. நிலக் கடலைச்செடியில்தோன்றும் பூச்சியை அழிப்பதற்குப் பயன்படும் இரசாயன பவுடர். (புது.)

பவுண்டேசன் பிளேட் pavuṇṭēcaṉ piḷēṭ பெ. புழுதி/ சேற்றில் உள்ள மேடு பள்ளங் களைச் சமப்படுத்தும் கலப்பை. (தஞ்.)

பழஞ்சேறு paḻañcēṟu பெ. உழுத நிலத்தில் பல நாட்கள் நீர் தேக்கியிருந்த சேறு. (நா.)

பழம்பாசி paḻampāci பெ. இதய வடிவான பசிய இலைகளை யுடைய மிகச் சிறு மூலிகைச் செடி. (மூ.)

பழிச்சல் paḻiccal பெ. மகசூல். விளைச்சல். (தஞ்.)

பழுத்தல் paḻuttal தொ.பெ. தானியங்களின் காய் பழுத்தல். (கட.)

பழுத paḻuta பெ. 1) நெற்கதிரைக் கட்டுவதற்காக வைக்கோல்/ பனை நாரில்திரித்து முறுக்கப் படும் கயிறு. **பழுதகயிறு** paḻuta kayiṟu (ராம.).

பழுவு paḻuvu **பெ.** வெற்றிலைக் கொடி கட்ட/ பறிக்கப் பயன்படும் ஏணியில் கால் வைத்து ஏறுவதற்காக அமைக்கப்பட்டுள்ள குறுக்குச் சட்டம் (**பார்க்க**– ஏணி–3). (**தூ**.). **பழுப்பு** paḻuppu (**தரு**.). **பழு** paḻu (**நா**.)

பள்ளக்காடு paḷḷakkāṭu **பெ.** (நீர் தேங்கி நிற்கும்) பள்ளமான நிலப் பகுதி. (**தஞ்**.)

பள்ளையத்தாடு paḷḷaiyattāṭu **பெ.** பல வகையான ஆடுகளில் ஒன்று. (**ராம**.) (**பார்க்க**– பள்ளையாடு)

பள்ளையாடு paḷḷaiyāṭu **பெ.** வெள்ளையும் கருமையும் கலந்த ஒரு வகை நாட்டு ஆடு. (**தரு**.)

பளிச்சினுபோடு paḷiccinupōṭu **வி.** அறுத்த நெற்கதிரை ஒழுங்கான முறையில் அரியாக போடுதல். (**திருவ**.)

பற paṟa **பெ.** ஆறு மரக்கால்கள் கொள்ளளவு கொண்ட இரும்பாலான ஒரு அளவை. (**கட**.)

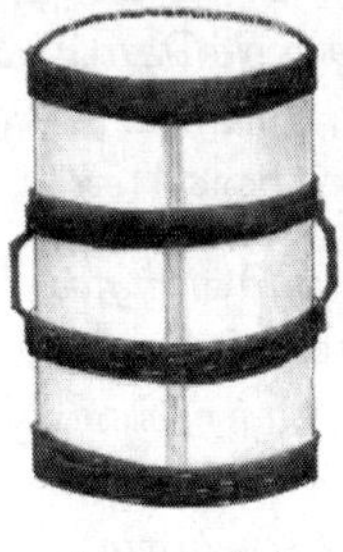

பற (கட., தஞ்.)

பறங்கி paṟaṅki **பெ.** அகன்ற சுணையுடைய இலைகளையும் பற்றுள்ள கம்பிகளையும், மஞ்சள் நிறப் பூக்கள் மற்றும் உருண்டையான பெரிய சதைப்பற்றான மஞ்சள் நிறக் கனிகளையும் உடைய படர் மூலிகைச் செடி. (**மூ**.)

பறம்பு ஓட்டு paṟampu ōṭṭu **வி.** ஏர் கட்டி உழுதல். (**தரு**.)

பறி[1] paṟi **வி.** 1) வெற்றிலை பறித்தல். (**தஞ்**.). 2) மிளகாய்ச் செடியில் அதன் காயை மட்டும் எடுத்தல். (**தூ**.)

பறி[2] paṟi **பெ.** கவலை ஏற்றத்தில் நீர் மொள்ளும் தோல்பை. (**நா**.)

பறி இருக்கு வா paṟi ikku vā **வி.** நிலத்தில் வெற்றிலை கிள்ளுவதற்குக் கூலியாட்களை அழைத்தல். (**தஞ்**.)

பறிச்சிவுடு paṟiccivuṭu **வி.** நீர் வடிவதற்காகவோ மற்ற காரணங்களுக்காகவோ பள்ளம் தோண்டுதல். (**கட**.)

பறிதல் paṟital **தொ.பெ.** (நெற்பயிரிலிருந்து) கதிர் வெளிவருதல். (**ம**.)

பறியதெரித்தல் paṟiyaterittal **தொபெ.** நாற்று பறிக்கும் போது வேரோடு வராமல் அறுந்து போதல். (**தஞ்**.)

பன்னிகரும்பு pannikarumpu **பெ.** மூங்கில் போன்று நீண்டு வளர்வதும் (தமிழர் பொங்கல் திருநாளில் மிகுதியாக

அறுவடை செய்யப்படுவதும்) தின்பதற்குப் பயன்படுவதுமான கருமை நிறக் கரும்பு. (வே.), (கட.)

பன்னகுழி paṉṉakuḻi பெ. தானியங்களை உலக்கையால் குத்தித் தோல் நீக்குவதற்காக வீட்டின் உள்ளே தரையில் அமைக்கப்பட்டுள்ள மண் குழி. (திருநெல்.)

பன்னவைக்கோல் paṉṉavaikkōl பெ. இரண்டு கைகளையும் மார்போடு அணைத்து அள்ளக்கூடிய குறிப்பிட்ட அளவுள்ள வைக்கோல். (கட.)

பன்னி paṉṉi பெ. பயிரிடப்பட்டுள்ள கிழங்குகளைத் தின்று அழிக்கக்கூடிய ஒரு வகைக் காட்டுப் பன்றி. (நீ.)

பன்னிவிட்ட paṉṉiviṭṭa பெ. பயிரில் தோன்றும் வேர்முகல் நோயைக் கட்டுப்படுத்தப் பயன்படும் பன்றியின் கழிவு/சாணம். (எ.கா.) பன்றியின் சாணத்தை தளர்வாக கோணியில் கட்டி வாய்மடையில் வைத்தால் நீர் செல்லும்போது கரைந்து வேரழுகல் நோயைக் கட்டுப்படுத்தும். (நா.)

பனத்த paṉatta பெ. ஏர் கலப்பையில் ஒரு பாகம். (பார்க்க – மரக்கலப்பு). (திருவ.)

பனந்தும்பு paṉantumpu பெ. பனை நாரில் முறுக்கித் தயாரிக்கப்படும் கயிறு. (ராம.)

பனந்தெளிவு paṉanteḷivu பெ. பனை மரத்தின் பாலிலிருந்து எடுக்கப்பட்ட வெல்லம். (நா.)

பனநாறு paṉanāṟu பெ. நாற்றுக்கட்டு போன்றவை கட்டப் பயன்படும் வகையில் பனை மட்டையின் தண்டில் உரித்து எடுக்கப்படும் நார். (ம.), (புது.)

பனவார paṉavāra பெ. பனை மரத்தின் சாத்து. (நா.)

பனி paṉi பெ. குளிர் காலத்தில் காலை / மாலை போன்ற நேரங்களில் காற்றில் உணர்கிற ஒரு வகைக் குளிர்ச்சி. (பார்க்க – வெம்பா). (தூ.)

பனியன் paṉiyaṉ பெ. பழங்கால வியாபாரிகள் / தரகர்கள் நான்கு, நாற்பது, நானூறு போன்ற இனவர்க்கத்திற்குப் பயன்படுத்தும் குழுக்குறிச் சொல். (தூ.)

பனியன்தட்ட paṉiyaṉ taṭṭa பெ. பழங்காலத் தரகர்கள் வியாபாரிகள் பொருள் மதிப்பீடு செய்ய 450 என்ற இனவர்க்கத்திற்குப் பயன்படுத்தும் குழுக்குறிச்சொல். (பனியன் – 4, 40, 400; தட்ட – 5, 50, 500 போன்றவை) (தூ.)

பனைஞ்சிவருதல் paṉaiñci varutal தொ.பெ. பறித்து நட்ட நாற்று கிளை வெடித்து நன்றாகத் தூர் கட்டி வளருதல். (ராம.)

பனைத்தல் panaittal தொ.பெ. நட்ட நெற்பயிரிலிருந்து புதிதாக முளைத்துத் தோன்றுதல். (பெ.), (நாக.)

பஜ்ஜிமிளகாய் pajjcimiḷakāy பெ. (பச்சி போடப் பயன்படும்) காரத்தன்மை குறைவான ஒரு வகை தடித்த மிளகாய். (நீ.)

பா

பா pā பெ. ஏர் உழும்போது வெளிப் பக்கமாக (வலது பக்கம்) வளைந்து வரும் மாடு. (எதிர்–சோ) (பார்க்க–சோ.) (தரு.)

பாக்கு pākku பெ. 1) மலைப் பகுதிகளில் விளையக் கூடிய பனை மரம் போன்று மெல்லிய நீண்ட ஒரு மரம். 2) அம்மரத்தில் காய்க்கக்கூடிய விதை. (நா.), (நீ.)

பாக்குட்டி pākkuṭṭi பெ. விதைக்காகக் கருப்புக் கரும்பில் (பண்ணிக் கரும்பு) துண்டு போடப் பயன்படும் பாக்குவெட்டிப் போன்ற ஒரு பெரிய கருவி. (கட.)

பாகக்காய் pākakkāy பெ. கொடியில் காய்ப்பதும் பச்சை நிறத்தைக்கொண்டு கசப்புச் சுவை உடைய ஒரு வகைக் காய். (நீ.). **பாகல்** pākal.

பாகம் pākam பெ. ஒரு ஆள் இரண்டு கைகளையும் விரித்துப் பக்கவாட்டில் நீட்டி, இரண்டு பக்க நடுவிரல் முனைகளுக்கும் இடைப்பட்ட தூரம். (தூ.)

பாங்காளம் pāṅkāḷam பெ. (பார்க்க–பலங்கொடம்). (வே.)

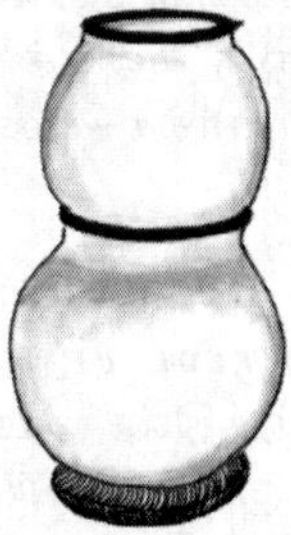

பாங்காளம் (வே.)

பாங்குஉள்ளமரம் pāṅkuuḷḷa maram பெ. அதிகமாகப் பாக்குகள் நிறைந்த மரம். (நா.)

பாச்சவாய்கா pāccavāykā பெ. 1) நீர் பாத்திகளில் பாய்வதற்காக வயலுக்குள் போடப்படும் வாய்க்கால். 2) எல்லா நிலங்களுக்கும் நீர்ப் பாசனத்தைத் தரக்கூடிய வாய்க்கால். (தஞ்.). **பாசவாய்க்கா** pācavāykkā (பார்க்க–வாலவாய்க்கா). (தே.)

பாசம்பில்லு pācampillu பெ. நெற்பயிரில் முளைக்கும் ஒரு வகைக் களை. (நா.)

பாசிப்பயிறு pācippayiṟu பெ. வெளிர்ப் பச்சை நிறத் தோலை உடைய ஒரு வகைப் பயறு. (தே.), (விரு.), (புது.), (தூ.), (கட.)

பாசேர் pācōr பெ. 1) படியில் பாதி அளவுக் கொள்ளளவு கொண்ட ஓர் முகத்தல்

அளவை. 2) அக்கருவி கொள்ளளவு கொண்ட ஓர் அளவை. (வே.)

பாஞ்சாலிகல்லு pāñcālikallu பெ. கமல ஏற்றத்தில் வைக்கப் படும் ஒரு வகைக் கருங்கல் பகுதி. (பார்க்க–கமல ஏத்தம்). (தூ.)

பாட்டம் pāṭṭam பெ. 1) பிறருடைய நிலத்தை ஒப்பந்தத்தின் அடிப்படை யில் சாகுபடி செய்யும்போது அந்த நிலத்திற்குக் கூலியாகக் கொடுக்கும் தானியம் (நெல்) / பணம். (எ.கா.) விளைஞ்சாலும் விளையாவிட்டாலும் அவனுக்கு பாட்டந்தான் (நெல்லு) குறி. 2) மகசூல். (எ.கா.) இந்த வருடம் பாட்டம் சரிஇல்லை. (திருநெல்.)

பாட்டு பாடு pāṭṭu pāṭu வி. களத்தில் தானியங்கள் அளக்கும்போது எண்ணிக் கையை இராகத்தோடு சொல்லச் சொல்லுதல். (வே.)

பாடுதாங்குதல் pāṭutāṅkutal தொ.பெ. (எதிர்–பாடுதாங்காது). நீர் தன்மை குறைந்தாலும் பயிர் வாடாமல் இருத்தல். (எ.கா.) இந்த பயிர் பாடுதாங்கும். (திருநெல்.)

பாடுவாசி pāṭuvāci பெ. மகசூலை மதிப்பிடும் ஒரு சொல். (எ.கா.) இந்த வருடம் பாடுவாசி எப்படி (கட.)

பாத்தி pātti பெ. 1) (புழுதி நிலத்தில் நீர் பாய்ச்சிச் சாகுபடி செய்வதற்குப் பயன்படும் வகையில்) நான்கு கரைகள் கொண்டதாகப் போடும் பகுதி. (தே.), (பெ.), (கட.), (வே.), (தரு.), (நா.). 2) கோஸ் நடுவதற்காக நீண்ட வடிவில் பிரிக்கப்பட்ட பிரிப்பு. (நீ.). 3) தக்காளி கன்று நட்ட ஆறு கால்கள் சேர்ந்து ஒரு தொகுப்பு (பார்க்க– கால்[3]–1). (நா.)

பாத்திகட்டு pāttikaṭṭu வி. பாய்ச்சும் நீர் தேங்கி நிற்பதற் காக (சதுர வடிவில்) சிறு வரப்புகள் அமைத்தல். (வே.), (கட.)

பாத்திநடுவு pāttinaṭuvu பெ. கயிறு கட்டிப் பாத்தி பாத்தி யாகப் பிரித்துக் கொண்டு நடும் ஒரு புதிய வகை நடவு. (ம.)

பாத்திநெர pāttinera பெ. (பார்க்க–பாத்தி–1). (நா.)

பாத்து pāttu பெ. (பார்க்க– பனியன்). (தூ.)

பாத pāta பெ. வேலையை எளிதாக்க வரப்பால் தடுத்துக் கொள்ளும் பகுப்பு. **பாத்தி** pātti (திருவ.)

பாதநடவரப்பு pātanaṭavarappu பெ. நிலங்களைப் பார்வை யிட நடந்து செல்வதற்காகப் போடப்படும் பெரிய அகல மான வரப்பு. (தஞ்.)

பாதரசங்கொல pātaracaṅkola பெ. சேற்று நிலத்திற்கு உரமாகப் பயன்படும் ஒரு வகைச் செடியின் தழை. (சிவ.)

பாதாளமூலி pātāḷamūli **பெ.** கொத்தான முட்களை யுடைய தண்டுகளையும் மஞ்சள் நிற மலர்களையும் புறப்பரப்பில் முள்ளுள்ள சிவப்பு நிறக் கனிகளையும் உடைய கள்ளியினம். *(மூ.)*

பாபா pāpā **பெ.** தானியங்கள் தூற்றும்போது காற்று விரை வாக வீசுவதற்காக வாயால் கொடுக்கப்படும் ஒலி. *(தஞ்.)* *(பார்க்க–தோத்தோ)*

பார் pār **பெ.** கரும்பு நடுவதற் காக நீளமாகத் தோண்டிய பள்ளம். *(நா.)*

பார்புடி pārpuṭi **வி.** *1)* விதைக் கரும்பு நடுவதற்கு இரண்டரை அடிகள் அகலத்தில் பள்ளம் தோண்டு தல். *(நா.). 2)* புழுதி நிலத்தில் போட்ட கரையை நீர் விட்டுக் கையால் வலுப்படுத்துதல் *(பார்க்க–அணைச்சிக்கட்டு). (நா.), (நீ.)*

பார்போடு pārpōṭu **வி.** பல பாத்திகள் உள்ளடக்கிய நீண்டதொரு பிரிப்பைப் போடுதல். *(தரு.)*

பார்மரம்[1] pārmaram **பெ.** *(பார்க்க–பாரவண்டி). (தஞ்.)*

பார்மரம்[2] pārmaram **பெ.** கவல ஏற்றத்தின் பாகம் *(பார்க்க–கவலஏத்தம்). (கட.)*

பார்வெடித்தல் pārveṭittal **தொ.பெ.** நிலத்திற்குள் காய்த்து முற்றிய உருளைக் கிழங்கின் மேல் பகுதி (தரை) வெடித்திருத்தல். *(நீ.)*

பார pāra **பெ.** *1)* வரப்பினை இடிக்க / நிலத்தில் குழி போடப் போன்றவற்றிற்குப் பயன்படும் வகையில் செய்யப்பட்ட இரும்புத் தடி. *(தஞ்.), (புது.).* **பாரகம்பு** pārakampu *(திருநெல்.). 2)* கரும்பினை வேரோடு வெட்டப் பயன்படும் ஒருவித சிறிய பாரை. *(கட.)*

பாரக்கயிறு pārakkayiṟu **பெ.** வண்டியில் ஏற்றப்பட்ட பாரத்தை வரிந்து கட்டு வதற்காகப் பயன்படும் ஒரு வகைத் தடித்த கயிறு. *(நா.)*

பாரக்கலம் pārakkalam **பெ.** தானியம் சுத்தப்படுத்துகின்ற மணல் திரளான ஒரு வகை களம். *(நா.)*

பாரணத்தல் pāraṇattal **தொ.பெ.** *(மரவள்ளிக் குச்சி சாயாமல் இருக்க)* வேர்ப் பகுதியில் மண் அணைத்தல். *(நா.)*

பாரபிடி pārapiṭi **பெ.** *(பார்க்க–பார் புடி). (நீ.)*

பாரம் pāram **பெ.** *(வண்டியில் ஏற்றப்பட்ட)* சுமை. *(புது.)*

பாரவண்டி pāravaṇṭi **பெ.** வேளாண் தொழிலுக்குப் பொருள் ஏற்றல் போன்ற காரணங்களுக்குப் பயன் படும் வகையில் முழுவதும் மரத்தால் செய்து மாடு பூட்டி

ஓட்டக்சவுடிய (உள்ளூரிலேயே தயார் செய்யப்பட்ட) நாட்டு வண்டி. (பாகம்: 1. நடுபார், 2. அல்லபார், 3. இருசுகட்ட, 4. அச்சு, 5. கடையாணி, 6. சக்கரம், 7. ஆரக்கால், 8. வட்ட, 9. மொலக்குச்சி, 10. நொகத்தடி, 11. ஏர்கால், 12. வண்டிதப்ப, 13. கொடம், 14. வண்டிகட்டு, 15. பூணு, 16. கடகுச்சி தொல, 17. கோதானி, 18. கொய்யாக் கட்ட, 19. பார்மரம், 20. வண்டிதப்ப (நாக.), 21. கட்டு (தஞ்.). (பார்க்க–நாட்டுவண்டி) (நாக.)

பாரு pāru **பெ.** 1) உருளை/முள்ளங்கி நடுவதற்காக ஏற்படுத்தும் மேடும் பள்ளமும் இணைந்த பகுதி. (நீ.). 2) நாற்றங்கால் மற்றும் நடவு வயலில் வேலையை எளிதாக்க இடைவெளி விட்டுச் சிறுசிறு பாத்தியாகப் பிரிக்கும் பிரிப்பு. (திருவா.). 3) விதைக் கரும்பு போன்றவை நடுவதற்காகத் தோண்டிய பள்ளத்தின் கரை. (நா.). 4) வாழைக் கன்று நடுவதற்காகப் பிரிக்கப்பட்ட குறிப்பிட்ட அளவுள்ள பகுதி. (ம.)

பாருஅண pāruaṇa **பெ.** பட்டத்தின் கரையில் பாரில் உள்ள மண்ணை இடித்துக் கரும்புப் பயிருக்கு அணைத்தல். (தஞ்.)

பாருகட்டு pārukaṭṭu **வி.** 1) (பார்க்க–பாருஅண). 2) கரும்பு, சோளப் பயிர் சாகுபடி செய்யப் பார் போடுதல். (தஞ்.). 3) நாற்று வளர்ப்பதற்கு நாற்சதுர அமைப்பில் வரப்பு போட்டுப் பிரித்தல். (தூ.)

பாருகுச்சி pārukucci **பெ.** வெற்றிலைக் கொடி நடுவதற்குக் குழி போடப் பயன்படும் பூவரசு மரத்தில் எடுக்கப்பட்ட சிறு குச்சி. (தஞ்.)

பாருகோலு pārukōlu **வி.** (பார்க்க–பாருஅண). (தஞ்.)

பாரு தட்டிகா pāru taṭṭikā **பெ.** நாற்றங்காலில் விதை விடவோ, நாற்றுப் பறிக்கவோ, தங்களின் வேலை சுலபத்திற்காகப் பிரித்துக் கொள்ளும் சிறு அளவுள்ள பாகம். (நாக.)

பாருநடவு pārunaṭavu **பெ.** வயலில் மருந்து தெளிப்பதற்கோ, வேலை சுலபத்திற்கோ, புதிய வேளாண் முறையில் சிறு சிறு (ஐந்து அடிகள்) அளவாகப் பட்டம் பிரித்து நடும் நடவு. (திருவா.)

பாருபுடி pāruputi **வி.** வெங்காயம் நடுவதற்காகப் பாத்தி அமைத்தல். (நா.)

பாருபொளந்துக்கட்டு pārupoḷantukkaṭṭu **வி.** (பார்க்க–பாருவெலம்பு). (நா.)

பாருபோடு pārupōṭu **வி.** (பார்க்க–பாரெடு). (நீ.)

பாருவெலம்பு pāruvelampu **வி.** 1) பட்டமாக (கரையாக) இருப்பதன் நடுவில் பள்ளம்

தோண்டி இரு பக்கங்களு முள்ள தக்காளிச் செடியில் அணைத்தல். *(நா.). 2)* புதிதாகப் பார் போடுதல். *(நா.).*

பாரெடு pāreṭu **வி**. முள்ளங்கி விதை நடுவதற்கு மேடும் பள்ளமுமாகப் பட்டம் கிழித்தல். *(நீ.)*

பால் pāl **பெ**. கரும்பிலிருந்து பிழிந்த சாறு. *(நா.)*

பால் ஏறியிருத்தல் pāl ēṟiyiruttal **தொ.பெ**. நெற்கதிரில் நெல்மணி உருவாவதற்காகப் பால் தோன்றிக் கதிர் மலர்ச்சி யாக இருத்தல். *(வே.)*

பால்கட்டு pālkaṭṭu **பெ**. வெளிவந்த நெற்கதிரில் அரிசி உருவாவதற்காகப் பால் தோன்றியிருக்கும் நிலை. *(நாக.), (திருவா.), (கட.), (தே.), (புது.)*

பால்கதுரு pālkaturu **பெ**. பால் பிடிக்கும் தருவாயில் உள்ள நெற்கதிர். *(தரு.)*

பால்நொறம்பு pālnoṟampu **பெ**. நிலத்தில் உள்ள சேற்றின் ஒரு வகை. *(வே.)*

பால் புடித்தல் pāl puṭittal **தொ.பெ**. புதிதாகத் தோன்றிய நெற்பூவில் அரிசி தோன்று வதற்குப் பால் உருவாகுதல். *(பெ.), (ராம.), (திருவ.), (தரு.), (நா.).* **பால்கோதுதல்** pālkōtutal / **பால் அடைதல்** pāl aṭaital / **பால்பிடித்தல்** pālpiṭittal *(தூ.).* / **பால்கோதுதல்** pālkōtutal *(விரு.).* **பாலேறுதல்** pālēṟutal *(தரு.), (வே.), (நா.)*

பால்பெருக்கி pālperukki **பெ**. பிடில் வடிவமும் சிவப்புப் புள்ளியும் கொண்டு பசிய இலைகளை உடைய பாலுள்ள குறுஞ்செடி. *(மூ.)*

பால்முறிதல் pālmuṟital **தொ.பெ**. குட்டி போட்ட தாயாட்டிற்கு வரும் சீம்பால், நிறம் மற்றும் அடர்த்தி போன்றவை மாறி வருதல். *(ராம.)*

பால[1] pāla **பெ**. வெற்றிலைக் கொடியிலிருந்து பிரியும் கிளை *(**பார்க்க**–கப்புரிபால).* *(நா.)*

பால[2] pāla **பெ**. பாக்கு மரத்தி லிருந்து பாக்குக் காய்ப்பதற் காக வரும் குலை. *(நா.)*

பாலகட்ட pālakaṭṭa **பெ**. *(**பார்க்க**–மதுவுகட்ட). (தஞ்.)*

பாலடைதல் pālaṭaital **தொ.பெ**. (நெற்பயிரில் தோன்றும்) கதிரில் அரிசி உருவாவதற் காகப் பால் பிடித்தல் / தோன்றுதல். *(திருநெல்.)*

பாளம் பாளமா வெடித்தல் pāḷam pāḷamā veṭittal **தொ.பெ**. நீர்வறட்சியால் நிலம் அதிகஅளவில் வெடிப்பு தோன்றுதல். *(தூ.)*

பாலு அடஞ்சி கோடாங்கி போடுதல் pālu aṭañci kōṭāṅki pōṭutal **தொ.பெ**. நெற்பயிரில் தோன்றும் கதிர் பால் பிடித்துக் கதிர் தலை சாயும் நிலை. *(திருநெல்.)*

பாலு ஒழுவுதல் pālu oḻuvutal தொ.பெ. பார்க்க–வாவுட்டுடிச்சி. (பெ.)

பாலேறுதல் pālēṟutal தொ.பெ. (பார்க்க–பால்கட்டு). (தே.)

பாவ pāva பெ. (பார்க்க–பாகக்காய்). (நீ.)

பாவட்டை pāvaṭṭai பெ. கொத்தான வெண்ணிற மலர்களையும் மெல்லிய காம்புள்ள இலைகளையும் கொண்ட குறுஞ்செடி. (மூ.)

பாவு[1] pāvu வி. முளை கட்டிய விதைகளை நாற்றங்காலில் பரவலாக விழுமாறு தெளித்தல். (திருநெல்.), (புது.)

பாவு[2] pāvu பெ. வெல்லம் தயாரிப்பதற்காகக் கரும்புச் சாற்றிலிருந்து பிழிந்தெடுத்துக் காய்ச்சிய சாறு. (நா.)

பாவு[3] pāvu பெ. கலப்பையில் கைப்பிடிப்பதற்காக உள்ள பகுதி. (பார்க்க–மோழி). (தூ.)

பான pāṉa பெ. சுடுமண்ணால் செய்யப்பட்ட தானியம் சேமிக்கும் கொள்கலன். (புது.)

பானக்காரம் pāṉakkāram பெ. வேலைக்குச் சென்று வெயிலில் திரும்பும் வேலையாட்களுக்குக் கொடுப்பதற்காகப் புளி, கருப்பட்டி கரைத்துத் தயார்செய்த ஒரு வகைக் குளிர்பானம். (தூ.)

பி

பிச்சி picci பெ. மண்வெட்டி இலையின் காம்பு. (பார்க்க–மண்வெட்டி: மமட்டி). (புது.)

பிச்சி picci பெ. ஏழு, எழுநூறு போன்ற இனவர்க்கத்திற்கு இணையாகப் பழங்காலத் தரகர்கள் பயன்படுத்தும் குழூக்குறிச் சொல். (தூ.)

பிசில் picil பெ. இருபது லிட்டர்கள் கொண்ட ஒரு அளவை. (நா.)

பிசுக்கொட்டி picukkoṭṭi பெ. கம்புப் பயிரில் ஏற்படும் ஒரு நோய். (தூ.)

பிசுவு picuvu பெ. ஐந்து முழக் கயிறுக்குள் அடங்கும் அளவுள்ள விதை மரவள்ளிக் கிழங்கின் குச்சி. (தரு.)

பிட்டுபோடு piṭṭupōṭu வி. (பார்க்க–தடபோடு). (தரு.)

பிடங்கு piṭaṅku பெ. மண்வெட்டி / களைக் குச்சி அடிப் பகுதி யின் பின் பக்கம். (தூ.). **பொடங்கு** poṭaṅku (நாக.).

பிடரிகட்ட piṭarikaṭṭa பெ. ஏர் உழுது கொண்டு வயலின் மூலைப் பகுதியில் திரும்பும்போது ஏற்படும் இடத் தரிசு. (தூ.)

பிணையல்போடு piṇaiyalpōṭu வி. (தாம்பு ஓட்டுவதற்காக) மாடுகளை வரிசையாகக் கயிற்றினால் கழுத்தில் கட்டி ஒன்றிணைத்தல். (நா.)

பித்தம் pittam பெ. *1)* மண்வெட்டிக் காம்பில் இணைப்பதற்காக, மண்வெட்டி இலையின் தலைப் பகுதியில் ஏற்படுத்தியிருக்கும் சிறிய கூரான பகுதி. *(நாக.)*. *2)* அரிவாள் மண்வெட்டி / இலையில், கைப்பிடிக் காம்பில் செருகுவதற்காகச் செய்யப்பட்டுள்ள சிறிய கூறு. *(பார்க்க–மண்வெட்டி)*. *(பெ.)*

பித்து pittu பெ. *(பார்க்க–பித்தம்)*. *(தஞ்.)*

பிரட்டாசி piraṭṭāci பெ. தமிழ் மாதத்தின் ஆறாவது மாதம். *(வே.)*. **பிராட்டி** pirāṭṭi *(தூ.)*

பிரண்டை piranṭai பெ. சதைப் பற்றான நாற்கோண வடிவத் தண்டுகளையும் பற்றுக் கம்பிகளையும் மடலான இலைகளையும் கொண்டிருக்கும் மருத்துவக் குணம் கொண்ட ஏறு கொடி. *(மூ.)*

பிரமத்தண்டு piramattanṭu பெ. காம்பில்லாமல் பல மடல்களாக உடைந்த கூரிய முட்களுள்ள இலைகளையும் மஞ்சள் நிறப் பூக்களையும் கடுகு போன்ற விதைகளையும் உடைய சிறு மூலிகைச் செடி. *(மூ.)*

பிரமண piramaṉa பெ. *(பாத்திரத்தைத் தரையில் வைக்கும்போது உருண்டு விடாமல் இருப்பதற்காக)* பாத்திரங்களின் அடியில் வைக்கும் வைக்கோல் பிரியில் செய்த வட்ட வடிவ இருக்கை. *(வே.)*

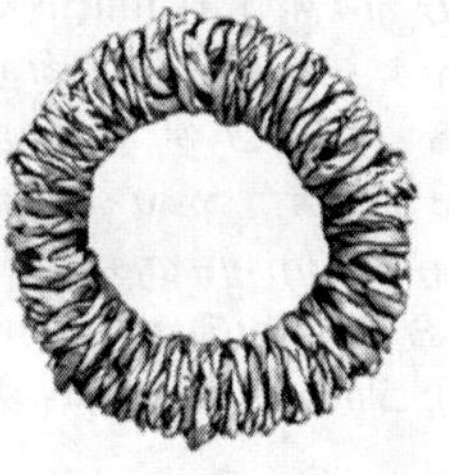

பிரமண (வே.)

பிரானம் போதல் pirāṉam pōtal தொ.பெ. *(வேளாண்)* வேலை செய்யும்போது உடலில் உள்ள சக்தி குறைந்து உடல் சோர்ந்து போதல். *(தே.)*

பிரி piri பெ. *1)* *(வைக்கோல், தானியத் தட்டைகள் திரைக்க/கட்டப் பயன்படும் வகையில்)* வைக்கோலில் முறுக்கிய நீண்ட தடித்த கயிறு. *(திருநெல்.)*, *(நா.)*, *(கட.)*, *(தஞ்.)*, *(ம.)*, *(பெ.)*, *(தூ.)*, *(தரு.)*, *(புது.)*, *(தஞ்.)*, *(வே.)*, *(விரு.)*. **வண்டு** vanṭu *(விரு.)*. **பிரிவண்டு** pirivanṭu *(தே.)*. *2)* *(அறுந்துபோகாத அளவில்)* நீட்டாக முறுக்கிய பிரியை இரண்டாக மடக்கித் திரித்து மீண்டும் மீண்டும் பயன்படுத்தும்படி தயாரித்த பிரி. *(தூ.)*. **வெக்கபிரி** vekkapiri *(பெ.)*, *(சிவ.)*, *(தஞ்.)*

பிரிச்சிவச்சிநடு piriccivaccinaṭu வி. நடவு வயலில் பெண்கள் நடும்போது முதலுக்குமுதல் அகலமாக நாற்றைக் குறைத்துவைத்து நடுதல். *(ம.)*. **பிரிச்சிபோட்டுநடு** piriccipōṭṭu naṭu *(வே.)*. **கீரிபோட்டுநடு** kīripōṭṭunaṭu *(பெ.)*, *(கட.)*. **கிள்ளிவச்சிநடு** kiḷḷivaccinaṭu *(நாக.)*

பிரி முறுக்கு piri muṟukku **வி.** (வைக்கோல் போன்றவை திரைப்பதற்காக) வைக்கோலை நீண்ட கயிறாக முறுக்குதல். (கட.). **பிரிவண்டுவுடு** pirivaṇṭuvuṭu (தே.). **பிரிவுடு** pirivuṭu (திருவ.)

பிரிய ஓடச்சிவுடு piriya ōṭaccivuṭu **வி.** முறுக்கிச் சுருட்டிவைத்த பிரியைப் பிரித்தல். (கட.)

பில்லஅலசு pillaalacu **வி.** (பார்க்க–பில்லு ஒதறு). (வே.)

பில்லமாடு pillamāṭu **பெ.** ஒரு வகை உழவு மாடு. (ராம.)

பில்லரிசி pillarici **பெ.** கம்பு போன்றவற்றிலிருந்து கிடைக்கும் அரிசி. (நா.)

பில்லருவா pillaruvā **பெ.** கால்நடைகளுக்குப் புல் அறுப்பதற்காகப் பயன்படும் ஒரு வகை அரிவாள். (தஞ்.)

பில்லு[1] pillu **பெ.** நெற்பயிரில் முளைக்கும் களைகள். (புது.)

பில்லு[2] pillu **பெ.** வைக்கோல். (நா.), (தரு.), (வே.)

பில்லு[3] pillu **பெ.** கலப்பையில் கைப்பிடிப் பகுதியில் கை பிடிப்பதற்காகச் செருகப் பட்ட சிறு குச்சி. (பார்க்க–மரக்கலப்ப). (வே.)

பில்லுஅரிக்கிற கலப்ப pilluarikkiṟa kalappa **பெ.** புழுதி நிலத்தில் உள்ள புற்களை அறிப்பதற்காக உள்ள ஒரு வகைக் கலப்பை. (நா.)

பில்லுஒதறு pilluotaṟu **வி.** வைக்கோலைக் காய வைப்பதற்காக நன்றாக உதறுதல். (வே.)

பில்லுசெத்த மண்டுதல் pillucetta maṇṭutal **தொ.பெ.** நெற்பயிரில் களைகள் முளைத்தல். (தஞ்.)

பில்லுபொடி pillupoṭi **பெ.** நிலக்கடலைச் செடியில் களையாக முளைத்த புல் மற்றும் கோரைகள். (கட.)

பில்லுபோர் pillupōr **பெ.** வைக்கோல் போர். (பார்க்க–போர்). (வே.)

பில்லுமருந்து pillumaruntu **பெ.** களைகளை அழிப்பதற்காகத் தெளிக்கப்படும் களைக் கொல்லி. (இரசாயன மருந்து). (நா.)

பில்லுமாறு pillumāṟu **பெ.** வீட்டைச் சுத்தம் செய்வதற் காக (நரம்புள்ள) காய்ந்த செடிகளைச் சேர்த்துக் கட்டிய தொகுப்பு. (விரு.)

பில்லுருபணம் pillurupaṇam **பெ.** மாடு தின்னும் புல்லிற் காகக் கொடுக்கும் கூலி. (எ.கா.) ஊர் மாடுகளை ஒன்று திரட்டிக் காட்டில் மேய்ப்பவர் ஒரு வருடத் திற்கு ஒப்பந்த அடிப்படை யில் காட்டைக் குத்தகைக்கு எடுப்பர். அவருக்கு மாட்டின் உரிமையாளர்கள் ஒவ்வொருவரும் மாட்டை மேய்ப்பதற்காகத் தனிக் கூலியும், மாடு தின்னும் புல்லிற்காகத் தனிக் கூலியும் (பில்லுருபணம்) கொடுக்க வேண்டும். (திருநெல்.)

பிளம்ஸ் piḷams பெ. உணவாகப் பயன்படக்கூடிய ஒரு வகைக் காய்கறி. *(நீ.)*

பிளாச்சி piḷācci பெ. வேலி அடைக்க தட்டி அடைக்கப் பயன்படும் வகையில் இரண்டு, மூன்றாகப் பிளக்கப் பட்ட மூங்கில் மரத்தின் பகுதி. *(தஞ்.)*

பின்கட்டு குத்தக piṉkaṭṭu kuttaka பெ. ஒப்பந்தம் செய்து கொண்டு சாகுபடி செய்த நிலத்திற்குச் சன்மானமாக, அந்நிலத்தில் விளைந்து அறுவடை செய்தபின் கொடுக்கும் தொகை. *(பார்க்க–முன்கட்டுகுத்தக). (தூ.)*

பின்னேரு piṉṉēru பெ. ஏர்கள் உழும்போது இறுதியாக உழுது வரும் ஏர். *(வே.), (நாக.), (பெ.).* **பின்னாலேரு** piṉṉālēru / **பின்னேரு** piṉṉēru *(தரு.).* **பின்னித்தி ஏரு** piṉṉitti ēru *(நாக.).* **பின்னித்திஏரு** piṉṉittiēru / **பின்னத்திஏரு** piṉṉattiēru *(தூ.).* **பிந்தேரு** pintēru *(நா.)*

பீ

பீஞ்சிகட்டு pīñcikaṭṭu வி. *(பொருள்களைக் கயிறு கொண்டு கட்டும்போது)* நன்றாக வரிந்து இறுக்கிக் கட்டுதல். *(வே.)*

பீச்சங்கு pīccaṅku பெ. எதிரடுக்கில் அமைந்த இலைகள் மற்றும் நீண்டு விரிந்த மலர்களுடன் முட்கள் நிறைந்த சிறிய மூலிகைச் செடி. *(மூ.)*

பீச்சுதல் pīccutal தொ.பெ. ஆடுகளிடமிருந்து பால் கறத்தல். *(ராம.)*

பீட்டு pīṭṭu பெ. குளிர் பிரதேசத்தில் விளைவதும் இரத்தச்சிவப்பு நிறமுடையது மான ஒரு வகை உருண்டை வடிவ காய்கறி. **பீட்ரூட்** pīṭrūṭ *(நீ.). (தே.)*

பீட pīṭa பெ. *(பார்க்க–கரம்பு). (திருவ.)*

பின்னேரு (நாக.)
பாகம்: 1. முன்னேரு, 2. பின்னேரு.

பீர்க்கங்காய் pīrkkaṅkāy **பெ.** *கொடியில் காய்க்கக்கூடிய (பச்சை நிறமுடைய) விளிம்புகளாகப் பிரிபட்ட ஒருவகைக் காய். (நீ.)*

பீராஞ்சிஎடு pīrāñcieṭu **வி.** *வைக்கோல் மற்றும் புல்லைக் கைகளால் அரித்தல். (தரு.)*

பீராய் pīrāy **வி.** *கீழே கிடக்கும் புற்கள் மற்றும் வைக்கோல் களைக் கை விரல்களால் அரித்து ஒன்றுசேர்த்தல். (வே.), (புது.)*

பீன்ஸ் pīṉs **பெ.** *பச்சை நிறத்தில் கொத்தவரங்காய் போன்று அமையும் ஒரு வகைக் காய்கறி. (நீ.), (தே.)*

பு

புஞ்சகாடு puñcakāṭu **வி.** *(ஏரி, குளம் போன்றவற்றிலிருந்து நீர் சென்று பாயமுடியாமல்) மழைநீரால் சாகுபடி செய்யக்கூடிய மேட்டுப் பகுதி / திடப்பகுதி. (தூ.).* **புஞ்ச** puñca *(பெ.), (ம.).* **திடல்** tiṭal *(புது.).* **பிஞ்ச** piñca *(கட.), (தே.).* **மேட்டாங்காடு** mēṭṭāṅkāṭu / **மேட்டுக்காடு** mēṭṭukkāṭu *(தரு.).* **மேட்டுகாடு** mēṭṭukāṭu / **மேட்டுப் பகுதி** mēṭṭup pakuti *(தஞ்.)*

புட்ட puṭṭa **பெ.** *மண் கட்டி. (வே.)*

புட்டபுட்டயா இருத்தல் puṭṭapuṭṭayā iruttal **தொ.பெ.** *ஏர் உழும்போது சேறு நன்றாக நீரில் கரையாமல் கட்டி கட்டியாக இருத்தல். (வே.)*

புட்டி[1] puṭṭi **பெ.** *நாற்பது மரக்கால் கொள்ளளவு கொண்ட ஒரு தொகுப்பு / அளவை. (வே.)*

புட்டி[2] puṭṭi **பெ.** *கூலியாட்கள் ஆய்ந்த கடலையை அளப்பதற்காக உரிய அளவைப் பாத்திரம். (பெ.)*

புடல puṭala **பெ.** *கொடியில் (பாம்பு போன்று) நீள் உருளை வடிவத்தில் காய்க்கக் கூடிய ஒரு வகைக் காய். (நீ.) (பார்க்க–பொடலங்கா)*

புடி puṭi **பெ.** *மண்வெட்டியின் காம்பு. (பார்க்க–மண்வெட்டி). (புது.)*

புடிகயிறு puṭikayiṟu **பெ.** *ஏர் உழும் மாட்டைத் திசை திருப்ப/நிறுத்த மாட்டின் மூக்கணாங் கயிற்றிலிருந்து கட்டிக் கையில் பிடித்துக் கொள்ளும் இரு கயிறுகள். (புது.)*

புடிச்சப்புடி puṭiccappuṭi **பெ.** *(நாற்றுப் பறிக்கும்போது) ஒரு பக்கக் கையில் பறித்து வைத்துள்ள நாற்று. (ம.)*

புடிச்சிவச்சிநடு puṭiccivaccinaṭu **பெ.** *(பார்க்க–கூட்டிவச்சிநடு). (தே.)*

புடிச்சிவெளைதல் puṭicciveḷaital **தொ.பெ.** *நல்ல மகசூலைத் தருவதற்காகப் பயிர் செழித்துக் கதிர் ஈனுதல். (தஞ்.)*

புடிசால் puṭicāl பெ. *1)* முதலில் உழுத உழவிற்கு எதிர்ப்பதமாக உழும் உழவு. *(ராம.). (**எதிர்**–அடிசால்). 2)* ஏர் உழுது சென்று திரும்பி உழுது வரும்போது கிழிக்கும் பள்ளம். *(**தூ.**)*

புடிபட்டுவருதல் puṭipaṭṭuvarutal தொ.பெ. *(ஏர் உழும்போது)* உழவு குறைந்துகொண்டே வருதல். *(ராம.)*

புடிமொந்தன் puṭimontaṉ பெ. மொந்தன் வாழையில் ஒரு வகை. *(**தஞ்.**)*

புடுங்கு puṭuṅku **வி**. தானியச் செடி / களைகளை வேரோடு பறித்தல். *(**தூ.**)*

புடுப்பு ஓட்டுதல் puṭuppu ōṭṭutal தொ.பெ. *(**பார்க்க**–செவியடித்தல்). (**புது.**)*

புடை puṭai **வி**. தானியங்களிலுள்ள தூசு, கற்களைச் சுத்தப்படுத்துவதற்காக முறத்தில் இட்டு மேலும் கீழுமாக ஆட்டுதல். *(**வே.**)*. **பொடை** poṭai *(கட.)*

புண்ணாக்கு puṇṇākku பெ. *(நெற்பயிருக்கு உரமாகப் பயன்படும்)* எள், கடலை முதலிய எண்ணெய் வித்துக்களிலிருந்து எண்ணெய் எடுத்த பின் மிஞ்சும் சக்கை. *(**நா.**), (**தஞ்.**), (ம.), (**தரு.**)*

புண்ணாக்குக்கீர puṇṇākku kkīra பெ. முட்டை வடிவத் தனியிலைகளையும் செந்நிறத் தண்டினையும் பட்டையான காய்களையும் உடைய சிறு மூலிகைச் செடி. *(**மூ.**)*

புத்தி putti **இடை**. ஆமாம் என்பதற்கு இணையான சொல்.(எட்டையபுரம் ஜமீன் உட்பட்ட பகுதியில் மகாராஜாவிடம் விவசாயிகள் உரையாடும் போது சரி என்ற வார்த்தையைப் பயன்படுத்துவது இல்லை. சரி என்று சொன்னால் மகாராஜா சொல்லில் தவறு என்பது இருக்குமோ என்ற காரணத்தால் புத்தி என்று கூறுவார்கள்.) *(**தூ.**)*

புத்துகழனி puttukaḻaṉi பெ. நிலத்தின் ஒரு வகை. *(**தரு.**)*

புதிரு putiru பெ. பொங்கலுக்கு முன் விளைந்த நெற்பயிரைப் பொங்கல் திருநாளன்று உணவு சமைத்துப் படைப்பதற்காக அறுத்துத் தனியாக எடுத்துச் செல்லும் நெற்பயிர். *(**திருவா.**)*

புரசு puracu பெ. பெரிய இலைகளையும் செந்நிற மலர்களையும் அகன்ற தட்டையான விதைகளையும்கொண்ட நடுத்தர உயரமுடைய மரம். *(**மூ.**)*

புல்லு pullu பெ. *1)* விதை மரவள்ளிக்குச்சியை நறுக்கிய சிறு துண்டு. *(**நா.**). 2)* விதைக் கரும்பிலிருந்து விதையாகப் போட வெட்டப்படும் ஒன்று / இரண்டு கணுவோடு வெட்டிய துண்டுப் பகுதி. *(**கட.**)*

புல்லு pullu பெ. தானியம். (தூ.)

புல்லுஅரி pulluari வி. நாற்று நடுவதற்கு முன்போ தானியம் விதைப்பதற்கு முன்போ புல், பூண்டு போன்ற களைகளைக் கைகளால் அரித்தல். (தஞ்.), (தூ.). **பில்லு அரி** pillu ari (நாக.), (தஞ்.)

புல்லுசோறு pullucōṟu பெ. கம்புத் தானியத்தில் சமைத்த சோறு. (தூ.)

புல்லுபத்த pullupatta பெ. மண்வெட்டியால் புற்களோடு வெட்டி எடுக்கப்பட்ட மண் திட்டு. (பார்க்க–பத்த). (தஞ்.)

புல்லுவெட்டுதல் pulluveṭṭutal தொ.பெ. பயிர்களில் முளைத்துள்ள களைகளைச் சுத்தம் செய்தல். (நீ.)

புழுக்க puḻukka பெ. ஆட்டின் சிறு உருண்டை வடிவ மலம். **புழுக்கை** puḻukkai (ராம.)

புழுதி puḻuti பெ. நீர் விடாமல் உழுதுபோடும் மண். **புலுதி** puluti (தரு.), (திருவா.), (கட.), (நாக.), (தூ.). **புய்தி** puyti / **புல்தி** pulti (வே.)

புழுதி ஆட puḻutiāṭa பெ. (புழுதி உருவாக) கடலைச் செடியின் வேர் நன்றாகப் பரவும் பொருட்டுக் களைக்கொட்டினால் கொத்திப் புழுதியாக்குதல். (எ.கா.) புழுதியாட கலக்கொட்டினால் கொத்த வேண்டும். (புது.)

புழுதி ஒழவு puḻuti oḻavu பெ. நிலத்தைக் காயவைப்பதற்காக நீர் விடாமல் உழும் உழவு. (நாக.), (தஞ்.), (கட.)

புழுதிஓட்டின நெலம் puḻutiōṭṭiṉa nelam பெ. நீர் விடாது ஏரினால் உழுது போட்ட நிலம். (வே.)

புழுதிஓட்டு puḻutiōṭṭu வி. 1) கடலைப் பயிர் சாகுபடி செய்ய நிலத்தில் நீர்விடாது கலப்பையில் புழுதியாக்குதல். 2) (நீர் விடாத நிலத்தில்) ஏர் பூட்டி உழுது மண்ணை உதிரியாக்குதல். (தஞ்.). **புலுதிஓட்டு** puluti ōṭṭu (புது.). **புழுதிஎடு** puḻuti eṭu (ம.). **புழுதியாடு** puḻutikkāṭu (புது.)

புழுதி கலப்ப puḻuti kalappa பெ. புழுதி நிலத்தை உழுவதற்காக உள்ள கலப்பை (சிவ.)

புழுதி நாத்து puḻuti nāttu பெ. சேற்று நாற்றங்காலில் முளைக்காமல் புழுதி வயலில் முளைத்த நாற்று. (நாக.)

புழுதிபாரு puḻutipāru பெ. கரும்பு நடுவதற்கு நிலத்தில் கரையோடு போட்ட பார். (நா.)

புழுவுஅடித்தல் puḻuvuaṭittal தொ.பெ. நெற்பயிரைப் புழுக்கள் தின்றுவிடுதல். (நா.)

புழுவெட்டு puḻuveṭṭu பெ. புழுக்கள் பயிரைத்தின்பதால் ஏற்படும் பாதிப்பு. (நா.)

புள்ளசட்டம் puḷḷacaṭṭam பெ. (பார்க்க–நாட்டு வண்டி). (திருநெல்.)

புள்ளிமாடு puḷḷimāṭu பெ. வேளாண்மைக்குப் பயன் படக்கூடிய ஒரு வகைக் காளை மாடு. *(கட.)*

புள்ளையார்புடி puḷḷaiyārpuṭi வி. வேளாண் வேலை தொடங்கும்போது பிள்ளையார் என்ற தெய்வத் திற்குப் பதிலாகக் களிமண் / மஞ்சளில் கூம்பிய வடிவத் தில் கையால் வடிவமைத்தல். *(தஞ்.)*

புளி puḷi பெ. எதிரடுக்கில் அமைந்த சிறகமைப்புக் கூட்டிலைகளையும் மஞ்சள் வரியுடைய இளஞ்சிவப்பு மலர்களையும்கொண்டு கடிமான, ஆனாலும் நொறுங்கக்கூடிய (பழுப்பு நிறப்) புறத்தோலை உடைய கனிகளையும் பெற்ற பெரு மரம். *(மூ.)*

புளிக்கருப்பு puḷikkaruppu பெ. பழங்கால நெல்லில் ஒரு வகை. *(திருநெல்.)*

புளிச்சநாறு puḷiccanāṟu பெ. கயிறு திரிக்கப் பயன்படும் ஒரு வகை நார். *(புது.)*

புளிச்சாகீர puḷiccākīra பெ. வயலில் முளைக்கும் ஒரு வகைப் புளிப்புத் தன்மை கொண்ட ஒரு வகைக் கீரை. *(நா.)*

புளிச்சாணிபான puḷiccāṇipāṉa பெ. கம்பஞ்சோறு சமைத்து அதை உருண்டைகளாக்கி நீரில் போட்டுப் பாதுகாக்கப் பயன்படும் பானை. *(தூ.)*

புளிநரளை puḷinaraḷai பெ. சுணையுடைய கனத்த இலைகளையும் கொத்தான மலர்கள் மற்றும் உருண்டையான பழங் களையும்கொண்டு, நீண்ட கிழங்கைப் பெற்ற ஒரு ஏறு கொடி. *(மூ.)*

புளியாரை puḷiyārai பெ. புளிப்புச் சுவையுடைய இலைகளைக் கொண்டு நிலத்தில் படரும் சிறு மூலிகைச் செடி. *(மூ.)*

புளூ pḷū பெ. நெற்பயிரைத் துளைத்து உண்பதற்காகத் தோன்றும் புழு. *(தரு.)*

புன்கு puṉku பெ. இளஞ்சிவப்பும் வெண்மையும் கலந்து நெற்பொரி போன்ற பூக்களையும் முட்டை வடிவ இலைகள் மற்றும் நீள் சதுரக் காய்களையும் பெற்ற ஒரு சிறு மூலிகை மரம். *(மூ.)*

புன்னை puṉṉai பெ. சற்று நீண்ட எதிரடுக்கில் அமைந்த இலைகளையும் உருண்டை யான உள் ஓடு உள்ள சதைக் கனிகளையும் உடைய மூலிகை மரம். *(மூ.)*

புனுகுசோளம் puṉukucōḷam பெ. பிஞ்சுச் சோளம். *(நா.)*

பூ

பூ[1] pū பெ. மிளகுக் கொடியில் தோன்றும் பூ. *(பார்க்க–திரி). (நீ.)*

பூ[2] pū பெ. வாழைக் கன்று, மரவள்ளிக்குச்சிபோன்றவை நடுவதற்காகத் தயாரிக்கப் பட்ட அளவுக் கயிற்றில் தேவைப்பட்ட அளவுக்கு இடையில் அடையாளத் திற்காக வைக்கப்படும் நூல் கயிறு. (**தஞ்.**)

பூ[3] pū பெ. வாழை மரத்தில், காய் தோன்றுவதற்காக வெளிவரும் கூம்பிய இதழ்களின் அடுக்கு. (**தூ.**)

பூ கோஸ் pū kōs பெ. முட்டை கோஸின் ஒரு வகை. (**நீ.**)

பூச்சிஉழுதல் pūcciul̲utal தொ.பெ. பயிர்களில் நோய்த்தாக்குதல். (**தஞ்.**)

பூச[1] pūca பெ. பழங்காலத்தில் சாகுபடி செய்யப்பட்ட ஒரு நெல் வகை. (**தஞ்.**)

பூச[2] pūca பெ. குலதெய்வத்திற்குப் படைக்கும் படையல். (**தஞ்.**)

பூசனந்தழ pūcan̲antal̲a பெ. வயலுக்கு உரமாகப் பயன்படக்கூடிய பூவரச மரத்தின் தழை. (**கட.**)

பூசனி pūcan̲i பெ. சுணையுடைய அகன்ற இலைகளையும் பற்றுக்கம்பிகளையும் வெளிர் மஞ்சள் நிறப் பூக்களையும் கொண்டு சாம்பல் நிறக் காயைப் பெற்ற ஒரு கொடி. (**மூ.**). **பூசினிக்கா** pūcin̲ikkā (**நீ.**). **பூசினிகா** pūcin̲ikā (**ம.**)

பூஞ்சிகர pūñcikara பெ. பாத்தியாகப் பிரிக்கக் கூடிய சிறு வரப்பு. (**கட.**)

பூட்ட[1] pūṭṭa பெ. 1) (மணி தோன்று வதற்காக வெளிவரும்) சோளக் கதிர். (**தே.**). 2) பூவோடு வெளிவரும் (முற்றாத) நெற்பயிரின் கதிர். (**பார்க்க–கதிர்**) (**தரு.**). 3) வளர்ச்சி குறைந்த தரமல்லாத தானியக் கதிர். 4) தானியச் செடிகளில் கதிர். (**தூ.**). 5) (பயிரிலிருந்து வெளிவந்த) பால் பிடிக்காத கதிர். (**நா.**)

பூட்ட[2] pūṭṭa பெ. நெற்கதிரை உள்ளடக்கிக் வைத்துக் கொண்டு வெளிவரும் சோலை. (**தரு.**)

பூட்ட[3] pūṭṭa பெ. சூரியகாந்திச் செடியின் முற்றிய பூ. (**நா.**)

பூட்டக்கட்ட pūṭṭakkaṭṭa பெ. (**பார்க்க–கவல ஏத்தம்**). (**புது.**)

பூட்டபுடுங்கி pūṭṭapuṭuṅki பெ. தானியக் கதிர்களை அறுவடை செய்த பின் மீதமுள்ள ஒன்றிரண்டு கதிர்களைப் பறிக்கும் மக்கள். (**தூ.**) (**இ.சொ.**)

பூட்டவருதல் pūṭṭavarutal தொ.பெ. தானியச் செடியி லிருந்து தானியக்கதிர் வெளித் தோன்றுதல். (**தரு.**). **பூட்ட பறிஞ்சிடுதல்** pūṭṭapar̲iñciṭutal / **பூட்டவாங்குதல்** pūṭṭavāṅkutal (**தூ.**), (**நா.**)

பூட்டாங்கயிறு pūṭṭāṅkayir̲u பெ. நுகத்தடியில் மாட்டைப் பூட்டப் பயன்படும் (ஒரு பக்கம் கொண்டையும் மறு பக்கம் துளையும் உடைய) தடித்த கயிறு. (**புது.**), (**திருநெல்.**),

(பெ.), (நாக.), (தஞ்.), (தரு.), (ராம.). **பூட்டா** pūṭṭā / **பூட்டான்** pūṭṭāṉ (தஞ்.). **பூட்டாங்கவுறு** pūṭṭāṅkavuṟu (வே.), (தஞ்.), (தரு.), (திருவ.), (பெ.). **தும்பு** tumpu (வே.), (திருச்.), (தூ.). **பூட்டாங்கனி** pūṭṭāṅkaṉi (திருவ.). **பூட்டாந்தும்பு** pūṭṭāntumpu (தூ.).

பூட்டான் வடகயிறு pūṭṭāṉ vaṭakayiṟu பெ. நுகத்தடியில் மாட்டைப் பிணைக்கக் கூடிய கயிறும், கலப்பையில் நுகத்தடியை இணைக்கும் கயிறும் சேர்ந்த தொகுப்பு. (தஞ்.)

பூட்டு[1] pūṭṭu பெ. ஒரு பக்கம் கொண்டை வைத்து வைக்கோலில் திரிக்கும் ஒரு வகைக் கயிறு / பிரிகவுறு (தரு.)

பூட்டு[2] pūṭṭu வி. தாம்புக் கயிற்றில் (மாட்டின் கழுத்தில் மாட்டுவதற்காக) உள்ள சிறு கயிற்றின் (தொத) இரு முனைகளையும் இணைத்தல். (கட.), (பெ.)

பூட்டுவாங்குதல் pūṭṭuvāṅkutal தொ.பெ. கருக்கொண்ட நெற்பயிரிலிருந்து கதிர் வெளியே தோன்றுதல். (திருச்.)

பூட்டோடு அறுந்துபோதல் pūṭṭōṭu aṟuntupōtal தொ.பெ. நாற்றுப் பறிக்கின்றபோது வேரோடு வராமல் மேல் பகுதியோடு அறுந்துபோதல். (தஞ்.)

பூண்டு[1] pūṇṭu பெ. நெற்பயிரில் களைகளாக முளைக்கும் செடிகள். **பூண்டுதுவா** pūṇṭu tuvā (தஞ்.). **பூடு** pūṭu (நா.), (ராம.). **பூண்டு** pūṇṭu (புது.)

பூண்டு[2] pūṇṭu பெ. காரத் தன்மைகொண்டு பல் போன்று பல பகுதிகள் இணைந்த தாவரத்தின் வெண்ணிற அடிப் பகுதி. (நீ.)

பூணு pūṇu பெ. மண்வெட்டிக் காம்பின் அடிப் பகுதியில் இலையின் பித்தத்தைச் செருகி இருப்பதால், அக்காம்பின் அடிப்பகுதி வெடித்துவிடாமல் இருப்பதற்காக இரு பக்கங்களும் இணைத்திருக்கும் சிறு வளையம். (நாக.), (சிவ.), (புது.), (கட.), (தஞ்.), (பெ.), (நா.). (பார்க்க–மண்வெட்டி). (ராம.)

பூந்திக் கொட்டை pūntik koṭṭai பெ. அடர்ந்த இலைகளையும் வெண்ணிற மலர்களையும்கொண்டு உருண்டையான சதைப் பற்றுள்ள கனிகளையும் உடைய ஒரு மூலிகை மரம். (மூ.)

பூந்தொடப்பம் pūntoṭappam பெ. இடத்தைச் சுத்தப்படுத்த / சிதறிக் கிடக்கும் பொருளை ஒன்றிணைக்கப் பயன்படும் ஒரு வகைச் செடியில் பூத்த பூ நரம்புகளின் தொகுப்பு. (வே.)

பூப்பட்டம் pūppaṭṭam பெ. புரட்டாசி மாதத்தில் கோரைச் சாகுபடி செய்யக் கூடிய ஒரு வேளாண் பருவம். (நா.)

பூம்பாவ pūmpāva பெ. பழங்காலத்தில் சாகுபடி செய்த ஒரு வகை நெல். *(விரு.)*

பூமிலவெத pūmilaveta வி. முளை கட்டாத விதையை பக்குவப்படுத்திய நிலத்தில் நேரடியாகத் தெளித்தல். *(திருநெல்.)*

பூலாக்குச்சி pūlākkucci பெ. கருநீலப் பழங்களையும் சிறிய இலைகளையும் கொண்டு கொடி போன்று படரக்கூடிய ஒரு வகைச் செடியின் தண்டு. (இத்தண்டு கூடை பின்னுவதற்குப் பயன்படுகிறது.) *(தரு.)*

பூலாமக்காரி pūlāmakkāri பெ. பூலாக்குச்சியில் பின்னப் பட்ட ஒரு கூடை. (மக்காரி) *(தரு.)*

பூவஞ்சி pūvañci பெ. புழுதி வயலில் போடும் பாத்தியின் கரை. *(கட.)*

பூவம் pūvam பெ. வாழை இனத்தில் ஒரு வகை. *(தஞ்.)*

பூவம் எல pūvam ela பெ. பூவன் வாழை மரத்தின் இலை. *(தஞ்.)*

பூவரசந்தழ pūvaracantaḻa பெ. வயலுக்கு உரமாகப் பயன்படும் பூவரச மரத்தின் இலை. *(தஞ்.)*. **பூவரசங்கொல** pūvaracaṅkola *(திருநெல்.)*

பூவரசு pūvaracu பெ. நீண்ட காம்புகொண்ட இதய வடிவத்தனி இலைகளையும் மஞ்சள் நிற மலர்களையும் உடைய உறுதியான பெரு மரம். *(மூ.)*

பூவருதல் pūvarutal தொ.பெ. பயிர்களில் பூ தோன்றுதல். *(நீ.)*

பூவாஞ்சம்பா pūvāñcampā பெ. பழங்காலத்தில் சாகுபடி செய்த ஒரு வகை நெல். *(ம.)*

பூவாளி pūvāḷi பெ. *1)* நெற்குவியலின் மேல் சாணிப் பாலில் குறியிடுவதற்காகப் பயன்படும் துளையுடன் கைப்பிடி கொண்ட ஒரு பாத்திரம். *(பெ.)*. *2)* கிழங்கு வகைத் தாவர நாற்றுகளுக்கு நீர் தெளிக்கக்கூடிய ஒரு வகை வாளி. *(நீ.)*

பூவுபுடித்தல் pūvupuṭittal தொ.பெ. தக்காளி/ பருத்தி போன்றவற்றில் பூக்கள் தோன்றுதல். *(நா.)*

பூவு பொறப்படுதல் pūvu poṟappaṭutal தொ.பெ. நெற்பயிரில் நெற்கதிர் தோன்றுதல். *(பெ.)*

பூவெள்ள pūveḷḷa பெ. பழங்காலத்தில் சாகுபடி செய்த ஒரு வகை நெல். *(திருநெல்.)*

பெ

பெச்சிகட்டுதல் peccikaṭṭutal தொ.பெ. கண்திருஷ்டி பொம்மை கட்டுதல். *(நீ.)*

பெசல் pecal பெ. *(பார்க்க– பிசில்)*. *(நா.)*

பெட்டி peṭṭi பெ. ஓலையால் பின்னப்பட்ட சிறிய / பெரிய கூடை. (தூ.)

பெட்டிகாவா peṭṭikāvā பெ. தேயிலைத் தோட்டத்தில் நீர் வடிவதற்காகக் கரை இல்லாமல் ஏற்படுத்தப்பட்ட பள்ளம். (நீ.)

பெட்டு[1] peṭṭu பெ. மண்புழு தின்பதற்குத் தேவையான சாணம் மற்றும் மக்கிய தழைகளோடு மண் கலந்து தயார் செய்த மண் முட்டு. (தஞ்.)

பெட்டு[2] peṭṭu பெ. மலைப் பகுதி. (நீ.)

பெட்டுக்காடு peṭṭukkāṭu பெ. மலையில் உள்ள காடு. (நீ.)

பெட்டுகூட peṭṭukūṭa பெ. மூங்கில் பட்டையால் பின்னப்பட்ட (களை அள்ளு வதற்குப் பயன்படும்) ஒரு வகைக் கூடை. (நீ.)

பெத்த சொப்பு petta coppu பெ. உணவாகப் பயன்படக்கூடிய ஒரு வகைக் கீரை. (நீ.)

பெத்துகூட pettukūṭa பெ. (பார்க்க–பொட்டு கூட). (நீ.)

பெரட்டி அடி peraṭṭi aṭi வி. களத்தில் கோட்டு அடிக்கும்போது ஒரு பக்க மாக அடிக்காமல் திருப்பி அடித்தல். (கட.)

பெரண்ட peraṇṭa பெ. உடற்பிணியைப் போக்கக் கூடிய ஒரு வகை மூலிகைச் செடி.(தஞ்.).பெரண்டகொத்து peraṇṭakottu (நா.) (பார்க்க–பிரண்டை)

பெரண்டபுடி peraṇṭapuṭi வி. பயிரைச் சுற்றிப் பாதுகாப் பாக அடைக்கப்படும் வேலியில் நடப்படும் கிளைகள் சாய்ந்துவிடாமல்/ விலகாமல் இருப்பதற்காக இடையில் இரு பக்கங்களும் மூங்கில் பட்டையை வைத்துக் கட்டுதல். (வே.)

பெரண்டுபோதல் peraṇṭupōtal தொ.பெ. கரைவழிந்து நீர் வெளியேறுதல். (தரு.)

பெரம்புத்தட்டு peramputtaṭṭu பெ. (பார்க்க–சிப்புலித்தட்டு). (தே.).

பெரம்பு பஞ்சாரம் perampu pañcāram பெ. பிரம்பில் செய்யப்பட்ட ஒரு வகைப் பெரிய கூடை. (பார்க்க– பஞ்சாரம்). (தே.)

பெரலிகட்ட peralikaṭṭa பெ. (பார்க்க–கவல ஏத்தம்). (புது.)

பெரியகலக்கொட்டு periyakala kkoṭṭu பெ. மண்வெட்டி போன்று சிறியதும் ஆண்கள் பயன்படுத் துவதுமான ஒரு வகைக் களைகொட்டு. (வே.)

பெரியகூட periyakūṭa பெ. குப்பை/தேயிலைகள் அள்ளு வதற்காகப் பயன்படும் பெரிய கூடை. (நீ.)

பெரியதல periyatala பெ. விவசாயிக்கு நிறைய வயல்கள் உள்ள இடம் / ஒருவருக்கு

இருக்கும் நிலத்தில் பெரிய தாக இருக்கும் நிலப்பகுதி. (தஞ்.)

பெரியபஞ்சாரக்கூட periya pañcārakkūṭa **பெ.** தானியக் கதிர்கள் போன்றவற்றை அள்ளுவதற்குப் பயன்படும் ஒரு வகைப் பெரிய கூடை. (**பார்க்க**–பஞ்சாரம்) (தே.)

பெரியமரக்கா periyamarakkā **பெ.** நான்கு படிகளுக்கும் மேலாகப் பிடிக்கும் ஒரு வகை மரக்கால். (தே.)

பெரியமரக்கா

பெரியவாய்க்கா periyavāykkā **பெ.** (**பார்க்க**–தாவாய்க்கா). (நா.)

பெரியவெங்காயம் periya veṅkāyam **பெ.** வெங்காயத்தில் சற்று பெரியது. (**பார்க்க**–பெல்லாரி). (நீ.) (**பார்க்க**–பல்லாரி)

பெருக்கப்புடி perukkappuṭi **வி.** ஏர் உழுத பள்ளம் அகலமாக இருக்க/நிலத்தை விரைவாக உழ, கலப்பையை அழுத்திப் பிடித்தல். (புது.)

பெருக ஓட்டாம peruka ōṭṭāma **வி.எ.** ஏர் கலப்பையால் அதிகமான இடத்தை பிடித்து உழுவாமல் குறைவாக பிடித்து உழுதல். **எதிர்** – சேரபுடிச்சி ஓட்டு. (கட.)

பெருங்காயம் peruṅkāyam **பெ.** மலைப் பாங்கான உயர்ந்த இடங்களில் வளரும் பிசின் தன்மை கொண்ட சிறு மூலிகைச் செடி. (மூ.)

பெருஞ்சாணி peruñcāṇi **பெ.** (பிழுக்கையாகப் போடாமல்) ஆட்டிற்கு நோய் தொற்றியவுடன் அதிகமாகப் போடும் சாணி. (ராம.)

பெரும்பிரி perumpiri **பெ.** வைக்கோல் திரைப்பதற்கு வைக்கோலில் முறுக்கித் தயாரிக்கப்படும் தடித்த கயிறு. (புது.)

பெருமருந்து perumaruntu **பெ.** நீண்ட மாற்றடுக்கில் அமைந்த இலைகளையும் பச்சை, வெள்ளைக் குழல் வடிவ மலர்களையும் உடைய ஏறுகொடி வகை. (மூ.)

பெருமுக்கால் நடுவு perumukkāl naṭuvu **பெ.** நடும் நாற்றுகளின் இடைவெளி முக்கோணமாக இருக்கும்படி முதலை அகலமாக வைத்து ஊன்றுதல். (ம.)

பெருமுதல் perumutal **தொ.பெ.** மண் முட்டு போன்றவை நீரில் ஊறிப் பருத்தல். (தூ.)

பெல்லாரி pellāri **வி.** பெரிய அளவிலும் தோல் தடினமாக வும் உள்ள ஒரு வெங்காயம். பெரியவெங்காயம் (நீ.). (**பார்க்க**–பல்லாரி).

பெறக்கு peṟakku **வி.** உதிர்ந்து கிடப்பதைக் கையால் எடுத்தல். (தூ.)

பெறவாரி peṟavāri **பெ.** தூற்றும்போது பொலியில் கர்கா / தூசுகள் விழக்கூடிய பக்கம் (எதிர்–மிம்மாரி). (கட.)

பே

பேடு[1] pēṭu **பெ.** இளம் நாற்று வளர்க்கக்கூடிய இடம். நாற்றங்கால். (நீ.)

பேடு[2] pēṭu **பெ.** மலைச் சரிவைப் படிப்படியாக செய்த ஒவ்வொரு தட்டு. (நீ.)

பேடு[3] pēṭu **பெ.** கிழங்குகள் போட / நீர் சென்று பாயும் அளவிற்குப் போட்ட நான்கு பக்கங்களும் கரையுள்ள பாத்தி. (நீ.)

பேடு[4] pēṭu **பெ.** பெரிய மண் முட்டு. (நீ.)

பேடுக்கு மண் எடுத்தல் pēṭukku maṇeṭuttal **தொ.பெ.** பாத்திகளில் உள்ள கிழங்குப் பயிர்களுக்கு மண் அணைத்தல். (நீ.)

பேடுகட்டு[1] pēṭukaṭṭu **வி.** சிறிய வரப்பு அமைத்தல். (நீ.)

பேடுகட்டு[2] pēṭukaṭṭu **வி.** நான்கு கரைகள் கொண்டு பாத்தி அமைத்தல். (நீ.)

பேய்க்குமட்டி pēykkumaṭṭi **பெ.** பச்சை, மற்றும் வெள்ளை நிற வரிகளையுடைய காய் களையும் மிகவும் வெட்டப் பட்ட இலைகளையும் கொண்டு தரையோடு வேர் விட்டுப் படரும் கொடி. (மூ.)

பேய்மிரட்டி pēymiraṭṭi **பெ.** வெளிறிய வெகுட்டல் மணமுடைய நீண்ட இலைகளையும் வெளியே கருஞ்சிவப்பு மலர்க் கொத்தினையும் உடைய ஒரு மூலிகைச் செடி. (மூ.)

பேராமுட்டி pērāmuṭṭi **பெ.** பிசுபிசுப்பான இலைகளை யுடைய மருத்துவக் குணம் பெற்ற குறுஞ்செடி. (மூ.)

பேரிக்கா pērikkā **பெ.** நீர்த் தன்மையுள்ள வெளிர் பச்சை நிறத் தோலையுடைய ஒரு வகைக் காய். (நீ.)

பேரீச்சு pērīccu **பெ.** முள் முனையுள்ள தோகையும், கொத்தான மலர்களையும் கொண்ட, நீள் உருளை வடிவப் பழங்களைப் பெற்ற ஒரு மரம். (மூ.)

பை

பை pai **பெ.** 1) (பார்க்க– கவலஏத்தம்). (பெ.), (கட.). 2) தேயிலைக் கொழுந்தைப் பறித்து வைத்துக் கொள்ளும் பை. (நீ.)

பைச்சல் பண்ணு paiccal paṇṇu **வி.** விவசாயம் செய். (தஞ்.)

பைதா paitā **பெ.** (பார்க்க–நாட்டு வண்டி). (திருநெல்.)

பொகையான் pokaiyāṉ பெ. நெற்பயிர் கதிர் ஈனும் தருவாயில் தாக்கக்கூடிய ஒரு வகைப் பூச்சி/நோய். (நா.), (திருநெல்.), (திருவா.)

பொகைதல் pokaital தொ.பெ. அதிக மழை, பூச்சி போன்ற தாக்கத்தினால் நெற்கதிர் கருப்பு நிறமடைந்து வீணாதல். (சிவ.)

பொகையெல pokaiyela பெ. வழுவழுப்பான மண்ணில் விளையக்கூடியதும் போதைப் பொருளாகப் பயன்படக்கூடியதுமான ஒரு செடி வகை. (கட.). **போயல** pōyala (தஞ்.)

பொங்கபுண்ணாக்கு poṅka puṇṇākku பெ. வயலுக்கு உரமாகப் பயன்படும் வகையில் புங்கன் மர விதைகளிலிருந்து தயாரிக்கும் எண்ணெய் நீக்கிய கழிவு. (வே.)

பொச்சகயிறு poccakayiṟu பெ. பொருளை இணைத்துக் கட்டுவதற்குப் பயன்படும் வகையில் தேங்காய் மட்டையில் தயாரித்த கயிறு. (ம.), (திருநெல்.)

பொட்டக்காடு poṭṭakkāṭu பெ. சாகுபடி செய்யப்படாத நிலம். (புது.)

பொட்டபருத்தி poṭṭaparutti பெ. பருவம் வந்தும் காய்க்காத செடி. (நா.)

பொட்டபொட்டயா வருதல் poṭṭapoṭṭayā varutal தொ.பெ. ஏர் உழும்போது நீரில் மண் கரையாமல் சிறு சிறு கட்டி கட்டியாகத் தோன்றுதல். (தரு.)

பொட்டமண்ணு poṭṭamaṇṇu பெ. எவ்வகைப் பயிர்களும் விளையமுடியாத, எரிந்து போன மண்/நிலம். (பெ.)

பொட்டமுடி poṭṭamuṭi பெ. கட்டு கட்டும்போது விரைவாக அவிழ்ந்து போகுமாறு பெண்களால் வலுவில்லாமல் போடப்படும் முடிச்சு. (தரு.). **பொம்பளமுடி** pompaḷamuṭi (வே.), (தஞ்.)

பொட்டல் poṭṭal பெ. விதைத்த கடலை விதை முளைக்காமல் பழுதான வெற்றிடம். (புது.)

பொட்டாங்கோர poṭṭāṅkōra பெ. கோரையில் ஒரு வகை. (நா.)

பொட்டாபோதல் poṭṭāpōtal தொ.பெ. நெற்கதிர் உள்ளீடு அற்ற நெல்மணியாதல். (வே.)

பொட்டி poṭṭi பெ. நான்கு மரக்கால் தானியங்கள் பிடிக்கும் ஒரு வகைச் சிறிய கூடை. (புது.), (சிவ.)

பொட்டு poṭṭu பெ. 1) உள்ளீடு அற்ற நெல்மணி. (தரு.). 2) பழுத்துக் காய்ந்துபோன துவரையின் காய். (வே.). 3) பழுதடைந்த சோளம். (தே.). 4) தரமல்லாத உளுந்து. (கட.)

பொட்டுகட்டுதல் poṭṭukaṭṭutal **தொ.பெ.** தானியக் கதிரில் மகரந்தத் தூள் தோன்றுதல். *(தூ.)*

பொட்டுகூட poṭṭukūṭa **பெ.** கிழங்குகள் அள்ளுவதற்குப் பயன்படும் ஒரு வகைச் சிறிய கூடை. *(நீ.)*

பொட்டுநெல் poṭṭunel **பெ.** உள்ளீடு அற்ற நெல்மணி. *(வே.)*

பொட poṭa **பெ.** வெளிவராமல் பயிருக்குள் இருக்கும் நெற்கதிர். *(வே.)*

பொடக்கட்டுதல் poṭakkaṭṭutal **பெ.** நெற்பயிரில் கதிர் தோன்றி வெளிவராத நிலை. *(நா.)*

பொடங்கு poṭaṅku **பெ.** *1)* அறுவடை/வெட்டக்கூடிய அரிவாளின் முதுகுப் பகுதி. *(ராம.). 2)* மண்வெட்டியின் இலைப் பக்கக் காம்பின் முதுகுப் பகுதி. *(நா.), (தஞ்.), (திருநெல்.), (புது.), (சிவ.).* **பொறடி** poṟaṭi *(புது.*

பொடபயிரு poṭapayiṟu **பெ.** கதிரைத் தாங்கிக் கொண்டு வெளிவராமல் உள் வைத்திருக்கும் நெற்பயிர். *(வே.).* **பொடப்பயிர்** poṭappayir *(தரு.)*

பொடலங்கா poṭalaṅkā **பெ.** சாம்பல் நிறத்தில் கொடியில் பாம்பு போல் நீளமாக நீள் உருளை வடிவத்தில் காய்க்கும் ஒரு வகைக் காய். *(ம.), (தஞ்.) (பார்க்க–புடல)*

பொடவருதல் poṭavarutal **தொ.பெ.** நெற்பயிரில் கதிர் தோன்றுதல். *(வே.), (நா.)*

பொடனி poṭaṉi **பெ.** ஆட்டின் பின் கழுத்துப் பகுதி. *(ராம.)*

பொடி ஓழவு poṭi oḻavu **பெ.** *(நீர் பாய்ச்சாத நிலத்தில்)* நீர் விடாமல் புழுதியாக உழும் உழவு. **பொடி ஓலவு** poṭi olavu *(தூ.)*

பொடிக்கட்டு நாத்து poṭikkaṭṭu nāttu **பெ.** *(சேற்றில் விதைக்காமல்)* புழுதி நிலத்தில் தயார்படுத்திய நாற்று. *(திருநெல்.)*

பொடிகெழங்கு poṭikeḻaṅku **பெ.** சிறிய உருளைக் கிழங்கு. *(நீ.)*

பொடிசம்பா poṭicampā **பெ.** பழங்காலத்தில் சாகுபடி செய்யப்பட்ட ஒரு வகை நெல். *(தஞ்.)*

பொடிஞ்சிடுதல் poṭiñciṭutal **தொ.பெ.** நெற்பயிர் அறுவடைப் பதம் மாறி கதிரின் தண்டுப் பகுதி முறிந்து தரையோடு சாய்ந்திருத்தல். *(தஞ்.)*

பொடிநாத்து அறித்தல் poṭināttu aṟittal **தொ.பெ.** புழுதியில் தயார்படுத்திய நாற்றைப் பறித்தல். *(திருநெல்.)*

பொடிவெத்தல poṭivettala **பெ.** தரமல்லாத சிறிய வெற்றிலை. *(தூ.)*

பொடுதலை poṭutalai **பெ.** பற்களுடனான இலைகளையும் கதிரான மிகச் சிறிய

வெண்ணிற மலர்களையும் உடைய தரையோடு படரும் சிறு செடி. (மூ.)

பொண்ணாலு poṇṇālu பெ. வயலில் வேலை செய்யும் பெண் தொழிலாளர்கள். (தரு.). **பொம்பளையாள்** pompaḷaiyāḷ பெ. (வே.), (தூ.)

பொத்தக்கோர pottakkōra பெ. நெற்பயிரில் முளைக்கும் ஒரு வகைக் களை. (தே.)

பொத pota பெ. (பார்க்க–குத்து). (கட.)

பொதி[1] poti பெ. 1) சாக்கில் கட்டிவைத்த தானியங்களின் தொகுப்பு. **மூட்டை** mūṭṭai (பெ.), (நா.). **மூட்ட** mūṭṭa (நா.) 2) நான்கு மூட்டை சேர்ந்த ஒரு தொகுப்பு. (நா.)

பொதி[2] poti பெ. 1) வெளிவந்து விரியாத தானியக் கதிர். (சிவ.). 2) நெற்பயிரிலிருந்து வெளிவராத கதிர். (தூ.). 3) வாழை மரத்தின் பிரியாத பூ. (தூ.)

பொதி[3] poti பெ. 1) வட்ட வடிவில் கொட்டி வைத்த நெல்லின் தொகுப்பு. (பெ.) 2) கட்டு அடிக்கும்போது களத்தில் உதிர்ந்த நெல்மணிகள். (கட.) 3) உளுந்து, நெல் முதலிய வற்றை முறத்தால் தூற்றும் போது ஒரே இடத்தில் விழுந்த தானியம். (கட.)

பொதி[4] poti பெ. 1) ஒரு வகை பழங்கால நிறுத்தல் அளவை. (தூ.). 2) தொன்று ஆறு வல்லங்கள் கொண்ட ஓர் அளவு (பார்க்க–வல்லம்). (நா.)

பொதிஎல potiela பெ. (பார்க்க–கட்டஎல). (தூ.)

பொதிக்கட்டுதல் potikkaṭṭutal தொ.பெ. நெற்பயிரில் கதிர் தோன்றுதல். (சிவ.)

பொதிகக்குதல் potikakkutal தொ.பெ. நெற்பயிரிலிருந்து கதிர் வெளி வருதல். (தூ.)

பொதி காக்கஇல்ல poti kākkailla பெ. கதிரில் நெல்மணிகள் அதிகம் இல்லாமல் இருத்தல். (தூ.)

பொதிநாங்கு potināṅku பெ. முற்றாத நெற்கதிர். (ராம.)

பொதிநெல் potinel பெ. பார்க்க–பொதி[3]–2. (கட.)

பொதிப்பட்டம் potippaṭṭam பெ. நெற்பயிரில் கதிர் தோன்றி, வெளிவராமல் இருக்கும் பயிர். (தூ.), (திருநெல்.)

பொதிப்பருவம் potipparuvam பெ. நெற்பயிரில் கதிர் தோன்றி வெளிவராத நிலை. (விரு.)

பொதியாதல் potiyātal தொ.பெ. நெற்பயிரில் கதிர் தோன்றுதல். (ம.)

பொதிவை potivai வி. தானியக் கதிர்களின் தட்டைகளைப் போர்போட்டு அதன் தலைப் பகுதியில் நீர் இறங்காதவாறு அடுக்குதல். (தூ.)

பொதுக்கர potukkara பெ. பாத்திகள் அமைக்கும் போது போடப்படும் பெரிய கரை. *(தே.)*

பொய்குலி(ழி) poykuli(li) பெ. *(சேமிப்புக் கொள்கலன்)* வீட்டைச் சுற்றியுள்ள நிலத்தின் தரையில் மேல் பகுதி சிறியதாகவும் கீழ்ப்பகுதி அகலமாகவும் அமையும் பல மூட்டைத் தானியங்கள் சேமிக்கும் கொள்கலன்/குழி. (அதன் மேற்பகுதி மண் போட்டு மூடி அதன் மீதும் சாகுபடி செய்யலாம்). *(தரு.)*

பொய்யஞ்சிகர poyyañcikara பெ. இரண்டு சரவுகளுக்கும் இடையில் இருக்கும் கரை. *(பார்க்க–சரவு) (நா.)*

பொரியான் poriyāṉ பெ. கோரைப் பயிரில் ஏற்படும் ஒருவித நோய். *(நா.)*

பொருக்கு porukku பெ. *(குளம், வாய்க்கால், ஏரி முதலியவற்றின் அடியில் படிந்துள்ள)* நிலத்திற்கு உரமாகப் பயன்படும் உலர்ந்த சேற்றுப் பகுதி. *(திருவா.), (கட.), (திருச்.), (நாக.), (தஞ்.)*

பொருக்குஅடி porukkuaṭi வி. குளம், ஏரி போன்றவற்றின் உலர்ந்த அடி வண்டல் பகுதியை நிலத்தில் கொண்டு வந்து கொட்டுதல். *(தஞ்.)*

பொருக்குதல் porukkutal தொ.பெ. நெற்பயிரை அறுவடை செய்தல். *(பெ.)*

பொருத்து poruttu பெ. பழங் காலத்தில் வியாபாரிகள், தரகர்கள் ஆறு, அறுபது, அறுநூறு போன்ற இன வர்க்கத்திற்குப் பயன் படுத்திய குழுக்குறிச் சொல். *(தூ.)*

பொலஇல்லாம ஓட்டு polaillāma ōttu வி. இடத்தரிசு இல்லாமல் ஏர் உழுதல். *(எ.கா.)* பொல இல்லாம ஏர் ஓட்டு. *(நா.)*

பொலகண்ணி polakaṇṇi பெ. பாக்குக் கன்று முளைத்து வளராமல் இருக்கும் செடி. *(நா.)*

பொலபொலப்பு polapolappu பெ. ஈரம் குறைவாக ஒன்றோடு ஒன்று ஒட்டிக்கொள்ளாமல் இருக்கும் மண். *(கட.)*

பொலி[1] poli பெ. 1) களத்தில் கதிரடிக்கும்போது கீழே உதிர்ந்து கிடக்கும் நெல். *(திருநெல்.), (தஞ்.)* 2) தூற்றிய தானியங்களின் குவியல். *(ம.), (ராம.), (தே.), (விரு.), (பெ.), (நாக.).* **பொலிநெல்** polinel *(தூ.), (கட.).* 3) (பிணையல் ஓட்டும்போது) மாடுகள் மிதித்துக் களத்தில் கீழே கிடக்கும் சுத்தப்படுத்தாத தானியங்கள். *(தூ.).* 4) கதிரடித்துக் களத்தில் கிடக்கும் தூற்றாத தானியம். **பொலிநெல்** polinel *(புது.)*

பொலி[2] poli பெ. நாற்றுப் பறிக்கும்போது ஒவ்வொரு ஆளுக்கும் பிரித்துக் கொடுக்கப்படும் குறிப்பிட்ட அளவுள்ள பகுதி. *(எ.கா.)*

பொலிக்கு ஒரு ஆள் நின்னா போதும். (ம.)

பொலி[3] poli பெ. சமப்படுத்தாத சேற்றுப் பகுதி. (திருநெல்.)

பொலி[4] poli பெ. நெல்லை ஓரிடத்தில் நீள் உயரமான முறையில் தூற்றிய நெல்லின் தொகுப்பு. (கட.)

பொலி அடிபடுதல் poli aṭipaṭutal தொ.பெ. சமப்படுத்தாத சேற்றைப் பரம்புப் பலகையால் சமப் படுத்தும்போது சமமாதல். (திருநெல்.)

பொலி இழுக்கிறது poli iḻukkiṟatu பெ. களத்தில் கிடக்கும் சுத்தப்படுத்தாத தானியங்களை ஒன்று திரட்டும் கருவி. (தூ.)

பொலிசோளம் policōḷam பெ. அவரவர்கள் தன் நிலத்தின் நான்கு பக்க வரப்பெல்லை யில் விதைக்கும் / போடும் சோளம். (நிலத்தின் அடையாளத்திற்காகப் போடுதல்). (தூ.)

பொலிதூத்து politūttu வி. தானியங்களைச் சுத்தம் செய்யும் பொருட்டு நீள வாக்கில் தூற்றுதல். **பொலிபோடு** polipōṭu (தூ.), (நா.), (விரு.). **பொலியாக்கு** poliyākku (திருநெல்.). **பொலிவிடு** poliviṭu (கட.). **ராசிபோடு** rācipōṭu (தே.). **ராசிவிடு** rāciviṭu (தரு.). **ராசிவுடு** rācivuṭu (தே.). **பொலி எடுத்துவிடு** poli eṭuttuviṭu / **பொலி எடுத்துவுடு** poli eṭuttuvuṭu (தூ.)

பொலிதொவர politovara பெ. (பார்க்க–பொலிசோளம்). (தூ.)

பொலிபொலி polipoli பெ. தானியங்களைச் சுத்தம் செய்வதற்காக தூற்றும் போது காற்று வீசாமல் இருந்தால் காற்று வீசுவதற் காக வாயால் கொடுக்கும் ஒலிக் குறிப்பு. (தே.)

பொலிபோட்டு எறக்கு polipōṭṭu eṟakku வி. படப்பு/வைக்கோல் போர் போடும்போது மேல் பகுதியில் நின்று சரிசெய்து போரைத் தலைக் கூட்டிய ஆள், இறுதியாகக் கீழ் இறங்கும்போது மூன்று கை நெல்லை அப்போரின்மேல் எறிந்து அந்த ஆளை இறக்குதல். (ம.)

பொலிவளற polivaḷaṟa பெ. தானியம் அளக்கும் போது இரண்டு என்பதற்குப் பதிலாகக் கூறப்படும் சொல். (தஞ்.)

பொலிவிழுதல் poliviḻutal தொ.பெ. பரம்புப் பலகை யால் சேற்றைச் சமப்படுத்தும் போது ஓரத்தில் சமப் படுத்தாத சேற்றுப் பகுதி ஒதுங்குதல். (தே.)

பொழக்கமா இருத்தல் poḻakkamā iruttal தொ.பெ. மரவள்ளிக் கிழங்கின் விதைக் குச்சி இடம் விட்டு அகலமாக இருத்தல். (நா.)

பொழக்கமான நடவு polakkamāṉa naṭavu **பெ.** *பட்டம் பிரிக்காமல் வயல் ஏகத்துக்கும் நடும் நடவு. (நா.)*

பொழப்பு polappu **பெ.** *ஏர்க் கலப்பை மற்றும் மாடுகள் இரண்டையும் இணைத்துப் போடப்படும் ஒரு முடிச்சு. (பெ.)*

பொளக்கமா இருத்தல் poḷakkamā iruttal **தொ.பெ.** *இடம் விட்டு விட்டு இருத்தல். (நா.)*

பொளந்து ஓட்டாத poḷantu ōṭṭāta **வி.** *அதிகமாக இடைவெளி விட்டு ஏர் உழாமல் இருத்தல். (நா.)*

பொளந்து ஓட்டு poḷantu oṭṭu **வி.** *முன்னால் செல்லும் ஏர் உழுத பள்ளத்தை, பின்னால் உழுதுவரும் ஏர் மூடாமல் உழுதல். (பெ.) (நா.)*

பொற்பாடகம் poṟpāṭakam **பெ.** *மிக மென்மையான பல கிளைகளுடன் மணற் பாங்கான தோட்டங்களில் வளரும் சிறு மூலிகைச் செடி. (மூ.)*

பொற poṟa **பெ.** *வரப்பின் அடியில் ஏற்படும் துளை. (தரு.)*

பொறடயாபோதல் poṟaṭayāpōtal **தொ.பெ.** *தானியங்கள் நீரில் நனைந்து வீணாகப் போதல். (தரு.)*

பொறம்போக்கு poṟampōkku **பெ.** *யாருக்கும் உரிமை இல்லாத ஆனால் அரசாங்கத்திற்குச் சொந்தமான பொது இடம். (வே.)*

பொறிச்சி poṟicci **வி. எ.** *பறித்தல். செடிகளைக் கையால் பிடுங்குதல் / பறித்தல். (நா.)*

பொறிச்சிஎல poṟicciela **பெ.** *முளை கட்டிய விதை நெல் சூடு ஏறி முளைப்பதற்காக மூட்டையின்மேல் அடுக்கி மூடப் பயன்படும் ஒரு வகை மரத்தின் இலை. (புது.)*

பொறியல்தட்ட poṟiyaltaṭṭa **பெ.** *ஒரு வகைக் காய்கறி. (நீ.)*

பொறிவளர poṟivaḷara **பெ.** *(களத்தில் தானியங்கள் அளக்கும்போது) ஒன்று என்பதற்குப் பதிலாகக் கூறப்படும் சொல். அளக்க அளக்க தானியங்கள் மிகுதியாக வளர வேண்டும் என்ற நம்பிக்கைக்காகக் கூறப்படும் சொல். பொலிவளர (வே.)*

பொன்மேனி poṉmēṉi **பெ.** *நெல்லின் ஒரு வகை. (கட.)*

பொன்னாங்கண்ணி poṉṉāṅ kaṇṇi **பெ.** *நீண்ட சிறு இலைகளையும் இலை இடுக்கில் வெண்ணிறப் பூக்களையும் கொண்ட தரையோடு படர்ந்து வளரும் சிறு செடி. (மூ.)*

பொன்னாவர poṉṉāvara **பெ.** *வயலுக்கு உரமாகப் பயன்படும் ஒரு வகைத் தழை. (தரு.), (வே.)*

பொன்னாவாரை poṉṉāvārai பெ. கூரான முனையுடைய கூட்டிலைகளையும் மஞ்சள் நிற மலர்களையும் கொண்டு தட்டையான வெடிக்கக் கூடிய காய்களை உடைய சிறு மூலிகைச் செடி. **(மூ.)**

பொன்னி poṉṉi பெ. தற்காலத்தில் விளைவிக்கக் கூடிய ஒரு வகை நெல். **(திருநெல்.)**, **(கட.)**, **(தஞ்.)**, **(ம.)**

பொன்னேறு poṉṉēṟu பெ. (பெரும்பாலும்) நிலத்தின் சொந்தக்காரர் சித்திரை மாதத்தின் வளர்பிறையில் குலதெய்வத்திற்குப் படைத்து உழும் ஏர். **(கட.)**, **(நாக.)**, **(திருவா.)**

பொன்னேறுகட்டு poṉṉēṟukaṭṭu **வி.** 1) வருடத்தில் முதன் முதலில் வேளாண் வேலை தொடங்கும்போது நல்ல நாள் பார்த்து அவரவர்களின் குலதெய்வத்தை வணங்கி ஏர் கட்டி உழுதல். **(தே.)**, **(தஞ்.)**, **(வே.)**. 2) சித்திரை மாதத்தில் நல்ல நாளில் வேலை தொடங்குவதற்காக இஷ்ட தெய்வத்தை வணங்கி ஏர் கட்டி உழுதல். 3) முகூர்த்த நாளில் ஊரில் உள்ள ஏர் அனைத்தையும் ஓரிடத்தில் நிறுத்திப் படைத்து, அவரவர் நிலத்தில் உழவு ஓட்டுதல். **(ராம.)**. 4) சித்திரை மாத நல்ல நாளில் ஊரில் உள்ள அனைத்து ஏரும் ஒரு முறை குறிப்பிட்ட அளவு நிலத்தை உழுது தங்கள் குலதெய்வத்திற்கு முன்பு (அனைத்து ஏரினையும்) வரிசையாக நிறுத்தி (உழுத ஆள் கலப்பையைப் பிடித்தபடி நின்று) படைத்தல். **நெல்லேறுகட்டுதல்** nellēṟu kaṭṭutal **(சிவ.)**

பொன poṉa பெ. இரண்டு வேளாண் பொருள்கள் சேர்ந்த ஒரு தொகுப்பு. **(வே.)**

பொனஓட்டு poṉaōṭṭu **வி.** தானியங்கள் உதிரும் பொருட்டுத் தானியக் கதிர், செடிகளைப்பரப்பிஅதன்மீது மாடுகளை வரிசையாகப் பிணைத்து வட்ட வடிவில் சுற்றி ஓட்டுதல். **(வே.)**.

பொனகட்டிஓட்டு poṉakaṭṭiōṭṭu பெ. (பார்க்க–பொனஓட்டு). **(வே.)**

பொனகவுறு poṉakavuṟu பெ. 1) பிணையல் ஓட்டுவதற்காக மாடுகளை வரிசையாகப் பிணைக்கக்கூடிய கயிறு. **(வே.)**. **பொனையக்கன்னி** poṉaiyak kaṉṉi / **பொனையகவுறு** poṉaiyakavuṟu **(தூ.)**, **(கட.)**. **பொனக்கவுறு** poṉakkavuṟu **(தே.)**. **தும்பு** tumpu **(விரு.)**. **பொனகன்னி** poṉakaṉṉi / **பொனகானி** poṉakāṉi **(புது.)**. **பொனகன்னி** poṉakaṉṉi **(கட.)**. **தாம்புகயிறு** tāmpukayiṟu **(திருவ.)**, **தாமுனிகயிறு** tāmuṉikayiṟu **(பெ.)**, **தாம்புக்கவுறு** tāmpukkavuṟu **(தே.)** 2) பிணையல் ஓட்டுவதற்காக மாட்டைப் பிணைக்கப் பயன்படும் தனித்தனிப்

பூட்டுகள் நிறைந்த கயிறு. பொனையகட்டி poṉaiyakaṭṭi (தஞ்.). பொனையத்தும்பு poṉaiyattumpu (திருநெல்.), (ராம.). பொனவட்டி poṉavaṭṭi (சிவ.). தாம்புகணி tāmpukaṇi (தரு.), தாம்புகயிறு tāmpukayiṟu (கட.), தாமுனி tāmuṉi (தஞ்.). 3) இரண்டு மாடுகளை இணைத்துப் பிணைக்கக்கூடிய துண்டு கயிறு. (வே.).

பொனை poṉai வி. 1) மாடு களை ஒன்றோடு ஒன்று இணையுமாறு பிணைத்தல். 2) மாட்டை நுகத்தடியில் பிணைத்தல். (ராம.), (தரு. 3) பொன மாடுகள் தானியப் பயிர்களின் மீது வட்ட மாகச் சுற்றும்போது பிரிந்து செல்லாமல் இருப்பதற்காகப் பொனைகயிறு கொண்டு பிணைத்தல். (வே.)

பொனைய poṉaiya பெ. ஐந்து நாற்றுமுடி கொண்ட ஒரு தொகுப்பு. (தஞ்.). பொனையல் poṉaiyal (நாக.). ஒருகை நாத்து orukai nāttu (திருவா.). ஈடு īṭu (சிவ.)

பொனையடி poṉaiyaṭi வி. 1) கையால் அடித்து நெல் மணிகள் நீக்கிய தாளில் மீதம் உள்ள நெல் மணிகளை மீண்டும் உதிர்வதற்காகவும் தாள் வைக்கோலாக மாறுவதற்காகவும் தாளைப் பரப்பி மாடுகள் / டிராக்டர் கொண்டு மிதிக்கச் செய்தல். (கட.), (தூ.), (புது.), (ம.). பொனையஓட்டு poṉaiyaōṭṭu (கட.). பொனபூட்டிஓட்டு poṉapūṭṭiōṭṭu / தாம்புஓட்டு tāmpuōṭṭu (தரு.). பொனையக்கட்டி சுத்து poṉaiyakkaṭṭi cuttu / பொனைய சுத்து poṉaiya cuttu (தூ.). பொனக்கட்டி ஓட்டு poṉakkaṭṭi ōṭṭu (திருவ.). பொனகட்டிஓட்டு poṉakaṭṭiōṭṭu / தாம்புகட்டு tāmpukaṭṭu (தரு.), (கட.). பொனைய புடி poṉaiya puṭi (ராம.). பொனையல் சுத்து poṉaiyal cuttu (தே.). மெறுக்கடி meṟukkaṭi (தரு.), (வே.). தாம்பு ஓட்டு tāmpu ōṭṭu / தாம்பு அடி tāmpu aṭi (நா.). போரடி pōraṭi (தஞ்.), (நாக.), (திருச்.). 2) பசு / காளை மாட்டினைக் கொண்டு தானியங்கள் உதிரும் வகை யில் அச்செடியை மிதிக்கச் செய்தல். தாம்புகட்டி ஓட்டு tāmpukaṭṭi ōṭṭu (தரு.), (கட.). பொனையல் விடு poṉaiyal viṭu (சிவ.).

பொனையப்போடு[1] poṉaiyap pōṭu வி. 1) வைக்கோல் தாளில் உள்ள நெல் மணிகளை உதிர்த்து எடுப்பதற்காக மாடுகளை வரிசையாகப் பிணைத்தல். பொனையகட்டு poṉaiyakaṭṭu (பெ.). பொனக்கட்டு poṉakkaṭṭu (வே.). பொனையபுடி poṉaiyapuṭi (ம.). தாம்புகட்டு tāmpukaṭṭu (தரு.).

பொனையப்போடு[2] poṉaiyappōṭu வி. மாடுகள் மிதிப்பதற்காகத் தானியக் கதிர்களை / வைக்கோல்

தாள்களை வட்டமாகப் பரப்புதல். *(திருநெல்.)*.

பொனையல் poṉaiyal பெ. *1) (மாடுகள்) மிதித்துத் தாளின் சுணை போகவும், நெல் உதிரவும் பிணைத்த மாடுகளின் தொகுப்பு. 2) மாடு மிதித்த வைக்கோலின் தொகுப்பு. (புது.), (கட.)*

பொனையல்மாடு poṉaiyal māṭu பெ. *வட்ட வடிவில் பரப்பப்பட்ட தானியக் கதிர்களை மிதித்து நீக்குவதற்காகப் பிணைத்த மாடுகளின் தொகுப்பு. (விரு.).* **பொனையமாடு** poṉaiyamāṭu *(ம.)*

பொனையவட்டம் poṉaiya vaṭṭam பெ. *நெற்கதிரைக் கையால் அடித்து அதிலும் விழாமல் ஒட்டியிருக்கும் மீதி நெல் மணிகளை உதிர வைக்கவும் தாள் வைக்கோலாக மாறவும் கதிர் அடித்த தாளை வட்டமாகப் பரப்பிய தொகுப்பு. (திருநெல்.)*

போ

போக்கு மண்டுதல் pōkku maṇṭutal தொ.பெ. *வயல்களில் முறையற்ற வகையில் முளைத்திருக்கும் புல் / கோரைகள். (நாக.)*

போகம் pōkam பெ. *1) வேளாண்மைக்குக் குறிக்கப்படும் ஒரு வகைப் பருவம். 2) ஒரு முறை பயிரிட்டு செய்து அறுவடை செய்த காலத்தின் தொகுப்பு. (நீ.), (தூ.). (பார்க்க–காரு[2]). (வே.)*

போங்கலப்ப pōṅkalappa பெ. *ஏர்க்கால் மரத்தாலும் மற்ற பகுதிகள் அனைத்தும் இரும்பால் செய்த ஒரு வகை உழு கருவி. (தரு.)*

போட்டடித்தல் pōṭṭaṭittal தொ.பெ. *(பார்க்க– செமஅடித்தல்). (திருவ.)*

போட்டிபோட்டு நடு pōṭṭipōṭṭu naṭu வி. *பெண்கள் நடும்போது ஒருவரை ஒருவர் ஒப்பிட்டுப் பார்த்துக்கொண்டு விரைவாக நடுதல். (தஞ்.)*

போட்டு pōṭṭu பெ. *பனை நார் / வைக்கோல் போன்றவற்றில் கட்டுவதற்காகத் தயார் செய்த கயிறு. (கட.)*

போட்டுக்கட்டு pōṭṭukkaṭṭu வி. *(கட்டுக் கட்டும் போது) நிர்ணயிக்கப்பட்ட அளவை விட அரி கூடப் போட்டுக் கட்டுதல். (கட.)*

போண்டாபருத்தி pōṇṭāparutti பெ. *பருமனாக வெடித்து மிகுதியான வெண்மை, எடை இருக்கக்கூடிய ஒருவகைப் பருத்தி. (வே.), (நா.)*

போண்டா மிலகா pōṇṭā milakā பெ. *தடித்ததாக உள்ள ஒரு வகை மிளகாய். (நீ.). (பார்க்க– பஜ்ஜிமிளகாய்) (நீ.).*

போத்து[1] pōttu பெ. *நட்ட தாய்க் கோரையிலிருந்து வெடித்து வளரும் புதிய கோரை. (நா.)*

போத்து[2] pōttu பெ. 1) மரத்தின் தரமான தடித்த கிளை. (கட.). **மிலார்** milār (தஞ்.). **மெலார்** melār (விரு.), (பெ.). 2) குறிப்பாக கிளுவை, ஒதியன் மரத்தின் கிளை. (நாக.)

போத்துவெடித்தல் pōttuveṭittal தொ.பெ. மரத்தின் கிளை துளிர்த்து வருதல். (கட.)

போத pōta பெ. விதைக் கரும்பு நடுவதற்காகக் கலப்பை கொண்டு கிழிக்கும் பட்டம். (திருவ.)

போதஓட்டு pōtaōṭṭu வி. விதைக் கரும்பு நடுவதற்காகப் பட்டம் கிழித்தல். (திருவ.)

போர் pōr பெ. வைக்கோல் / தானியத் தட்டைகளின் தொகுப்பு. அடித்துத்தானியம் நீக்கப்பட்ட வைக்கோல் / தானியத் தட்டைகளைப் பாதுகாக்கும் பொருட்டு நீள்சதுர, வட்டமான அமைப்பில் ஒன்றிணைத்த தொகுப்பு. (பெ.), (கட.), (புது.), (வே.). **படப்பு** paṭappu (ம.), (திருநெல்.), (தூ.). **மோடு** mōṭu (தே.)

போர்கட்டு pōrkaṭṭu வி. 1) தானியச் செடிகளைப் பாதுகாப்பாகப் போர் போடுதல். 2) நெற்கதிர்களை அடித்து நீக்கிய தாளை வட்ட வடிவில், தோகை உள்பக்கமும் அடிப்பகுதி வெளிப்பக்கமும் வைத்துப் போர் போடுதல். (பார்க்க–போர்). (வே.)

போர்போடு[1] pōrpōṭu வி. கதிர் நீக்கிய தானியத் தட்டை / வைக்கோல்களைப் போர் போடுதல். (தரு.), (தஞ்.). (பார்க்க–போர்கட்டு). (வே.), (நா.), (புது.). **போர் மேஞ்சிடுதல்** pōr mōñciṭutal (புது.). **போர் மேய்தல்** pōr mēytal (சிவ.). **படப்புபோடு** paṭappupōṭu (ராம.), (விரு.), (தூ.), (திருநெல்.), (ம.). **படப்பு மேயுதல்** paṭappu meyutal (தூ.)

போர்போடு[2] pōrpōṭu வி. நீர் இறைக்கும் மின்சார மோட்டாரினை ஓடச் செய்தல். (தரு.)

போரடிநெல்[1] pōraṭinel பெ. (பார்க்க–கங்கான நெல்). (திருநெல்.)

போரடிநெல்[2] pōraṭinel பெ. அறுவடை செய்து போட்ட வைக்கோல் போரினைச் சில நாட்கள் கழித்து மீண்டும் மாடு கொண்டு மிதிக்கச் செய்து அதிலிருந்து கிடைக்கும் நெல். (தரு.), (நா.), (வே.), (திருநெல்.)

போரு pōru பெ. பல நிறத்தையுடைய ஒரு வகை மாடு. (ராம.)

போருபுட்டி pōrupuṭṭi பெ. வைக்கோல் போர். (நா.)

போல்மரம் pōlmaram பெ. (தஞ்.). **போலு** pōlu (பார்க்க–நாட்டுவண்டி). (திருநெல்.)

போஸ்கலப்ப pōskalappa (பார்க்க–போஸ்டு கலப்ப).

போஸ்டு கலப்ப pōsṭu kalappa *பெ. 1) அகலமான கொழுவைக் கொண்டு மாடு பூட்டி உழக்கூடிய ஒரு வகைக் கலப்பை.* (**சிவ.**). *2) இரும்பினால் செய்த கலப்பை.* (கட.). *3) கலப்பை முழுவதும் மரத்தாலும் உழும் கொழு இரும்பாலும் இரு பக்கங்கள் / ஒரு பக்கம் மண்ணைப் பிளந்து போடும் ஒரு வகைக் கலப்பை.* (**நாக.**). *4) நிலத்தை உழுவதற்காக மரத்தால் செய்த அகலமான கொழு பொருத்தப்பட்ட கலப்பை.* (**விரு.**), (**தஞ்.**). *5) அகலமான கொழுவை உடைய (ஏர்க்கால் மட்டும் மரத்தாலும் மற்ற பகுதிகள் இரும்பாலும்) மாடு பூட்டி உழக்கூடிய ஒரு வகை நாட்டுக் கலப்பை.* (**புது.**). *6) அகலமான கொழு இரும்பாலும் மற்ற பகுதிகள் மரத்தாலும் செய்து, மாடு பூட்டி உழக்கூடிய ஒரு வகை நாட்டுக் கலப்பை.* (**புது.**). *7) மரக்கலப்பை வடிவத்தில் அகலமான கொழு (போஸ்டு) பொருத்தப்பட்டு மாடு பூட்டி உழக்கூடிய ஒரு வகை நாட்டுக் கலப்பை.* (**ஆலங்.**), (**புது.**). **போஸ்கலப்ப** pōs kalappa (**தஞ்.**). **குப்பிக்கலப்ப** kuppikkalappa (ம.), (**தே.**). **சீமகலப்ப** cīmakalappa (**திருநெல்.**), **கொழுகலப்ப** koḻukalappa (**தஞ்.**), **ஏர்கலப்ப** ērkalappa (**திருவ.**).

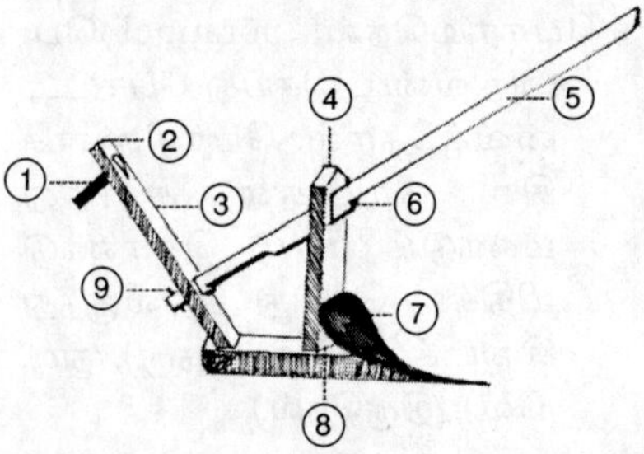

(நாக.)

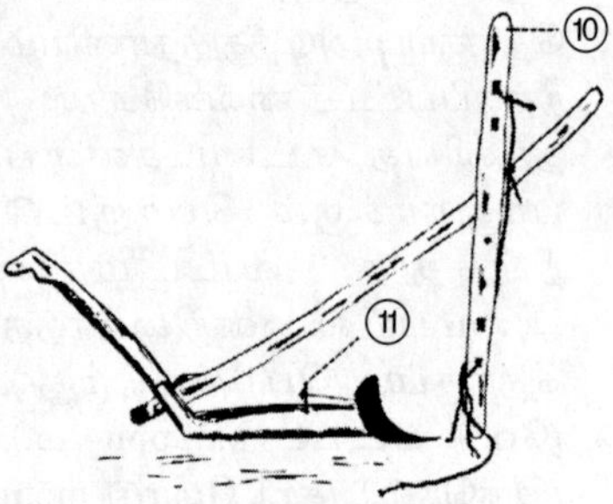

(தஞ்.)

போஸ்டு கலப்ப:

பாகம் – 1. பில்லு (வே.), மோழி புல்லு (தரு.), மோழிசில்ல/சில்ல (திருவ.), மோழிபுடி (தஞ்.), கைப்பிடி (புது.), 2. மோழி (திரு., தஞ்.), மேலி/மேழி (புது.), 3. குறுக்குகட்ட (திருநெல்.), 4. குருக்குச்சட்டம்/குத்துசசட்டம் (தஞ்.), நெத்திகட்ட (விரு.), நட்டுக்கட்ட (திருநெல்.), குத்துகால் (புது.), 5. தடி (தே.), ஏக்கா (புது., தஞ்.), ஏர்கால் (திருநெல்., தஞ்., திருவ.), ஏக்கால்தடி/தடி (தரு.), 6. ஆப்பு (புது.), சுல்லு (கட.), சக்க (தரு.), 7. சீமகொழு (திருநெல்.), கொலு (புது.), காறு (தரு.), கொழு (தஞ்.), 8. கொண்டி (புது., தரு.), குண்டிகட்ட (புது.), அடிகட்ட (விரு., தஞ்., தரு., சிவ.), தைப்புக்கட்ட (திருநெல்.), வாலுகட்ட (தஞ்.), 9. சுள்ளாணி குச்சி (தே.), சுள்ளாணி, ஊத்தாணி (திருநெல்.), கொண்டி (புது., தஞ்.), சில்ல/சீல (திருவ.), 10. மேக்கா (ராம.), 11. கொழுவாணி (புது.)

ம

மக்காச்சோளம் makkāccōḷam பெ. 1) சமைத்து உணவாகப் பயன்படுத்தக்கூடிய ஒரு வகைச் சோளம். (தஞ்.), (விரு.). 2) (சமைப்பதற்குப் பயன் படாத) பொரிக்க, மாவு அரைக்கப் போன்ற காரணங்களுக்காகப் பயன்படும் மஞ்சள் நிறத் தனித்தனி மணிகள் நிறைந்த நீர் உருண்டை வடிவ தானியக்கதிர். (தே.), (தரு.), (நா.), (வே.). **முத்துசோளம்** muttucōḷam (தஞ்.), (பெ.)

மக்காநாள் makkānāḷ பெ. மறுநாள். (நா.)

மக்காரி makkāri பெ. 1) (பார்க்க– சாடு[1]). (நா.). 2) கொடி / குச்சியால் பின்னப்பட்டு, மண் போன்றவை அள்ளப் பயன்படும் ஒரு வகைக் கூடை. (தரு.). **மக்கேரி** makkēri (வே.)

மக்குடு makkuṭu பெ. கலப்பை யையும் நுகத்தடியையும் இணைக்கப் போடப்படும் ஒரு வகை முடிச்சு. (புது.)

மக்குதல் makkutal தொ.பெ. மண்ணில் விழுந்த பொருள் பல நாட்களாகக் கிடப்பதால் நிலை மாறுதல். (தூ.)

மகசூல் makacūl பெ. பயிரின் விளைச்சல் / பயிரால் கிடைத்த தொகை. (நா.), (கட.), (திருநெல்.)

மகாராசா makārācā பெ. எட்டு. எட்டையபுரம் ஐமீனுக்கு உட்பட்ட பகுதியில் எட்டு என்ற எண்ணிற்குப் பதிலாகப் பயன்படுத்தும் சொல். (எட்டு என்பது எட்டப்பன் என்ற எட்டைய புரத்து இராஜாவின் பெயராக இருப்பதால் தானியங்கள் அளக்கும்போது எட்டு என்பதற்குப்பதில்மகாராசா என்று கூறுகின்றார்கள்). (தூ.)

மகிழமரம் makiḻamaram பெ. அடர்த்தியான இலைகளை யும் மனதைக் கவரும் இனிய மனமுடைய கொத்தான வெள்ளை மலர்களையும் கொண்டு (மஞ்சள் நிற) உண்ணக்கூடிய பழங்களைத் தரும் மரம். (மூ.)

மகுளி makuḷi பெ. குழம்பிய சேற்றுப் பகுதி / சேற்றின் வண்டல். (ராம.)

மச்சி macci பெ. தானியங்கள் சேமித்து வைக்கும் ஒரு பழங்கால முறை. (வீட்டின் கூரை உள்ளே சுவரை ஒட்டிய மேல்பகுதியில் பலகையால் தடுத்து நெல் போன்றவை கொட்டிப் பாதுகாக்கப் பயன்படும் இடம்). (பார்க்க– மச்சிவாய், மச்சிகதவு, ஏணி– 4) (ராம.), (சிவ.), (திருநெல்.)

மச்சிகதவு maccikatavu பெ. மச்சின் உள்ளே இருக்கும் தானியங்கள் எடுக்கும் கதவு பகுதி.

மச்சிவாய் maccivāy பெ. தானியங்கள் கொட்ட/ எடுக்கத் திறந்திருக்கும் மச்சின் வாய்ப் பகுதி.

மசமசன்னு வருதல் macamacannu varutal தொ.பெ. பயிர் அதிக உரத் தன்மையைப் பெற்றுக்கொண்டு மலர்ந்த வளர்ச்சியைப் பெறுதல். *(கட.)*

மசிதல் macital தொ.பெ. பிணைத்த மாடுகள்/ டிராக்டர் மிதிப்பதால் நெற்கதிர் தாளில் உள்ள நெல்மணிகள் உதிர்ந்து சுணை நீங்குதல். *(தஞ்.)*

மஞ்சகாமால mañcakāmāla பெ. ஆட்டிற்குத் தோன்றும் ஒரு வகை நோய். *(ராம.)*

மஞ்சநோய் mañcanōy பெ. நெற்பயிரைத் தாக்கக்கூடிய ஒரு வகை நோய். *(தரு.)*

மஞ்சமொள mañcamoḷa பெ. விதைத்த விதையிலிருந்து முதன்முதலாகத் தோன்றும் மஞ்சள் நிறமான முளை. *(பெ.)*

மஞ்சள் mañcaḷ பெ. *1)* அகன்ற ஈட்டி வடிவ இலைகளையும் மஞ்சள் நிறக்கிழங்குகளையும் தரக்கூடிய தண்டில்லாத ஒரு மூலிகைச் செடி. *(மூ.)*. *2)* அச்செடியில் தோன்றும் ஒரு வகைக் கிழங்கு. *(தரு.)*. **மஞ்ச** mañca *(நா.)*, *(மூ.)*.

மஞ்சளாகரும்பு mañcaḷākarumpu பெ. சர்க்கரை எடுக்கப் பயன்படக்கூடிய ஆலைக் கரும்பின் ஒரு வகை. *(நா.)*

மஞ்சனத்திஎல mañcanattiela பெ. சேற்றினை உரமேற்றுவதற்காகப் போடப்படும் மஞ்சனத்திச் செடியின் தழை. *(விரு.)*

மஞ்சி[1] mañci பெ. நெற்பயிரில் களையாக முளைக்கும் ஒரு வகைச் செடி. *(தஞ்.)*, *(புது.)*

மஞ்சி[2] mañci பெ. ஒரு பொருளைக் கட்டுவதற்குப் பயன்படும் கயிறு. *(புது.)*

மஞ்சி[3] mañci பெ. வெற்றிலைப் பயிர்சாகுபடிசெய்வதற்காகப் போடப்பட்ட பாத்தியில் நீர் வடிய/நீர் பாய்ச்ச ஏற்படுத்தப் பட்ட பள்ளம். *(தஞ்.)*

மஞ்சிகட்ட mañcikaṭṭa பெ. இருபாத்திகளுக்கிடையில் போடப்படும் தனிக் கரை. *(பார்க்க–பாத்தி)*. *(வே.)*

மஞ்சுதல் mañcutal தொ.பெ. கடாவடி ஓட்டும்போது நெல், மற்றும் சுணைத் தன்மை இழந்து வைக்கோல் இலகுவாக மாறுதல். *(பார்க்க–கடாவடி)* *(பெ.)*

மட்ட maṭṭa பெ. பாக்கு மரத்தில் வரும் பாக்குக் குலையை மூடியிருக்கும் தோல். *(நா.)*

மட்ட ஒடித்தல் maṭṭa oṭittal தொ.பெ. பாக்கு மரத்தைக் களை எடுத்துச் சுத்தம் செய்தல். *(நீ.)*

மட்டகபாத்து maṭṭakapāttu பெ. ஒவ்வொரு ஐந்து வருடங்கள் சென்ற பிறகும் தேயிலைச்

செடியின் மேல் பகுதியை மட்டமாக வெட்டிவிடுதல். (நீ.)

மட்டசுத்தம் maṭṭacuttam **பெ.** பாத்தி, வரப்புகள் போடும் போது சரியான அளவில் சமமாக இருத்தல். (கட.)

மட்டதட்டு maṭṭataṭṭu **வி.** (விதை நடுவதற்கு முன்) புழுதி நிலத்தைச் சமப்படுத்துதல். (நீ.)

மட்டநெல்லு maṭṭanellu **பெ.** பழங்கால நெல்லில் ஒரு வகை. (தஞ்.), (தே.)

மட்டப்பெருகுதல் maṭṭap perukutal **தொ.பெ.** நெற்பயிரில் தழைச் சத்து மிகுதியின் காரணமாகத் தோகை, தண்டுப் பகுதி முதலியவை தடித்த தன்மையைப் பெறுதல். (கட.)

மட்டமட்டயா புடித்தல் maṭṭamaṭṭayā puṭittal **தொ.பெ.** ஏர் உழும்போது (நெருக்கிப் பிடித்து அனைத்துப் பகுதிகளையும் உழாமல்) இடத் தரிசு விட்டு உழுதல். (விரு.)

மட்டமாஇருத்தல் maṭṭamā iruttal **தொ.பெ.** ஒரு பொருள் உயரம் குறைவாக இருத்தல். (வே.)

மட்டயாகிடத்தல் maṭṭayākiṭattal **தொ.பெ.** ஏர் உழும்போது சரியாக உழாமல் இடத் தரிசு கிடத்தல். (விரு.)

மட்டவுட்டுவெட்டு maṭṭavuṭṭu veṭṭu **வி.** (கோரையை அடிப் பக்கமும் நுனிப்பக்கமும்) நீட்டும் கட்டையும் இல்லாமல் சமமாக நறுக்குதல். (நா.)

மட்டிக்கொம்பு maṭṭikkompu **பெ.** ஆட்டுக் கொம்பில் ஒரு வகை. (ராம.)

மட்டுக்கட்டு maṭṭukkaṭṭu **வி.** பெண்கள் நடும்போது ஒவ்வொரு ஆள் நடுவதற்குரிய இடத்தைப் பிரித்து அவ்விடத்தில் அடையாளத்திற்காகச் சிறிது நாற்றை வைத்தல். (திருநெல்.)

மட்டுப்படுத்து maṭṭuppaṭuttu **வி.** நிலத்தைச் சமப்படுத்துதல். (தஞ்.)

மட maṭa **பெ.** வரப்பில் நீர் சென்று வருவதற்காக வரப்பை திறந்து ஏற்படுத்தும் சிறு வழி. (திருச்.), (திருவா.), (தரு.), (நா.), (தஞ்.), (தூ.), (வே.), (கட.). **மடய்** maṭay (தஞ்.)

மடக்கரமாடு maṭakkaramāṭu **பெ.** ஏர் உழும்போது உள் பக்கமாக வளைந்து திரும்பும் (இடப் பக்க) மாடு. குத்துரமாடு (தரு.)

மடக்கு maṭakku **பெ.** 1) (ஏர் உழும்போது) குறிப்பிட்ட அளவு பிரித்துக்கொள்ளும் பிரிப்பில் ஏர் ஒரு முறை சுற்றி உழும் உழவு. (எ.கா. இன்னும் எத்தனை மடக்கு உள்ளது.). (தூ.), (திருநெல்.), (கட.). 2) ஏரில் உழுது சுற்றிய ஒரு சுற்று. (தஞ்.)

மடக்கு அரி maṭakku ari **பெ.** அறுத்துப்போட்ட கதிர் அரிகளைக் கட்டாகக் கட்டும்போது கயிற்றில்

(ஆக்கை) மடக்கி வைக்கும் முதல் அரி. **(புது.)**, **(ராம.)**, **(தஞ்.)**. **மடக்கரி** maṭakkari **(விரு.)**

மடக்குசால் maṭakkucāl **தொ.பெ.** (ஒரு முறை) நீள்வட்ட வடிவில் உழுத சால் / பள்ளம். **(தே.)**

மடகட்டு maṭakaṭṭu **வி.** நீர் செல்லும் வழியை அடைத்தல். **(பார்க்க–மட)**. **(வே.)**, **(கட.)**

மடதிருப்பு maṭatiruppu **வி.** வாய்க்காலில் செல்கிற நீரைத் தடுத்து, வரப்பில் ஒரு பக்கம் திறக்கும் வழி. **(நா.)**

மடமாறு maṭamāṟu **வி.** வாய்க்காலிலிருந்து வயலுக்கு நீர் செல்ல / பாய்ந்துகொண் டிருக்கும் வழியை மூடி, மறு வழி திறத்தல். **(பெ.)**, **(வே.)**

மடயவெட்டு maṭayaveṭṭu **வி.** நீரை வெளியேற்ற / பாய்ச்ச வரப்பில் மடை (வழி) ஏற்படுத்துதல். **(பார்க்க–மட)** **(தஞ்.)**

மடல் maṭal **பெ.** வாழை மரத்தின் தண்டோடு கூடிய நீண்ட இலை. **(தூ.)**

மடி துணி maṭi tuṇi **பெ.** **(பார்க்க–** காக்கித்துணி). **(நா.)**

மடுநோய் maṭunōy **பெ.** ஆட்டிற்குத் தோன்றும் ஒரு வகை நோய். **மடுவுநோய்** maṭuvunōy **(ராம.)**

மடையகட்டு maṭaiyakaṭṭu **வி.** நீர் செல்லுவதற்காக வரப்பில் ஏற்படுத்திய வழியை அடைத்தல். **(பெ.)**

மண் அணைத்தல் maṇ aṇaittal **தொ.பெ.** நிலக்கடலை போன்ற செடிகள் மகசூல் தரும் தருவாயில் அதிகமாக வேர்பிடிக்கவும், சாயாமல் இருப்பதற்காகவும் மண் அணைத்தல். **(தரு.)**

மண்ண ஆறவுடுதல் maṇṇa āṟavuṭutal **தொ.பெ.** உழுத மண்ணைச் சில நாட்கள் கிடக்க வைத்தல். **(நா.)**

மண்கட்டு maṇkaṭṭu **வி.** கிழங்கு வகைச் செடிகளுக்கு வேர்ப் பகுதியைச் சுற்றிக் கொத்தி விட்டு மண் அணைத்தல். **(நீ.)**

மண்குதுரு maṇkuturu **பெ.** (பச்சை) மண்ணால் செய்யப் பட்ட தானியம் சேமிக்கும் கொள்கலன். **(தஞ்.)**. **மண்குருது** maṇkurutu **(தஞ்.)**, **(புது.)**

மண்குலும maṇkuluma **பெ.** (சுட்டு எடுக்காமல்) மண்ணால் செய்த குலும. **(பார்க்க–** குலும). **(ராம.)**

மண்கெணறு maṇkeṇaṟu **பெ.** நீர் இறைப்பதற்காகப் பூமியில், வட்டவடிவில் (சுற்றுச் சுவர் செங்கல் வைத்துக்கட்டாமல்) வெட்டப்படும் கிணறு. **(எதிர்–கல்கெணறு)** **(பெ.)**

மண்ட[1] maṇṭa **பெ.** பழுத்துக் காய்ந்துபோன தானியங் களின் நெற்று/காய். **(வே.)**

மண்ட[2] maṇṭa **பெ.** செடி / மரங்களின் கிளை. **(வே.)**. **மிளாறு** miḷāṟu **(நாக.)**. **மெளாறு** meiḷāṟu **(தஞ்.)**

மண்டஎருகுடு maṇṭaerukuṭu பெ. நிலத்தில் செடியாக முளைத்த களைகள். *(நீ.)*

மண்டவை maṇṭavai **வி.** *(பார்க்க– பட்ட[2]). (நீ.)*

மண்டி maṇṭi பெ. தானியப் பயிர்கள் கொள்முதல் செய்யும் இடம். *(நா.)*

மண்டுதல் maṇṭutal **தொ.பெ.** களை/பயிர் பழுதில்லாமல் (செடிகள்) முளைத்து வளருதல். *(தஞ்.)*

மண்ணஉருவு maṇṇauruvu **வி.** மரவள்ளிக் குச்சி சாயாமல் இருக்கவும், நன்றாகக் கிழங்கு விடவும் மண்வெட்டியால் (பக்கத்தில் இருக்கும்) மண்ணை இழுத்துச் செடிமீது அணைத்தல். *(நா.)*

மண்ணஎறக்குதல் maṇṇaeṟakkutal **தொ.பெ.** பட்டத்தில் பதித்த கரும்பின் இருபக்கத்தில் உள்ள மண்ணைக் கொத்திச் சரித்து விடுதல். *(கட.)*

மண்ணணை maṇṇaṇai **வி.** *1)* மரவள்ளிக் கிழங்கின் செடிகள் நன்றாகக் கிழங்கு விடவும்/ வளரவும் அச்செடியின் வேரருகே கொத்திவிட்டு மண்ணை அணைத்தல். *(நா.). 2)* கடலைச் செடியில் நிலக்கடலை தோன்றும் பருவத்தில் அச்செடியைச் சுற்றி மண்ணை அணைத்தல். *(கட.)*

மண்ணணைத்தல் maṇṇaṇaittal **தொ.பெ.** *(பார்க்க–மண்ணு கட்டுதல்). (நீ.)*

மண்ண புளிக்கவை maṇṇa puḷikkavai **வி.** உழுதுபோட்ட சேற்றை நீர்கட்டிப் பதம் மாறச் செய்தல். *(கட.)*

மண்ணு அடி maṇṇu aṭi **வி.** *(நிலத்திற்கு உரமாக)* குளத்தின் அடி வண்டலை நிலத்தில் கொட்டுதல். *(தே.). (பார்க்க– பொருக்குஅடி)*

மண்ணுகட்டுதல் maṇṇukaṭṭutal **தொ.பெ.** கோஸ் செடிகள் போன்றவை சாயாமல் இருப்பதற்காகக் கொத்திவிட்டுச் செடியின் வேரைச் சுற்றி மண்ணை அணைத்தல். *(நீ.)*

மண்ணுதிண்ணுதல் maṇṇu tiṇṇutal **தொ.பெ.** வரப்பு/ வயல்களில் உள்ள தொகுப்பு மண்ணில் அரிமானம் ஏற்படுதல். *(நா.)*

மண்ணுவை maṇṇuvai **வி.** வரப்பின் ஓரத்திலிருந்து நீர் கசியாதவாறு மண்ணை அணைத்தல். *(தரு.)*

மண்தகரம் maṇtakaram **பெ.** மேட்டுப் பகுதி நிலத்தில் உள்ள சேற்றைப் பள்ளமான பகுதியில் கொண்டு நிரப்பும் பொருட்டுப் பயன்படும் பெரிய தகரத் தட்டு. *(தஞ்.)*

மண் தொம்ப maṇ tompa **பெ.** *(பார்க்க–குதுரு). (கட.)*

மண்புழு ஓரம் maṇpuḻu oram **பெ.** மண்புழுவினால் மக்கச் செய்த நாட்டு எரு. *(தஞ்.)*

மண்வெட்டி maṇveṭṭi பெ. *(மண்ணை வெட்டுவதற்குப் பயன்படும் வகையில்) காம்பு மரத்தாலும் வெட்டும் பகுதி இரும்புத் தகட்டாலும் செய்த ஒரு வேளாண் கருவி. (புது.), (சிவ.).* **மம்டி** mamṭi *(திருவ.), (வே.), (நீ.). (திருநெல்.)* **மம்பட்டி** mampaṭṭi *(தே.), (திருநெல்.), (நீ.), (புது.), (தஞ்.). (பார்க்க– கொளச்சி மம்முட்டி). (தூ.), (சிவ.), (விரு.).* **மம்புட்டி** mampuṭṭi *(தஞ்.), (திருச்.), (திருநெல்.).* **மம்முட்டி** mammuṭṭi *(பெ.).* **சனுக்க/சனிக்கி** caṉukka/ caṉikki *(தரு.).* **நம்பட்டி** nampaṭṭi *(ராம.).* **மமட்டி** mamaṭṭi *(புது.), (நா.).* **கைகொட்டு** kaikoṭṭu *(கட.).* **மமுட்டி** mamuṭṭi *(தே.), (வே.), (நாக.), (நா.), (கட.), (தஞ்.).* **கொத்து** kottu *(கட.).* **வம்பட்டி** vampaṭṭi *(தூ.), (புது.)*

மணகண்ட நாத்து maṇakaṇṭa nāttu பெ. மணற்பாங்கான

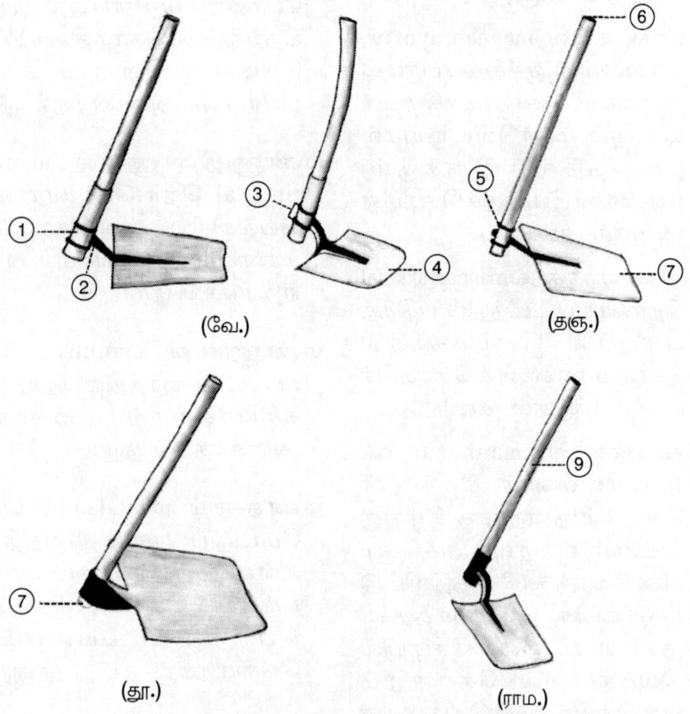

மண்வெட்டி:

பாகம் – 1. மிண்ட (நீ.), ஆக்க (சிவ.), 2. மம்பட்டிகூந்தல் / கூந்தல் (நா.), பித்தம் (கட.) (தஞ்.), பிச்சி (புது.), கொளஞ்சி/கொளிச்சி (தூ.), 3. பொடங்கு (நாக.), 4. மமுட்டிவாய் (நாக.), மோவா (திருநெல்.), மொனவா (திருநெல்.), 5. பூணு (கட.), (தஞ்.), 6. தலவுகாம்பு (நாக.), குமுலு (பெ.), மலர் (நாக.), கொண்ட (தஞ்.), மொன (தூ.), 7. எல (நாக.), தகுடு/ தகடு (நாக.), 8. கீழ்மொன ( ), 9. கை (திருநெல்.), கண (சிவ.), காவு (நீ.), காம்பு (நாக.), புடி (புது.).

நிலத்தில் முளைத்த நாற்று. (தஞ்.)

மணச்சாரி maṇaccāri பெ. மணற்பாங்கான நிலப் பகுதி. (தஞ்.), (திருவா.), (திருச்.). **மணக்கால்** maṇakkāl (புது.). **மணல்காடு** maṇalkāṭu (நா.). **மணல்சாரி** maṇalcāri (விரு.)

மணப்பார மாடு maṇappāra māṭu பெ. விவசாயத்திற்கு நல்ல உடலுழைப்பைத் தரக்கூடிய (மணப்பாரை என்ற ஊரில் இருக்கக் கூடிய) காளை மாடு. (கட.). **மணப்பார** maṇappāra (தஞ்.)

மணலிக்கீரை maṇalikkīrai பெ. சதைப் பற்றான கரண்டி போன்ற இலைகளுடன் தரையில் படர்ந்து வளரும் சிறு செடி. (மூ.)

மணி maṇi பெ. 1) முற்றாத மிளகுச் செடியின் காய். (நீ.). 2) முற்றிய நெல் (தஞ்.)

மணித்தக்காளி maṇittakkāḷi பெ. நீள்வட்ட வடிவ இலைகளையும் கோணல்மாணலான கிளைகளையும் கொண்டு, வெண்ணிறப் பூங்கொத்து மற்றும் கருநீலப் பழங்களையும் உடைய முட்களற்ற குறுஞ்செடி. (மூ.)

மணிதாங்கிபலவ maṇitāṅkipalava பெ. (பார்க்க–கவலஏத்தம்). (பெ.)

மணிபுடி maṇipuṭi வி. புதிதாகத் தோன்றிய நெற்கதிரில் பால் பிடித்து, நெல்மணியாக உருவாதல். (பெ.)

மத்தாளி mattāḷi பெ. அரிசி சேமித்து வைக்கும் சுடுமண் பாண்டம். (தூ.)

மத்தாளி (தூ.)

மத்தி matti இடை. நடுவில். (தூ.)

மத்து mattu பெ. கீரை, பருப்பு போன்ற வேகவைத்தப் பொருளைக் கடைவதற்காக மரத்தில் தயார்செய்யப்பட்ட ஒரு புழங்கு பொருள். (தரு.)

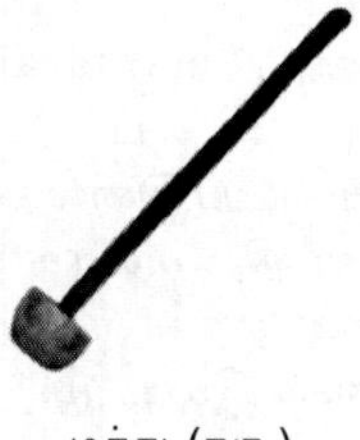

மத்து (தரு.)

மதாம்புநெல் matāmpunel பெ. ஒரு முறை அறுவடை செய்த நெற்பயிரிலிருந்து மீண்டும் கதிர் வந்து அறுவடைசெய்த நெல். (வே.)

மதிப்பு matippu பெ. வேலைக்குரிய பணத்தைத் தீர்மானித்துக்கொண்டு, பலர் பேர் அவ்வேலையைச் செய்து, அப்பணத்தைப்

பங்கிட்டுக் கொள்ளுதல். **மதிப்புகொத்து** matippukottu (**தூ**.)

மதிப்புவேல matippuvēla **பெ**. *குறிப்பிட்ட ஆள் செய்யக் கூடிய வேலையைப் பலர் செய்து அக்கூலியைப் பங்கிட்டுக் கொள்ளுதல்*. (**தூ**.)

மதியடியா போட்டிருத்தல் matiyaṭiyā pōṭṭiruttal **தொ.பெ**. *கம்பு விதைக்கும்போது நடந்த காலடியில் (முளைக்காமல்) விதைத்தல்*. (**தூ**.)

மதுவுகட்ட matuvukaṭṭa **பெ**. *சாலை/வரப்பு வருமிடத்தில் அதைத் தாண்டி நீர் கொண்டு போவதற்காகப் போடும் (சிமெண்ட்) குழாய்மீது கட்டப்பட்ட சிமெண்ட் கட்டை*. (**தஞ்**.)

மந்தாரை mantārai **பெ**. *இரண்டாகப் பிரிந்த மணமுடைய இலைகளையும் மஞ்சள் நிற மலர்களையும் கொண்டு வளரும் சிறு மூலிகைச் செடி*. (**மூ**.)

மம்டிகலக்கட்டு mamṭikalakkaṭṭu **பெ**. *மண்வெட்டி போன்று மிகச் சிறியதும் ஆண்கள் பயன்படுத்துவதுமான ஒரு களைக்கொட்டு*. **மமுட்டிகலகொட்டு** mamṭikalakoṭṭu (**வே**.).

மமுட்டிகூந்தல் mamuṭṭikūntal **பெ**. (*பார்க்க–மண்வெட்டி*). (**நா**.)

மமுட்டிவாய் mamuṭṭivāy **பெ**. (*பார்க்க–மண்வெட்டி*). (**நா**.)

மய்யுதல் mayyutal **வி**. *களத்தில் விரித்த நெற்கதிர்/நெல் நீக்கிய தாளை மாடுகள் மிதிப்பதால் நெல் மணிகள் உதிர்ந்து தாள் வைக்கோலாக மாறுதல்*. (*பார்க்க–கெடாவடி*) (**கட**.).

மயில்துத்தம் mayiltuttam **பெ**. *சுண்ணாம்பு நீரோடு கலந்து பயிர்களில் தெளிக்கக்கூடிய ஒரு வகைப் பூச்சிக் கொல்லி மருந்து*. (**நா**.)

மயில mayila **பெ**. *ஒரு வகை நிறமுடைய உழவு மாடு*. (**ராம**.)

மயிலக்கட்டு mayilakkaṭṭu **பெ**. *நாற்று பறித்து நட்டு ஐந்து நாட்களுக்குப் பிறகு தோன்றும் பச்சை நிறம்*. (**தஞ்**.)

மயிலக்காள mayilakkāḷa **பெ**. *ஏர் உழ / வண்டி இழுக்கப் பயன்படும் ஒரு வகைக் காளை மாடு*. (**திருநெல்**.)

மயிலங்கம்பு mayilaṅkampu **பெ**. *(தரமான) கம்புப் பயிரில் ஒரு வகை*. (**தே**.)

மயிலபச்ச mayilapacca **பெ**. *நாற்று நட்ட பதினைந்து நாட்களுக்குள் பிடிக்கும் ஒரு வகை பச்சை நிறம்*. (**நாக**.)

மயில பச்சபுடித்தல் mayila paccapuṭittal **பெ**. *நாற்று நட்ட இருபத்தைந்து நாட்களுக்குப் பிறகு அந்தப் பயிரில் தோன்றும் பச்சை நிறம்*. (**திருவா**.)

மயிலம்பாடியாடு mayilampāṭi yāṭu பெ. ஆட்டு இனத்தில் ஒரு வகை. (**ராம**.)

மர்ச marca பெ. வீட்டின் சுவர் ஓரம் மண் சுவரால் தடுத்துப் பயன்படுத்தும் தானியங்கள் சேமிக்கும் கொள்கலன். (**பார்க்க**–சேந்தி). (**ம**.)

மரக்கலப்ப marakkalappa பெ. உழும் கொழு இரும்பாலும் மற்ற பகுதிகள் அனைத்தும் மரத்தாலும் செய்து மாடு கட்டி இழுக்கக்கூடிய ஒருவகை உழு கருவி. கலப்ப/**நாட்டுக்கலப்ப** kalappa/naṭṭukkalappa. *1)* முழுவதும் மரத்தால் செய்து, மாடு பூட்டி உழக்கூடிய ஒருவகை நாட்டுக் கலப்பை. (**விரு**.). *2)* நிலத்தை உழுவதற்குப் பயன்படும் ஒருவகை நாட்டுக் கலப்பை. (**தே**.). *3)* உழும் கொழு இரும்பாலும் மற்ற பகுதிகள் மரத்தாலும் செய்து, மாடு பூட்டி உழக்கூடிய ஒரு வகைக் கலப்பை. (**ம**.). *4)* கம்பி போன்று கொழுவைப் பொருத்தி, முழுவதும் மரத்தால் செய்து மாடு பூட்டி, உழக்கூடிய ஒருவகை நாட்டுக் கலப்பை. (**புது**.), (**நா**.), (**திருநெல்**.), (**தூ**.), (**தஞ்**.), (**சிவ**.), (**கட**.), (**பெ**.), (**தரு**.), (**நாக**.). **நாட்டுகலப்ப** naṭṭukalappa (**திருநெல்**.), (**கட**.), (**பெ**.). **புழுதிகலப்ப** pul̲utikalappa (**சிவ**.). **சீமக்கலப்ப** cīmakalappa (**திருநெல்**.), **கொழுகலப்ப** kol̲ukalappa (**தஞ்**.).

ஒவ்வொரு மாவட்டத்திலும் கலப்பையின் வடிவமும் கலப்பை தயார் செய்யும் மரமும் மாறுபாடாக உள்ளது.

மரக்கா marakkā பெ. *1)* தானியங்கள் அளக்கக் கூடிய நான்கு படிகள் கொள்ளளவு கொண்ட ஒரு வகை முகத்தல் அளவைக் கருவி. *2)* அக்கருவி கொள்ளளவு கொண்ட ஓர் அளவு (**ஜமீன்**.), (**தூ**.), (**தே**.), (**சிவ**.), (**விரு**.), (**புது**.), (**கட**.), (**தஞ்**.), (**திருவ**.), (**தஞ்**.), (**திருநெல்**.), (**ம**.). **மரைக்கா** maraikkā (**நா**.). *3)* 5 சேர் / 7½ கிலோ கொள்ளளவு கொண்ட ஒரு கருவி. *4)* அக்கருவி கொள்ளளவு கொண்ட ஓர் அளவை. (**வே**.). *5)* 4½ சேர் கொள்ளளவு கொண்ட ஓர் அளவை. *6)* அக்கருவி கொள்ளளவு கொண்ட ஓர் அளவை. (**வே**.). *7)* நான்கு பக்கா கொள்ளளவு முகத்த லளவைக் கருவி. (**ஸ்ரீவை**.). *8)* ஆறு படித் தானியங்கள் கொள்ளளவுகொண்ட ஒரு முகத்தல் அளவை (**ராம**.). *9)* அக்கருவி கொள்ளளவு கொண்ட ஓர் அளவை. (**ராம**.).

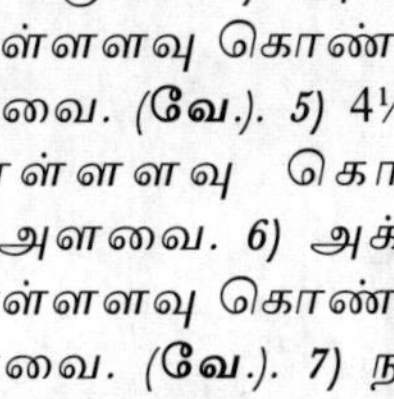

மரக்கா (நாக.)

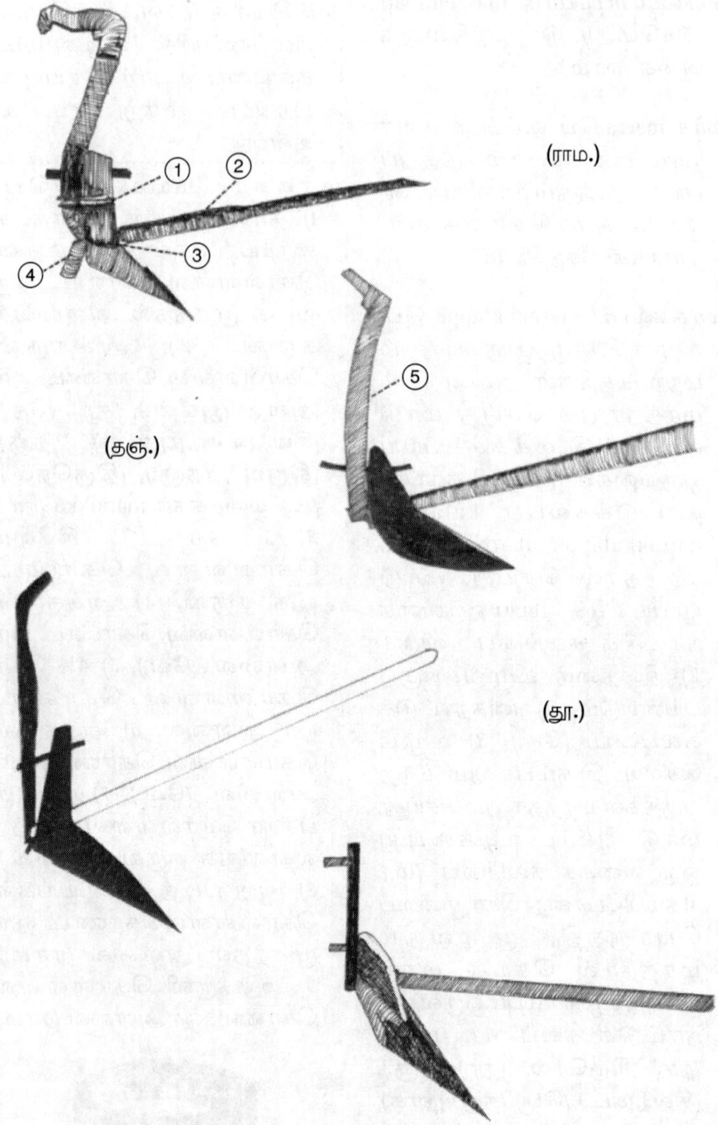

மரக்கலப்ப:

பாகம் – 1. மேலாப்பு (திருநெல்.), 2. தடி (தே.), 3. கீழாப்பு (திருநெல்.), 4. ஊத்தாணி (திருநெல்.), 5. பனத்த (திருவ.),

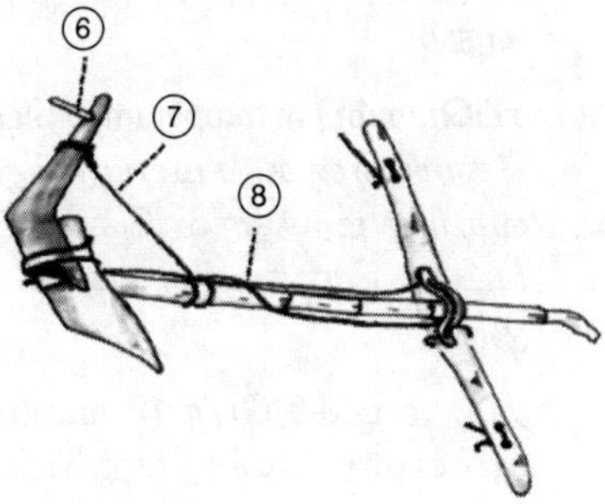

(வே.)

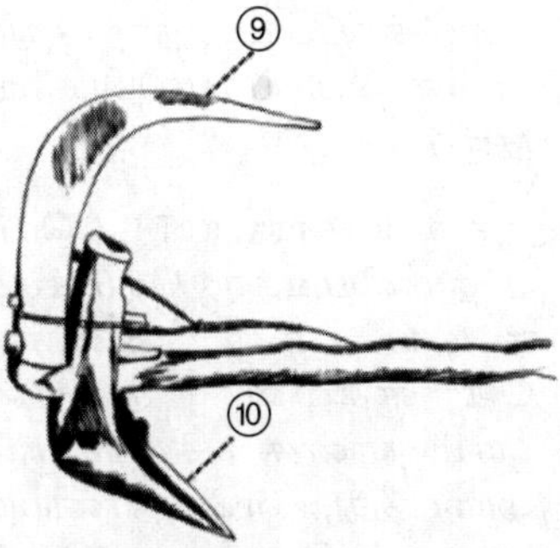

(தரு.)

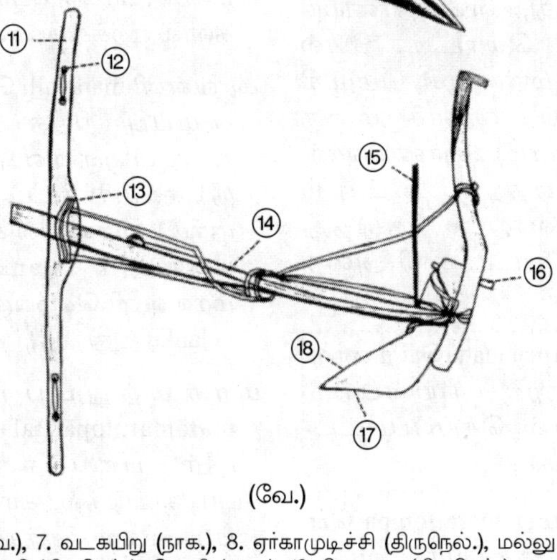

(வே.)

6. பில்லு (வே.), 7. வடகயிறு (நாக.), 8. ஏர்காமுடிச்சி (திருநெல்.), மல்லு (புது.) (கட.), 9. மேலி / மேழி (திருநெல்.), மோழி (நாக.), 10. கொழுவு (திருநெல்.), காறு (திருவள்.), கார் (தரு.)11. நொவத்தடி (வே.), நொகத்தடி (தரு.), நேக்கா (ராம.), நெவத்தடி (தஞ்.), நோத்தடி (தஞ்.), மேக்கால் (தே.), மேக்கா (விரு.), நோக்கால் (திருநெல்.), மொத்தடி (தஞ்., புது.), மொகத்தடி (புது.), நெகத்தடி (புது.), 12. நோக்கா தொல (திருநெல்.), 13. ஏர்ஜில்ல (வே.), 14. மெண்டுகோல் (வே.), 15. தாத்துகோலு (வே.), 16. சுள்ளாணி (திருநெல்.), சுள்ளாணிகுச்சி (தே.), 17. குத்தி (திருநெல்.), குத்திகம்பு (ராம.), வாலுகட்ட / வாலு (தஞ்.), கலப்பகட்ட (தே.), 18. கொழுகம்பி (பெ.), கொண்டி (திருநெல்.), கொண்டிஆணி (தஞ்.), கொழுவாணி (நாக.),

மரக்காரை marakkārai பெ. கரும்பச்சை நிறமான இலைகளையும் இலைக் கோணங்களில் முட்களும் கொண்டு, வெள்ளை நிற மலர்கள் மற்றும் மஞ்சள் நிறக் கனிகளையும் தரக்கூடிய குறுஞ்செடி. *(மூ.)*

மரகுருது marakurutu பெ. அடுக்கடுக்காகச் செய்து கோர்க்கப்பட்ட நாற் சதுர முள்ள பெரிய மரப்பெட்டி. *(தஞ்.)*

மரசால் maracāl பெ. 1) தானியங்கள் சேமிக்கக் கூடிய ஒரு வகைக் கொள்கலன். (சுவரின் ஓரம் நான்கு பக்கங்களும் அடைத்து, உள்ளே தானியங் களைக் கொட்டி, மேல் பக்கம் மண் பூசி மெழுகி வைத்துப் பாதுகாக்கும் ஒரு முறை). *(ராம.)*. 2) தானியங்கள் சேமிப்பதற்கு வீட்டில் செங்கல்லால் தடுத்து வைக்கப்பட்ட தனி அறை. *(விரு.)*

மரத்தட்டு marattaṭṭu பெ. உணவு உண்பதற்குப் பயன்படும் மரத்தால் செய்யப்பட்ட தட்டு. *(ம.)*

மரத்தொம்ப marattompa பெ. மூங்கில் குச்சியால் வட்ட வடிவில் பின்னப்பட்ட குதுரு வடிவிலான தானிய சேமிப்புக் கலன். *(கட.)*.

மரப்படி marappaṭi பெ. தானியங்கள் அளக்க மரத்தால் செய்யப்பட்ட படி. *(புது.)*

மரப்பெரம்பு marapperampu பெ. சேற்றினைச் சமப்படுத்து வதற்கு மரத்தால் செய்யப் பட்ட ஒரு தடித்த பலகை. *(தரு.)*

மரம் அடிச்சிபோடு maram aṭiccipōṭu வி. பரம்புப் பலகையால் சேற்றினைச் சமப்படுத்தி வைத்தல். *(தூ.)*.

மரம்வெட்டுகத்தி maramveṭṭu katti பெ. மரம் போன்ற தடித்த பொருளை வெட்டக்கூடிய வளைவில்லாத ஒரு வகைக் கத்தி. *(நீ.)*

மரமேறி maramēṟi பெ. தென்னை, பனை, பாக்கு போன்ற மரங் களில் ஏறக்கூடிய ஆண். *(நா.)*

மரவள்ளி maravaḷḷi பெ. தடித்த பழுப்பு நிறத் தோலை உடைய ஒரு வகைக் கிழங்கு. *(நீ.)*. **சவாரிக்கட்ட** cavārikaṭṭa *(நாக.)*. **மரவள்ளிக் கிழங்கு** maravaḷḷik kiḻaṅku *(தஞ்.)*. **மரவள்ளி கெழங்கு** maravaḷḷi keḻaṅku *(புது.)*, *(நீ.)*

மராமத்துப்பார்த்தல் marāmattuppārttal தொ.பெ. (நீர் பாய்ச்சுதல், நீர் வடிகட்டுதல், கால்நடை / பறவைகளிலிருந்து பயிரைப் பாதுகாத்தல் போன்ற வேலைகள் செய்யும்) ஒரு ஆள் ஊரில் உள்ள அனைத்துப் பயிர் செய்யும் நிலங்களையும் வருட ஊதியத்திற்காகப் பாதுகாத்தல். *(நா.)*

மருக்க marukka பெ. சினையாகாத பெண் ஆடு. (ராம.)

மருகசொப்பு marukacoppu பெ. உணவாகப் பயன்படக்கூடிய ஒரு வகைக் கீரை. (நீ.)

மருதமரம் marutamaram பெ. குறுகலான நீள் சதுர இலைகளையும் சாம்பல் நிற வழுவழுப்பான பட்டையையும் உடைய ஒரு மூலிகை மரம். (மூ.)

மருதமூல marutamūla பெ. மதுரைப் பக்கம் இருக்கக் கூடிய நிலத்தின் திசை. (தூ.)

மருதோன்றி marutōṉṟi பெ. ஈட்டி வடிவ இலைகளையும் வெள்ளை நிற மலர்களையும் உடைய குறுஞ்செடி. (மூ.)

மருந்தடி maruntaṭi பெ. நோய் விழுந்த பயிர்களுக்கு இரசாயனப் பூச்சிக்கொல்லி மருந்தைக் கைத் தெளிப்பான்மூலம் தெளித்தல். (திருநெல்.), (நாக.), (நீ.)

மருந்து maruntu பெ. பயிரின் வளர்ச்சிக்குப் போடப்படும் இரசாயன உரம். (தஞ்.)

மருந்துபாலித்தல் maruntupālittal தொ.பெ. நோய் தொற்றிய ஆட்டிற்குக் கொடுக்கும் மருந்து பயன் தருதல். (ராம.)

மல்லகள mallakaḷa பெ. நெற்பயிரின் இடுக்கில் தரையோடு முளைக்கும் ஒரு வகைக் களை. (திருநெல்.)

மல்லிகை mallikai பெ. எதிரடுக்கில் அமைந்த கரும் பச்சை இலைகளையும் மிகுந்த மணமுள்ள வெள்ளை நிற மலர்களையும் உடைய ஏறு கொடி. (மூ.). **மல்லி** malli (தூ.)

மல்லு mallu பெ. (கலப்பையையும் நுகத்தடியையும் இணைக்கக் கயிற்றால் போடப்படும்) முடிச்சு. (பார்க்க–மரக்கலப்ப) (புது.)

மல்லுபோடு mallupōṭu வி. கலப்பையையும் நுகத்தடியையும் கயிற்றால் இணைத்து முடிச்சு போடுதல். (புது.), (கட.)

மல்லு முடிச்சி mallu muṭicci பெ. (பார்க்க–மல்லு). (புது.)

மலட்டாடு malaṭṭāṭu பெ. வயதாகியும் சினையாகாத ஆடு. (ராம.)

மலதண்ணி malataṇṇi பெ. நிலத்தில் தேங்கிய மழையின் நீர். (வே.)

மலர் malār பெ. மண்வெட்டிக் காம்பில் கைப் பிடிக்கும் நுனிப் பகுதி (பார்க்க–மண்வெட்டி). (நாக.)

மலறு malaṟu பெ. (பார்க்க–மண்ட[2]). (வே.)

மலைஏத்தம் malaiēttam பெ. தடித்த பழங்களையுடைய ஒரு வகை வாழை மரம். (தூ.)

மலைவேம்பு malaivēmpu பெ. சிறகுக் கூட்டிலைகளையும் கொத்தான இளஞ்சிவப்பு

மலர்களையும்கொண்டு, நீள் உருண்டை வடிவப் பழங்களை உடைய ஒரு பெருமரம். (மூ.)

மழகெடைத்தல் malaketaittal தொ.பெ. மழை வருதல். (நீ.)

மழத்தண்ணி malattaṇṇi பெ. (பார்க்க–மலதண்ணி). (வே.)

மழிஞ்சி போதல் maliñci pōtal தொ.பெ. (பார்க்க–மசிதல்). (தஞ்.)

மளறுஇழு maḷaṟuilu வி. ஏர் ஓட்டிய புழுதி/ சேற்றின் மேல் பகுதியைச் சமப்படுத்துவதற்காக மரக்கிளைகளை ஒன்று சேர்த்துக் கட்டி இழுத்தல். (வே.)

மறவ maṟava பெ. வெற்றிலைக் கொடியின் வேருக்கு நீர் இறைக்கப் பயன்படுவதும் திருவோடு போன்று வடிவத்தில் உள்ளதுமான மரத்தில் செய்யப்பட்ட ஒரு வகைக் கருவி. (தூ.) (பார்க்க– பட்ட[3])

மறி maṟi வி. வாய்க்காலில் செல்கிற நீரைப் பலகை/ மண்ணைக் கொண்டு தடுத்தல். (பெ.)

மறிச்சிஉடு maṟicciuṭu வி. (தாம்பு ஓட்டும்போது) மாட்டின் காலில் நன்றாக மிதிபட்டுக் கதிரிலிருந்து சோளம் உதிர்வதற்காகக் கிளறி விடுதல். (நா.)

மறிச்சி பெ. நிலத்தைப் பிரிக்கும் வரப்பு (தரு.)

மறிச்சிக்கட்டு maṟiccikkaṭṭu வி. வரப்பினைப் போடுதல். (பார்க்க–வரப்பு) (தரு.)

மறுஓரம் maṟuoram பெ. பயிருக்கு இரண்டாவது முறை போடும் உரம். (தஞ்.)

மறுகளம் பாச்சு maṟukaḷam pāccu வி. பிணையல் ஓட்டும் போது உதிர்ந்த தானியங்களை ஒன்று திரட்டி அப்புறப்படுத்திவிட்டு, உதிராமல் இருக்கும் தானியக் கதிர்களை மீண்டும் பிணையல் ஓட்டுவதற்காக இடம் மாற்றிப் போடுதல். (தூ.)

மறுதாம்பு maṟutāmpu பெ. ஒரு முறை அறுவடை செய்தபின் மீண்டும் அப்பயிரிலிருந்து வளரும் நெற்பயிர். (கட.). **மதாம்பு** matāmpu (வே.)

மறுப்பு maṟuppu பெ. காண்/ மடையை அடைத்துள்ள தடுப்புப் பலகை தடுப்பு. (கட.)

மறுவட்டம் maṟuvaṭṭam பெ. கையால் அடித்து நீக்கிய நெற்கதிர்த் தாளில் உள்ள நெல்மணிகள் மீண்டும் உதிரும்பொருட்டு அடித்த களத்தின் அருகில் மாடு மிதிப்பதற்காக வட்ட வடிவில் போட்ட தொகுப்பு. (தூ.)

மறுவட்டம் போடு maṟuvaṭṭam pōṭu வி. (பார்க்க–மறுவட்டம்). (தூ.)

மன்னார்குடி கலப்ப maṉṉārkuṭi kalappa பெ. மாடு பூட்டி உழுவதற்குப்

பயன்படக்கூடிய ஒரு வகை நாட்டுக் கலப்பை. (**பார்க்க**– போஸ்டு கலப்ப). (**தஞ்.**)

மனக்கட்டு manakkaṭṭu **பெ.** வீடுகட்டக்கூடிய நிலம். (**புது.**)

மனக்குத்த manakkutta **பெ.** சிவப்பு நிறம் கொண்டதும் அக்கினிப் பட்டத்தில் விதைத்துப் பயிரிடக் கூடியதும் பலகாரம் செய்வதற்கு மிகுதியாகப் பயன்படக்கூடியதுமான ஒரு வகை நெல். (**நா.**)

மனவாரி manavāri **பெ.** பழங்கால நெல்லின் ஒரு வகை. (**வே.**)

மா

மா mā **பெ.** 100 குழிகள் கொண்ட நிலத்தின் தொகுப்பு. (**தஞ்.**), (**புது.**)

மாகாணிப்படி mākāṇippaṭi **பெ.** ஒரு வகை முகத்தல் அளவை. பதினாறில் ஒரு பகுதி கொள்ளளவுகொண்ட ஓர் அளவுக் கருவி. (16 மாகாணி – ஒரு படி) (**ராம.**), (**தூ.**)

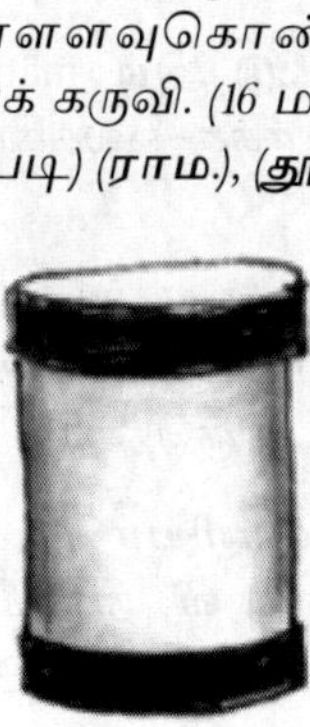

மாகாணிப்படி (**தே.**)

மாகானி mākāni **பெ.** 1) இரண்டு வீசம் தானியம் கொள்ளளவுகொண்ட ஒரு வகை அளவு. 2) ஒரு வகை நில அளவை. **மாவானி** māvāni (**தஞ்.**)

மாசிக்காய் mācikkāy **பெ.** ஒரு மரத்திலிருந்து வெளிப் படும் கசிவு திரண்டு உருண்டையான காய் போல உருமாறக் காணப்படும் மருத்துவக் குணமுடைய பொருள். (**மூ.**)

மாசுல் mācul **பெ.** மகசூல். (**பார்க்க**–மகசூல்). (**திருநெல்.**)

மாஞ்செடி māñceṭi **பெ.** மா மரத்தின் இளஞ்செடி. (**வே.**)

மாட்ட அமத்துதல் māṭṭa amattutal **தொ.பெ.** ஏர் உழுத பின் ஏரில் உள்ள மாட்டைப் பிரித்து ஓய்வெடுக்க விடுதல். (**ராம.**)

மாட்டகட்டி ஓட்டு māṭṭakaṭṭi ōṭṭu **வி.** கலப்பையில் மாட்டைப் பூட்டி ஏர் உழுதல். (**வே.**)

மாட்டப்பத்து māṭṭappattu **வி.** 1) மாட்டை ஓட்டுதல். (**சிவ.**), (**தூ.**). 2) மாட்டின் கழுத்தில் கட்டப்பட்டிருக்கும் கயிற்றைப் பிடித்து ஓட்டுதல். (**திருநெல்.**). 3) ஏரில் மாட்டைப் பூட்டி உழுதல்/மாட்டை ஓட்டுதல். (**ராம.**)

மாட்டு எருவு māṭṭu eruvu **பெ.** இயற்கையான முறையில் மாட்டுச் சாணத்தால் உருவான நாட்டு எரு. (**கட.**), (**வே.**), (**தரு.**), (**நா.**). **மாட்டெரு** māṭṭeru (**சிவ.**)

மாட்டுகெட māṭṭukeṭa பெ. மண் வளத்தை மேம்படுத்தக் கோடைக் கால இரவு நேரங்களில் நிலத்தில் கட்டி அவற்றின் கழிவு களை வயல்களில் விடும் பொருட்டுச் சேர்க்கப்படும் நூற்றுக்கும் மேற்பட்ட மாடுகள் கொண்ட ஒரு தொகுப்பு. (நாக.), (தஞ்.)

மாட்டுகொட்டா māṭṭukoṭṭā பெ. மாடுகள் ஓய்வெடுப் பதற்காகக் கட்டப்பட்டுள்ள கொட்டகை. (தஞ்.)

மாட்டுகொழப்புடி māṭṭukoḻap puṭi பெ. (மாட்டைப் பூட்டி ஏர் உழும்போது) சேற்றில் மாட்டின் (குளம்பு) கால் பதித்த பள்ளம். (தஞ்.)

மாட்டுத்தொட்டி māṭṭuttoṭṭi பெ. கால்நடைகளுக்குக் குடிநீர் / தீவனம் வைக்கச் சுடுமண்ணால் செய்த பாத்திரம். (தஞ்.)

மாட்டுத்தொழுவம் māṭṭut toḻuvam பெ. மாடுகள் நின்று/ படுத்து ஓய்வெடுக்கக் கூடிய இடம். (நா.)

மாட்டுப்பட்டி māṭṭuppaṭṭi பெ. (வயலுக்கு உரமாக) மாடுகளின் கழிவுகளை வயலில் இடுவதற்காக இரவில் பல மாடுகள் சேர்ந்து கட்டிய ஒரு தொகுப்பு. (வே.), (தரு.)

மாட்டுவண்டி māṭṭuvanṭi பெ. மாடு பூட்டி ஓட்டக்கூடிய (நாட்டு) வண்டி. (புது.)

மாடு māṭu பெ. 1) உழுதல், வண்டி இழுத்தல், பால் தருதல் போன்றவற்றிற்குப் பயன்படும் ஆண், பெண் இனத்தைஉள்ளடக்கியவீட்டு விலங்கின் பொதுச் சொல். (வே.) . 2) பால் தரக்கூடிய பசு மாடு. (தரு.)

மாடு ஒலக்குதல் māṭu olakkutal தொ.பெ. நெற்கதிரைப் பரப்பி, அக்கதிரில் உள்ள நெல் உதிரும்பொருட்டுப் பிணைத்த மாட்டை விட்டு மிதிக்க விடுதல். (ராம.)

மாடுபுடிச்சி அடி māṭupuṭicci aṭi வி. தாம்பு அடிக்கும்போது மாடுகளைப் பிணைத்து வட்ட வடிவில் சுற்றி வருதல். (நா.)

மாடு பொண māṭu poṇa வி. போரடிப்பதற்காக ஐந்து/ ஆறு காளை மாடுகளை இணையாகப் பிணைத்துக் கட்டுவது . (தஞ்.)

மாடுவிட்டு அடி māṭuviṭṭu aṭi வி. (பார்க்க–ஒலக்கிவுடுதல்). (ராம.)

மாண்டுதல் māṇṭutal தொ.பெ. வேரோடு பிடுங்கிய களைகள் சாதல். (திருநெல்.)

மாணாவாரியாவெத māṇā vāriyāveta வி. நீர் விடாமல் புழுதி நிலத்தில் விதைத்தல். (பெ.)

மாணிக்கக்கட்ட māṇikkakkaṭṭa பெ. வாழைத் தாரின் பூ விரிந்து காய்கள் வெளிவந்த

பின் இறுதியில் பூக்களோடு இருக்கும் வெறும் தண்டு. **(தூ.)**

மாணிபடி māṇipaṭi பெ. ஒரு பழங்கால முகத்தல் அளவை. **(தூ.), (திருநெல்.)**

மாத்து māttu பெ. வெற்றிலைக் கொடியின் கிளையிலிருந்து தோன்றும் வெற்றிலை. *(பார்க்க–சக்க^{3}).* **(தூ.)**

மாத்துகணு māttukaṇu பெ. வெற்றிலைக் கொடியில் வெற்றிலை வருவதற்காகத் தோன்றும் கணு. **(தூ.)**

மாத்துகாம்பு māttukāmpu பெ. தாய் வெற்றிலைக் கொடியிலிருந்து பிரிந்து கிளையில் வளரும் சிறிய வெற்றிலை. **(தஞ்.)**

மாத்துகாம்பு வெத்தல māttukāmpu vettala பெ. *(பார்க்க–மாத்துகாம்பு).* **(தஞ்.)**

மாத்து வெத்தல māttu vettala பெ. வெற்றிலைக் கொடியின் கிளையில் தேன்றும் வெற்றிலை. **(தூ.)**

மாதுளை mātuḷai பெ. நீண்ட சிறிய இலைகளையும் பளிச்சிடும் சிவப்பு நிறப் பூக்களையும் கொண்டு, பழத்தினுள் சாறுள்ள விதை முத்துக்களையும் உடைய முள்ளுள்ள குற்று மரம். **(மூ.)**

மாமரத்துக்கழனி māmarattuk kaḻaṉi பெ. நிலத்தின் ஒரு வகை. **(தரு.)**

மாமரம் māmaram பெ. காம்போடு மாற்றடுக்கில் அமைந்த நீண்ட தனி இலைகளையும் உச்சியில் கொத்தான மலர்களையும் கொண்டு சதைப் பற்றுடைய பழங்களைத் தரும் பெரு மரம். **(மூ.). மா** mā **(விரு.)**

மார்மட்டம் mārmaṭṭam பெ. *(அளவான உயரத்தில்)* பாய் முடைவதற்குப் பயன்படும் வகையில் நாற்பத்து இரண்டு/ நாற்பத்து நான்கு அங்குல உயரம் வளர்ந்த கோரை. **(நா.)**

மாரு māru பெ. இரண்டு கைகளையும் அகல விரித்து நீட்டிய கையின் விரல் நுனியிலிருந்து மார்பின் நடுப்பகுதி வரை குறிப்பிடப் படும் ஓர் அளவு. **(வே.)**

மாருதொலவு mārutoḷavu தொ. ஆண்களின் நெஞ்சுவரை உள்ள உயரத்தைக் குறிப் பிட்டுச் செல்லப்படும் பயிரின் வளர்ச்சி / உயரம். **(வே.)**

மாருமட்டம் mārumaṭṭam பெ. *(பார்க்க–மார்மட்டம்).* **(நா.)**

மாருவெத்தல māruvettala பெ. நட்ட தாய் வெற்றிலைக் கொடியிலிருந்து வளரக் கூடிய தடித்த ஒரு வகை வெற்றிலை. **(தஞ்.)**

மாருவை māruvai **வி.** வெற்றிலைக் கொடியைக் கட்டுதல். **(நா.)**

மால māla பெ. ஓர் இடத்தி லிருந்து மற்றொரு இடத்திற்கு நீரின் வழியாக இழுத்துச் செல்லும் பொருட்டுக் கயிற்றில் நாற்றுமுடியை

வரிசையாகக் கோர்த்தல். (நாக.)

மாலுமாலா ஆக்கு mālumālā ākku **வி.** (களத்தில் நெல்லைப் புடைக்கும்போது/தூசு நீக்கும் போது) புடைத்து மாலையாகப் போட்ட நெல்லின் தொகுப்பு. (கட.)

மாவிலங்கம் māvilaṅkam **பெ.** விரல்கள் போன்ற கூட்டிலைகளையும் மலர்ந்து மஞ்சளாகும் வெண்ணிற மலர்களையும் உருண்டையான சதைமிக்க கனியினையும் தரக்கூடிய வெண் நிற மரம். (மூ.)

மாவேரி māvēri **பெ.** தருமபுரி மாவட்டத்தில் இருக்கும் ஒரு ஏரியின் பெயர். (**பார்க்க**–ஏரி^{2}) (தரு.)

மாழ்கழி mālkali **பெ.** தமிழ் மாதத்தின் எட்டாவது மாதம். (வே.)

மாறு māṟu **பெ.** தங்களின் வேலை எளிதாக இருப்பதற்கு (ஏர் உழும்போது, நாற்றங்காலில் விதைவிடும் போது) குறிப்பிட்ட அளவு வரப்பு போட்டு/போடாமல் பிரித்துக்கொள்ளும் பிரிப்பு. (வே.).

மானம் māṉam **பெ.** 1) ஒரு படிக்கு இணையான கொள்ளளவு கொண்ட ஓர் அளவு. 2) அவ்வளவு கொள்ளளவு கொண்ட ஒரு கருவி. (வே.). 3) கால் கிலோ கொள்ளளவு கொண்ட ஒரு முகத்தல் அளவை. (தரு.)

மானாருகாலம் māṉārukālam **பெ.** மழையை நம்பிச் சாகுபடி செய்யக்கூடிய வேளாண் பருவம். (தஞ்.)

மானாவாரி māṉāvāri **பெ.** 1) மழையையே நம்பிப் பயிர் செய்யக்கூடிய நிலப் பகுதி. 2) அந்த நிலப் பகுதியில் விளைவிக்கக்கூடிய தானியப் பயிர். (திருநெல்.), (தரு.), (புது.), (கட.). **மானாவரி** māṉāvari (தூ.). **மானாம்பரி** māṉāmpari (விரு.). **மானம்பாத்தபூமி** māṉāmpāttapūmi (சிவ.). **மானாவாரி ஏரியா** māṉāvāri ēriya (ராம.). **மானாவாரி புஞ்ச** māṉāvāri puñca (கட.)

மானாவாரிகடல māṉāvārikaṭala **பெ.** குறைவான ஈரத்தன்மையில் மகசூல் தரக்கூடிய ஒரு வகை நிலக்கடலை. (நா.).

மானாவரிப் பயிர் māṉāvārip payir **பெ.** மழையை நம்பி விளைந்த நெற்பயிர். (தஞ்.).

மானாவரி வத்தல māṉāvari vattala **பெ.** கோடைக்காலத்தில் விதைத்துப் பயிர் செய்யக் கூடிய மிளகாய். (தூ.)

மானாவாரிஎறவ māṉāvārieṟava **பெ.** மழையை நம்பிச் சாகுபடி செய்யக்கூடிய (கடலைப்) பயிர். (புது.)

மானியம்கொடு māṉiyamkoṭu **வி.** கோயில் நிலத்தை உரிமையாக வைத்துச் சாகுபடி செய்பவர் அந்நிலத்தில் விளைந்த மகசூலில் குறிப்பிட்ட அளவு தானமாகக்

கோயிலுக்குக் கொடுத்தல். (தரு.)

மி

மிச்சமாஇருத்தல் miccamāiruttal **தொ.பெ.** தேவைக்கு அதிக மாக இருத்தல். (தரு.)

மிச்சமாநடு miccamānaṭu **வி.** ஒரு ஆள் இயல்பாக நடும் அளவைவிட மிகுதியாக நடுதல். (வே.)

மிச்சமா வாங்குதல் miccamā vāṅkutal **தொ.பெ.** ஒரு பொருளைத் தேவைக்கு அதிகமாக வாங்குதல். (வே.)

மிண்ட minṭa **பெ.** மண் வெட்டி/களைக்கொட்டு போன்றவற்றின் பின் பக்க அடிப்பகுதி. (**பார்க்க**– மண்வெட்டி). (நீ.)

மிதிமரம் mitimaram **பெ.** வெற்றிலைப் பறிக்க பயன்படும் ஏணியில் கால் வைத்து ஏறும் படி. (**பார்க்க**– ஏணி–3). (தூ.)

மிம்மாரி mimmāri **பெ.** தூற்றும்போது பொலியில் கர்கா/தூசுகள் விழக்கூடிய எதிர்ப்பக்கம் (தூய நெல்மணிகள் விழக்கூடிய பக்கம்). (கட.)

மில்லு millu **பெ.** கரும்பு சாற்றிலிருந்து சர்க்கரைத் தயாரிக்கக்கூடிய ஆலை. (நா.)

மில்லுல ஓட millula oṭa **வி.** நிலக்கடலையிலிருந்து விதை எடுப்பதற்காக இயந்திரத்தில் உடைத்துத் தோல் நீக்குதல். (புது.)

மிளகரணை miḷakaraṇai **பெ.** நீள் வடிவ முக்கூட்டு இலை மற்றும் முட்களைப் பெற்ற ஒரு மூலிகைச் செடி. (மூ.)

மிளகா miḷakā **பெ.** 1) செடியில் காய்ப்பதும் மிகுந்த காரத்தன்மை கொண்டது மான ஒரு காய். 2) அக்காய் காய்க்கக்கூடிய செடி. (சிவ.), (புது.). **மௌகா** moḷakā (புது.). **மொலா** molā (கட.), (பெ.). **மொளகா** moḷakā (ம.)

மிளகாய்ப் பூண்டு miḷakāyp pūṇṭu **பெ.** (ஆமணக்குக் காய் வடிவில்) சிறிய இலைகளை யும் வெண்ணிறப் பூங்கொத்து களையும் சிறு காய்களையும் உடைய சிறு செடி. (மூ.)

மிளார் miḷār **பெ.** 1) துவரைச் செடியின் காய்ந்த நிலை. (புது.). 2) கிலுவை மரத்தின் வெட்டிய கிளைகள் (நாக.)

மிளாருகட்டி இழு miḷārukaṭṭi iḻu **வி.** (புழுதி நிலத்தில்) கடலை விதை போட்ட பின் மேடு, பள்ளங்களைச் சமப்படுத்த வும் விதைத்த நிலம் என்று தெரியப்படுத்தவும் மரக்கிளைகளை ஒன்றாகக் கட்டி இழுத்தல். (புது.)

மு

முக்கடக்குதல் mukkaṭakkutal **தொ.பெ.** பயிர் / நாற்றின் தேவைக்கு மிகுதியாக

நீர் வைப்பதால் நாற்றின் வளர்ச்சி குறைதல். (திருநெல்.)

முக்கணிக்குவச்சிநடு mukkaṇikku vaccinaṭu **வி.** (நடும்போது) நிலத்தில் நாற்றை ஊன்றும் போது வரிசை வரிசை யாக நடாமல் ஒவ்வொரு முதலுக்கும் இடைப்பட்ட தூரம் முக்கோணமாக இருக்கும்படி நடுதல். (ம.)

முக்கரிச்சநடவு mukkariccanaṭavu **பெ.** முக்கோண வடிவில் கலந்தவாறு நடும் நடவு. (**புது.**). **முக்கோண நடவு** mukkōna naṭavu (**நா.**)

முக்காப்படி mukkāppaṭi **பெ.** தானியங்கள் அளக்கப் பயன்படும் ஒரு முகத்தல் அளவை. (**புது.**)

முக்காலிகொம்பு mukkālikompu **பெ.** (ஒரு பக்கம் இணைத்து மூன்று கால்களைக் கொண்ட) காண்டா தராசு தொங்கவிடப்பயன்படும் ஒரு முக்காலி. (**பார்க்க**–காண்டா). (**திருநெல்.**)

முக்குரனி mukkuraṇi **பெ.** மூன்று மரக்கால்கள் சேர்ந்த அளவை/தானியங்களின் தொகுப்பு. (**தூ.**), (**தே.**)

முக்குருனிவெரடி mukkuruṇi veraṭi **பெ.** ஒரு வகை நில அளவை. 18 படி விதையை விட்டுச் சாகுபடி செய்யக் கூடிய நிலம். (**ராம.**)

முக்கோணம் mukkōṇam **பெ.** நீர் இறைக்கும் கருவியின் பாகம். (**பார்க்க**–எறவமரம்)

முங்காங்கட்ட muṅkāṅkaṭṭa **பெ.** ஒரு பொருளை இடித்து நசுக்கிச் சமப்படுத்தக்கூடிய தடித்த மரக்கட்டை (**பார்க்க**–திமுசு கட்டை). (**தூ.**)

முங்காருமல muṅkārumala **பெ.** வேளாண்மைக்குப் பயன்படக்கூடிய ஒரு வகை மழை. (**நீ.**)

முங்காறுபோகம் muṅkāṟupōkam **பெ.** சாகுபடி செய்யக்கூடிய ஒரு வகைக் காலம். (**நீ.**)

முசுமுசுக்கை mucumucukkai **பெ.** சுணையுடைய இலை களையும் செந்நிறப் பழங்களையும் கொண்டு பற்றுக் கம்பிகள் உள்ள ஒரு மூலிகைக் கொடி. (**மூ.**)

முட்டகட்டுதல் muṭṭakaṭṭutal **தொ.பெ.** முட்டைகோஸ் செடியில் கோஸ் தோன்று வதற்காகக் குருத்து இலைப் பகுதி சுருங்கி வட்ட வடிவ மாக வருதல். (**நீ.**)

முட்டகோஸ் muṭṭakōs **பெ.** (முட்டைகோஸ்) செடியின் குருத்து இலைப் பகுதி சுருங்கி அடுக்கடுக்காகக் கொண்ட உருண்டை வடிவக் காய். (**நீ.**). **கோஸ்** kōs (**தே.**).

முட்டவெடித்தல் muṭṭaveṭittal **தொ.பெ.** முட்டைக்கோஸ் செடியில் உள்ள கோஸ் முற்றி விட்டால் இரண்டாக வெடித்துப் பயனற்றுப் போதல். (**நீ.**)

முட்டி muṭṭi பெ. *25 கவுளி வெற்றிலை கொண்ட ஒரு தொகுப்பு. (**தஞ்.**)*

முட்டு[1] muṭṭu பெ. *கமல ஏற்றத்தின் பாகம். (**பார்க்க–** கமலஏத்தம்). (**தூ.**)*

முட்டு[2] muṭṭu பெ. *ஆண்கள் நாற்று பறித்த பின் எண்ணிக்கைக்காக இருபது நாற்றுமுடிகள் சேர்த்து வைக்கும் ஓர் அளவு. (**நாக.**).* **உட்ட** uṭṭa *(**திருவ.**)*

முட்டுகொடு muṭṭukoṭu **வி**. *வேலி, மரம், வைக்கோல் போர் போன்றவை கீழே சாயாமல் இருப்பதற்காக மரம், பலகை கொடுத்துத் தங்க வைத்தல். (**வே.**)*

முடக்கத்தான் muṭakkattāṉ பெ. *மாற்றடுக்கில் அமைந்த பாலுள்ள இலைகளையும், கோணங்களில் இறகுள்ள காய்களையும் பெற்ற ஒரு மூலிகைக் கொடி. (**மூ.**)*

முடி[1] muṭi பெ. *வேறொரு இடத்தில் நடும் பொருட்டு நாற்றங்காலில் பறித்த நாற்றை இரு கைகளாலும் அடக்கக்கூடிய அளவில் முடிந்து தயார் செய்யும் நாற்றுகளின் தொகுப்பு. (**தஞ்.**), (**தூ.**), (**விரு.**), (**தே.**).* **முடிச்சி** muṭicci *(**தஞ்.**), (**ம.**)*

முடி[2] muṭi பெ. *பூட்டாங்கயிற்றின் மேல் பகுதியிலிருக்கும் கொண்டைப் பகுதி. (**பார்க்க–** பூட்டாங்கயிறு) (**தரு.**)*

முடிகட்டு muṭikaṭṭu **வி**. *நாற்றுகளைப் பறித்து இரு கைகளுக்குள் அடங்கும் அளவு கட்டப்படும் கட்டு. (**நா.**)*

முடிச்சி muṭicci பெ. *கயிற்றின் இருமுனைகளை இணைத்துப் பிரியாதவாறு செய்தல். (**பெ.**)*

முடிபோடுதல் muṭipōṭutal தொ.பெ. *அறுவடை செய்யும்போது ஒவ்வொரு ஆளுக்கும் பிரித்துக் கொடுக்கும் அளவில் (பயிரை அடையாளத்திற்காக) முடி போடுதல். (**விரு.**)*

முடியஅணைச்சி போடு muṭiyaaṇaicci pōṭu **வி**. *நாற்றுப் பறித்து முடி போடும்போது, பொதுவான அளவைவிடச் சற்றுக் கூடுதலாக வைத்து முடி போடுதல். (**தஞ்.**)*

முத்தக்காசு muttakkācu பெ. *தட்டையான இலைகளை உடைய கோரை இனப் புல். (**மூ.**)*

முத்தரமரக்கா muttaramarakkā பெ. *(செடியில் உள்ள கடலையை ஆயும் வேலையாட்களுக்கு) கூலி கொடுக்கும் ஒரு வகை மரக்கால்.* **முத்திரிமரக்கா** muttirimarakkā *(**புது.**).*

முத்திரிபடி muttiripaṭi பெ. *வேலையாட்களுக்குத் தானியங்களைக் கூலியாகக் கொடுப்பதற்குப் பயன்படுத்தும் படி. (**புது.**)*

முத்துச்சம்பா muttuccampā பெ. பழங்காலத்தில் சாகுபடி செய்யப்பட்ட ஒரு வகை நெல். *(புது.)*

முத்துசெடி muttuceṭi பெ. வயலுக்கு உரமாகப் பயன்படக்கூடிய ஒரு வகைச் செடி. *(வே.)*

முத்துசோளம் muttucōḷam பெ. ஒரு வகைச் சோளம். *(வே.)* *(பார்க்க–சோளம்)*

முத்துவாங்கொட muttuvāṅkoṭa பெ. பழங்காலத்தில் சாகுபடி செய்யப்பட்ட ஒரு வகை நெல். *(ம.)*

முதியார்கூந்தல் mutiyārkūntal பெ. மாற்றடுக்கில் அமைந்த சிறு இலைகளையும் வெளிர் மஞ்சள் நிறச் சிறு மலர்களையும் உடைய குறு மூலிகைச் செடி. *(மூ.)*

முதுகால் mutukāl பெ. காய்த்து முடிந்து அழிப்பதற்குத் தயாராக உள்ள வெற்றிலைக் கொடி. *(தூ.)*. **முதியான்** mutiyāṉ *(நா.)*

முதுகால்வெத்தல mutukālvettala பெ. அழிக்கும் தருவாயில் உள்ள முற்றிய கொடியில் காய்க்கும் வெற்றிலை. *(தூ.)*

முந்திரி muntiri பெ. சுவை மிகுந்த பருப்பைத் தரக்கூடிய ஒரு வகை மரம். *(சிவ.)*

முந்தேரு muntēru பெ. *(பார்க்க– முன்னித்தி ஏரு)*. *(நா.)*

முப்பட்டக்கோர muppaṭṭakkōra பெ. பாய்முடைவதற்குப் பயன்படாத மூன்று பக்கம் பட்டையான அமைப்பைக் கொண்ட ஒரு வகைக் கோரை. *(நா.)*

முப்பத்தெட்டு muppatteṭṭu பெ. சாகுபடி செய்யும் ஒரு புது வகை நெல். *(கட.)*

முருங்கக்காய் muruṅkakkāy பெ. *(முருங்கை மரத்தில் காய்க்கக்கூடிய) உள் பகுதியில் சதைப் பற்றுள்ள நீளமான காய். (நீ.)*

முருங்கமரம் muruṅkamaram பெ. மென்மையான சிறகுக் கூட்டிலைகளையும் வெண்ணிற மலர்களையும் தக்கையான நீண்ட காய்களையும் தரக்கூடிய ஒரு மூலிகை மரம். *(நீ.)*. **முருங்க** muruṅka *(நாக.)*

முருங்கவெத muruṅkaveta பெ. வெற்றிலைக் கொடி படர்வதற்காக விதைக்கப் படும் முருங்கை மரத்தின் விதை. *(தஞ்.)*

முருச வாய்க்கா muruca vāykkā பெ. பெரிய வாய்க்கா லிலிருந்து பிரியும் துணை வாய்க்கால். *(தே.)*

முல்ல mulla பெ. *1)* முல்லைப் பூ. *2)* வாசனை மிக்க அப்பூவைத் தரக்கூடிய செடி/கொடி. *(வே.)*

முல்லுகோலு mullukōlu வெ. *(பார்க்க–தாத்து கோலு)*. *(வே.)*

முழுகொட்டு muḻukoṭṭu பெ. மண்வெட்டியின் இலை தேய்ந்து போகாமல் முழு அளவாக இருக்கும் நீண்ட

காம்பை உடைய ஒரு மண்வெட்டி. *(நாக.)*

முழுபாருகட்டு mulupārukaṭṭu **வி**. தொடக்கத்தில் மண் கட்டியதைவிட அருகில் ஆழமாகத் தோண்டி மேலும் கரும்பின் இரு பக்கங்களிலும் பார் கட்டுதல் *(**பார்க்க**–மண் அணைத்தல்). (நா.)*

முள்ளங்கி muḷḷaṅki **பெ**. வெள்ளை/சிவப்பு நிறத் தோலைக் கொண்டு, மண்ணுக்கடியில் மகசூல் தரக்கூடிய ஒரு வகைக் கிழங்கு. *(நீ.), (தஞ்.), (மூ.)*. **முள்ளாங்கி** muḷḷāṅki *(நீ.)*

முள்ளவாரி muḷḷavāri **பெ**. மரவள்ளிக் கிழங்கின் ஒரு வகை. *(தரு.)*

முள்ளிக்கீரை muḷḷikkīrai **பெ**. முள்ளுள்ள ஒரு வகைக் கீரைச் செடி. *(மூ.)*

முள்ளு muḷḷu **பெ**. *(நிலத்தை உழுவதற்கு இணையாக)* மண்ணை இடித்துத்தள்ளப் பயன்படும் ஒரு கருவி. *(பாகம்–ஏண்டல், முள்ளு). (நீ.)*.

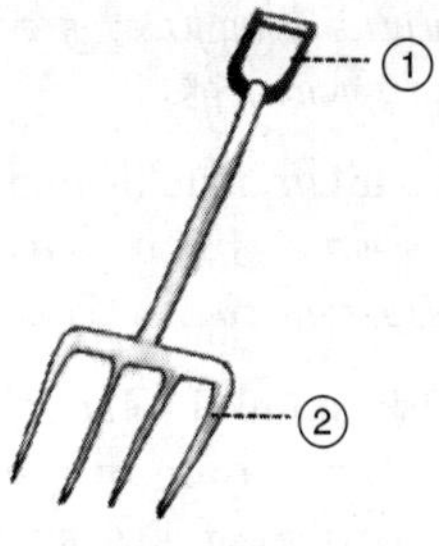

முள்ளு (நீ.):
பாகம் - 1. ஏண்டல், 2. முள்ளு

முள்ளுக்கலப்ப muḷḷukkalappa **பெ**. கடலை விதை போட்ட மூன்றாம் நாள் மண்ணைச் சமப்படுத்தவும் இறுகிய மண்ணைக் கிளறி விடவும் சீப்பு போன்ற பற்களை உடைய ஒரு வகைக் கலப்பை. *(புது.)*

முள்ளுக்கலப்ப ஓட்டிவுடு muḷḷukkalappa ōṭṭivuṭu **வி**. *(**பார்க்க**–செவி ஓட்டுதல்). (புது.)*

முள்ளுபோடு muḷḷupōṭu **வி**. முள்ளால் மண்ணைக் குத்தி இடித்துத் தள்ளுதல். *(**பார்க்க**–முள்ளு)*. / **முள்ளுமிதி** muḷḷumiti / **முள்ளுமிறி** muḷḷumiṟi *(நீ.)*

முள்ளுமொரடு muḷḷumoraṭu **பெ**. வயலில் / சேற்றில் கிடக்கும் முள் செடி மற்றும் குப்பைகள். *(கட.)*

முளி muḷi **பெ**. மிளகுக்கொடியில் தோன்றும் கணு. *(நீ.)*

முறித்தல் muṟittal **தொ.பெ**. செக்கில் ஆட்டி எடுக்கும் எண்ணெயைச் சமையலுக்குத் தகுந்தவாறு காய்ச்சிப் பக்குவப்படுத்துதல். *(தஞ்.)*

முன்கட்டு குத்தக muṉkaṭṭu kuttaka **பெ**. மற்றவரிடமிருந்து ஒப்புக்கொண்டு சாகுபடி செய்ய வைத்துள்ள நிலத்திற்குச் சன்மானமாக அந்நிலத்தைச் சாகுபடி செய்வதற்கு முன்பே கொடுக்கும் தொகை. *(**பார்க்க**–பின்கட்டு குத்தக). (தூ.)*

முன்னித்திஏரு muṉṉittiēru பெ. வரிசையாகஏர் உழும்போது விலாகோலி போடுவதற்காக (உழவுமுடிந்தபின் குறிப்பிட்ட அளவு பிரிக்க) பயிற்சி பெற்ற மாட்டைப் பூட்டி முன்னே உழுது செல்லும் ஏர். (ம.), (தஞ்.), (நா.). மின்னத்திஏரு miṉṉattiēru முன்னித்து ஏரு muṉṉittu ēru (தூ.). மின்னேரு miṉṉēru (தரு.), (வே.), (நாக.). முன்னேரு muṉṉēru (தரு.), (தஞ்.), (பெ.) (பார்க்க–பின்னேரு)

மூ

மூக்கரகாத்து mūkkarakāttu பெ. சித்திரை மாதத்தில் மண் மற்றும் தூசுகளோடு அடிக்கும் பெருங் காற்று. (வே.)

மூக்கன mūkkaṉa பெ. மாட்டு வண்டியில் மாடு நின்று இழுக்கக்கூடிய நுகத்தடி இணைந்த வண்டியின் முன் பகுதி. (பெ.)

மூக்கா தக்கா நடுதல் mūkkā takkā naṭutal தொ.பெ. நடும் நடவினைக் கலந்தவாறு எட்டி எட்டி நடுதல்.(திருநெல்.)

மூக்காது mūkkātu வி. முற்றாது. காய் போன்றவை முற்றாமல் இருத்தல். (நீ.)

மூக்கிரட்டை mūkkiraṭṭai பெ. ஒரு புறம் வெளுத்து நீண்ட பட்டை வடிவிலான இலைகளையும் செந்நிறச் சிறு பூக்களையும் கிழங்கு போன்ற வேர்களையும் உடைய தரையோடு படர்ந்து வளரும் சிறு மூலிகைக் கொடி. (மூ.)

மூக்கு[1] mūkku பெ. 1) கருக்கரிவாளின் நுனிப் பகுதி. (பார்க்க – கருக்கருவா). (ராம).). (பார்க்க – அறப்ப / அருவா). (நீ.). 2) நெல்மணி / அரிவாளின் நுனிப் பகுதி. (பெ.)

மூக்கு[2] mūkkū பெ. உளுத்தஞ்செடியை மாடு மிதிக்கும்போது (பிணையல் அடிக்கும்போது) மிதிதும் உடைபடாத உளுந்தின் முற்றிய காய். (கட)

மூக்குசெவத்தல் mūkkucevattal தொ.பெ. நெற்கதிர் முற்றிப் பழுத்துத் தலைசாய்ந்தநிலை/ நெற்கதிரின் நுனிப் பகுதி பழுத்திருத்தல். (திருச்.)

மூக்குதல் mūkkutal தொ.பெ. (உடன்) காய்கள் முற்றுதல். (நீ.)

மூங்கபோடுதல் mūṅkapōṭutal தொ.பெ. வெற்றிலைக் கொடி படர்ந்த படல் சாயாமல் இருக்க அவ்விடத்தில் முருங்கை மரம் வளர்த்தல். (நா.)

மூங்காரு mūṅkāru பெ. விவசாயம் செய்யக் கூடிய ஒரு வகைக் கால அளவு. (நீ.)

மூங்கிசம்பா mūṅkicampā பெ. பழங்காலத்தில் சாகுபடி செய்த ஒரு வகை நெல். (தே.)

மூங்கில் mūṅkil பெ. நீண்ட கூரான முனையுடைய இலைகளைக் கொண்டு முள்ளுடைய உட்கூடாக (கூட்டமாக) நீண்டு வளரும்

மரம். (மூ.). **தெப்ப மூங்க** teppa mūṅka (தரு.). **மூங்க** mūṅka (நா.). **மூங்கி** mūṅki (தஞ்.)

மூட்ட mūṭṭa பெ. 1) பதிநான்கு வல்லங்கள் கோணியின் கொள்ளளவு கொண்ட ஓர் அளவை. 2) பதிநான்கு வல்லங்கள் / 20 வல்லங்கள் கொண்ட ஓர் அளவை. (தரு.), (தே.). 3) இருபத்தைந்து மரக்கால்கள் கொண்ட ஒரு அளவை. (கட.). 4) 12 மரக்கால்கள் கொள்ளளவு கொண்ட தானியங்களின் அளவை/தொகுப்பு. (தே.), (ம.). 5) 15 மரக்கால்கள் கொண்டதானியத்தொகுப்பு. (விரு.). 6) 24 மரக்கால்கள் தானியங்களைச் சேர்ந்த ஒரு தொகுப்பு. ((புது.). 7) 25/24 மரக்கால்கள் தானிய அளவைக் கொண்ட ஒரு தொகுப்பு. (தஞ்.). 8) 10 மரக்கால்கள் கொள்ளளவு கொண்ட தானியங்களின் தொகுப்பு. (ராம.). 9) 14 மரக்கால்கள் கொள்ளளவு கொண்ட தானியங்களின் தொகுப்பு. (தூ.), (திருநெல்.). **மூட** mūṭa (தே.), (திருநெல்.)

மூட்டபுடி mūṭṭapuṭi வி. தானியங்கள் அளக்கும்போது கோணியைப் பிடித்தல். (அளந்து போடும்போது ஒரு முறை கோணியை விரித்துப் பிடித்து அமர்ந்தால் 24ஆம் மரக்கால்போடும்வரைக்கும் பிடித்து ஒரே தடவையாக நிமிர்த்து வைத்தல் ஒரு கலை). (வே.)

மூட்டம் போடு mūṭṭam pōṭu வி. அறுவடை செய்த தானியக் கதிர்கள்/எள் செடிகளின் காய்கள் உதிரும்பொருட்டு வட்ட வடிவில் ஒன்றன்மீது ஒன்றாக அடுக்கிச் சூடு ஏற வைத்தல். (நாக.). **படப்பு போடு** paṭappu pōṭu (தூ.)

மூட்டுபறி mūṭṭupaṟi வி. வெற்றிலைக் கொடி நட்டு, ஆறு மாதங்கள் சென்ற பின்னர் இளம் கொடிக்காலில் பறிக்கும் கொழுந்து வெற்றிலை. (தூ.)

மூடவைத்தல் mūṭavaittal தொ. பெ. வாழை, கரும்பு போன்ற பயிர்களுக்கு இரசாயன உரம் வைத்தல். (தூ.)

மூடாக்கு mūṭākku பெ. 1) செடி, காய் போன்றவை சூட்டில் அவியும்பொருட்டு ஒன்றின்மீது ஒன்று வட்ட வடிவில் அடுக்கி மேல் பகுதியில் மூடி வைத்தல் (களிமண் கொண்டு மெழுகி வைத்தல்). (கட.). 2) கேழ்வரகு நாற்று வளர்ப்பதற்காகவிட்ட விதையின்மேல் நாட்டு எருவினைத் தூவி (சாணம்) மூடி வைத்தல். **மூடாப்பு** mūṭāppu (தரு.)

மூடு mūṭu பெ. காய் தோன்றும் சமயத்தில் அடி வாழை மரத்தின்மூலமாகக் கிழங்கில் தோன்றும் தடித்த அமைப்பு. (தூ.)

மூடுஎருவு mūṭueruvu பெ. விதைத்த தக்காளி விதைமேல்,

மூடுவதற்காகத் தூவும் (போடும்) நாட்டு எரு. (நா.)

மூடுபனி mūṭupaṉi பெ. மேகம் போன்று மூடிக் கொள்ளும் பனி. (நா.)

மூணுகட்டக்கி விடுதல் mūṇukaṭṭakki viṭutal தொ.பெ. மூன்று முறை வெட்டு வதற்காக வளர்க்கும் கரும்பு. (நா.)

மூனாங்கொம்பு mūṉāṅkompu பெ. இன்று காலை எட்டு மணிக்கு விதை ஊறவைத்து மறுநாள் மதியம் பன்னிரண்டு மணிக்குக் கரையேற்றி, அடுத்தநாள் மாலை நான்கு மணி அளவில் விதைப் பதற்குத் தயாராக உள்ள முளை கட்டிய விதை. (நாக.), (தூ.), (புது.), (வே.), (விரு.), (திருநெல்.), (தே.), (கட.), (தஞ்.), (திருச்.). **மூனாநாள்கம்பு** mūṉānāḷkampu (ராம.). **மூனாங்கும்ப** mūṉāṅkumpa (தஞ்.), (கட.), (பெ.). **மூனாங்கும்பு** mūṉāṅkumpu (கட.). **மூனாங்குறு** mūṉāṅkuru (கட.). **மூனாங்கூப்ப** mūṉāṅkūppa (திருவ.)

மூனாநாத்து[1] mūṉānāttu பெ. மூனாங்கொம்பு விதையை விட்டு முளைத்த நாற்று. (பார்க்க–மூனாங்கொம்பு). (வே.)

மூனாநாத்து[2] mūṉānāttu பெ. விதை விட்டு முளைத்த மூன்று நாட்கள் ஆன நாற்று. (வே.)

மூனாநாள்தண்ணி mūṉānāḷtaṇṇi பெ. நாற்றங்காலில் விதை விட்டு, நீர் வடிகட்டிக் காய வைத்த பின், முதன்முதலாக மூன்றாம் நாள் விடும் தண்ணீர். (வே.)

மூனுகாச்ச mūṉukācca பெ. விதை தெளித்து நீர் வடிகட்டிய பின், நாற்றங்காலை மூன்று நாள் காயவைத்தல். (தூ.)

மூனுகொட்டக்கல்ல mūṉukoṭṭakkalla பெ. மூன்று விதையை உள்ளடக்கிய நிலக்கடலை. (புது.)

மூனுபடி மரக்கா mūṉupaṭi marakkā பெ. மூன்று படிக் கொள்ளளவு கொண்ட தானியங்களை அளப்பதற்குப் பயன்படும் ஒரு வகை அளவை. (தே.)

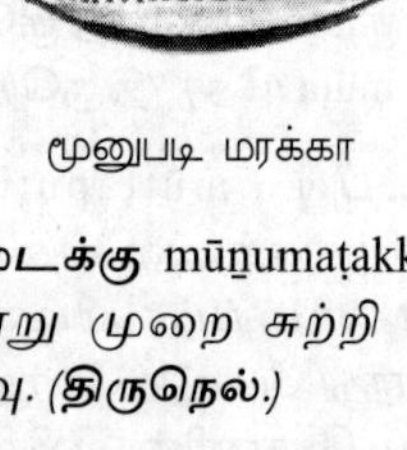

மூனுபடி மரக்கா

மூனுமடக்கு mūṉumaṭakku பெ. மூன்று முறை சுற்றி உழுத உழவு. (திருநெல்.)

மூனுமாசவித்து mūṉumācavittu பெ. பயிர் செய்து மூன்று மாதத்திற்குள் அறுவடைக்கு வரக்கூடிய விதை (நெல்). (ம.)

மெ

மெண்டுகோல் meṇṭukōl **பெ.** ஏர் பூட்டும்போது கலப்பையின் ஏர்க்காவில் இணைத்துக் கட்டப்படும் ஒரு நீண்ட குச்சி. (*பார்க்க–மரக்கலப்ப*). (**வே.**)

மெத்தவேரு mettavēru **பெ.** நெற்பயிரில் முளைக்கும் களைகள். (**தே.**)

மெர்லு merlu **பெ.** (*பார்க்க– கண்திருஷ்டி*). (**வே.**)

மெரட்டுச்செடி meraṭṭucceṭi **பெ.** நல்ல பருவத்தில் காய்ப்புக்கு வராமல் வளர்ச்சி குறைந்த செடி. (**தூ.**)

மெலகு melaku **பெ.** மிளகு கொடியில் காய்ப்பதும் கருப்பு நிறத் தோலையுடையதும் காரமிகுந்ததுமான அக்கொடியின் பழம். (**நீ.**)

மெலண்டுதல் melaṇṭutal **தொ.பெ.** பினையலில் மாடு மிதித்துப் போட்ட உளுத்தஞ் செடியிலிருந்து உளுந்தை உதறிக் கீழே உளுந்தையும் மேற்பகுதிக்கு செடியையும் வரச் செய்தல். (**கட.**)

மெலாங்கிஎடு melāṅkieṭu **வி.** வைக்கோலில் கலந்துவிட்ட நெல்லை உதறிப் (நெல்லை) பிரித்தல். (**தரு.**)

மெளகி meḷaki **பெ.** பழங் காலத்தில் சாகுபடி செய்த ஒரு வகை நெல். (**சிவ.**)

மெறுக்கடிச்சிஓட்டு meṟukkaṭicciōṭṭu **வி.** உழுது சமப்படுத்திய சேற்றின்மேல் மீண்டும் மாடுகள் நன்றாக மிதிக்கும்பொருட்டு வேகமாக ஓட்டுதல். (**வே.**)

மெறுக்கடித்தல் meṟukkaṭittal **தொ.பெ.** *1)* நாற்று நடுவதற்காக டிராக்டர்/கலப்பைக் கொண்டு நிலத்தை உழுது பதப்படுத்துதல். (**திருவ.**). *2)* சேற்றிற்கு எருவாக மரத்தழைகளைப் போட்டுக் காலால் மிதித்தல். (**வே.**)

மென[1] meṉa **பெ.** நெல் அறுவடை செய்யும்போது நாற்று அடிக்க / நடவு நடும்போது தன் கைக்கு எட்டிய அளவு வேலை செய்வதற்காகப் பிடித்துக்கொள்ளும் அளவு. (**கட.**), (**நாக.**), (**திருவ.**), (**பெ.**), (**தரு.**), (**வே.**), (**நா.**). **மொன** moṉa (**வே.**)

மென[2] meṉa **பெ.** இரண்டு பார்களில் உள்ள வெற்றிலைக் கொடியை இணைத்துக் கட்டிய ஒரு தொகுப்பு. (**நா.**)

மெனப்புடிச்சிஅறு meṉapuṭicci aṟu **வி.** அறுவடை செய்யும்போது தன் கைக்கு எட்டிய அகலம் பிரித்துக் கொண்டு அறுவடை செய்தல். (**வே.**)

மென புடிச்சிபோடு meṉa puṭiccipōṭu **வி.** பெண்கள் நடவு நடும்போது வேகமாக நடுதல்/ மற்றவர்களை நடச் சொல்லுதல். (**வே.**)

மெனயாபோடு menayāpōṭu **வி.** நெற்பயிரை அறுவடை செய்து (அரியை) வரிசை யாகப் போடுதல். **(பெ.)**

மே

மேக்கடித்தல் mēkkaṭittal **தொ.பெ.** விதை, கிழங்கு போன்றவை வரிசையாக நடுவதற்காக அளவுக் கயிற்றால் அடையாளம் இடுதல். **(நீ.)**

மேக்கமுற mēkkamuṟa **பெ.** மேற்குப் பக்கம். **(தூ.)**

மேகாத்து mēkāttu **பெ.** மேற்குப் பக்கமாக வீசும் காற்று. **(தூ.)**

மேச்சக்கூலி mēccakkūli **பெ.** ஊரில் உள்ள மாடுகளை ஒன்று சேர்த்து மேய்த்துக் கொண்டு வருபவருக்குக் கொடுக்கும் கூலி. **(பார்க்க–பில்லுரு பணம்). (திருநெல்.)**

மேச்சல் mēccal **வி.** ஆடுகள் புற்களை மேய்தல். (ராம.)

மேச்சாரியாடு mēccāriyāṭu **பெ.** செம்மறி ஆட்டின் ஒரு வகை. (ராம.)

மேஞ்சிக்கட்டு mēñcikkaṭṭu **வி.** (தலையில்) சுமை தூக்கும்போது தலையை மறைத்துத் துணியால் (முண்டாசு) கட்டுதல். **(விரு.)**

மேட்டாங்காடு mēṭṭāṅkāṭu **பெ.** மேட்டுப் பகுதியில் உள்ள நிலம். **மேட்டுக்காடு** mēṭṭukkāṭu **(நீ.)**

மேட்டுக்கெழங்கு mēṭṭukkeḻaṅku **பெ.** மேட்டுப் பகுதியில் விளைவித்த கிழங்கு வகை. **(நீ.)**

மேட்டுப்பயிறு mēṭṭuppayiṟu **பெ.** நீர் ஏறி பாசனம் செய்ய முடியாத மேட்டுப் பகுதி (திடல்) யில் விளையும் பயிர். **(வே.)**

மேட்டு பண்ணையம் mēṭṭu paṇṇaiyam **பெ.** மேட்டுப் பகுதி நிலத்தில் செய்யும் சாகுபடி வேலை. **(பார்க்க–**மோட்டாங்காடு) **(தரு.)**

மேடுதாக்கு mēṭutākku **பெ.** (நிலத்தில் ஏற்பட்டுள்ள) 1) மேடு பள்ளம். 2) சாகுபடி செய்யமுடியாத நிலப் பகுதி. **(புது.)**

மேடுதாவா mēṭutāvā **பெ.** உழுத நிலம் / பரம்படித்த நிலத்தில் ஏற்படும் மேடும் பள்ளமும். (ராம.). **மேடுபள்ளம்** mēṭupaḷḷam **(தஞ்.)**

மேடுபள்ளம்கலை mēṭupaḷḷam kalai **வி.** ஏர் உழுதப் பின் தோன்றும் மேடு, பள்ளங் களைச் சரி செய்தல். **(நா.). மேடு பள்ளம் சமப்படுத்து** mēṭupaḷḷam camappaṭuttu **(தஞ்.). மேடுபள்ளம் தாத்து** mēṭupaḷḷam tāttu **(தரு.)**

மேதட்டு mētaṭṭu **பெ.** குலுமை யில்மேல்பக்கம்மூடியிருக்கும் அடுக்கு. (பார்க்க–குலுமை). **(ராம.)**

மேதண்ணி mētaṇṇi பெ. விதை முளைத்த பின் முதலில் வைக்கும் நீர். **(நா.)**

மேய்தல் mēytal **தொ.பெ.** கொடிகளைக் கொண்டு கூடை பின்னுதல். **(வே.)**

மேர்குத்தி மாடு mērkutti māṭu **பெ.** உயரமான நல்ல உடல் வாகையும், நேரான நீளக் கொம்பை உடையதுமான விவசாயத்திற்குப் பயன் படுத்தக் கூடிய ஒரு வகை மாடு. **(கட.)**

மேராகாய் mērākāy **பெ.** உணவுக்குப்பயன்படக்கூடிய ஒருவகை பச்சை நிறக் காய். **(நீ.)**

மேல்பாத்தி mēlpātti **பெ.** *(தண்ணீர் பாய்ச்சுவதற்காகப் போடப்பட்ட) அடி மடைப் பாத்திக்கு அடுத்ததாக உள்ள பாத்தி* ***(பார்க்க–*** *அடிமடப்பாத்தி).* **(நா.)**

மேல்வீச்சு கபாத்து mēlvīccu kapāttu **பெ.** ***(பார்க்க–*** *மட்ட கபாத்து).* **(நீ.)**

மேலகாத்து mēlakāttu **பெ.** மேற்கிலிருந்து வீசும் காற்று. **(பெ.)**

மேலாப்பு mēlāppu **பெ.** ***(பார்க்க–*** *மரக்கலப்ப).* **(திருநெல்.)**

மேலி mēli **பெ.** கலப்பையில் கைப்பிடித்திருக்கும் பகுதி ***(பார்க்க–*** *மரக்கலப்ப).* **(திருநெல்.), (தே.), (புது.), (சிவ.).** **மேழி** mēḻi **(திருநெல்.), (ராம.), (விரு.), (தூ.), (புது.).** **மோழி** mōḻi **(தஞ்.).**

மேலுரம் mēluram **பெ.** தழைச் சத்திற்காகப் போடப்பட்ட இரசாயன மருந்திற்குப் பிறகு (மணிச் சத்திற்காக) போடப்படும் உரம். **(தஞ்.)**

மேவிட்டம்கட்டு mēviṭṭamkaṭṭu **வி.** மேல் பக்கம் கட்டும் விட்டம் ***(பார்க்க–*** *விட்டம் கட்டு).* **(நா.)**

மேற்கத்திகாத்து mēṟkattikāttu **பெ.** மேற்குத் திசையிலிருந்து வீசும் காற்று. **(நா.)**

மேற்கத்திமழ mēṟkattimaḻa **பெ.** மேற்கிலிருந்து கோடை காலத்தில் பொழியக்கூடிய மழை. **(பெ.)**

மேனி[1] mēṉi **பெ.** ***1)*** வேளாண்மையில் (நெற்பயிரில்) கிடைக்கும் கண்டுமொதலின் (மகசூலின்) அளவு. **(எ.கா.)** "இந்த வருஷம் எனக்கு நான்கு மேனிதான் (கண்டு மொதல்தான்) கிடைத்தது. **(கட.), (தூ.), (விரு.), (திருநெல்.).** ***2)*** தானியங்களின் விலை மதிப்பீடு. **(எ.கா.)** கொறைஞ்ச மேனிக்குத்தான் போகும். **(திருநெல்.)**

மேனி[2] mēṉi **பெ.** வீதம்/அளவு. ஆளுக்குப் பத்து ரூபாய் மேனி (வீதம்) கூலி பேசினார்கள் (அளவு). **(கட.)**

மேனிதடிக்காது mēṉitaṭikkātu **பெ.** (பயிரை நன்றாகப் பராமரிப்பு செய்யாததால்) மகசூல் குறைதல். **(விரு.)**

மை

மைஉழுதல் maiuḻutal **தொ.பெ.** வெற்றிலையில் ஒருவிதநோய் தோன்றுதல். *(நா.)*

மைங்குமரம் maiṅkumaram **பெ.** நீலகிரி மலைப்பகுதியில் வளரும் ஒரு வகை மரம். *(நீ.)*

மைசூர் பூரணி maicūr pūraṇi **பெ.** உழவு செய்யக்கூடிய ஒரு வகைக் காளை மாட்டின் வகை. *(தஞ்.)*

மையா maiyā **பெ.** நெற்பயிரின் ஊடாக முளைக்கும் ஒரு வகைக் களை. *(ராம.)*

மையாயிடுதல் maiyāyiṭutal **தொ.பெ.** முற்றிய சோளக் கதிர் மழையில் நனைந்ததால் பயனற்றுப் போதல். *(தரு.)*

மையில்துத்தம் maiyiltuttam **பெ.** பழங்காலத்தில் பயன் படுத்தப்பட்ட ஒருவித பூச்சிக்கொல்லி மருந்து. *(நா.)* *(பார்க்க–மயில் துத்தம்)*

மைனா maiṉā **பெ.** விவசாயக் காலங்களில் தீமை செய்யும் பூச்சிகளைப் பிடித்து உண்பதற்காக வரும் மஞ்சள் நிறக் கண்களையும் பழுப்பு நிற இறகையும் கொண்ட ஒரு வகைப் பறவை. *(நா.)*

மொ

மொக்கு[1] mokku **பெ.** விரியாத/மலராத பூக்கள். *(நா.)*, *(கட.)*

மொக்கு[2] mokku **பெ.** தேயிலையின் கொழுந்து. *(நீ.)*

மொக்குஎல mokkuela **பெ.** தேயிலைச் செடியில் பறிக்கக் கூடிய கொழுந்து இலை. *(நீ.)*

மொகம் செவத்தல் mokam cevattal **தொ.பெ.** நெற்கதிரில் உள்ள நெல்லின் முகம் பழுத்தல். *(கட.)*

மொச்சசொப்பு moccacoppu **பெ.** உணவாகப் பயன்படக் கூடிய ஒரு வகைக் கீரை. *(நீ.)*

மொச்சப்பயிரு moccappayiru **பெ.** *1)* உணவாகப் பயன்படக் கூடிய ஒரு வகைப் பயறு. *2)* நோய் தொற்றிய ஆட்டிற்கு மருந்தாகக் கொடுக்கப் பயன்படும் ஒரு வகைப் பயறு. *(ராம.)*. **மொச்ச** mocca *(விரு.)*

மொட்டகுருவ moṭṭakuruva **பெ.** ஒரு வகை பழங்கால நெல். *(பெ.)*

மொட்டபறி moṭṭapaṟi **வி.** நாற்றங்காலில் நாற்று வேர் அறுபடாமல் சுலபமாகப் பறித்தல். *(தஞ்.)*

மொட moṭa **பெ.** தேவை. *(எ.கா.)* மொட வந்தா வர்ர விலைக்கு தேங்கா கொடுத்திடுவோம். *(எ.கா.)* பரனியில் உள்ள நெல்லை மொடப் பட்டா உடனே எடுத்திடுவோம். *(தஞ்.)*, *(புது.)*

மொடக்கத்தான் moṭakkattāṉ **பெ.** தரையில் படர்ந்து வளரக் கூடிய ஒரு வகை மூலிகைச் செடி. *(தஞ்.)*

மொடக்கு moṭakku பெ. நன்றாக வளர்ந்து இரண்டாக உடைந்துபோன கோரை. (நா.)

மொண்டு ஊத்து monṭu ūttu வி. ஏற்றச் சாலால் நீர் முகந்து ஊற்றுதல். (தரு.)

மொண்ணக்குருவ moṇṇakkuruva பெ. பழங்கால நெல்லில் ஒரு வகை. (நா.)

மொதக்கள motakkaḷa பெ. 1) நெற்பயிரில் முதன் முதலில் எடுக்கும் களை. (தே.). 2) தானியப் பயிர், கரும்பு போன்றவற்றில் முளைத்துள்ள களைகளை மட்டும் எடுப்பதற்காக முதலில் கொத்தப்படும் கொத்து. (நா.)

மொதகுருணி motakuruṇi பெ. ஒருவர் தன்னுடைய நிலத்தில் அறுவடையாகும் முதல் நாளன்று களத்தில் நெல்லை அளப்பதற்கு முன், முதலில் ஒரு மரக்கால் நெல்லை கடவுளுக்காக எடுத்து வைத்தல். (நாக.)

மொதசால் motacāl பெ. நிலத்தை முழுவதும் ஒரு முறை உழுத உழவு . (தரு.)

மொதபோகம் motapōkam பெ. பயிர்செய்து ஒரு வருடத்தில் முதல் முறை அறுவடை செய்து பெறப்படும் மகசூல் பலன். (நா.)

மொதமட motamaṭa பெ. வயலுக்குத் தலைமையாக நீர் செல்லுவதற்கு வரப்பில் / வாய்க்காலில் ஏற்படுத்திய சிறு வழி. (வே.)

மொதல் motal பெ. தனித்தனியாக வயலில் நட்ட மூன்று/ ஐந்து தனி நாற்றுகள் இணைத்த ஒரு தொகுப்பு. (சிவ.), (விரு.), (புது.), (தஞ்.), (ம.). **மொத** mota (நாக.), (திருச்.), (திருவா.)

மொத வச்சிவா mota vaccivā வி. (பெண்கள்) நாற்று நடும் போது விரைவாக நிலத்தில் ஊன்றி வருமாறு கூறுதல். (தஞ்.)

மொந்த monta பெ. நீர் மொள்ளக்கூடிய, சுடு மண்ணால் செய்த பானை. (வே.)

மொந்தம் montam பெ. 1) தடித்த பழத்தை உடைய ஒரு வகை நாட்டு வாழைமரம்/ அம்மரத்தின் பழம். (தஞ்.)

மொந்தம் எல montam ela பெ. மொந்தன் வாழை மரத்தின் நீண்ட இலை. (தஞ்.)

மொய்யாள் moyyāḷ பெ. (வேளாண் தொழிலில்) கூலி பெற்றுக் கொள்ளாமல் வேலைக்கு ஈடாக வேலை செய்து கொடுக்கும் ஆள். (தூ.)

மொரம்பு morampu பெ. நிலத்தில் கிடக்கும் சிறிய கருங்கல். (தரு.)

மொரம்பு மண்ணு morampu maṇṇu பெ. கருங்கல் நிறைந்த ஒரு வகை மண். (தரு.)

மொளக்குச்சி[1] moḷakkucci பெ. (வேறொரு இடத்தில் நடும் பொருட்டு) வேர் அறுபடாமல் (ஆண்கள்/பெண்கள்) நாற்றைப் பறிக்கும் போது வேரில் ஒட்டியிருக்கும் சேற்றை அடித்துப்போக்குவதற்காகப் பயன்படுத்தும் சிறிய கம்பு. (திருச்.). **மொளகழி** moḷakaḻi (நாக.). **கம்புகுச்சி** kampukucci / **மொளக்கம்பு** moḷakkampu (ம.), (புது.), (சிவ.).

மொளக்குச்சி[2] moḷakkucci பெ. மாடுகள் கட்டிப் போடுவதற்காக நிலத்தில் அடித்து நடப்படும் ஒரு அடி உயரமுள்ள தடித்த குச்சி. (தூ.)

மொளக்குச்சி[3] moḷakkucci பெ. பாரவண்டியின் மேல் பகுதியில் பொருத்தப்படும் ஒரு வகை தடித்த குச்சி. (நா.)

மொளங்கு molaṅku பெ. (சோளத்தோடு ஒட்டியிருந்து) தூற்றும்போது பறக்கும் சோள உமி. (நா.)

மொளத்தண்ணி moḷattaṇṇi பெ. விதை தெளித்து நாற்றங்காலில் இருக்கும் நீரை வடிகட்டி, ஒரு நாள் காய வைத்தபின், முதன் முதலில் வைக்கும் புதிய நீர். (நாக.), (கட.). **கங்குதண்ணி** kaṅkutaṇṇi (தஞ்.). **மொளத்தண்ணி** moḷattaṇṇi (ராம.)

மொளத்தண்ணிவடி moḷattaṇṇi vaṭi வி. விதை விட்ட பின் நாற்றங்காலில் உள்ள நீரை ஒரு நாள் முடிந்து வெளியேற்றுதல். (பார்க்க– மொளத்தண்ணி) (தரு.). **மொளத் தண்ணிஎடு** moḷattaṇṇieṭu (திருவ.)

மொளயாணிகுச்சி moḷayāṇikucci பெ. கலப்பையில் கைப்பிடி (மோழி)ப் பகுதியையும் உழும் கொழுப் பகுதியையும் இணைத்து பிரியாமல் இருப்பதற்காகச் செருகப் படும் (சிறு மரத்தால்) செய்த ஓர் ஆணி. (தரு.)

மொளக்குச்சி அடி moḷakkucci aṭi வி. புதிதாக நடும் தேயிலைச் செடி சாயாமல் இணைத்துக் கட்டுவதற்காகச் செடியின் ஓரம் சிறு குச்சி நடுதல். (நீ.)

மொளகி moḷaki பெ. பழங் காலத்தில் சாகுபடி செய்த ஒரு வகை நெல். (ம.)

மொளப்பு moḷappu பெ. 1) விதைத்த விதையிலிருந்து புதிதாக வளர்ந்துவரும் தாவரப் பகுதி. (நா.). 2) முளை கட்டிய உருளைக் கிழங்கில் தோன்றும் முளைப்பு. (நீ.)

மொளப்புக்கட்டிவருதல் moḷappukkaṭṭivarutal தொ.பெ. விதை முளைத்து வருதல். (நா.)

மொளப்புக்கட்டு moḷappukkaṭṭu வி. 1) சேற்று நாற்றங்காலில் விதைப்பதற்காக விதை நெல்லை நீரில் ஊற வைத்து (கரையேற்றிச் கோணிப் பையில் மூடி வைத்துச் சூட்டில்) முளையேற வைத்தல். (தஞ்.). 2) **மொளக்கட்டுதல்**

moḷakkaṭṭutal தானியங்களை நீரில் நனைத்து முளை வர வைத்தல். (தரு.), (விரு.), (வே.)

மொளப்பு தட்டுதல் moḷappu taṭṭutal **தொ.பெ.** விதை முளைத்து வருதல். (கட.). **மொளப்பு வருதல்** moḷappu varutal (நா.), (நீ.). **மொளவருதல்** moḷavarutal (வே.), (தரு.)

மொளப்பெரலுதல் moḷap peralutal **தொ.பெ.** சேற்று நாற்றங்காலில் விதைவிட்டு நீர் வடிகட்டிய பின் அன்று மழை பெய்வதால், விதைத்த முளை நெல் இடம்பெயர்ந்து போதல். (திருநெல்.), (நா.)

மொளி moḷi **பெ.** 1) நெற்பயிரின் தண்டில் (வளர்ச்சிக்காக) தோன்றும் கணு. (ராம.), (திருச்.). 2) கரும்பில் தோன்றும் வட்ட வடிவக் கணு. (தூ.)

மொளிவைத்தல் moḷivaittal **தொ.பெ.** பயிரின் தண்டில் கணு தோன்றுதல். (ராம.)

மொளையரிசி moḷaiyarici **பெ.** தோல் நீக்கிய அரிசியைத் துணியில் கட்டி ஊறவைத்து மறுநாள் எடுத்துச் சாமிக்குப் படைக்கத் தயாராக உள்ள முளையரிசி. (தூ.)

மொறத்தாலவீசு moṟattālavīcu **வி.** தானியத்தில் உள்ள தூசுகள் அகற்றுவதற்காக முறத்தால் விசுறுதல். (நா.)

மொறத்தில்வாரு moṟattilvāru **வி.** முறத்தில் அள்ளுதல். (பார்க்க–மொறம்). (வே.)

மொறத்தொம்ப moṟattompa **பெ.** நீலகிரி மலைப் பகுதியில் வளரும் பெரிய மரம். (நீ.)

மொறப்பொலி moṟappoli **பெ.** தானியத்தை முறத்தில் அள்ளித் தூற்றும் பொலி. (தஞ்.)

மொறம் moṟam **பெ.** 1) தானியங்களைப் புடைத்துத் தூற்றப் பயன்படும் வகையில் ஒரு பகுதி திறந்து இருக்கும்படி ஓலை/மூங்கில் பட்டையால் பின்னப்பட்ட தடித்த விளிம்புடைய ஒரு புழங்கு பொருள். (நா.), (தஞ்.), (வே.), (திருவ.), (கட.), (பெ.). **மொறம்** moṟam (நாக.) (பார்க்க–சொலகு). (புது.). **மூங்கமொறம்** mūṅkamoṟam /**மொறம்** moṟam (தரு.). **மொறம்** moṟam (பார்க்க–சொலவு). (விரு.). 2) தானியங்களைத் தூற்ற இரும்பினால் செய்த ஒரு வகை முறம். (சிவ.)

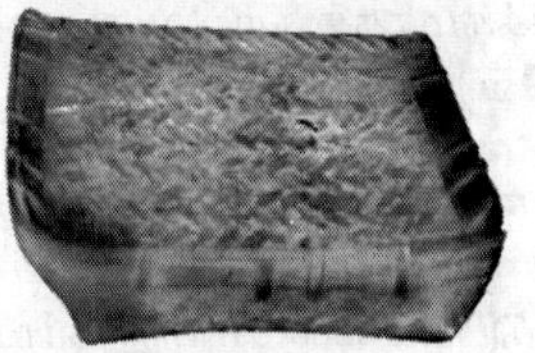

மொறம் (நா.)

மொன moṉa **பெ.** ஒரு பொருளின் நுனிப் பகுதி. (தூ.)

மொனப்பழுத்தல் moṉappaḻuttal **தொ.பெ.** நெற்கதிரின் நுனிப் பகுதி பழுத்தல். (தஞ்.)

மொனவா moṉavā **பெ.** (பார்க்க–மண்வெட்டி). (திருநெல்.)

மோ

மோக்குதல் mōkkutal **தொ.பெ.** நீர்மப் பொருளைப் பாத்திரத் தால் முகந்து எடுத்தல். *(தூ.)*

மோட்ட mōṭṭa பெ. நண்டு, எலி போன்றவற்றினாலோ இயற்கையாகவோ வரப்பின் அடியில் நீர் கசியும் துளை. *(தஞ்.)* **கோடு** kōṭu *(திருநெல்.)*, *(தஞ்.)*, *(நாக.)*. **பொக்க** pokka *(திருவ.)*. **போடு** pōṭu *(திருநெல்.)*. **மோட்டு** mōṭṭu *(நா.)*

மோட்டிமாட்டுகவுறு mōṭṭimāṭṭukavuṟu பெ. தாம்பு ஓட்டும்போது வெளிப் பக்க மாகச் சுற்றி வரும் மாடு ஓடாமல் இருப்பதற்காக அதன் கழுத்தில் கட்டிப் பிடித்துக் கொள்ளும் கயிறு. *(வே.)*

மோட்டிமாடு mōṭṭimāṭu பெ. தாம்பு ஓட்டும்போது வெளிப் பக்கமாகச் சுற்றிவரும் மாடு. *(வே.)*

மோட்டு mōṭṭu பெ. பயிர் பாதுகாப்பிற்காக அடைக்கும் தடுப்பு வேலி சாய்ந்து விடாத வாறு கொடுக்கும் முட்டு மரம். *(தரு.)*

மோட்டுகுருவ mōṭṭukuruva பெ. பழங்காலத்தில் சாகுபடி செய்யப்பட்ட ஒரு வகை நெல். *(தஞ்.)*

மோட்டு சம்பா mōṭṭu campā பெ. பழங்காலத்தில் சாகுபடி செய்யப்பட்ட ஒரு வகை நெல். *(தஞ்.)*

மோடகாத்து mōṭakāttu பெ. வடக்குப் பக்கத்திலிருந்து வீசும் காற்று. *(வே.)*

மோடப்படுத்து mōṭappaṭuttu **வி.** நிலத்தைச் சமப்படுத்துதல். *(புது.)*

மோடமழ mōṭamaḻa பெ. அதிக மேகமூட்டத்துடன் பெய்யும் மழை. *(வே.)*

மோடு[1] mōṭu பெ. நிலத்தில் உள்ள மேட்டுப் பகுதி. *(வே.)*

மோடு[2] mōṭu பெ. நெல் பயிரின் பாகம். *(தூ.)*

மோடு காச்சல் mōṭu kāccal **தொ.பெ.** விதை தூவி நீர் வடிகட்டிய பின் நாற்றங் காலைக் காய வைத்தல். *(தூ.)*

மோத்தடிக்கயிறு mōttaṭikkayiṟu பெ. கலப்பையில் நுகத்தடியை வைத்துப் பிணைக்கப் பயன்படும் கயிறு. *(புது.)*

மோத்தப்பயிறு mōttappayiṟu பெ. கதிர் வெளிவருவதற்காகத் தண்டு உருண்ட நெற்பயிர். *(தஞ்.)*

மோத்தப்பருவம் mōttapparuvam பெ. வாழை மரம் இலை விடும் பருவம். *(தஞ்.)*

மோத mōta பெ. விதை தூவி நீர் வடிகட்டிய பின் நாற்றங்காலின் இடையில் தேங்கியிருக்கும் நீரை

வெளியேற்றுவதற்காக நுனியில் பிரி சுற்றிய கைப்பிடிக் கம்பு. *(தூ.)*

மோதகட்டி இழு mōtakaṭṭi iḻu **வி.** விதைவிட்ட நாற்றங்காலில் தேங்கியிருக்கும் நீரை வெளியேற்றக் குச்சியால் வைக்கோல் சுற்றி வழி ஏற்படுத்துதல். *(தூ.)*

மோதாகட்ட mōtākaṭṭa பெ. *(பார்க்க–நாட்டுவண்டி). (திருநெல்.)*

மோது mōtu பெ. அறுத்துப் போட்ட நெற்கதிரைக் கட்டும்போது வயலில் நீர் இருந்தால் கட்டு நீரில் அமிழாதவாறு குச்சி மற்றும் வைக்கோலால் செய்யும் மெத்தை போன்ற பொருள். *(திருவா.).* **சுருண** curuṇa *(பெ.)*

மோந்து mōntu **வி.** *(பார்க்க–மோக்குதல்). (தூ.)*

மோரகட்ட mōrakaṭṭa பெ. வயல் வரப்பில் இடையூறாக முளைத்திருக்கும் வெட்டி விட்ட நாணல் புல்லின் அடிக் கட்டை / அடிப் பகுதி. *(வே.)*

மோலகெடாய் mōlakeṭāy பெ. ஆண் ஆட்டின் ஒரு வகை. *(ராம.)*

மோவா mōvā பெ. *(பார்க்க–மண்வெட்டி). (திருநெல்.)*

மோழமாடு mōḻamāṭu பெ. நெருப்பால் தீய்த்துக் கொம்பு இல்லாமல் உருவாக்கப்பட்ட ஒரு வகை உழவு (காளை) மாடு. *(தஞ்.), (ராம.)*

மோழி mōḻi பெ. ஏர்க் கலப்பையில் கைப்பிடிக்கும் பகுதி *(பார்க்க–மரக்கலப்ப). (கட.), (வே.), (தரு.), (பெ.), (நா.).* **மோயி** mōyi / **மோழி** mōḻi *(திருவ.).* **மோலி** mōli / **மோழி** mōḻi *(தஞ்.).* **மோலி** mōli *(தரு.), (வே.)*

மோழிசில்ல mōḻicilla பெ. கலப்பையில் கைப்பிடிப் பகுதியில் அமைக்கப் பட்டுள்ள சிறு கட்டை. *(பார்க்க–போஸ்டுக்கலப்ப).* **மோயிசில்ல** mōyicilla *(திருவ.).* **மோழிபுடி** mōḻipuṭi *(பார்க்க–மோழி). (தஞ்.).* **மோழிபுல்லு** mōḻipullu *(பார்க்க–பில்லு[3]). (வே.)*

மௌ

மௌளி mauḷi பெ. *(தூ.) (பார்க்க–சௌதி)*

யா

யாவாரி yāvāri பெ. பொருளை மீண்டும் விற்கும் நோக்குடன் கொள்முதல் செய்பவர். *(நா.)*

யெந்திரம் yentiram பெ. காய்ந்த தானியங்களை அரைக்க/உடைப்பதற்காக நடுவில் உள்ள முளையில் சுற்றும்படியாக மேல் கல் பொருத்தப்பட்ட தட்டையான வட்ட வடிவக் கருங்கல். **திருவ** tiruva / **திருவகல்லு** tiruvakallu *(தஞ்.).* **திருக** tiruka *(ம.)*

ர

ரசாயன உரம் racāyaṉa uram பெ. நவீன வேதிப்பொருளால் செயற்கையான முறையில் தயாரிக்கப்பட்ட உரம். *(தூ.), (திருநெல்.), (ம.)*

ரதம் திலும்புதல் ratam tilumputal தொ.பெ. சேற்றில் விதைத்த நெல் விதை, முளைத்துச் சுருண்டு வேர் பிடிப்பதற்காகக் கீழ்நோக்கிச் செல்லுதல். *(கட.)*

ரப்பர் rappār பெ. பால் எடுப் பதற்காகப் பயிரிடப்படும் நீண்டு வளரக்கூடிய ஒரு வகை மரம். *(நீ.)*

ரப்பாசம்பா rappācampā பெ. பழங்காலத்தில் சாகுபடி செய்யப்பட்ட ஒரு வகை நெல். *(ம.)*

ரப்பர்தக்காளி rappartakkāḷi பெ. ஒரு வகைத் தக்காளி. *(நா.)*

ரபோர்ஸ்டா rapōrsṭā பெ. ஒரு புதிய வகை வாழை மரம். *(தஞ்.)*

ரவுண்டுகட்டிபோடு ravuṇṭukaṭṭi pōṭu வி. உரத்தினை (பருத்திச் செடியின் வேரருகில்) வட்டவடிவில் போடுதல். *(நா.)*

ரவுண்டுகட்டு ravuṇṭukaṭṭu பெ. நாற்று முடிகளை (வேர் வெளிப்பக்கமாகவும் தோகை உள் பக்கமாகவும்) வட்ட வடிவில் கட்டிய தொகுப்பு. *(சிவ.)*

ரவுண்டு காவா ravuṇṭu kāvā பெ. நீர் வடிந்து செல்வதற்காக நிலத்தைச் சுற்றி வட்ட வடிவில் போடப்படும் ஒரு வகைக் கால்வாய். *(நீ.)*

ரவுண்டுபோர் ravuṇṭupōr பெ. வட்ட வடிவில் உயரமாகப் போடும் வைக்கோல் போர். *(நா.), (புது.)*

ரஸ்தாளி rastāḷi பெ. தடித்த, சுவை மிகுந்த பழத்தைத் தரக்கூடிய ஒரு வகை வாழை மரம். *(தஞ்.)*

ரா

ராகி rāki பெ. கடுகு போன்று வெளிர் சிவப்பு நிறத்தில் (மாவாக அரைத்து உணவாகப் பயன்படுத்தக் கூடிய) ஒரு வகைத் தானியம். *(நீ.)*

ராசடி rācaṭi பெ. நிலத்தின் உரிமையாளரிடம்தொடர்ச்சி யாக வேலை செய்யும் பெண் ஆள், தானியங்கள் தூற்றி எடுக்கக்கூடிய களத்தைச் சுத்தம் செய்யும்போது, களத்தின் கீழே தனக்காக விட்டுவிட்ட தானியம். *(தூ.)* *(பார்க்க–ராசியடி விடு)*

ராசா rācā பெ. நெல். நெற்பயிரின் மணி. *(விரு.)*

ராசி[1] rāci பெ. 1) கட்டு அடிக்கின்றபோது களத்தில் உதிர்ந்து கிடக்கும் நெல். 2) தூற்றி அளப்பதற்காகச் சுத்தப்படுத்திய நெல். *(வே.)*.

3) (தானியங்களைச் சுத்தம் செய்யும் பொருட்டு), நீள வாக்கில் (முறம்/கூடையால்) தூற்றிய தானியக் குவியல். (தே.). 4) கதிர் அடிக்கின்றபோது களத்தில் தூற்றாது கிடக்கும் நெல்/தூற்றிய தானியம். (தரு.). 5) களத்தில் கதிரடிக்கும்போது உதிர்ந்து கிடக்கும் நெல். (திருவ.)

ராசி[2] rāci **பெ**. வெற்றிலைக் கொடியில் உள்ள அனைத்து வெற்றிலைகளையும் கலந்து பறிக்கும் வெற்றிலை. (**தூ**.)

ராசிஉடு rāciuṭu **வி**. தானியங்களைத் தூய்மை செய்யும் பொருட்டு எதிரும் புதிரும் இரு ஆட்கள் இருந்துகொண்டு முறத்தில் அள்ளி விசிறிக் காற்றில் பறக்கவிடுதல். (**வே**.)

ராசிஏத்து rāciēttu **வி**. களத்தில் சரிந்து கிடக்கும் தானியங்களை ஒன்றுசேர்த்தல். (வே.)

ராசிகட்டு rācikaṭṭu **வி**. களத்தில் கிடக்கும் தானியம்/ நெற்களை வட்ட வடிவில் உயரமாக (பிரமீடு வடிவில்) முட்டாக்குதல். (**வே**.)

ராசிகெழங்கு rācikeḻaṅku **பெ**. ஒரே சமமாக வளர்ச்சியடைந்துள்ள உருளைக் கிழங்கு. (**நீ**.)

ராசிநெல் rācinel **பெ**. 1) அறுவடை செய்த நெல்லில் விதைக்காக எடுத்து வைக்கும் தரமான நெல். (**நா**.). 2) அறுவடைசெய்து முதலாவதாகக் கிடைக்கும் நெல் (**எதிர்**–போரடி நெல்). (**நா**.). 3) போரடிக்கும் போது கீழே கிடக்கும் நெல். (**தரு**.)

ராசிப்பொலி rācippoli **பெ**. (**பார்க்க**–பொலி[1]). (**தே**.)

ராசியடி[1] rāciyaṭi **பெ**. களத்தில் தூற்றிச் சுத்தம் செய்த தானியங்களை அளக்கும் போது அத்தானியம் குறையும் தருவாயில் தானம் கேட்க வரும் மக்கள். (**தூ**.)

ராசியடி[2] rāciyaṭi **வி**. (**பார்க்க**–ராசடி). (**தூ**.)

ராசியடிவிடு rāciyaṭiviṭu **வி**. நில உரிமையாளரிடம் தொடர்ச்சியாக வேலை செய்யும் பெண் ஆள் தானியங்கள் தூற்றி எடுக்கக் கூடிய களத்தைச் சுத்தம் செய்யும்போது கலத்தின் கீழே தானியங்களைத் தனக்கென விட்டு விட்டுக் கூட்டுதல். (**தூ**.)

ராசியான ஆள் rāciyāṉa āḷ **பெ**. விதை முகூர்த்தம் செய்ய, வேலையைத் தொடக்கி வைக்க போன்றவற்றைச் செய்யும் ராசித் தன்மை நிறைந்த ஆள். (**ம**.)

ராசிவெத்தல rācivettala **பெ**. (**பார்க்க**–ராசி[2]). (**தூ**.)

ராமக்கல்ல rāmakkalla **பெ**. கோடு கோடாகத் தோல் உள்ள (நிலக்கடலையின்) விதை. (**புது**.). **ராமதாரி** rāmatāri (**பெ**.)

ராமஞ்சம்பா rāmañcampā பெ. பழங்காலத்தில் சாகுபடி செய்யப்பட்ட ஒரு வகை நெல். (**தஞ்.**)

ராலிகொல rālikola பெ. வயலுக்கு உரமாகப் பயன் படும் ஒரு வகைச் செடியின் தழைகள். (**திருநெல்.**)

ராஜபாளையம் மம்பட்டி rājapāḷaiyam mampaṭṭi பெ. ராஜபாளையத்திலிருந்து தயாரிக்கப்பட்ட ஒரு வகை மண்வெட்டி. (**தூ.**)

ராஜாலிக்கல் rājālikkal பெ. கருங்கல்லில் ஒரு வகை. (**நா.**)

ரெ

ரெக்க[1] rekka பெ. வைக்கோல் திரையின் இரு பக்கங்கள். (**கட.**)

ரெக்க[2] rekka பெ. தேயிலைச் செடியின் கிளை. (**நீ.**)

ரெக்கு rekku பெ. பருத்திச் செடியில் பஞ்சியைத் தாங்கியுள்ள காய்ந்த தோல். (**நா.**)

ரெட்டக்கலப்ப reṭṭakkalappa பெ. ஒரே கலப்பையில் இரண்டு கொழுக்கள் மாட்டப்பட்ட கலப்பை. (**தூ.**)

ரெட்டக்கலப்ப ஒழவு reṭṭakkalappa oḻavu வி. இரட்டைக் கலப்பையால் உழுத உழவு. (**தூ.**)

ரெட்டபடல் reṭṭapaṭal பெ. தானியப் பயிர்களைக் கால்நடைகள் தின்றுவிடாதவாறு பருத்திக் குச்சிகளை அடுக்கிக் கட்டப்பட்ட தடுப்பு. (**தூ.**)

ரெட்டபிரி reṭṭapiri பெ. வைக்கோல் திரைக்கும் போது இரு மடக்குகளாக வரும் அளவில் நீட்டாக வைக்கோலிலே தடியாக முறுக்கிக் தயாரிக்கப்பட்ட பிரி. (**பெ.**) (**பார்க்க–பிரி**) (**நாக.**)

ரெட்டமாட்டுவண்டி reṭṭamāṭṭu vaṇṭi பெ. இரண்டு மாடுகள் பூட்டி ஓட்டும் வண்டி. (**தஞ்.**)

ரெட்டு[1] reṭṭu பெ. கமல ஏற்றத்தில் நீர் மொள்ளக் கூடிய சாலில் பொருத்தப்பட்ட தோல் பை (**பார்க்க**–கவல ஏத்தம்). (**புது.**)

ரெட்டு[2] reṭṭu பெ. ஆரியத்தை (கேழ்வரகு) தூற்றும் போது ஒதுங்கும் அதன் கழிவுகள்/ தூசுகள். (**தரு.**)

ரெண்டாங்கள reṇṭāṅkaḷa பெ. 1) கடலைச் செடியின் வேர்ப் பகுதியைச் சுற்றி இறங்கும் விழுது கடலையாக மாறுவதற்காகவட்ட வடிவில் உயரமாக அணைக்கும் மண். (**நா.**). 2) புழுதி நிலத்தில் முளைத்த தானியப் பயிர்களுக்கு இரண்டாவது முறையாக எடுக்கும் களை. (**தூ.**)

ரெண்டாங்கொம்பு reṇṭāṅkompu பெ. இன்று காலை எட்டு மணிக்கு விதை நெல்லை ஊறவைத்து, அன்று இரவு எட்டு மணிக்குக் கரையேற்றி, மறுநாள் நான்கு மணிக்கு நாற்றங்காலில் விடும் விதை. *(நாக.), (புது.), (திருநெல்.), (தூ.), (தே.), (விரு.), (தஞ்.), (வே.), (கட.), (திருச்.).* **ரெண்டாங்கும்ப** reṇṭāṅkumpa *(தஞ்.), (பெ.).* **ரெண்டாங்கூப்ப** reṇṭāṅkūppa *(திருவ.).* **ரெண்டாங்கூறு** reṇṭāṅkūṟu / **ரெண்டாங்கும்ப** reṇṭāṅkumpa *(கட.)*

ரெண்டாஞ்சால் reṇṭāñcāl பெ. *நிலத்தைக் குறுக்குநெடுக்காக இரு முறை உழுத உழவு. (கட.).* **ரெண்டாசாலு** reṇṭācālu *(தரு.).* **ரெண்டா மடக்கு** reṇṭā maṭakku *(கட.).* **ரெண்டாவது அடி** reṇṭāvatuaṭi / **ரெண்டாவது ஓழவு** reṇṭāvatu oḻavu *(ம.), (சிவ.).* **ரெண்டு ஓலவு** reṇṭu olavu *(தூ.)*

ரெண்டாம்பஞ்சி reṇṭāmpañci பெ. பருத்திச் செடியில் இரண்டாம் முறையாகக் கிடைக்கும் பஞ்சு. *(நா.)*

ரெண்டாம்போகம் reṇṭāmpōkam பெ. வருடத்திற்கு இரண்டு முறை / இரண்டாம் முறை யாகப் பயிர் செய்து பெறப் படும் மகசூல். *(நா.)*

ரெண்டுகாடி reṇṭukāṭi பெ. ஏர் உழுவதற்குத்தயார்ப்படுத்திய இரண்டு சோடி (நான்கு) மாடுகள் / நான்கு மாடுகள் சேர்ந்த இரண்டு ஏர். *(வே.)*

ரெண்டுதாம்பு reṇṭutāmpu பெ. *(பிணையல் ஓட்டுவதற்காக)* ஐந்து, ஐந்து மாடுகளாகத் தனித் தனியாகப் பிணைக்கப் பட்ட இரண்டு தொகுப்பு மாடுகள் *(**பார்க்க**– தாம்புசுத்து). (நா.)*

ரெண்டுமடக்கு reṇṭumaṭakku பெ. ஏர் பூட்டி இரண்டு சுற்றுகள் மட்டுமே உழுத உழவு. *(தூ.), (தஞ்.)*

ரெண்டுவாகு reṇṭuvāku பெ. நிலத்தை எதிர்ப்பதமாக இரண்டு முறை உழுதல். *(எண்ணிக்கையில் இசைந்து வரும் சொல்– வாகு, மூனுவாகு, நாலுவாகு). (பெ.)*

ரெண்டுவெளா reṇṭuvelā பெ. இரண்டு வெளா *(**பார்க்க**– வெளா). (கட.)*

ரெண்டுஜத reṇṭujata பெ. *(**பார்க்க**–ரெண்டு காடி). (வே.)*

ரே

ரேக்கு rēkku பெ. நிலக்கடலை விதை போடுவதற்காக உள்ள கலப்பை. *(திருவ.)*

ரேக்குமமுட்டி rēkkumamuṭṭi பெ. நீண்ட கைப் பிடியை உடைய ஒரு வகை மண்வெட்டி. *(நீ.)*

ரேழி rēḻi பெ. கரும்பு/ரோஜா நடுவதற்காக ஒன்றரை அடி இடைவெளியில் பறித்த பள்ளம். *(கட.)*

ரேழிஅடி rēḻiaṭi **வி.** கரும்பு நடுவதற்காக ஒன்றறை அடி இடைவெளி விட்டுப்பள்ளம் பறித்தல். *(கட.)*

ரேழிஎடு rēḻieṭu **வி.** *(பார்க்க– ரேழிஅடி). (கட.)*

ரோ

ரோசா rōcā **பெ.** கூர் நுனிப் பற்களுள்ள சிறகமைப்புக் கூட்டிலைகளையும் இளஞ்சிவப்பு நிற நறுமண மலர்களையும் கொண்டு கூரிய வளைந்த முள் நிறைந்த குற்று மரம். *(மூ.)*

ரோபர்சா rōpārcā **பெ.** ஒரு வகைப் புதிய காப்பி கொடி. *(நீ.)*

ரோஜாப்பு rōjāppu **பெ.** சிறிய (இதழ்களை உள்ளடக்கிய) வாசனைமிக்க பூ. *(**புது**.).* **ரோஸ்** rōs *(வே.)*

ல

லக்கம் காணல lakkam kāṇala **பெ.** விதை விதைத்து முளைத்த நாற்றில் நாம் எதிர்பார்த்த அளவு கிடைக்காமல் குறை வாகக் கிடைத்தல். அளவு குறைதல். *(**தஞ்**.)*

லா

லாபம் lāpam **பெ.** முதலீடு செய்யப்பட்ட ரூபாயில்/ சாகுபடி செய்யப்பட்ட பொருளில்விற்றுப்பெறப்பட்ட ரூபாய் மதிப்பீட்டில் செலவு போக மீதம் உள்ள தொகை. **லாவம்** lāvam *(**தஞ்**.)*

லாவம் lāvam **பெ.** இலாபம். தானியம் அளக்கும்போது ஒன்று என்பதற்குப் பதிலாகக் கூறப்படும் சொல். *(**எ.கா.**)* கிடைக்கும் மகசூல் நஷ்டம் ஏற்படாமல் இலாபத்தில் இயங்க வேண்டும் என்றும், அளக்கும்போது தானியங்கள் பெருகி வரவேண்டும் என்றும் எதிர்பார்க்கும் ஒருவித நம்பிக்கை. *(**திருநெல்**.), (**புது**.), (**விரு**.), (**சிவ**.).* **லாபம்** lāpam *(**கட**.), (**தூ**.), (**ராம**.), (**தரு**.).* **லாவம்** lāvam *(**தரு**.)*

லாவு[1] lāvu **வி.** நாற்றுப் பறிக்கும்போது கையால் விரல் கொள்ளும்வரை விட்டுக்கோர்த்துவேகமாகப் பறித்தல். *(**திருவா**.)*

லாவு[2] lāvu **பெ.** ஆட்டின் அடி வயிற்றுப் பகுதி. *(ராம.)*

லி

லிட்டர்படி liṭṭarpaṭi **பெ.** தற்கால அளவு முறையில் ஒருலிட்டர் கொள்ளளவு கொண்ட முகத்தல் அளவை. *(**புது**.)*

லெ

லெக்கா இருத்தல் lekkā iruttal **தொ.பெ.** செய்யும் வேலை சுலபமாக இருத்தல். *(**கட**.)*

வ

வக்கசுருண vakkacuruṇa பெ. தலையில் சுமை தூக்கும் போது தலையைப் பாதுகாக்கவும் சுமையின் பாரம் தெரியாமல் இருப் பதற்காகவும் வைக்கோல் தாளில் திருவோடு மாதிரி செய்து தலையில் வைத்துக் கொள்ளும் தலைப்பாகை. *(தஞ்.).* **சுருண** curuṇa / **வெக்க சுருண** vekkacuruṇa *(நாக.)*

வகுறு ஊதி vakuṟu ūti பெ. கம்பங் கதிரில் தோன்றும் நோய். *(தூ.)*

வச்சிபோட்டுநடு vaccipōṭṭunaṭu **வி**. பெண்கள் நடும் முதலில் நாற்று சேர்த்து வைத்து நடுதல். *(வே.)*

வசம்பு vacampu பெ. மணமுடைய கிழங்குள்ள சிறு மருத்துவச் செடி. *(மூ.)*

வசம்புபதம் vacampupatam பெ. கரும்பின் சோலையைக் காயவைத்து முறுக்கும்போது முறியாத / ஒடியாத நிலை (பதம்). *(கட.)*

வஞ்சி vañci பெ. இரு சரவு களுக்கும் இடைப்பட்டதில் போட்டிருக்கும் சிறு வரப்பு. *(நா.), (கட.), (பெ.)*

வஞ்சிஎடு vañcieṭu **வி**. ஒரு முறை பறிக்கும்போது விட்டுப்போன தேயிலையை மீண்டும் பறித்தல். *(நீ.)*

வஞ்சிபுடி vañcipuṭi **வி**. புழுதி மண்ணில்போட்டவரப்பைப் பலப்படுத்துவதற்காக நீர் விட்டுக் கையால் மண்ணை அணைத்தல். *(பெ.)*

வட்ட vaṭṭa பெ. *(பார்க்க– பாரவண்டி). (தஞ்.), (நா.)*

வட்டத்த ஒதறு vaṭṭatta otaṟu **வி**. பொனையல் ஓட்டி, நெல் கலந்த (வட்ட வடிவில் கிடக்கும்) வைக்கோலை உதறி, நெல்மணிகள் கீழே விழுமாறு வைக்கோலைக் கைகளில் எடுத்து ஆட்டுதல். *(திருநெல்.)*

வட்டபொலி vaṭṭapoli பெ. *1) (கதிரடித்துக் களத்தில் கிடக்கும்) நெல்லை / தானியத்தை முறத்தில் அள்ளி அரை வட்டமாக விசிறித் தூற்றிய நெல். (திருநெல்.). 2) (தானியங்களைச் சுத்தம் செய்யும்பொருட்டு) தானியங்களை அள்ளி உயரத்திலிருந்து முன்னும் பின்னும் ஆட்டிக் கீழே கொட்ட, வட்ட வடிவில் ஆட்கள் நின்று முறத்தால் தூசு அகலுமாறு வீசுதல். (தூ.)*

வட்டம் vaṭṭam பெ. கதிர் அடித்தும் உதிராத நெல்லை மீண்டும் உதிரும்பொருட்டு நெற்கதிர் தாள்களை மாடு மிதிப்பதற்காக வட்ட வடிவில் போடும் தாள். *(பார்க்க–பொனைய வட்டம்). (திருநெல்.)*

வட்டம்போடு vaṭṭampōṭu பெ. அடித்து நெல் நீக்கிய வைக்கோல் தாள்களில் ஒட்டியிருக்கும் மீதமுள்ள

நெல்மணிகள் விழுவதற்காகவும் தாள்களை வைக்கோலாக மாறுவதற்காகவும் மாட்டைப் பிணைத்து மிதிக்க விடுதற்காக வட்ட வடிவில் தாள்களைப் பரப்புதல். (திருநெல்.), (விரு.)

வட்டுப்பெட்டி vaṭṭuppeṭṭi பெ. கம்பங் கதிரை அள்ளி எடுத்து வருவதற்காக, வட்ட வடிவில் ஓலையில் பின்னப்பட்ட கூடை. (தூ.)

வடக்காடு vaṭakkāṭu பெ. இருப்பிடத்திலிருந்து வடக்குப் பக்கம் உள்ள காடு. (புது.)

வடகயிறு vaṭakayiṟu பெ. 1) கலப்பை நுகத்தடி இரண்டையும் இணைப்பதற்காகப் பயன்படும் மாட்டுத் தோலில் செய்த ஒரு வகைக் கயிறு. (பார்க்க–மரக்கலப்ப) (நாக.), (கட.), (திருச்.), (தரு.), (தஞ்.). **வடகவுறு** vaṭakavuṟu (தஞ்.), (புது.). **வடக்கயிறு** vaṭakkayiṟu (பார்க்க–மோத்தடிக் கயிறு). (புது.). 2) ஏர் கலப்பை கட்ட மாட்டுத்தோல் / தென்னை / பனை நாரிலிருந்து முறுக்கித் திரிக்கும் ஒரு வகைக் கயிறு. (பெ.). **வடம்** vaṭam. 3) கலப்பையும் நுகத்தடியும் பிணைக்கப் பயன்படும் பனம்நாரால் முறுக்கிய கயிறு. (ராம.), (விரு.). 4) கவலை ஏற்றத்தில், சாலையும் மாட்டின் நுகத்தடியையும் இணைக்கும் நீண்ட கயிறு. (பார்க்க–கவலஏத்தம்) / **வடம்** vaṭam (வே.), (தூ.), (பெ.), (கட.). 5) கால்நடைகளை எங்கும் செல்லாமல் இருக்க அதன் கழுத்தோடு கட்டப் பயன்படும் கயிறு. **வடகவுறு** vaṭakavuṟu (நா.)

வடகாத்து vaṭakāttu பெ. வடக்கிருந்து வீசும் காற்று. (தூ.)

வடஞ்சுருட்டிமூல vaṭañcuruṭṭi mūla பெ. தென்மேற்கு மூலை (தென்மேற்கு மூலையில் மின்னினால் உடனே மழை வரும். அதற்குள் ஏரினை அவிழ்த்து வடத்தினைச் சுருட்ட வேண்டும் என்பதால் அது வடஞ்சுருட்டி மூலை). (தூ.)

வடம் vaṭam பெ. 1) களத்தில் கதிர் அடிக்கும் போது கதிரைக் கையில் எடுப்பதற்காக வைக்கோல் தாளில் முறுக்கித் தயார்செய்த கயிறு. 2) கலப்பையையும் நுகத்தடியையும் இணைக்கப் பயன்படும் கயிறு (சிவ.)

வடிகால் vaṭikāl பெ. நிலத்தின் தேவைக்கு மிகுதியாக உள்ள நீரை வடியவைப்பதற்காக நிலங்களின் பள்ளமான பகுதியில் போடப்படும் வாய்க்கால். (தஞ்.)

வடிகொழா vaṭikoḻā பெ. வயலில் உள்ள நீர் வடிவதற்காக அமைக்கப்பட்டிருக்கும் சிமெண்டால் செய்த உருளை வடிவக் குழாய். (நா.)

வடிச்சிவுடு vaṭiccivuṭu **வி.** பயிரின் தேவைக்கு மிகுதியாக உள்ள நீரை வெளியேற்றுதல். (**புது.**)

வடித்தல் vaṭittal **தொ.பெ.** பாரை/மண்வெட்டியின் வாய்ப் பகுதியை நசுக்கி அகலப்படுத்துதல் (**பார்க்க–** கடப்பார). (**கட.**)

வடிமட vaṭimaṭa **பெ.** நிலத்தில் உள்ள அதிகப்படியான நீரை வெளியேற்றுவதற்காகத் திறக்கப்படும் மடை. (**நா.**), (**தஞ்.**). **வடிவாமட** vaṭivāmaṭa (**புது.**), (**திருநெல்.**)

வடியவை vaṭiyavai **வி.** வயலில் இருக்கும் தேவைக்கு மிஞ்சிய நீரை வெளியேற்றுதல். (**திருநெல்.**)

வடிவாமடக்கட்டு vaṭivāmaṭak kaṭṭu **வி.** நீர் வடிவதற்காகத் திறக்கப்பட்ட வழியை அடைத்தல். (**புது.**)

வண்டமண்ணு vaṇṭamaṇṇu **பெ.** சாகுபடி செய்யக்கூடிய நிலத்தின் ஒரு வகை மண். (**கட.**). **வண்டல்மண்** vantalmāṇ (**நா.**)

வண்டல் vaṇṭal **பெ.** நிலத்தின் மண் வளத்தை மேம்படுத்து வதற்காகப் பயன்படும் குளம் ஏரி போன்ற நீர்நிலையின் அடியில் இருக்கும் உலர்ந்த சேற்றுப் பகுதி. (**பெ.**)

வண்டாசுத்துதல் vaṇṭācuttutal **தொ.பெ.** நீளமாக முறுக்கிய பிரியைக் கட்டை விரலுக்கும் முழங்கை முட்டியின் வெளிப் பக்கத்திற்கும் இடையில் வைத்துச் சுற்றி மடித்தல். (**தே.**)

வண்டி அடித்தல் vaṇṭi aṭittal **தொ.பெ.** நிலத்தை இயந்திரத்தால் (டிராக்டர்) உழுதல். (**தஞ்.**)

வண்டிஉருள vaṇṭiuruḷa **பெ.** கமல ஏற்றத்தின் பாகம். (**பார்க்க–** கமலஏத்தம்). (**தூ.**)

வண்டிதப்ப vaṇṭi tappa **பெ.** பாரவண்டியின் பாகம் (**பார்க்க**–பாரவண்டி). (**நா.**)

வண்டிபத்து vaṇṭipattu **பெ.** பாரம் சுமக்கும் வண்டியை ஓட்டுதல். (**தூ.**)

வண்டிமாடு vaṇṭimāṭu **பெ.** சுமை ஏற்றிய வண்டியை இழுக்கக்கூடிய காளை மாடு. (**வே.**), (**தஞ்.**), (**புது.**)

வத்தல் vattal **பெ.** *1)* மிளகாய். *2)* மிளகாய் காய்க்கும் செடி. (**தூ.**)

வத்தவை vattavai **வி.** அதிக நீர்ப் பிடிப்பில் இருந்த பயிர்/ நாற்றங்காலை ஓரிரு நாட்கள் நன்றாகக் காய வைத்தல் / நீர் வற்ற வைத்தல். (**திருநெல்.**)

வய vaya **பெ.** *1)* ஏரி, வாய்க்கால் போன்ற நீர் நிலையிலிருந்து நீர் சென்று பாய்ந்து சாகுபடி செய்யக்கூடிய தாழ்வான நிலப் பகுதி. நன்செய் நிலம். (**தூ.**). **வயக்காடு** vayakkāṭu (**விரு.**), (**புது.**), (**ம.**), (**தே.**), (**நா.**). *2)* **வயக்காடு** vayakkāṭu வயலோடு சேர்ந்த நிலப் பகுதி. (**கட.**). **வயதல** vayatala (**நா.**). **வயல்** vayal (**புது.**). **கழனி**

kaḻaṉi *(தரு.), (தஞ்.), (சிவ.).* **வயலு** vayalu *(திருநெல்.)*

வயக்கலப்ப vayakkalappa பெ. *சேற்று நிலத்தை உழுவதற்காக உள்ள கலப்பை. (தஞ்.)*

வயக்காட்டுவேல vayakkāṭṭuvēla பெ. *நெல் போன்றவை சாகுபடி செய்வதற்காகச் சேற்று நிலத்தில் (வயல்) செய்யப்படும் வேலை. (தஞ்.)*

வயநாடன் vayanāṭaṉ பெ. *1) அதிகமாக மகசூலும் காரத் தன்மையும்கொண்ட ஒரு வகை மிளகு. 2) அம்மிளகைத் தரக்கூடிய கொடி. (நீ.)*

வயலடித்தல் vayalaṭittal தொ.பெ. *நிலத்தில் நீர் விட்டு உழுது சேறாக்குதல். (தரு.).* **வயலு ஓட்டுதல்** vayalu ōṭṭutal *(தரு.)*

வயித்துவா vayittuvā பெ. *தூற்றிய பொலியில் (நெற்குவியலில்) நடுப் பகுதி. (தே.)*

வர்கினிசம்பா varkiṉicampā பெ. *பழங்காலத்தில் சாகுபடி செய்த ஒரு வகை நெல். (சிவ.)*

வரஒழவு varaoḻavu பெ. *நிலத்தில் நீர் விடாமல் புழுதியில் உழும் உழவு. (நா.), (திருச்.)*

வரகஞ்சோறு varakañcōṟu பெ. *சிவப்பு நிறமுடைய வரகம் அரிசியில் சமைத்த சோறு. (தூ.)*

வரகாடு varakāṭu பெ. *பயிர் முளைத்தும் வளர்ச்சித் தன்மைக்கு ஏற்றவாறு அமையாத நிலம். (நா.)*

வரகு varaku பெ. *உணவாகப் பயன்படக்கூடிய ஒரு வகைத் தானியம். (சிவ.), (தஞ்.), (தரு.), (புது.), (ராம.), (பெ.)*

வர சருகு vara caruku பெ. *காய்ந்துபோன கரும்புத் தோகை. (நா.)*

வரநாத்து varanāttu பெ. *மீண்டும் பறித்து நடுவதற்காகப் புழுதி நிலத்தில் வளர்த்த இளம் நாற்று. (தே.)*

வரப்ப ஒடச்சிபோடு varappa oṭaccipōṭu வி. *வருடத்திற்கு ஒரு முறை வரப்பிலிருந்து நீர் கசிவதைத் தடுக்க மண்வெட்டியாலோ / கடப்பாரையாலோ வரப்பை அமைத்துப் போடுதல். (திருச்.)*

வரப்ப கழிச்சிபோடு varappa kaḻiccipōṭu வி. *வரப்பைச் சுத்தம் செய்யும் பொருட்டு வரப்பின் ஓரத்தை வெட்டி வயலுக்குள் போடுவது. திருச்.).* **வரப்பசீவிபோடு** varappacīvipōṭu / **வரப்பத்தறி** varappattaṟi *(திருநெல்.)*

வரப்பவெட்டி மடிச்சிபோடு varappaveṭṭi maṭiccipōṭu வி. *வரப்பிலிருந்து நீர் கசிவதைத் தடுக்க மண்வெட்டியால் வரப்பினைவெட்டி அவ்விடத் திலேயே தலைகீழாகத் திருப்பிப் போடுதல். (திருச்.)*

வரப்பு varappu பெ. *1) நிலத்தில் வைக்கப்படும் நீரைத் தடுப்பதற்காகப் போடும் சிறு கரை. 2) நிலத்தைப் பிரிப்பதற்காக / வயலுக்கு*

எல்லையாகப் போடப்படும் சிறு கரை. (**திருவ**.), (**கட**.), (**சிவ**.), (**வே**.), (**தரு**.), (**நா**.), (**தூ**.), (**பெ**.). 3) நடைப் பாதையாகப் பயன்படும் அளவிற்குப் போட்ட பெரிய வரப்பு. **மறிச்சி** maṟicci (**தரு**.)

வரப்பு ஒட varappuoṭa பெ. நீர் தடுக்கும் வரப்பைப் புதுப்பிக்கும் பொருட்டு/ கலைக்கும் பொருட்டுப் பாரை, மண்வெட்டியால் இடித்தல். (**புது**.)

வரப்பு நடவு varappu naṭavu பெ. வரப்பு ஓரமாக நடும் நடவு. (**தஞ்**.)

வரப்புஓழவு varappuoḻavu பெ. நீர்விடாமல் புழுதியாக உழுதல். (**தரு**.)

வரப்புகட்டு varappukaṭṭu வி. 1) புதிதாக வரப்பு போடுதல், 2) பழைய வரப்பினைச் சரி செய்தல் (**பார்க்க**–வரப்பு). (**கட**.). 3) செல்லும் நீரைத் தடுக்கவும் நிலத்திற்கு எல்லையாகவும் மண்ணால் கரை அமைத்தல். **வரப்பு போடு** varappu pōṭu (**தஞ்**.)

வரபனி varapaṉi பெ. மிகவும் கடுமையான பொழிவைத் தரக்கூடிய பனி. (**நா**.)

வரபுழுதிக் காட்டுக்கோர varapuḻutik kāṭṭukkōra பெ. நீர் விடாத புழுதி நிலத்தில் நடப்படும் கோரை. (**நா**.)

வரமண்ணு varamaṇṇu பெ. நீர் விடாது உழுது போட்ட புழுதி மண். (**நா**.)

வரலெட்சுமி varaleṭcumi பெ. பருத்தியில் ஒரு வகை. (**நா**.)

வரவுகொட்ட varavukoṭṭa பெ. ஒரு முறை போட்டு முளைத்தும் பழுது ஏற்பட்ட இடத்தில் மீண்டும் போடுவதற்காகத் தயார்செய்த விதை. (**நா**.)

வரிகஞ்சம்பா varikañcampā பெ. பழங்காலத்தில் சாகுபடி செய்யப்பட்ட ஒரு வகை நெல். (**தஞ்**.)

வரிசநடுவு varicanaṭuvu பெ. கயிறு கட்டி வரிசை வரிசையாக நடும் ஒரு புதிய முறை நடவு. (**ம**.)

வரும்புபுடி varumpupuṭi வி. வேலி/ரோஜா செடிகள் கீழே சாயாதவாறு மரத்தினை வைத்து முட்டுக் கொடுத்து அணைத்துக் கட்டுதல். (**கட**.)

வல்லக்கா vallakkā பெ. 1) பரம்புப்பலகையில், பரம்புப் பலகையையும், மாட்டின் கழுத்தில் உள்ள நுகத்தடியை யும் இணைப்பதற்காக உள்ள நீண்ட தடி. (**தூ**.). 2) (நுகத்தடி யில் இணைப்பதற்காக) பரம்புப் பலகையில் இணைக்கப்பட்டுள்ள (அடிப் பகுதியில் இரண்டாகப் பிளந்தவாறு இருக்கும்) நீண்ட தடி. **வல்லக்கை** vallakkai (**ம**.), (**தே**.), (**விரு**.), (**திருநெல்**.)

வல்லங்கை vallaṅkai பெ. மங்களமான காரியங் களுக்குப் பயன்படுத்தப் படாத இடப் பக்கக் கை. (**சிவ**.), (**புது**.). **வல்லங்கையி** vallaṅkayi (**ராம**.)

வல்லம் vallam பெ. *1) நான்கு படிகள் கொண்ட ஓர் அளவு. (நாக.). 2) ஐந்து லிட்டர் கொள்ளளவு கொண்ட ஓர் முகத்தல் அளவை. (நா.). 3) ஆறு கிலோக்கள் கொள்ளளவு கொண்ட ஓர் அளவு. (தரு.). 4) ஏழு படிகள் கொள்ளளவு கொண்ட ஓர் அளவு. (தரு.). 5) ஏழு மானம் கொள்ளளவு கொண்டது ஒரு வல்லம். (தரு.). 6) மூன்று படிகள் கொள்ளளவு கொண்டது ஒரு வல்லம். (தரு.)*

வல்லாரை vallārai பெ. *வட்டமாகவும் அரை வட்ட வெட்டுப் பற்களுடன் கை வடிவ நரம்பு அமைப்புடனும் நீண்ட நீண்ட காம்புடைய இலைகளைக் கொண்டு தரையுடன் படர்ந்து வளரும் ஒரு மூலிகைச் சிறு கொடி. (மூ.)*

வலத்த valatta பெ. *ஏர் உழும்போது/வண்டி இழுக்கும்போது வலப் பக்கம் சுற்றி வரும் மாடு. (திருநெல்.)*

வலத்துநெவத்தடி valattunevattaṭi பெ. *நுகத்தடியில் வலப் பக்கம் உள்ள முனை. (பெ.)*

வலத்துமாடு valattumāṭu பெ. *பொணையல்/ஏர் ஓட்டும் போது (வெளிப் பக்கம்), வலப் பக்கம் சுற்றிவரும் மாடு. (பெ.), (புது.), (கட.), (ம.)*

வலப்பு valappu பெ. *வயலில் ஏர் உழும்போது நீள்வட்ட வடிவில் பிரிக்கும் சிறு பிரிப்பு. (கட.), (திருவ.).* **வெலா** velā *(புது.), (தஞ்.)*

வலப்பு போடு valappu pōṭu வி. *நிலத்தில் ஏர் உழும்போது ஏரினால் நீள்வட்ட வடிவில் சிறு அளவாகப் பிரித்து உழுதல். (கட.), (வே.).* **வலப்பு ஓட்டு** valappu ōṭṭu *(திருவ.).* **வெலாகோலிபோடு** velākōlipōṭu *(கட.).* **வெலாபோட்டு ஓட்டு** velāpōṭu ōṭṭu *(தஞ்.).* **வெலாபோடு** velāpōṭu *(தஞ்.), (நா.).* **ஓலப்புபோடு** olappupōṭu *(வே.)*

வலம் valam பெ. *ஏர் உழும்போது மாடு, நுகத்தடி ஆகியவை இருக்கும் பக்கமான வலப் பக்கத்தைக் குறிக்கும் சொல். (பெ.)*

வலம்பங்கர valampaṅkara பெ. *திடலோடுகூடிய வயல் பக்கத்தின் கரை. (தூ.)*

வலம்பங்கரவெட்டு valampaṅkara veṭṭu வி. *திடலோடுகூடிய வயல் பக்கம் உள்ள வரப்பின் கரையைச் சுத்தம்செய்து வெட்டி அத்திடல் மீது அணைத்தல். (தூ.)*

வலரி valari பெ. *நெற்பயிரில் முளைக்கும் களைகள். (திருநெல்.)*

வலவன் valavaṉ பெ. *ஏரில் வலப் பக்கம் சுற்றி வரும் மாடு. (தூ.)*

வலவன் அடி valavaṉ aṭi பெ. *வயல் பக்கம் உள்ள தடித்த வரப்பின் ஓரம். (தூ.)*

வலிப்பு valippu பெ. *ஆட்டின் நரம்பு வெட்டி வெட்டி*

இழுத்துத் துன்புறுத்தும் ஒருவித நோய். **(ராம.)**

வலுவு[1] valuvu பெ. வலிமை. மரவள்ளிக் குச்சியின் கிழங்கைப்பிடுங்கமுடியாமல் மண்ணோடு மண்ணாக இறுகிப் போதல். **(நா.)**

வலுவு[2] valuvu பெ. பழங்கால வியாபாரிகள், தரகர்கள் எட்டு, எண்பது, எண்ணூறு போன்ற இனவர்க்கத்திற்குப் பயன்படுத்திய குழுக்குறிச் சொல். **(தூ.)**

வவுந்துபோடு vavuntupōṭu **வி.** மண் வெட்டியால், நிலத்தில் உள்ள நீர் வடிவதற்காகப் பள்ளம் பறித்தல். **(திருநெல்.)**

வவுத்துவா vavuttuvā பெ. (பார்க்க–வயித்துவா). **(தே.)**

வவுந்துவிடு vavuntuviṭu **வி.** நாற்று முடியைக் கயிற்றில் கோர்க்கும்பொருட்டு அடிப் பகுதியை இரண்டாகப் பிரித்தல். **(தஞ்.)**

வழிச்சிக்கட்டு vaḻiccikkaṭṭu **வி.** புழுதியில் போட்ட வரப்பு உடைந்துவிடாமல் இருக்க நீர் விட்டுக் கையால் பிடித்து வலுப்படுத்துதல் (**பார்க்க**– அணைச்சிக்கட்டு). **(நா.)**

வழிநட வரப்பு vaḻinaṭa varappu பெ. வயல்களில் நடப்பதற்காக உள்ள பெரிய வரப்பு. **(திருநெல்.)**

வள்ளாரக்கீர vaḷḷārakkīra பெ. தரையில் படர்ந்து வளரக்கூடிய ஒரு வகைக் கீரை. **(நீ.)**

வள்ளி vaḷḷi பெ. 1) மிளகின் கொடி. 2) படரும் ஒரு கொடி வகை. **(நீ.)**

வள்ளுவன் vaḷḷuvaṉ பெ. குறி / வாக்கு சொல்பவர். வேளாண் பருவங்களில் பொனையல் அடிக்கும்போது (பல மாடுகளைப் பிணைத்துச் சுற்றி வரும்போது) நில உரிமையாளர்/வேலையாள் எந்த மாடு முதலில் ஓட்டிய மாடு என்று கேட்க அவர் பாட்டுப் படித்து தன் வாக்கு / ஞானத் தன்மையால் முதலில் ஓட்டிய மாட்டை அடையாளம் காட்டுவார். அதன்பின் உரிமையாளர் நெல் அள்ளுவதற்கு அனுமதிப்பார். வள்ளுவன் குறிப்பிட்ட அளவுள்ள நெல்லை தூற்றுவதற்கு முன்போ, பின்போ எடுத்துக் கொண்டு செல்வார். **(ம.)**

வளத்திக்கோர vaḷattikkōra பெ. அகலமான பாய் முடைவதற்குப் பயன்படும் (வகையில் ஐம்பத்து நான்கு அங்குலம் அளவு உயரம் கொண்ட) கோரை. **(நா.)**

வன்னி vaṉṉi பெ. மிகச் சிறிய கூட்டிலைகளைக் கொண்டு முள் நிறைந்த சதைப் பாங்கான உருளை வடிவக் காய்களையுடைய மூலிகை மரம். **(மூ.)**

வாக்கா கண்ணிக்கட்டு vākkā kaṇṇikkaṭṭu **வி**. *(பார்க்க– வாக்கா வரப்புப்போடு).* *(**புது**.)*

வாக்கா வரப்புப்போடு vākkā varappuppōṭu **வி**. *நீர்ப் பாய்ச்சிக் கடலைச் சாகுபடி செய்யப் பாத்தி அமைத்தல். (**புது**.).* **வாய்க்கா மஞ்சிபோடு** vāykkā mañcipōṭu *(**தஞ்**.)*

வாக்கியச்சம்பா vākkiyaccampā **பெ**. *பழங்காலத்தில் சாகுபடி செய்யப்பட்ட ஒரு வகை நெல். (**ம**.)*

வாகெகொல vākakola **பெ**. *சேற்று நிலத்திற்கு உரமாகப் பயன்படும் வாகை மரத்தின் தழை. (**விரு**.)*

வாகமரம் vākamaram **பெ**. *(அகலமாக வளைவுடன் வளரும்) கலப்பை செய்வ தற்குப் பயன்படக் கூடிய மரம். (**விரு**.)*

வாகை vākai **பெ**. *கொத்தான மகரந்தத் தூள்களையும் தட்டையான பெரிய காய்களையும் கொண்டு கூட்டிலைகளையும் பெற்ற மருத்துவக் குணம் கொண்ட ஒரு பெரு மரம். (**மூ**.)*

வாங்கருவா vāṅkaruvā **பெ**. *மரம் போன்றவை வெட்டு வதற்காகப் பயன்படும் அரிவாள். (**தஞ்**.)*

வாங்கிவச்சி நடு vāṅkivacci naṭu **வி**. *நடும்போது ஒவ்வொரு முதலிலும் நாற்றைச் சேர்த்து வைத்து நடுதல். (**கட**.)*

வாச்சாத்து vāccāttu **பெ**. *கோடாலிபோன்றவடிவமும் களைக்கொட்டு போன்ற இலைப்பகுதியையும் உடைய (மரம், வேர், காடு போன்றவை அழிப்பதற்குப் பயன்படும்) ஒரு வெட்டும் கருவி. (**சிவ**.), (**தூ**.), (**புது**.)*

வாச்சிடுதல் vāccitutal **தொ.பெ**. *தானியங்கள் / நட்ட நாற்றுகள் நன்றாக முளைத்தல். (**ராம**.)*

வாட்சி vāṭci **பெ**. *ஒன்று, பத்து, நூறு, ஆயிரம் என்ற இனவர்க்கத்திற்கு இணையாகத் தரகர்கள், வியாபாரிகள் பயன்படுத்தும் குழூக்குறிச் சொல். (**தூ**.)*

வாட்டபொலி vāṭṭapoli **பெ**. *1) இரு ஆள்கள் எதிர் எதிர் முனையில் நின்றுகொண்ட நீண்ட வாக்கில் நெல்லை விசிறித் தூற்றுதல். (**கட**.), (**பெ**.), (**தஞ்**.). 2) களத்தில் கிடக்கும் தூற்றாத நெல்லை நீட்டுவாக்கில் விசிறித் தூற்றுதல். (**தஞ்**.), (**திருச்**.) (**பார்க்க–வட்டபொலி**)*

வாட்டமானக்காடு vāṭṭamāṉak kāṭu **பெ**. *வேளாண்மைக்குப் பயன்படும் வகையில் உள்ள நல்ல சரிவான நிலப்பகுதி. (**நீ**.)*

வாடக்காத்து vāṭakkāttu **பெ**. *வடக்கிலிருந்து வீசும் காற்று. (**நா**.)*

வாணிலா vāṇilā **பெ**. *1) வெண்ணிலா என்ற பொருள்*

எடுக்கப் பயன்படுவதும் கை விரல்கள் போன்று கொத்து கொத்தாகக் கொடியில் காய்க்கக் கூடியதுமான ஒரு வகைக் காய். 2) அக்காய் காய்க்கக்கூடிய கொடி. (**நீ.**) (**பார்க்க**–வெண்ணிலா காய்)

வாதங்கொல vātaṅkola **பெ.** சேற்று நிலத்திற்கு உரமாகப் பயன்படும் வாத மரத்தின் தழை. (**விரு.**). **வாதநாந்தழ** vātanāntaḻa (**நா.**)

வாதநாராயணன் vātanārāyaṇaṉ **பெ.** இருசிறகான இலைகளை யும் பகட்டான பெரிய பூக்களையும் கொண்டு தட்டையான காய்களை உடைய வெளிர் மஞ்சள் நிறமுடைய வலிவற்ற மூலிகை மரம். (**மூ.**)

வாது vātu **பெ.** கிளை. சோளத் தட்டையின் பக்கக் கிளை (**நா.**)

வாதொவ vātova **வி.** (புதிதாக வாங்கிய) மண் வெட்டி இலையின் நுனிப் பகுதியை நசுக்கி மண்ணை வெட்டும் அளவில் மெலிதாக்குதல். (**தஞ்.**)

வாமட vāmaṭa **பெ.** 1) வாய்க்காலி லிருந்து வயலுக்குள் நீர் செல்வதற்காகவும் வடிவிப்பதற்காகவும் அதிகப் பயன்பாட்டிற்குரியதாக வும் தலைமையாக வரப்பில் திறக்கும் வழி. (**தஞ்.**), (**புது.**), (**திருநெல்.**), (**தே.**), (**திருச்.**), (**வே.**), (**தூ.**), (**விரு.**). (**எதிர்**–வடிமட). (**நா.**). 2) பலகிளை மடைகளுக்கு நீர் செல்லக்கூடிய தலைமை யான மடை (**பார்க்க**–மட). (**நா.**)

வாமடஅட vāmaṭaaṭa **பெ.** நீர் செல்வதற்காகத் திறந்த தலைமையான மடையை அடைத்தல். (**திருநெல்.**). **வாமடக்கட்டு** vāmaṭkkaṭṭu (**புது.**), (**வே.**). **வாமடயத் தறுக்கு** vāmaṭya ttaṟukku (**திருநெல்.**)

வாமடதொற vāmaṭatoṟa **வி.** நீர் செல்வதற்காக வயலின் வரப்பில் பெரிய வழியை ஏற்படுத்துதல். (**திருநெல்.**)

வாமடய மாத்திவை vāmaṭaya māttivai **வி.** தலைமையான மடைவழியாக நீர் செல்வதற் காகவோ செல்லும் நீரை அடைப்பதற்காகவோ ஒரு வழியைத் திறந்து மற்றொரு வழியை மூடுவது. (**திருச்.**)

வாய்க்கா vāykkā **பெ.** பாசனத்திற்காக நீர் சென்று திரும்புவதற்கு ஏற்படுத்தியிருக்கும் இரு கரைகளுள்ள வழி. (**கட.**), (**நா.**), (**திருவா.**), (**தூ.**), (**தஞ்.**), (**புது.**), (**திருநெல்.**). **வாக்கா** vākkā (**தூ.**)

வாய்க்காங்கர vāykkāṅkara **பெ.** வாய்க்காலின் கரை (**பார்க்க**–வாய்க்கா). (**நா.**)

வாய்க்காமஞ்சி vāykkāmañci **பெ.** புழுதி வயலில் சிறு சிறு பாத்தியாகப் பிரிக்கப் போடப்படும் சிறு வரப்பு. (**நாக.**)

வாய்க்காமஞ்சிபோடு vāykkā mañcipōṭu **வி.** புழுதி நிலத்தில் நீர் பாய்ச்சிச் சாகுபடி

செய்யும் தன்மையில் பாத்தி அமைத்தல். *(தஞ்.)*

வாய்க்காலபுடி vāykkālapuṭi **வி.** *1) புழுதிச் சேற்று நிலத்தில் பாத்தி அமைத்தல். 2) புழுதி நிலத்தில் போட்ட வாய்க்காலின் கரை உடையாமல் இருப்பதற்காக நீர் விட்டுக் கையால் மண் அணைத்தல். 3) சேற்று நிலத்தில் போட்ட சிறு வரப்பு உடையாமல் இருப்பதற்காகக் கையால் சேற்றை அணைத்தல். (திருநெல்.).* **வாய்க்காபுடி** vāykkāpuṭi *(கட.)*

வாய்க்காவரப்பு vāykkāvarappu **பெ.** *வாய்க்காலோடு இணைந்துள்ள பெரிய வரப்பு. (தஞ்.)*

வாய்கூடு vāykūṭu **பெ.** *பிணையலில் சுற்றி வரும் மாடு தானியங்களைத் தின்னாமல் இருப்பதற்காக மாட்டின் வாய்ப்பகுதியில் மாட்டப்படும் குச்சிகளால் பின்னப்பட்ட ஒரு கூடு. (புது.).* **வாய்புட்டி** vāypūṭṭi *(வே.).* **வாக்கூடு** vākkūṭu *(தூ.), (தே.).* **வாபுட்டி** vāpūṭṭi / **வாபட்டி** vāpaṭṭi *(தரு.)*

வாபட்டி (தரு.)

வாய்பூத்தல் vāypūttal **தொ.பெ.** *முளைத்தல் என்பதற்கு இணையான சொல். ஆண்கள் நெல் முளை வந்திடுச்சா என்று கேட்பதுபோல் பெண்கள் அச்சொல்லைத் தவிர்த்து வாய்பூத்திருக்கா என்று கேட்டல். (தரு.)*

வாய்விளங்கம் vāyviḷaṅkam **பெ.** *நீள்வட்ட இலைகளையும் வெள்ளை மற்றும் பசும் மஞ்சள் நிற மலர்களையும் சிறிய உருண்டையான கனிகளையும் தரக்கூடிய பெரு மூலிகைக் கொடி. (மூ.)*

வார்கவுறு vārkavuṟu **பெ.** *(ஏர் கட்டும்போது) கலப்பையையும் நுகத்தடியையும் இணைத்துக் கட்டுவதற்காக மாட்டுத் தோலில் தயார் செய்யப்படும் ஒரு வகைக் கயிறு. (நா.) (பார்க்க– வடகயிறு–1)*

வார்ன vārṉa **பெ.** *ஏர்க் கலப்பையில் நுகத்தடியை இணைப்பதற்காகப் பயன் படும் ஒரு கயிறு. (திருவ.)*

வாரங்கா vāraṅkā **பெ.** *1) விதை தெளிப்பதற்காகப் பரம்பு இழுத்த நாற்றங்காலில் விதை தெளிக்க நடந்து செல்வதற்காகவும், உள்ள நீர் வடிவதற்காகவும் நாற்புறங்கள் மற்றும் இடையில் ஏற்படுத்தப்படும் பள்ளம். 2) அவ்வாறு பிரிக்கப்பட்ட பள்ளத்தின் இடைப்பட்ட பகுதி. (விரு.)*

வாரங்கால்பிடி vāraṅkālpiṭi வி. *அறுப்பதற்குத் தயாராக உள்ள நெற்பயிரை (நீர் வடிவதற்காகவும் உளுந்து போன்றவை தெளிக்க நடந்து செல்வதற்காகவும், குறிப்பிட்ட அளவு பிரித்துப் பிரித்து ஒதுக்கி வைத்தல். (தே.). **வாரங்கால்புடி*** vāraṅkālpuṭi *(ம.)*

வாரத்துக்கு விடுதல் vārattukku viṭutal **தொ.பெ.** *விளையும் விளைச்சலில் மூன்றில் ஒரு பங்கு பெற்றுக்கொள்வதாக வாய்மொழி ஒப்பந்தம் செய்து கொண்டு தன் நிலத்தை மற்றவருக்குச் சாகுபடி செய்ய விட்டுவிடுதல். (**வே.**)*

வாரம் vāram **பெ.** *பங்கு. மற்றவர் நிலத்தில் சாகுபடி செய்ததற்கு அந்நிலத்தில் விளைந்த மகசூலில் நில உரிமையாளருக்குக் கொடுக்கும் சரி பாதி அளவு. (**சிவ.**)*

வாரி vāri **பெ.** *1) வயலில் உள்ள நீர் வடிவதற்காக மண்வெட்டியால் ஏற்படுத்தும் நீண்ட பள்ளம். (**நா.**). 2) நீர் செல்வதற்காகத் தற்காலிகமாக ஏற்படுத்தும் சிறிய வாய்க்கால். (**திருச்.**)*

வாரிவலகம்பு vārivalakampu **பெ.** *(பாரம் ஏற்றும் வண்டியில் அதிகமாகச் சுமை ஏற்றுவதற்கு வசதியாக) வண்டியின் உள்ளே இரு பக்கங்களிலும் போடப்படும் நீளமான கம்பு. (**தூ.**)*

வாலு[1] vālu **பெ.** *கமல ஏற்றத்தின் பாகம். (**பார்க்க**–கமல ஏத்தம்). (**தூ.**)*

வாலு[2] vālu **பெ.** *கலப்பையில் கொழு அமைந்துள்ள கட்டை. (**தஞ்.**). (**பார்க்க**–வால்கட்ட) (**தஞ்.**).*

வால் உருள vāl uruḷa **பெ.** *கவல ஏற்றத்தின் பாகம். (**கட.**). (**பார்க்க**–கமல ஏத்தம்). (**தூ.**), (**பெ.**)*

வால்கட்ட vālkaṭṭa **பெ.** *(**பார்க்க**–மரக்கலப்ப). (**தஞ்.**). **அடிகட்ட*** aṭikaṭṭa *(**தஞ்.**). **வாலுகட்ட*** vālukaṭṭa *(**தஞ்.**)*

வால்கயிறு vālkayiṟu **பெ.** *(**பார்க்க**–கமலஏத்தம்). (**பெ.**), (**தூ.**). **வால்கவுறு*** vālkavuṟu *(**கட.**), (**நா.**)*

வால வாய்க்கா vāla vāykkā **பெ.** *(**பார்க்க**–பாச்சவாய்க்கா). (**தே.**)*

வாளி vāḻi **பெ.** *6 மரக்கால்கள் கொள்ளளவு கொண்ட கைப்பிடி இணைந்த ஒரு முகத்தல் அளவை. (**தஞ்.**)*

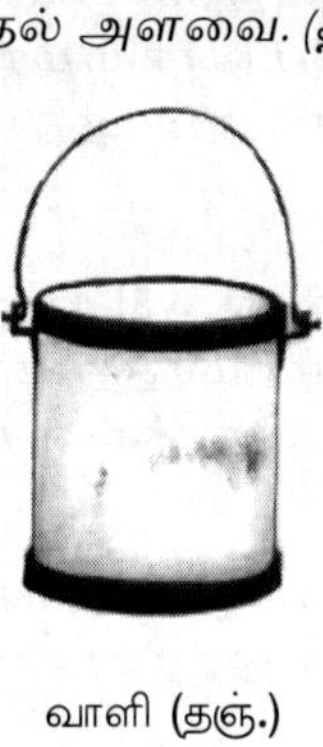

வாளி (தஞ்.)

வாளித்தல்[1] vāḻittal **தொ.பெ.** *(பொருளை இறுக்கிக் கட்டுவதற்காக) கயிற்றை நெருக்கி இறுக்குதல். (விரு.)*

வாளித்தல்[2] vāḻittal **தொ.பெ.** *பிணையல் ஓட்டிய பின் கீழே கிடக்கும் கதிரோடு கூடிய தானியங்களின் மேல் பகுதியில் இரண்டு கைகளிலும் இரண்டு விளக்குமாறுகளை வைத்துக் கொண்டு முன்னும் பின்னும் ஆட்டிச் சக்கைகள் மேலெழும்பவும், தானியங்கள் கீழே இறங்கவும் செய்தல். (தூ.)*

வாவுட்டு (டிச்சி) vāvuṭṭu (ṭicci) **வி.** *புதிதாகத் தோன்றிய நெற்பூவில் காற்று பலமாக அடிப்பதால் பூவின் மூடு தன்மை திறந்து, பால் உருவாகாமல் இருத்தல். (பெ.), (நாக.)*

வாழக்காய் vāḻakkāy **பெ.** *(பெரும்பாலும் சமையலுக்குப் பயன்படும்) வாழை மரத்தின் காய். (நீ.)*

வாழகணத்தல் vāḻakaṇattal **தொ.பெ.** *வாழை மரம் நன்கு வளர்ச்சி அடைந்து பருத்தல். (தூ.)*

வாழகன்னு vāḻakannu **பெ.** *வாழை மரத்தின் இளங் கன்று. (பார்க்க–வாழமரம்) (வே.)*

வாழத்தண்டு vāḻattaṇṭu **பெ.** *வாழை மரத்தின் உள் பக்கம் உள்ள தண்டு. (பார்க்க–வாழமரம்). (தூ.)*

வாழத்தார் vāḻattār **பெ.** *வாழை மரத்தின் உச்சிக் குருத்திலிருந்து வெளிவரும் (பூவோடு சேர்ந்த) பல சீப்பு களின் தொகுப்பு (பார்க்க–வாழமரம்). (தூ.)*

வாழப்பூ vāḻappū **பெ.** *வாழை மரத்தின் பூ. (பார்க்க–வாழமரம்). (தூ.)*

வாழமரம் vāḻamaram **பெ.** *இனிப்பான பழத்தைத் தருவதும் உரித்தெடுக்கக் கூடிய மட்டைகளானதும் பெரிய அகன்ற இலைகளை உடையதும் அதிக நீர்த் தன்மையில் விளையக் கூடியதுமான ஒரு வகைத் தாவரம்.* **வாழ** vāḻa *(வே.), (திருநெல்.), (தஞ்.), (ம.), (தே.), (நீ.).* **வால** vāla *(புது.), (நா.), (தூ.).* **பாகம்: 1) வழக்காய் 2) வாழக்கன்னு 3) வாழத்தண்டு 4) தார்/வாழதார் 5) வாழப்பூ 6) தார்தண்டு 7) ஒரலு 8) எல**

வாழவெட்டும் அருவா vāḻaveṭṭum aruvā **பெ.** *1) வாழை மரம் போன்றவை வெட்டுவதற்காகத் தயார் செய்யப்பட்ட சுணை மிகுந்த ஒரு அரிவாள். (தஞ்.). 2) வாழை மரம், வாழைக் குலை போன்றவை வெட்டி எடுப்பதற்காகப் பயன்படும் வளைவில்லாத நீண்ட அரிவாள்.* **வாழவெட்டி அருவா** vāḻaveṭṭi aruvā *(தூ.)*

நெல்மணிகளில் உள்ள தூசிகள் பறக்குமாறு முன்னும் பின்னும் வேகமாக ஆட்டுதல். (நா.)

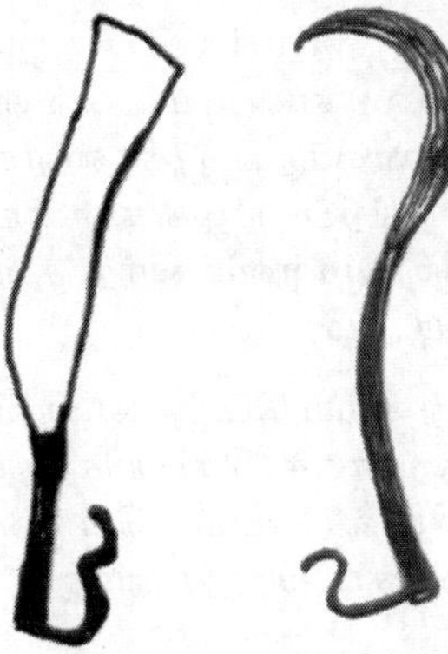

வாழவெட்டி அருவா (தூ.)

வி

விக்கமரம் vikkamaram பெ. நீலகிரி மலையில் வளரக் கூடிய ஒரு வகை மரம். (நீ.)

விக்குவாழ vikkuvāḻa பெ. நோய் தாக்கியதாலோ, வேறு காரணங்களாலோ வாழை மரத்தின் இடையிலேயே தார்/குலை பிளந்து வெளிவரும் வாழை மரம். (தஞ்.)

விசிறிவுடு viciṟivuṭu வி. நடுவதற்காக வயலில் வைத்த நாற்றுக் கட்டைப் பிரித்து நாற்று முடிச்சு எல்லா இடங்களிலும் பரவலாக விழுமாறு விசிறி விடுதல். (நாக.)

விசுறு vicuṟu வி. 1) (தானியங் களில் படர்ந்துள்ள தூசுகள் அகலுமாறு) முறத்தால் முன்னும் பின்னும் ஆட்டிக் காற்று வரச் செய்தல். (வே.). 2) முறம் / கோணியில் நெல்மணிகளில் உள்ள தூசிகள் பறக்குமாறு முன்னும் பின்னும் வேகமாக ஆட்டுதல். (நா.)

விட்டம்கட்டு viṭṭamkaṭṭu வி. வெற்றிலைக் கொடி படர்வதற்காக இரண்டு பார்களில் வளர்ந்த அகத்திக் கீரை மரங்களை இணைத்து இரண்டு பக்கமும் கழிகளை வைத்துப் பிரியாமல் கட்டுதல். (நா.)

விடத்தேர் viṭattēr பெ. மிகச் சிறு இலைகளைக் கொண்ட முள்ளுள்ள சிறு மூலிகை மரம். (மூ.)

விடுதிநெல் viṭutinel பெ. களத்தில் கோட்டு அடித்து நன்கு உதறாமல் அக்கோட்டுடன் போருக்குப் போகும் நெல். (கட.)

வித்து vittu பெ. விதை. காயவைத்துச் சுத்தப் படுத்திய தரமான விதை. (திருநெல்.)

விதை vitai வி. பக்குவப்படுத்திய/முளைகட்டிய தானியங்களை நிலத்தில் பரவலாக விழுமாறு தெளித்தல். (தே.)

விராலி virāli பெ. காம்புள்ள சாறற்ற மேல் நோக்கிய இலைகளையும் சிறகுள்ள விதைகளையும் கொண்டு கசப்பான பட்டையைப் பெற்ற ஒரு சிறு மூலிகைச் செடி. (மூ.)

வில்வண்டி vilvaṇṭi பெ. நெடுந்தூரம் பயணம்

செய்வதற்காக பயன்படும் அளவில் கூண்டு அமைத்த ஒரு வகை மாட்டு வண்டி. (தஞ்.)

வில்வம் vilvam **பெ.** மூன்று கூட்டிலைகளையும் உருண்டையான மணமுடைய சதைக் கனிகளையும் பெற்ற பெரிய மூலிகை மரம். (மூ.)

விலாசமாஓட்டு vilācamāōṭṭu **வி.** தாம்பு ஓட்டும்போது மாடுகள் எல்லாக் கதிர்களை யும் மிதிக்கும் வண்ணம் அகலமாகச் சுற்றி ஓட்டுதல். (நா.)

விளாகோலிபோடு vilākōlipōṭu **வி.** ஏர் உழும்போது சிறு சிறு பகுதிகளாகப் பிரித்து உழுவதற்காகப் பிரிக்கும் நீள்வட்ட வடிவிலான சிறு பகுதி. (நாக.). **விளாபோடு** vilāpōṭu (பெ.), (தஞ்.). **வெளா போடு** velāpōṭu (நாக.)

விளாம்பிவிடு vilāmpiviṭu **வி.** விதைக் காலில் தேங்கிய நீரினை வடிவதற்காகச் சிறு வழி ஏற்படுத்துதல். (திருச்.)

விளாபோட்டு ஓட்டு vilāpōṭṭu oṭṭu **வி.** நிலத்தில் சிறு சிறு அளவாகப்பிரித்துக்கொண்டு ஏர் உழுதல். (புது.)

விவசாயியின் யோகப்பாவம் vivacāyiyiṉ yōkappāvam **பெ.** விவசாயிகளின் நன்மை தீமைகள். விளைச்சல்/ மகசூல் அதிகமாதல் அல்லது குறைதல் பற்றிக் கூறும் நம்பிக்கை. (தூ.)

விழுதி viḻuti **பெ.** தனி இலைகளையும் வெளிர் வெண்ணிறப் பூக்களையும் செந்நிறப் பழங்களையும் பெற்ற முள்ளில்லாத குறுஞ் செடி. (மூ.)

விழுது viḻutu **பெ.** கடலை விடு வதற்காகக் செடியிலிருந்து பூமியில் கம்பி போன்று இறங்கும் விழுது. (நா.)

விழுதுபக்குவம் viḻutupakkuvam **பெ.** நிலக்கடலைச் செடி யிலிருந்து கடலை விடுவதற் காக வேர் விடும் பக்குவம். (புது.)

விழுதுவிடுதல் viḻutuviṭutal **தொ.பெ.** (பார்க்க–கத்தலு விடுதல்). (நீ.)

விளங்கன் viḷaṅkaṉ **பெ.** நீர் இறைக்கும் கருவியின் பகுதி (பார்க்க–எறவமரம்). (ராம.)

விளம்புதல் viḷamputal **தொ.பெ.** நடவு வயலில் பரவலாக நாற்று முடிகள் விழுமாறு விசுறுதல். (தே.)

விளா viḷā **பெ.** மணமுள்ள இலைகளையும் ஓடுள்ள சதைக் கனிகளையும் உடைய முள்ளுள்ள உறுதியான பெரிய மூலிகை மரம். (மூ.)

விளைஞ்சாம்பட்ட viḷaiñcām paṭṭa **பெ.** அதிகமாக மகசூல் தரக்கூடிய மண் வளம் மிக்க நிலப் பகுதி. (கட.)

விஷ்ணுகாந்தி viṣṇukānti **பெ.** வட்டமான சிறு மலர்களை யும் முழுமையான சிறு

இலைகளையும் பெற்றுத் தரையோடு படர்ந்து வளரும் மூலிகைச் செடி. *(மூ.)*

விஜயலெட்சுமி vijayaleṭcumi *பெ. 1)* நன்றாக மகசூல் தரக் கூடிய புதிய இரகப் பருத்திச் செடி. *2)* அச்செடியைத் தரக்கூடிய விதை. *(வே.)*

வீ

வீச்சிகபாத்து vīccikapāttu *வி. (பார்க்க–மட்ட கபாத்து). (நீ.)*

வீச்சுக்கொம்பு vīccukkompu *பெ.* ஆட்டுக் கொம்பில் ஒரு வகை. *(ராம.)*

வீச்சு கழி vīccukaḻi *பெ.* வெற்றிலைக் கொடி கட்ட வெற்றிலை பறிக்கப் பயன் படும் ஏணியைத் தூக்கி நிறுத்துவதற்காக ஏணியில் பொருத்தப்பட்டுள்ள முட்டுக் கழி. *(தஞ்.).* **வீச்சுகால்** vīccukāl *(தூ.).* **வீசுகால்** vīcukāl *(நா.)*

வீசம் vīcam *பெ. 1)* பழங்காலத்தில் பயன்படுத்தப்பட்ட ஒரு வகைநிறுத்தல் அளவை. *(தஞ்.),* **வீச** vīca *(தூ.). 2)* தானியங்களை அளப்பதற்குப் பயன்படும் மிகக் குறைவான முகத்தல் அளவை. *(தே.)*

வீசம்

வீட்டுவேல vīṭṭuvēla *பெ. (எதிர்– காட்டுவேல).* வேளாண்மை தொடர்பான வேலையைத் தவிர்த்து வீட்டில் செய்யும் வேலை. *(தரு.)*

வீதியாக இருத்தல் vītiyāka iruttal *தொ.பெ.* நிலம் பெரியதாக இருத்தல். *(எ.கா.)* இந்த பேடு வீதியாக இருக்கு. *(நீ.)*

வீரியக்கம்பு vīriyakkampu *பெ.* தற்காலத்தில் கண்டு பிடிக்கப்பட்ட புதிய இரகக் கம்பு. *(தூ.)*

வீரியக்கம்பு அரிசி vīriyakkampu arici *பெ.* வீரியக் கம்பிலிருந்து எடுக்கப்பட்ட அரிசி. *(தூ.)*

வீரியம் vīriyam *பெ.* விதையின் தரம். *(திருநெல்.)*

வீரியமாவருதல் vīriyamāvarutal *தொ.பெ.* விதைத்த/ முளைகட்டிய விதை நெல் நன்றாக வேர் விட்டு முளைத்து வருதல். *(எ.கா.)* இரவில் விதை விட்டால் விதை வீரியம் பெற்று நன்றாக முளைக்கும். *(திருநெல்.)*

வீராப்பான மாடு vīrāppāṉa māṭu *பெ.* வண்டி இழுக்க, ஏர் உழப்பயன்படும் சுறுசுறுப்பும் பலமும் அழகும் உள்ள காளை மாடு. *(திருநெல்.)*

வீல்கலப்ப vīlkalappa *பெ.* மாடு பூட்டி ஓட்டும்போது உருண்டு சென்று சேற்றைச் சமப்படுத்தக்கூடிய ஒரு வகைக் கலப்பை. *(திருநெல்.)*

வெ

வெக்க vekka பெ. *1) மணிகள் நீக்கப்பட்டு,மாடுகளை விட்டு மிதிக்கச் செய்து, சுணைகள் நீக்கி உலர்த்திய நெற்பயிரின் தாள். (சிவ.), (திருவ.), (நா.), (திருச்.).* **நெல்லம்பில்லு** nellampillu / **நெல்லுதாள்** nellutāḷ *(நா.).* **நல்லுபில்லு** nallupillu *(தரு.).* **வக்கப்பில்லு** vakkappillu *(தரு.), (வே.).* **வெக்கப்பில்லு** vekkappillu *(நாக.). (பார்க்க–பில்லு[2]). (வே.).* **நெல்லுதாள்** nellutāḷ. *2) கதிரை அறுத்தெடுத்து வயலில் விட்ட நெற்பயிரின் அடித் தாள். (புது.), (தரு.)*

வெக்கப்பட்ர vekkappaṭra பெ. *வைக்கோல் போர். (புது.)*

வெக்கதொவஞ்சிடுதல் vekkatovañciṭutal தொ.பெ. *பொணையல் ஓட்டும்போது மாடு மிதிப்பதால் தாளின் சுணைகள் உதிர்ந்து வைக்கோலாக மாறுதல். (திருநெல்.)*

வெக்கபலத vekkapalata பெ. *வைக்கோல் தாளில் முறுக்கித் திரித்த கயிறு. (புது.)*

வெக்கபுடி vekkapuṭi வி. *கதிர் கட்டு அடித்த பின் நெல்லில் கிடக்கும் நொறுங்கிய வைக்கோலைக் கைகளால் கிளறி எடுத்தல். (ராம.)*

வெக்கபோர் vekkapōr பெ. *வைக்கோல் போர். (தஞ்.)*

வெக்கல அலசு vekkala alacu வி. *வைக்கோலில் உள்ள நெல் கீழே விழுமாறு உதறுதல். (தரு.)*

வெக்கலஒதறு vekkalaotaṟu வி. *ஒன்றாகக் கிடக்கும் வைக்கோலைப் பரவலாக கலைத்துப் போடுதல். (நா.)*

வெகுலு vekulu பெ. *சூரிய ஒளி/ சூரிய வெப்பம். (வே.)*

வெகுலுஅடித்தல் vekuluaṭittal தொ.பெ. *(வெயில் அடித்தல்) வெயில் தோன்றுதல். (தரு.)*

வெங்கலப்படி veṅkalappaṭi பெ. *வெண்கலத்தால் செய்த படி. (புது.)*

வெங்காயம் veṅkāyam பெ. *பூமிக்கடியில் மகசூல் தரக்கூடியதும் உரிக்க உரிக்கத் தனித் தனியாக வந்துவிடக்கூடிய தோல் அடுக்குகளாலான, காரச் சுவை கொண்ட ஒரு வகைப் பூண்டு. (நா.), (ம.)*

வெங்கார் veṅkār பெ. *(பார்க்க– வெங்கால்). (நா.)*

வெங்காரி veṅkāri பெ. *கோடைக் காலம் முடிந்து முதன் முதலாக வேளாண் வேலை தொடங்கும்போது பாய்ச்சப்படும் நீர். (தஞ்.)*

வெங்காரி பாச்சு veṅkāri pāccu வி. *(வறண்ட நிலங்கள் அதிகமாக நீர் உறிஞ்சி உள்ளிழுத்துக் கொள்வதற்காக) முதன் முதலாக நீர் பாய்ச்சுதல். (தஞ்.)*

வெங்காரு veṅkāru பெ. *(பார்க்க– வெங்காரி). (தஞ்.)*

வெங்காரு பாய்தல் veṅkāru pāytal **தொ.பெ.** கோடைக் காலம் முடிந்து முதன் முதலாக ஆற்றில் வரும் நீரை நிலத்தில் உழுவதற்கு முன்பு பாய்ச்சுதல். *(தஞ்.) (பார்க்க– சேடபாச்சு: சேடவை) (கட.)*

வெங்கால் veṅkāl பெ. வெப்பத் தன்மை கொண்ட சேற்றுப் பகுதியை உடைய நிலம். *(நா.)*

வெட்சி veṭci பெ. நீள் வட்ட இரட்டை இலைகளையும் கொத்தான செந்நிற மலர் களையும் உடைய ஒரு மூலிகைச் செடி. *(மூ.)*

வெட்டருவா veṭṭaruvā பெ. மரம் போன்றவை வெட்டப் பயன்படும் ஒரு வகை தடித்த அரிவாள். *(சிவ.), (புது.), (ராம.), (தே.), (தூ.), (விரு.), (தஞ்.)*

வெட்டை வெட்டையாதல் veṭṭai veṭṭaiyātal பெ. நாற்றங்காலில் நாற்று திட்டுத் திட்டாக முளைத்திருத்தல். *(கட.)*

வெட்டி veṭṭi பெ. நெற்பயிரில் முளைக்கும் ஒரு வகைக் களை. *(ராம.)*

வெட்டுக்கத்தி veṭṭukkatti பெ. செடியிலிருந்து கோஸ் வெட்ட / சுத்தம் செய்யப் பயன்படும் ஒரு வகைக் கத்தி. *(நீ.)*

வெட்டுக்கிளி veṭṭukkiḷi பெ. நெற்பயிரில் தோன்றும் ஒரு வகைப் பூச்சி. *(நா.)*

வெட்டுகெழங்கு veṭṭukeḻaṅku பெ. மண்ணிலிருந்து மண்வெட்டி யால் வெட்டி எடுக்கும்போது வெட்டுப்பட்ட உருளைக் கிழங்கு. *(நீ.)*

வெட்டுப்பூச்சி veṭṭuppūcci பெ. நெற்பயிரில் தோன்றும் ஒரு வகைப் பூச்சி. *(திருநெல்.)*

வெட்டுவுழுதல் veṭṭuvuḻutal **தொ.பெ.** (ஆறு மாதங்களுக்கு ஒரு முறை) தேங்காய் பறித்தல். *(தஞ்.)*

வெடிப்புவருதல் veṭippuvarutal **தொ.பெ.** பருத்திச் செடியின் காய் முற்றிப் பஞ்சு வெளித் தோன்றுமாறு பிரிதல். *(வே.)*

வெடெயேன்னு veṭeyēṉṉu **வி.அ.** நிலக்கடலை பிஞ்சுத் தன்மை கொண்டு இருத்தல். *(நா.)*

வெண்டை veṇṭai பெ. பிரிந்த பற்களுள்ள இலைகளையும் நடுவில் சிவப்பான தனித்த மஞ்சள் நிறப் பூக்களையும் நீண்ட பிரமீடு வடிவக் காய்களையும் உடைய செடி / அச்செடியில் விளையும் காய். *(மூ.).* **வெண்ட** veṇṭa *(சிவ.), (தரு.).* **வெண்டகா** veṇṭakā *(வே.).* **வெண்டி** veṇṭi *(ம.), (தஞ்.).* **வெண்டிகா** veṇṭikā *(ம.).* **வெண்டைக்காய்** veṇṭaikkāy *(நீ.)*

வெண்ணிலாகாய் veṇṇilākāy பெ. வெண்ணிலாக் கொடியின் காய். (பார்க்க–வாணிலா) (நீ.)

வெத்தல vettala பெ. வெற்றிலை. சுபகாரியங்களில் வைக்கப் படுவதும் பாக்கு, சுண்ணாம்பு சேர்த்து வாயில் இட்டுச் சுவைக்கக்கூடியதான ஒரு வகை கொடியின் இலை. (தூ.)

வெத்தலகிள்ளு vettalakiḷḷu **வி.** வெற்றிலையைக் காம்போடு கிள்ளுதல் / அறுவடை செய்தல். (தஞ்.)

வெத்தலகொடிகா vettalakoṭikā பெ. வெற்றிலைக் கொடி விளையும் இடம் / அக்கொடி. (ம.)

வெத்தலப்பாக்கு நெல் vettalappākku nel பெ. நெற்பயிர் அறுவடைசெய்துகதிரடிக்கும் வேலையாட்களுக்கு நெல்லையே கூலியாகக் கொடுத்த பிறகு வெற்றிலை பாக்கு வாங்குவதற்காகத் தனியாகக் கொடுக்கும் நெல். (தஞ்.)

வெத்[1] veta பெ. பயிர்கள் முளைப்பதற்குக் காரணமாக இருக்கும் தரமான தானியங்கள். (கட.)

வெத[2] veta **வி.** தானியம், உரம் போன்றவற்றை நிலத்தில் விதைத்தல். (கட.)

வெதஅடித்தல் vetaaṭittal தொ.பெ. (பார்க்க–விதை). (தே.)

வெதஊணு vetaūṇu **வி.** நிலத்தில் கையால் விதையைப் பூமியில் பதித்தல். (நா.)

வெதக்கட்டு vetakkaṭṭu **வி.** (நாற்றங்காலில் தெளிப் பதற்காக) விதையை நீரில் நனைத்து முளையேற வைத்தல். (தூ.)

வெதக்கரன vetakkarana பெ. விதைக்காக வெட்டப்பட்ட இரு கணுக்கள் கொண்ட துண்டுக் கரும்பு. (நா.)

வெதக்கொட்டா vetakkoṭṭā பெ. (தானிய விதைகளை அள்ளி வைத்துக்கொள்வதற்காக) பனை மட்டையால் பின்னப் பட்ட ஒரு சிறிய கூடை. (சிவ.), (தூ.)

வெதக்கொடி vetakkoṭi பெ. நட்டுப் பயிரிடுவதற்காகப் படர்ந்த கொடியிலிருந்து எடுக்கப்படும் ஏழு கணுக்கள் கொண்ட ஒரு துண்டு வெற்றிலைக் கொடி. (நா.)

வெதகழி vetakaḻi பெ. முளைக் கட்டிய கிழங்கு விதையிலிருந்து தரமானதைப் பிரித்து எடுத்தல். (நீ.)

வெதகெழங்கு vetakeḻaṅku பெ. விதைப்பதற்காக முளை கட்டிய கிழங்கு. (நீ.)

வெதகோத்து உழுதல் vetakōttu uḻutal தொ.பெ. நாற்றங்காலில் இரு இடங்களிலிருந்து எதிரும் புதிருமாக விதையை விதைக்கும்போது இரு பக்கங்களிலிருந்து வரும்

விதைகள் ஒன்றோடு ஒன்று நெருக்கப் பிணைந்து விழுதல். *(**தஞ்.**), (**திருவா.**)*

வெதசிலுக்கடித்தல் vetaciluk kaṭittal **தொ.பெ.** நீரில் நனைத்து முளை கட்டி வைத்த விதை (முளைப்பதற்காக) விரைப்புத் தன்மை பெறுதல். *(**புது.**)*

வெததெளி vetateḷi **வி.** விதையை (முளைக்கும் பொருட்டு) வயலில் தெளித்தல். *(**தஞ்.**)*

வெதநடு vetanaṭu **வி.** வெண்டை போன்ற தாவரப் பயிர்கள் வளர்வதற்காக அதன் விதையை நிலத்தில் ஊன்றுதல். *(**வே.**), (**தே.**)*

வெதநெல் vetanel **பெ.** 1) பழுத்து முற்றிய தரமான நெல்மணிகளைக் காய வைத்துச் சுத்தப்படுத்திப் பக்குவப்படுத்திய விதை நெல். *(**வே.**), (**தரு.**).* **வெதநெல்** vetanel / **வெரநெல்** veranel *(பெ.).* 2) நாற்றங்காலில் தெளிப்பதற்காகத் தயார் படுத்திய முளைகட்டிய விதை நெல். *(**தூ.**).* **வெரநெல்லு** veranellu *(**தரு.**), (**வே.**), (**தஞ்.**), (**திருவ.**)*

வெதப்பாடு vetappāṭu **பெ.** 1) விதைத்துப் பயிர் செய்யக்கூடிய இடம். (எ.கா.) 12 மரக்கா வெதப்பாட்டுக்கு ரெண்டேகால் மேனிதான் வரும். *(**திருநெல்.**).* 2) விளைச்சல் / நெற்பயிர். *(**தூ.**).* 3) சாகுபடி. *(**வே.**)*

வெதப்பாவு vetappāvu **வி.** பதப்படுத்திய வயலில் விதையைப் பரவலாக விழுமாறு தெளித்தல். *(**தூ.**), (**திருநெல்.**)*

வெதப்பு vetappu **பெ.** விதை விட்டு, நாற்றுப் பறித்து, நட்டுச், சாகுபடி செய்யாமல் நேரடியாகப் புழுதி நிலத்தில் விதைத்துச் சாகுபடி செய்யும் முறை. *(**நா.**), (**தூ.**)*

வெதப் புடிச்சிட்டு வருதல் vetap puṭiccittu varutal **பெ.** சாகுபடி செய்வதற்காக முற்றிய தரமான விதைக் கிழங்கை வாங்கி வருதல். *(**நீ.**)*

வெதப்பெட்டி vetappeṭṭi **பெ.** விதை விதைக்கும் போது விதையை அள்ளிக் கொள்வதற்காக ஓலையில் பின்னப்பட்ட ஒரு வகைக் கூடை. *(**தூ.**).* **கொட்டா** koṭṭā *(**தூ.**).* **கொட்டாயம்புட்டி** koṭṭāyamputṭi *(**தே.**).* **கொட்டான்** koṭṭāṉ *(**புது.**)*

வெதப்பேறு vetappēṟu **பெ.** நேரடி விதைப்பிற்காகப் புழுதி நிலத்தில் உழும் உழவு. *(**தூ.**)*

வெதபோடு vetapōṭu **வி.** வெற்றிலைக்கொடி படர்வதற்காக முருங்கை, கல்யாண முருங்கை, அகத்தி போன்ற மரங்களின் விதையைப் பாத்தியில் ஊன்றுதல். *(**தஞ்.**)*

வெதமுகூர்த்தம் vetamukūrttam **பெ.** நாற்றங்காலில் விதை விடுவதற்கு முன்பு, நல்ல

நாள் பார்த்து அவ்வயலின் சனி மூலையில் தங்கள் குலதெய்வதற்குப் படைத்து நல்ல நேரத்தில் சிறிது விதைத்தல். (தஞ்.)

வெதய உருட்டுதல் vetaya uruṭṭutal தொ.பெ. விதை விதைத்த நாற்றங்காலில், நீர் வடிகட்டிய அன்று மழை பெய்து அவ்விதையை இடம் மாறச் செய்தல். (தஞ்.)

வெந்தயம் ventayam பெ. மூன்று இலைகளான கொத்தினையும் மஞ்சளான வெண்ணிற மலர்களையும் மஞ்சள் நிற விதைகளையும் உடைய செடி. (மூ.)

வெப்பாரம் veppāram பெ. வயலுக்கு உரமாகப் பயன்படக்கூடிய ஒரு செடி வகை. (தரு.)

வெப்பாளந்தழ veppāḷantaḻa பெ. வயலுக்கு உரமாகப் பயன்படக்கூடிய ஒருவகைத் தழை (தரு.)

வெப்புள்ளு veppuḷḷu பெ. விதைப்பதற்காகப் பிரித்து வைக்கப்பட்ட தரமான விதை. (தூ.)

வெம்பா vempā பெ. மூடு பனி. அருகில் நிற்கும் ஆள் தெரியாதவாறு பெய்யும் பனி. (தூ.)

வெதவெத vetaveta வி. முளைக்கும் பொருட்டு முளைக்கட்டிய விதையை நிலத்தில் விதைத்தல். (தஞ்.), (நாக.). **வெரஉடு** verauṭu (கட.), (பெ.), (தஞ்.)

வெரக்கட verakkaṭa பெ. கட்டை விரலை நீக்கி மீதம் உள்ள விரல்களை நெருக்கி வைத்து அளக்கும் ஒரு வித நீட்டல் அளவை. (தூ.)

வெரகரும்பு verakarumpu பெ. விதை எடுப்பதற்காக உள்ள சோலை உரிக்காத கரும்பு. (கட.). **வெதகரும்பு** vetakarumpu (நாக.)

வெரகால் verakāl பெ. 1) புழுதி நிலத்தில் விதைத்த நிலப் பகுதி. (கட.). 2) புழுதி நிலத்தில் விதைப்பதற்காகத் தயார் செய்த நிலம். (கட.). **வெதகால்** vetakāl (நாக.)

வெரட்டுதல் veraṭṭutal தொ.பெ. ஆண் ஆடும் பெண் ஆட்டுடன் உடலுறவு கொள்ளும்பொருட்டு அதனைத் துரத்துதல். (ராம.)

வெரப்பாடு verappāṭu பெ. (பார்க்க–வெதப்பாடு). (திருநெல்.)

வெரப்பு[1] verappu பெ. (பார்க்க– வரப்பு). (வே.)

வெரப்பு[2] verappu வி. முளைகட்டிய விதையை வயலில் விதைத்தல். (வே.)

வெரப்புக்கு சேறுபோடு verappukku cēṟupōṭu வி. வரப்பின் கீழ்ப் பக்கமாக நீர் கசியும் துளைகளைச் சேற்றினால் அடைத்தல். (வே.)

வெரப்புவெத verappuveta **வி.** (நாற்று விட்டுப் பறித்து நடாமல்) புழுதி நிலத்தில் நெல்லை விதைத்தல். **(கட.)**

வெரமுகுர்த்தம் veramukurttam **பெ.** விதைப்பதற்கு முன்பு வயலின் சனி மூலையில் நல்ல நாள், நேரம் பார்த்துக் குறைவாக விதையை விதைத்தல். **(கட.)**

வெரலி verali **பெ.** தரமான நீள் மஞ்சள். **(நா.)**. **தாலி** tāli **(நாக.)**

வெரவாலிசம்பா veravālicampā **பெ.** பழங்காலத்தில் சாகுபடி செய்த ஒரு வகை நெல். **(தே.)**

வெருகு veruku **பெ.** விதைவிட்ட நாற்றங்காலை இரவில் சென்று மிதித்து வீண் செய்யக்கூடிய ஒரு வகைக் காட்டுப்பூனை. **(திருநெல்.)**

வெல்லம்[1] vellam **பெ.** கரும்புச் சாற்றைக் காய்ச்சி வடித்த உருண்டை. **(நா.)**

வெல்லம்[2] vellam **பெ.** *1)* (தற்போது ஒரு மரக்கால் கொண்ட) ஒரு பழங்கால அளவை. **(கட.)**. *2)* ஏழு மானம் கொண்ட ஓர் அளவு. **(தரு.)**. *3)* ஒரு வகை முகத்தல் அளவை. **(நா.)**

வெலவிவுடு velavivuṭu **வி.** ஒரு பொருளைப் பரப்பிவைத்தல். **(நா.)**. **வெலடா** velaṭā **(பெ.)**.

வெவித்தல் vevittal **தொ.பெ.** மஞ்சளை நீராவியில் வேக வைத்தல். **(நா.)**

வெள்ள அருகு veḷḷa aruku **பெ.** மருத்துவக் குணமுடைய ஒரு வகை வெண்மை நிற அருகம்புல். **(தஞ்.)**

வெள்ள இனுங்கு veḷḷa iṉuṅku **பெ.** வெள்ளை நிறச் சோளம். **(நா.)**

வெள்ளக்கட்ட veḷḷakkaṭṭa **பெ.** பழங்காலத்தில் சாகுபடி செய்த ஒரு வகை நெல். **(தே.)**, **(புது.)**

வெள்ளக்கலிச்சல் veḷḷakkaliccal **பெ.** ஆடு புழுக்கையாகப் போடாமல் வெள்ளை நிறத்தில் கழிச்சலை ஆட்டிற்கு ஏற்படுத்தும் ஒரு வித நோய். **(ராம.)**

வெள்ளக்கார் veḷḷakkār **பெ.** **(பார்க்க–**வெள்ளகாரு**)**. **(சிவ.)**

வெள்ளக்குருவ veḷḷakkuruva **பெ.** குறுவையில் சாகுபடி செய்யக்கூடிய ஒரு வகைக் குறுவை நெல். **(தே.)**

வெள்ளகாரு veḷḷakāru **பெ.** பழங்காலத்தில் சாகுபடி செய்யப்பட்ட ஒரு வகை நெல். **(சிவ.)**

வெள்ளகொடி veḷḷakoṭi **பெ.** வெற்றிலைக் கொடியில் ஒரு வகை. **(தஞ்.)**

வெள்ளச்சோளம் veḷḷac cōḷam **பெ.** உணவாகப் பயன்படக்கூடிய வெள்ளை நிறத்தில் உள்ள சோள வகை. **(தே.)**, **(விரு.)**

வெள்ளசம்பா veḷḷacampā பெ. *பழங்காலத்தில் சாகுபடி செய்த ஒரு வகை நெல். (திருநெல்.)*

வெள்ளசெர்மனியம் veḷḷa cermaṉiyamபெ.பழங்காலத்தில் *சாகுபடி செய்யப்பட்ட ஒரு வகை நெல். (தஞ்.)*

வெள்ளநாந்தன் veḷḷanāntaṉ பெ. *மிளகில் ஒரு வகை. (நீ.)*

வெள்ளப்பொன்னி veḷḷappoṉṉi பெ. *தற்காலத்தில் சாகுபடி செய்யப்பட்டு வரும் ஒரு புது இரக நெல். (தஞ்.)*

வெள்ளபூசினி veḷḷapūciṉi பெ. *வெண்மை நிறத் தோலை உடைய ஒரு வகைப் பூசணிக் காய். (பார்க்க–சக்கரபூசினி). (ம.)*

வெள்ளமாறு veḷḷamāṟu பெ. *கருப்புக் கொடியிலிருந்து பெறப்படும் வெற்றிலை (பார்க்க–கருப்புக்கொடி). (நா.)*

வெள்ளமிலகா veḷḷamilakā பெ. *வெளிர் பச்சை நிறமுடைய ஒரு வகை மிளகாய். (நீ.)*

வெள்ளரத்தாம்பில்லு veḷḷarat tāmpillu பெ. *வயலின் களையாக முளைக்கும் ஒரு வகைப் புல். (நா.)*

வெள்ளரி veḷḷari பெ. *ஐந்தாய்ப் பிரிந்த அகன்ற இலைகளையும் மஞ்சள் நிறச் சிறு பூக்களையும் கொண்டு உருளை வடிவப் பெரிய காய்களை உடைய (தரையில் படரும்) ஒரு கொடி. அக்கொடியில் விளைந்த காய். (மூ.)*

வெள்ளவீச்சு veḷḷavīccu பெ. *வெளிர் பச்சை நிறத்தையும் மிகுதியான காரத் தன்மை கொண்டதுமான ஒரு வகை வெற்றிலைக் கொடியிலிருந்து முதன் முதலில் வெளிவரும் தடித்த வெற்றிலை.* **வெள்ளக்கொடி** veḷḷakkoṭi / **வெள்ளசக்க** veḷḷacakka *(நா.)*

வெள்ளவெங்குவ veḷḷaveṅkuva பெ. *வெள்ளை வெங்காயம். (நீ.)*

வெள்ளவெளுத்தல் veḷḷaveḷuttal தொ.பெ. *நெற்பயிரில் தோன்றும் ஒரு வகை நோய். (தரு.)*

வெள்ளறுகு veḷḷaṟuku பெ. *வெளிறிய இலைகளை மாற்றடுக்கில் கொண்டதும் வெண்மையான பூக்களைக் கொண்டதுமான கசப்புச் சுவையுடைய ஒரு மூலிகைச் செடி. (மூ.)*

வெள்ளாடு veḷḷāṭu பெ. *1) வீட்டில் வளர்க்கப்படும் வெண்மை நிற உரோமத்தை உடைய ஒரு வகை ஆடு. 2) கொம்பு பெரியதாக, காட்டில், மரங்களில் ஏறி மேயக்கூடிய ஒரு வகை உயரமான ஆடு. (வே.). 3) நாட்டாடு. எல்லோர் வீட்டிலேயும் வளர்க்கப்படும் ஒரு வகை நாட்டு ஆடு. (ராம.). 4) கருப்புநிற உரோமத்தைக் கொண்ட ஒரு வகை நாட்டு ஆடு. (தரு.)*

வெள்ளாமை veḷḷāma பெ. *1)* விவசாயம், *2)* மகசூல். *(தஞ்.), (கட.), (திருவ.), (ம.). 3)* சாகுபடி செய்தல். *(நீ.). 4)* விளைந்த விளைச்சலின் மதிப்பீடு. *(தூ.), (திருச்.), (நா.)*

வெள்ளிக்குத்தா தெரிதல் veḷḷikkuttā terital பெ. விதை விதைத்த இரண்டு/மூன்றாம் நாள் விதை முளைத்து வெள்ளி நிறத்தில் மேலே தெரிதல். *(தஞ்.)*

வெள்ளைப் பூண்டு veḷḷaip pūṇṭu பெ. கடுமையான மணமுடைய பல பற்கள் நிறைந்த குமிழ் வடிவக் கிழங்கினையும் தட்டையான இலைகளையும் உடைய ஒரு மூலிகைச் செடி. *(மூ.)*

வெள்ளையாடு veḷḷaiyāṭu பெ. *(பார்க்க–வெள்ளாடு). (ராம.)*

வெள்ளென veḷḷeṉa பெ. அதிகாலை. விவசாயப் பயிர்களைப் பார்க்கச் செல்லும் அதிகாலை நேரம். *(ம.)*

வெள்ளெனபோதல் தொ.பெ. veḷḷeṉapōtal பெ. காலையிலே எழுந்து வயலுக்குப் போதல். *(ராம.)*

வெளக்கமாறு veḷakkamāṟu பெ. *1)* களத்தில் சிதறிக் கிடக்கும் தானியங்களை ஒன்று திரட்டுவதற்காக / ஓரிடத்தைச் சுத்தம் செய்வதற்காகப் பயன்படும் தென்னங் கீற்று நரம்பின் தொகுப்பு. *(தஞ்.), (கட.), (நா.). 2)* வாளிப்பு செய்வதற்காகப் பயன்படும் செடிகளின் தண்டுப் பகுதி இணைந்த தொகுப்பு. **வாளிப்புமாறு** vāḷippumāṟu / **வாரியல்** vāriyal *(தூ.). 3)* இடத்தைச் சுத்தம் செய்வதற்காகச் செய்யப் பட்ட சிறிய செடிகள் கொண்ட தண்டுகளின் தொகுப்பு *(பார்க்க–பருத்திமாறு).* **மாறு** māṟu *(தூ.), (நா.)*

வெளச்சல் veḷaccal பெ. கதிரோடு கூடிய நெற்பயிர். *(திருநெல்.), (தரு.)*

வெளச்சலுக்கு வருதல் veḷaccalukku varutal தொ.பெ. முற்றிய கதிரின் நெற்பயிர் தண்டு பழுத்து வருதல். *(திருநெல்.)*

வெளநாத்து veḷanāttu பெ. *(பார்க்க–கைநாத்து[2]–1). (தே.)*

வெளம்பு veḷampu வி. நாற்றுமுடி களைப் பரவலாக விழுமாறு விசுறுதல். *(தே.).* வெளவு *(தரு.).* **ஓளம்பிவிடு** oḷampiviṭu *(ம.).* **ஓளம்பு** oḷampu / **வெளம்பு** veḷampu *(ம.).* **விளம்பு** viḷampu *(தே.).* **வெளாம்பு** veḷāmpu *(நாக.).*

வெளமுடி veḷamuṭi பெ. *(மீண்டும் நடும் பொருட்டு)* பறித்துக் கட்டிய நாற்றுமுடி. *(தே.)*

வெளா veḷā வி. நிலத்தை உழும்போது சிறிது சிறிதாகப் பிரிக்கும் பிரிப்பு. *(தஞ்.)*

வெளாப்பிரி veḷāppiri **வி.** *நிலத்தை உழும்போது சிறிது சிறிதாகப் (பிரித்து உழுவதற்காக) பிரித்தல்.* ***(புது.)***

வெளாபோட்டு வெதைத்தல் veḷāpōṭṭu vetaittal **தொ.பெ.** *ஏரினால் புழுதி நிலத்தில் பகுதி பகுதியாகப் பிரித்து விதையை நேரடியாக விதைத்தல்.* ***(நா.)***

வெளிகயிலு veḷikayilu **பெ.** *நுகத்தடியின் இடப் பக்க முனை.* ***(திருவ.)***

வெளுத்திருக்கு veḷuttirukku **பெ.** *நெல் முளை/நெற்பயிர் அதன் இயற்கையான நிறத்திலிருந்து மாற்றம் பெறுதல்.* ***(பெ.)***

வெளைச்சல் veḷaiccal **பெ.** *விளைந்த நெற்கதிர் / நெற்பயிர் (பார்க்க–வெள்ளாமை).* ***(கட.)***

வெறகால் veṟakāl **பெ.** *(புழுதி நிலத்தில்) நேரடியாக விதை நெல்லை விதைத்த இடம்.* ***(தரு.)***

வே

வேங்கை vēṅkai **பெ.** *நீள் வட்ட வடிவக் கூட்டு இலைகளையும் தங்க நிற மலர்களையும் உடைய ஒரு மூலிகை மரம்.* ***(மூ.)***

வேப்பரஎண்ணை vēppara eṇṇai **பெ.** *பூச்சிக் கொல்லி மருந்தாகப் பயன்படக்கூடிய வேப்ப மரத்தின் விதையிலிருந்து எடுக்கப்படும் கசப்புச் சுவையுடைய ஒரு வகை எண்ணெய்.* ***(நா.)***

வேப்பந்தல vēppantala **பெ.** *தனது கசப்புத் தன்மையால் சேற்றில்/பயிரில் உள்ள பூச்சிகளை அழிப்பதற்காகப் பயன்படும் வேப்ப மரத்தின் இலை.* ***(வே.).*** **வேப்பங்கொல** vēppaṅkola ***(திருநெல்.).*** **வேப்பந்தழ** vēppantaḻa ***(தஞ்.),*** ***(நா.)***

வேப்பந்தல சொறுகு vēppantala coṟuku **வி.** *நடவு நட்டு முடிந்த பின் / வைக்கோல் போர் போட்ட பின், திருஷ்டி கழிப்பதற்காக நிலத்தில் / போரில் வேப்பம் மரத்தின் இலையைச் செருகுதல்.* ***(தஞ்.)***

வேப்பம் புண்ணாக்கு vēppam puṇṇākku **பெ.** *வயலுக்கு உரமாகப் பயன்படும் (எண்ணெய் நீக்கப்பட்ட வேப்பங் கொட்டையின் சக்கை) அரைத்த வேப்பங் கொட்டை.* ***(தஞ்.), (தூ.), (தரு.)***

வேம்பு vēmpu **பெ.** *கசப்புச் சுவையுடைய கூர் நுனிப் பற்களுள்ள சிறகுக் கூட்டிலைகளையும் மணமுள்ள வெண்ணிறமான சிறு பூக்களையும் முட்டை வடிவச் சதைக் கனி மற்றும் எண்ணெய்ச் சத்து கொண்ட ஒரு (மூலிகை) பெரு மரம்.* ***(மூ.)***

வேர் vēr **பெ.** *தாவரங்கள் நீர் உறிஞ்சுவதற்காக மண்ணுக்குள் விடும் பகுதி.* ***(தூ.)***

வேர்கல்ல vēōrkalla பெ. *1) செடியில் பூமிக்கு கீழே விளையக்கூடிய ஒரு எண்ணெய் வித்துப் பயிர். 2) அப்பயிர் தரக்கூடிய தானியம்.* (**விரு.**) (**பார்க்க–** கல்லக்கா.)

வேர்நோவு vērnōvu பெ. *நெற்பயிரின் வேரில் தாக்கும் ஒரு வகை நோய்.* (**தஞ்.**)

வேர்பாகம் vērpākam பெ. *வெங்காயம் வேர் விட்டுள்ள அடிப்பாகம்.* (**தரு.**)

வேர்பாயுதல் vērpāyutal தொ.பெ. *கரும்பின் வேர் நிலத்தில் ஊன்றுதல்.* (**கட.**)

வேர்புடித்தல் vērpuṭittal தொ.பெ. *(பறித்து நட்ட) நாற்றின் வேர் உயிர் பெறுதல்.* (**தஞ்.**), (**வே.**)

வேரகாணி vērakāṇi பெ. *பிறருடைய நிலம்.* (**நா.**)

வேருவெட்டி vēruveṭṭi பெ. *(பார்க்க–வாச்சாத்து).* (**புது.**)

வேலி[1] vēli பெ. *20 மா நிலம் கொண்ட ஒரு தொகுப்பு.* (**தஞ்.**), (**புது.**).

வேலி[2] vēli பெ. *1) பயிரில் ஆடு, மாடு போன்றவை மேயாத வாறு நாற்புறங்களும் அடைப்பதற்காக மூங்கில் குச்சிகளால் பிணைத்து வடிவமைக்கப்பட்ட தடுப்பு.* (**தஞ்.**). *2) கருங்கல் தூணில் முள்ளுக் கம்பியால் கட்டப் பட்ட தடுப்பு.* (**நீ.**). *3) பயிரின் பாதுகாப்பிற்கு முள்ளுச் செடிகளால் அடைக்கப்படும் தடுப்பு.* (**வே.**)

வேலிகட்டு vēlikaṭṭu வி. *தடுப்பு வேலி அமைத்தல்.* (**நீ.**)

வேலிப்பருத்தி vēlipparutti பெ. *இதயவடிவ இலைகளையும் பசுமை நிறப் பூங்கொத்து களையும் மென்மையான முட்களையும் கொண்ட காய்களை உடைய (பிசுபிசுப் பான பாலுள்ள) ஏறு கொடி.* (**மூ.**)

வேறுஉழுதல் vēṟuuḻutal தொ.பெ. *முற்றிய (இளம்) நாற்று.* (**தஞ்.**)

வை

வைக்கோல் மஞ்சுதல் vaikkōl mañcutal தொ.பெ. *பொனையடிக்கின்றபோது மாடுகளின் காலில் மிதிப் பட்ட வைக்கோல் நெல்லை கீழே விடுத்து மேலெழும்புதல்.* (**கட.**)

வைக்கோல் போர் vaikkōl pōr பெ. *(பார்க்க–போர்)*

வையகுண்டான் vaiyakuṇṭāṉ பெ. *பழங்காலத்தில் சாகுபடி செய்யப்பட்ட ஒரு வகை நெல்.* (**ம.**), (**விரு.**)

வையாசி vaiyāci பெ. *இரண்டாவது தமிழ் மாதம் (வைகாசி).* (**தரு.**)

ஜ

ஜத jata பெ. இரு பொருள்கள் இணைந்த ஒரு தொகுப்பு. *(திருவ.)*

ஜல்லிவேர் jallivēr பெ. தாவர வகையின் செடிகள் மிகவும் நெருக்கமாகவும் மெல்லியதாகவும் விடும் வேர். *(நா.)*

ஜல்லு jallu பெ. முழு வளர்ச்சி அடையாத தானிய மணி. *(தூ.)* *(பார்க்க–பதரு).*

ஜலரதாரபொன்னி jalatāra poṉṉi பெ. பழங்கால நெல்லில் ஒரு வகை. *(தரு.)*

ஜலிச்சிகிட்டு போதல் jaliccikiṭṭu pōtal தொ.பெ. வயலில் வைத்த நீர்வரப்பின்வழியாகக்கசிதல். *(வே.).* **ஜலிச்சிகிணுபோதல்** jaliccikiṇu pōtal *(தரு.)*

ஜலித்தல் jalittal தொ.பெ. 1) அவித்த மஞ்சளைப் பார வண்டியின் உள்ளுக்குள் கொட்டி வண்டியை முன்னும் பின்னும் ஆட்டி மஞ்சளைத் தரம் பிரித்தல். 2) தானியங்களைச் சல்லடையில் இட்டு முன்னும் பின்னும் ஆட்டித் தூய்மைப்படுத்தல் *(நா.)* *(பார்க்க–சல்லடம்).*

ஜாட்ட jāṭṭa பெ. (ஏர், வண்டி இழுத்து வரும் மாட்டை ஒட்டக்கூடிய) நுனியில் தடித்த நூல் கட்டிய சிறு கம்பு / உழவு கோல். *(தரு.).* **ஜாட்டிகோலு** jāṭṭikōlu *(வே.)*

ஜாட[1] jāṭa பெ. உழுதுபோட்ட நீரும் சேறும் கலந்த கலவை. *(தரு.)*

ஜாட[2] jāṭa பெ. நிலத்தைச் சேறாக்குவதற்காக வைக்கப் படும் நீர். *(தரு.)*

ஜாதி அடி jāti aṭi பெ. ஒரு கால் பாதத்தின் குதி கால் தொடக்கத்திற்கும் கட்டை விரல் நுனிக்கும் உள்ள இடைப்பட்ட அளவு. *(தஞ்.)*

ஜார jāra பெ. *(பார்க்க–மாறு).* *(வே.)*

ஜாரி jāri பெ. வயலில் வேலையை எளிமையாக்க நேராகப் பல பிரிவுகள் கொண்டு பிரித்த பிரிப்பு. *(பார்க்க–மாறு).* *(வே.)*

ஜில்ல jilla பெ. *(பார்க்க–ஏர்ஜில்ல).* *(வே.)*

ஜீலா jīlā பெ. மிகத் தாழ்வான நிலப் பகுதி. *(நீ.)*

ஜீரகசம்பா jīrakacampā பெ. பழங்காலத்தில் சாகுபடி செய்யப்பட்ட ஒரு வகை நெல். *(தஞ்.)*

ஜெண்டிப்பூ jeṇṭippū பெ. வாசனை தரக்கூடிய ஒரு வகைப் பூ. *(புது.)*

ஜெதரிடு jetariṭu வி. கூடையில் அள்ளிய குப்பை/எருவை வயலில் விசுறுதல். *(தூ.)*

காலச்சுவடு பப்ளிகேஷன்ஸ் (பி) லிட்.
Published by Kalachuvadu Publications Pvt. Ltd.,
669 K.P. Road, Nagercoil 629001, India
Phone: 91-4652-278525
e-mail: publications@kalachuvadu.com

07/2022/S.No. 1080, kcp 3619, 18.6 (1) rss